நவீன தொன்மங்களும் நாடோடிக் குறிப்புகளும்

புவிவெப்பமடைதல், எரிபொருள் பற்றாக்குறை என எதிர்கால மானுட வாழ்வு என்னவாகப் போகிறது என்கிற நிச்சயமற்ற ஒரு மனித இருத்தலை உலக அதிகார வர்க்கம் உருவாக்கி உள்ளது. இச்சூழலில் நம்மைச் சுற்றியுள்ள உலகை அதன் அரசியலைப் புரிந்து கொள்வதற்கான முயற்சி அவசியப்படுகிறது. இத்தொகுப்பு அதற்கான எத்தனிப்பைக் கொண்டுள்ளது. உலக அரசியலின் பேசுபொருள்களாக இன்று முன்னுக்குத் தள்ளப்பட்ட அரசியல் கருத்தாக்கங்களான மதவாதம், தீவிரவாதம், இனவாதம், பெண்ணியம், மார்க்சியம், உடலரசியல், சாதியம், சூழலியல், வரலாறு, பாலியல், குடிமகனாதல், தமிழீழம் உள்ளிட்ட பலவற்றையும் குறிப்புகளாகக் கொண்டு எழுதப்பட்ட கோட்பாடு சார்ந்த கட்டுரைகள் இவை. உலக அரசியலின் பல்வேறு சிக்கலான உறவுமுறைகள் மற்றும் அதில் உடல், மனம் மற்றும் கருத்தியல்களின் செயல்பாடு என பலவற்றையும் கவனிக்க முயற்சி செய்துள்ளது. பொதுவாக இக்கட்டுரைகள் பழகிய அல்லது இயல்பாக வழங்கக்கூடிய பொதுபுத்தி சார்ந்த கருத்தாக்கங்களைத் தனது உரையாடலுக்கான மையப்புள்ளியாகக் கொண்டுள்ளது. இத்தகைய வாசகர்களுக்கு மட்டுமே உரித்தானவை என்கிற முன் அனுமானங்கள் இல்லை. பொதுவான வாசிப்பிற்கானவையே இக்கட்டுரைகள்.

ஜமாலன், 1984 முதல் மார்க்சியம், இலக்கியம், அரசியல், மதவாத எதிர்ப்பு அரசியல், பின்காலனியம், பின் நவீனத்துவம், சினிமா போன்ற பல துறைகளில் எழுதி வருபவர். பிறந்த ஊர் கும்பகோணம் அருகில் இருக்கும் திருநாகேஸ்வரம் என்ற கிராமம். முது அறிவியல் இயற்பியல் படித்துள்ள இவர் தனது கல்லூரி நாடகள் முதல் கவிதை தொடங்கி பின் திறனயாய்விற்கு வந்தவர். கோட்பாடு சார்ந்த திறனாய்வுகள் மற்றும் தமிழியல் ஆய்வுகளில் கவனம் செலுத்தி வருபவர். கணிணித் துறையில் பணியாற்றி ஓய்வு பெற்றவர். தமிழ் திறனாய்வு வெளியிலும் இடதுசாரி பண்பாட்டு அரசியலிலும் ஈடுபாடு கொண்டு தொடர்ச்சியாகச் செயல்பட்டு வருபவர். சிறந்த திறனாய்வாளருக்கான 'மேலும்' விருது பெற்றுள்ளார். இவரது 'உடலரசியல்' நூல் சிறந்த திறனாய்வு மற்றும் கோட்பாட்டு நூலுக்கான 'பஞ்சு பரிசில்' பெற்றுள்ளது. இலக்கிய ஆய்வுகள், சினிமா, அரசியல் குறித்து பல்வேறு இதழ்களில் தொடர்ந்து கட்டுரைகள் எழுதிவருபவர்..

நவீன தொன்மங்களும் நாடோடிக் குறிப்புகளும்

ஜமாலன்

பாரதி
புத்தகாலயம்

Naveena thonmangalum nadodik kurippukalum
Jamalan ©
First Edition: February 2010
Second Edition: December, 2022
Published by
BHARATHI PUTHAKALAYAM
7, Elango Salai, Teynampet, Chennai - 600 018.
Email: bharathiputhakalayam@gmail.com / www.thamizhbooks.com

நவீன தொன்மங்களும் நாடோடிக் குறிப்புகளும்
ஜமாலன் ©
முதல் பதிப்பு: பிப்ரவரி, 2010
இரண்டாம் பதிப்பு: டிசம்பர், 2022
வெளியீடு:

பாரதி புத்தகாலயம்

7, இளங்கோ சாலை, தேனாம்பேட்டை, சென்னை - 600 018.
தொலைபேசி : 044-24332424, 24330024 | விற்பனை: 24332924.

அச்சு : மோகனா பிரிண்டர்ஸ், சென்னை - 600 014.

இனவாதம் என்கிற
விஷப்பற்களால்
அழித்தொழிக்கப்பட்ட
ஈழத்தமிழர்களுக்கு...

பொருளடக்கம்

முதற்பதிப்பின் முன்னுரை

புதுமைப்பித்தன் கூறியது போல உலகை உய்விக்க வந்ததோ அல்லது உலகிற்கான இன்சூரன்ஸ் ஏற்பாடோ அல்ல நமது எழுத்துகள் என்பதில் நமக்கு எப்பொழுதும் ஒரு தெளிவு உண்டு. ‘மொழியும் நிலமும்’ வெளிவந்தபோது, எனக்கு இருந்த அதே அவநம்பிக்கைதான் இன்றும் உள்ளது. பொதுவாக இத்தகைய எழுத்துகள் வாசிக்கப்படுகிறதா என்பதே. ஆனால், அந்த நூல் வெளிவந்து 4 ஆண்டுகள் கழித்து பதிவுகளில் எழுதத் துவங்கியபோது அந்த நூலை வாசித்த சிலர் தொடர்புகொண்டனர். அந்நூல் பற்றி பேசினர். அந்நூல் பற்றி கேட்டு மின்னஞ்சல்கள் வந்தபோது ஆச்சர்யமாக இருந்தது. கண்ணுக்குத் தெரியாத வாசகர்களும் வாசிப்பும் நிகழ்ந்து கொண்டுதான் உள்ளது. அந்த நம்பிக்கையே இந்நூலுக்கும் சாத்தியம் என்றே எண்ணத் தோன்றுகிறது.

மிகவும் துயர் நிறைந்த ஒரு காலகட்டத்தில் வெளிவருகிறது இத்தொகுப்பு. மானுடம் எதிர்காலமற்ற ஒரு நூற்றாண்டில் காலடி வைத்துள்ளது. இனவாதத்தால் ஈழத்தமிழர்கள் கொத்துக் கொத்தாக அழித்தொழிக்கப் பட்டுள்ளனர். புவிவெப்பமடைதல், எரிபொருள் பற்றாக்குறை என எதிர்கால மானுட வாழ்வு என்னவாகப் போகிறது என்கிற நிச்சயமற்ற ஒரு மனித இருத்தலை உலக அதிகார வர்க்கம் உருவாக்கி உள்ளது. இச்சூழலில் நம்மைச் சுற்றியுள்ள உலகை அதன் அரசியலைப் புரிந்து கொள்வதற்கான முயற்சி அவசியப்படுகிறது. இத்தொகுப்பு அதற்கான முயற்சி இல்லை என்றபோதிலும் அதற்கான எத்தனிப்பைக் கொண்டுள்ளதாக எண்ணத் தோன்றுகிறது. உலக அரசியலின் பேசுபொருள்களாக இன்று முன்னுக்குத் தள்ளப்பட்ட அரசியல் கருத்தாக்கங்களான மதவாதம், தீவிரவாதம், இனவாதம், பெண்ணியம், மார்க்சியம், உடலரசியல், சாதியம், சூழலியல், வரலாறு, பாலியல், குடிமகனாதல் உள்ளிட்ட பலவற்றையும் குறிப்புகளாகக் கொண்டு எழுதப்பட்ட கட்டுரைகள் இவை. உலக அரசியலின் பல்வேறு சிக்கலான உறவுமுறைகள் மற்றும் அதில் உடல், மனம் மற்றும் கருத்தியல்களின் செயல்பாடு என பலவற்றையும் கவனிக்க முயற்சி செய்துள்ளதை இக் கட்டுரைகளை ஒரு தொகுப்பாக வாசிக்கும் போது எண்ணத் தோன்றுகிறது. இவை அனைத்தும் தமிழ்ச்சூழலிலிருந்து விலகிய முற்றிலும் ஜனநாயகம் மறுக்கப்பட்ட ஒரு இருள்பூமியிலிருந்து

எழுதப்பட்டவை என்பதால் பல தொடர்பற்ற, ஆதாரங்களை அதிகம் காட்டாத வாக்கியங்களால் எழுதப்பட்டிருக்கிறது. வாழ்க்கை என்கிற எந்திரத்திற்குத் தீனியாவதைத் தவிர, வாழ்வைப் புரிந்து கொள்வதற்கான வாசிப்பையோ, மதம் அனுமதிக்காத மற்ற பணிகளையோ ஒரு குற்றமாகக் கருதும் ஒரு நாட்டில் எழுதப்பட்டவை இவை.

80-கள் முதல் சிறு பத்திரிக்கை மற்றும் தமிழ்ச் சிற்றிலக்கிய அறிவுச் சூழலுடன் கொண்டிருந்த தொடர்புகளால், 90-களில் துவங்கி எழுதப்பட்ட எனது கட்டுரைகள் "மொழியும் நிலமும்" என்கிற தொகுப்பாக 2003-ல் வெளிவந்தது. அந்நூலுக்குப் பிந்தைய கடந்த 7 ஆண்டுகளில் எழுதியவை மற்றும் முதல் நூலில் விடுபட்டுப்போன சில கட்டுரைகள் ஆகியவற்றின் தொகுப்பாக வெளிவருகிறது இந்நூல். நண்பர் கடற்கரய் 'தீராநதி'யில் தொடராகக் கட்டுரைகள் எழுத வாய்ப்பு தந்ததில் உருவான கட்டுரைகளும் இதில் தொகுக்கப்பட்டுள்ளன. 'தீராநதி' தொடருக்கு இட்ட தலைப்பே இந்நூலின் தலைப்பாகத் தீர்மானிக்கப்பட்டதற்குக் காரணம், அத்தலைப்பை ஒட்டி எழுதப்பட்ட கட்டுரைகளின் உழைப்பும் முக்கியத்துவமும் கருதியே. இத்தொகுப்பு பல்வேறு பொருள் பற்றிய பல தலைப்புகளின் ஒரு கதம்பமாக இருப்பதாலும், பலவற்றை விரிவாகப் பேசப்பட வேண்டியதன் தேவை கருதியும், இக்கட்டுரைகள் ஒரு குறிப்புகளின் தொகுப்பாகவும் இருப்பதும் ஒரு காரணம் இந்தத் தலைப்பிற்கு.

'குடி கலாசாரமும் கலாசாரக் குடிகளும்' கட்டுரை நண்பர் முத்தையா வெள்ளையன் தொகுத்த 'குடியின்றி அமையா உலகு' நூலிற்காக எழுதப்பட்டது. தமிழவனின் 'வார்சாவில் ஒரு கடவுள்' நாவல் பற்றிய 'உடல் மீது விளையாடும் சாத்தான்களும் கடவுள்களும்' தமிழவனின் நாவல் பற்றிய விமர்சனங்களின் தொகுப்பிற்காக எழுதப்பட்டது. வளைகுடா பற்றிய கட்டுரை 'ஆழி' தொகுத்த உலகத் தமிழர்களின் மலர் 'தமிழ்க்கொடி'-க்காக எழுதப்பட்டது. மற்ற கட்டுரைகள் சிறு பத்திரிகைகள் மற்றும் பதிவுகளில் எழுதப்பட்டவை. பதிவுகளில் எழுதப்பட்ட ஒரு சில கட்டுரைகள் மற்றும் மீள்பதிவு செய்யப்பட்ட 'தீராநதி' கட்டுரைகள் சில உரையாடல்களை உருவாக்கியிருந்தன. அந்த உரையாடல்கள் இதில் இணைக்கப்படவில்லை. 15 ஆண்டுகளுக்கு முன்பு நீலப்படங்கள் பற்றிய ஒரு விரிவான உரையாடல் வடிவில் எழுதப்பட்ட கட்டுரை அறிமுகக் குறிப்பாக இதில் இணைக்கப்பட்டுள்ளது. அது விரிவாகவும் சமீபத்திய

வளர்ச்சிகளையும் உள்ளடக்கி எழுதப்பட வேண்டிய ஒன்று. ஊடகத்துறையில் மிக அதிகம் முதலீடு செய்யப்பட்டும் வருமானம் கொழிக்கும் ஒரு துறையாக இருப்பதும், இன்றைக்கான பாலியல் கட்டுமானத்தில் முக்கியத்துவம் வாய்ந்ததாக உள்ளது இத்துறை என்பது குறிப்பிடத்தக்கது.

பலதரப்பட்ட கருத்துகள் பொருட்களின் தலைப்புகளில் எழுதப்பட்ட கட்டுரைகள் என்பதால் வாசிப்பிற்கான வசதி கருதி பகுதிகளாகத் தொகுக்கப்பட்டுள்ளது. மற்றபடி உள்தலைப்புகளின் அடிப்படையில் எழுதப்பட்ட கட்டுரைகள் இல்லை. அதாவது உடலரசியல் என்கிற தலைப்பின் கீழ் உள்ள கட்டுரைகள் கறாராக உடலரசியல் பற்றியவை மட்டுமல்ல. ஒரு வகைப்பாடு கருதி பேசுபொருள் அடிப்படையிலின்றி, அதிகமாகப் பேசப்பட்டவை என்கிற புள்ளியில் அவை பிரித்துத் தரப்பட்டுள்ளன.

பொதுவாக இக்கட்டுரைகள் பல பழகிய அல்லது இயல்பாக வழங்கக்கூடிய பொதுபுத்தி சார்ந்த கருத்தாக்கங்களைத் தனது உரையாடலுக்கான மையப்புள்ளியாகக் கொண்டு எழுதப்பட்டுள்ளன. இத்தகைய வாசகர்களுக்கு மட்டுமே உரித்தானவை என்கிற முன் அனுமானங்கள் இதில் இல்லை. அதனால் பொதுவான வாசிப்பிற்கானவையே இக்கட்டுரைகள்.

எனது முதல் நூலை முழுமூச்சாக நின்று வெளியிட்ட நண்பன் அ.ஜ.கான், வெளியிட்ட தோழர் கண.குறிஞ்சி அவர்களுக்கும் இச்சந்தர்ப்பத்தில் நன்றி சொல்லிக் கொள்கிறேன். பதிவுகளில் எழுதத் துவங்கியவுடன் எனது எழுத்துகளை வாசித்து எனது முதல் வாசகராக எனக்கு அறிமுகமாகி எனது எழுத்து மற்றும் புத்தக வாசிப்பிற்கு உறுதுணையாகவும், ஆலோசனைகளும் தரும் நண்பர் முபாரக்கின் தொடர்ந்த உரையாடல்களும் ஊக்கமும் இக்கட்டுரைகள் உருவாக்கத்திற்கான அடிப்படைகளாகும். கட்டுரைகளை வாசித்தும், திருத்தங்கள், விமர்சனங்கள் ஆலோசனைகள் தந்த பெருந்தேவி, எனது கட்டுரைகளுக்கான தரவுகளைக் கேட்ட மாத்திரத்தில் தேடித் தந்து உதவிய நண்பர் நதியலை, பதிவுகள் வழி நண்பர்களாகித் தொடர்ந்து எனது கட்டுரைகளை வாசித்து ஊக்கமும் உற்சாகமும் அளிக்கும் நண்பர்கள் ‘பைத்தியக்காரன்’ என்கிற சிவராமன், ஜியோவ்ராம் சுந்தர், ஹெச். பீர் முகமது, எழுத்தாளன் என்கிற மரியாதையுடன் எழுத்து புரியாவிட்டாலும் தனது அன்பின் மூலம் அங்கீகரித்துக் கொண்டுவிட்ட ஜியாவுதீன் மற்றும் ஜெத்தா நண்பர்கள், பதிவுகள் வழி நண்பராகி கட்டுரைகளை வாசித்து ஆலோசனைகள், விமர்சனங்கள் தந்த

பிராங்பர்ட் றஞ்சனி. 'மொழியும் நிலமும்' வாசித்துவிட்டு அஞ்சலில் தொடர்புகொண்டு, தொடர்ந்து கட்டுரைகளை வாசித்து உற்சாகப்படுத்தும் தோழர். லீனாமணிமேகலை ஆகியோருக்கும் நன்றி. இன்னும் நேரடியாகவும், மறைமுகமாகவும் எனது எழுத்துப்பணிக்கு உதவிய நண்பர்களுக்கு இச்சூழலில் நன்றி சொல்லக் கடமைப்பட்டிருக்கிறேன்.

குடும்பம் என்ற வகையில் எனது எழுத்துலகில் தலையிடாமல் முழு சுதந்திரம் தந்துள்ள அண்ணன் ஆசாத் மற்றும் எழுத்தாளனுக்கு வழக்கமாகத் தரும் மன உளைச்சல்களைத் தராது, எழுதுவதற்கான உற்சாகத்தையும் வசதியையும் உருவாக்கித் தரும் எனது மனைவி சாஜத் உசேன், மகன் மகாதீர் முகமது, மகள் அல்-ஷரின் உசைனி ஆகியோர் கட்டுரைகள் எழுதுவதற்கான அமைதியான சூழலைத் தந்ததை இங்கு நினைவு கூரக் கடமைப்பட்டுள்ளேன்.

எனது எல்லாக் கட்டுரைகளையும் வாசித்து செழுமையாக்க உரையாடிவரும் நண்பர் பிரேமின் ஊக்கமும் உற்சாகமும் இந்த எழுத்துகளின் உழைப்பிற்குள் ஊடாடி நிற்பதையும் சொல்லியாக வேண்டும். நான் எழுதுவதற்குக் காரணமாக அமைந்த மதிப்பிற்குரிய ஆசிரியர் தமிழவன், தோழர் அ. மார்க்ஸ் மற்றும் சிறு பத்திரிகை மற்றும் பதிவுலக நண்பர்கள் அனைவருக்கும் எனது நன்றியைப் பதிய வைக்கிறேன். கட்டுரைகள் வெளிவந்த 'காலக்குறி', 'எதுவரை', 'பெருவெளி', 'புதுவிசை', 'நிழல்', 'தீராநதி' மற்றும் 'இனியொரு', 'கீற்று' இணைய தளங்களுக்கு நன்றி.

எனது சோம்பலை உதறி நான் தொடர்ந்து எழுதுவதற்குக் காரணமாக பல தலைப்புகளைத் தந்தும் அதனைத் தொடர்ந்து என்னிடம் உரையாடியும் எழுத வைத்த நண்பர் ராமாநுஜம் இல்லாவிட்டால் இந்தத் தொகுப்பே கிடையாது. அந்தவகையில் இத்தொகுப்பிற்கு முழுமுதல் காரணமாக இருந்த அவருக்கு நன்றி சொல்லக் கடமைப்பட்டுள்ளேன். இத்தொகுப்பின் அச்சுப்பிழைகளைச் சரிபார்த்து அதன் லே-அவுட் மற்றும் புத்தக வடிவமைப்பைச் செய்துள்ள நண்பர் ஜீவமணிக்கு நன்றி. புத்தகத்தை வெளியிட்ட பதிப்பாளர் நண்பர் புலம் லோகநாதன் அவர்களது நம்பிக்கைக்கு என்றும் நான் கடன்பட்டுள்ளேன்.

அன்புடன்

திருநாகேஸ்வரம், **ஜமாலன்**

16-02-2010 ***jamalan.tamil@gmail.com***

இரண்டாம் பதிப்பின் முன்னுரை

இந்நூலின் இரண்டாம் பதிப்பு வருவதில் ஒரு ஆசிரியனாக மகிழ்ச்சியை வாசகர்களுடன் பகிர்ந்துகொள்கிறேன். இது எனது இரண்டாவது நூல். 'மொழியும் நிலமும்' என்ற முதல் நூலைப் போல தமிழ் வாசகர்கள், ஆய்வு மாணவர்கள் மத்தியில் இந்நூலும் பரவலாக அறிமுகமாகியுள்ளது. ஆனாலும், தமிழ் இலக்கிய உலகின் வழக்கமான மௌனத்தில் ஆழ்த்திவிடும் உத்திக்கு இந்நூலும் விலக்கில்லை. இந்த 10 ஆண்டுகளில் எனது பார்வைக்கு வந்த ஒரு மிக விரிவான, ஆழமான திறனாய்வு கவிஞர் யவனிகா ஸ்ரீராம் அவர்கள் 'சிற்றிதழ்' இதழில் எழுதியதுதான். அதை தவிர மற்ற திறனாய்வுகள், கண்டன உரைகள் அல்லது பாராட்டுரைகள் எதுவும் கண்ணில் படவில்லை. இச்சந்தர்ப்பத்தில் கவிஞர் யவனிகா ஸ்ரீராம் மற்றும் சிற்றிதழ் ஆசிரியர் குழுவிற்கும் நன்றியை பதிவு செய்கிறேன். எனது பார்வைக்கு வராத ஏதேனும் திறனாய்வுகள், கண்டன, பாராட்டு உரைகள் வந்திருந்தால், அதனை செய்தவர்களுக்கும் நன்றியை பதிவு செய்கிறேன்.

எனது நூல்களை வழக்கமாக வெளியிடும் நண்பனும், எனது வளர்ச்சியில் பெரும் அக்கறைக் கொண்டவனுமாகிய காலக்குறி அ.ஜ. கான், காலக்குறி வெளியீடாக கொண்டுவரலாம் என்று கூறியிருந்தான். இடையில் உலகமே கொரோனா பெருந்தொற்றால் உறைந்துவிட்ட நிலையில் அப்பணியை தொடர முடியால் இருந்தது. கான் எனது 'உடலரசியல்' நூலை வெளிக்கொண்டுவந்த பணிச்சுமையால், இந்நூல் வெளியீடு தள்ளிப் போனது. திரும்ப இப்பணியை துவங்க முடியாமல் நண்பன் அ.ஜ. கானை கொரோனா பெருந்தொற்றே கொண்டு போய்விட்டது. இத் துயர்மிகுச் சூழலில் எனது வெளிவர வேண்டிய நூல்களை நானே முன்முயற்சி எடுத்து வெளிக்கொண்டுவர வேண்டிய நிலை.

கானின் மறைவு எனக்கு உருவாக்கிய மனத்துயரை வார்த்தைகளால் சொல்லிவிட முடியாது. அது எனது மனநிலை, எழுத்துச் சூழல், அறிவுத்தளம் அனைத்தையும் பாதித்தது. அதிலிருந்து மீள நானே எனது நூல்களை உருவாக்கும் பணியில் தீவிரமாக ஈடுபடுத்திக் கொண்டேன். அதன் விளைவாக புத்தக உருவாக்கம், அட்டை வடிவமைப்பு அதற்கான மென் பொருள்களை கற்றல் என காலத்தை கடத்திவிட்டேன். காரணம்

கான் எனது எழுத்துக்களை தந்தால் போதும், அதை நூலாக்கி கையில் தந்துவிடுவான். அதன் அனைத்து பணிகளும் அவனே செய்வதால், அது குறித்து எனக்கு எதுவும் தெரியாது. இலக்கிய உலகின் வெளித்தொடர்பு முழுக்க கானே கவனித்துக் கொண்டான். நான் வாசிப்பது எழுதுவது தவிர மற்ற எதையும் அறியாமலேயே இருந்துவிட்டேன்.

நூலை எப்படி வெளியிடுவது? எந்த பதிப்பகத்தை தொடர்பு கொள்வது? யாரிடம் ஆலோசனை கேட்பது என்று எதுவும் எனக்கு தெரியாது. தவிரவும் ஆசிரியரை தேடி நூலைப்பெற்று பதிக்கும் நிலை தமிழ்ச் சூழலில் இல்லை. எனக்கு கானை தவிர எந்த பதிப்பகத்துடனும் தொடர்பில்லை. யாரிடமும் எனது நூலை பதிப்பிக்க கேட்பதில் உள்ள கூச்சமும் ஓர் காரணம். இச்சூழலில் தோழர் பிரதிபா ஜெயச்சந்திரன அவர்கள் என்மேல் உள்ள அக்கறையில் பாரதி புத்தகாலயம் வழியாக எனது நூட்களை வெளிக்கொண்டு வருகிறார். அவருக்கு எனது நன்றிகள். வெளியிட்ட பாரதி புத்தகாலய நாகராஜன் மற்றும் நூல் உருவாக்கத் தோழர்கள் தங்கராஜ், காளத்தி, அச்சிட்ட தோழர்களுக்கும் நன்றி.

முதல் பதிப்பில் இருந்த உடலரசியல் என்ற பகுதி முழுவதும் எனது ‘உடலரசியல்’ நூலில் இணைக்கப்பட்டதால் இந்நூலில் தொகுக்கப்படவில்லை. காரணம் அத்தலைப்பில் முழுநூலாக தொகுக்கப்பட்டதால், அக்கோட்பாட்டை பயன்படுத்தி எழுதப்பட்ட அக்கட்டுரைகள் அந்நூலில் இணைப்பதே வாசிப்பாளருக்கு வசதியானதாக இருக்கும் என்பதாலும், இரண்டிலும் தலைப்பு ஒன்றாக இருப்பது குழுப்பத்தை விளைவிக்கும் என்பதாலும். மற்ற அனைத்து கட்டுரைகளும் முதல்பதிப்பில் உள்ளபடியே இப்பதிப்பில் தொகுக்கப்பட்டுள்ளது.

மற்றபடி முதல் பதிப்பின் முன்னுரையில் கூறப்பட்டவைதான். யாரோ ஒரு வாசகர் இதனை வாசிப்பதன் வழியாக தன்னையும், தனது சூழலையும் குறித்த ஒரு திறனாய்வுச் சிந்தனையை பெறக்கூடும் என்பதே எனது எழுத்துக்களுக்கான உற்பத்தி ஆற்றல். கூடுதலாக இந்நூலை வெளியிடுவதில் ஆர்வமுடன் அறிவிப்பும் செய்த நண்பன் காலக்குறி அ.ஜ. கானிற்கு இந்த இரண்டாவது பதிப்பை காணிக்கையாக்குகிறேன். அவனது இழப்பு எனது எழுத்துலகில் ஒரு பேரிழப்பு என்பதையும் துயரத்துடன் பதிவு செய்கிறேன்.

- ஜமாலன்

சென்னை - 55, 16-01-2023

பெண்ணியம்

'கல்தோன்றி மண்தோன்றா காலத்தே முன்தோன்றிய மூத்தகுடி', தமிழ் மண்ணுக்கே இயல்பாய் அமைந்துள்ள குணங்களில் ஒன்று அநீதியைக் கண்டு வெகுண்டெழுவது.' ஏதோ ஒரு தலையங்கத்திலோ அல்லது பேருரையிலோ அல்லது பேருந்தின் பேச்சிலோ எதிர்கொண்ட வாசகங்கள் இவை. இது போன்ற வாக்கியங்கள் தமிழில் இன்னும் எழுதப்பட்டு வருவது கவலைக்கிடமான விடயம்தான். இந்த வாக்கியம் தமிழ்ப் பெருமித உணர்வையும், தமிழ் உயர் தேசிய உணர்வையும், தமிழ்–அதிகார உணர்வையும் சொல்லும் ஒருவகை பாசிச–பெருமிதமாகும். இவ்வாக்கியங்கள் உண்மையா? அப்பட்டமான பொய்தானே? இந்தக் கோயபல்ஸ் வகை பொய்யைப் பலரும் ஒரு மொண்ணையான அர்த்தத்தில் பயன்படுத்தி தான் வருகிறோம். இதுபோன்ற வாக்கியங்களை எழுதுவதைத் தவிர்க்கலாம் என்று படுகிறது. இப்பார்வை வரலாற்றைத் தேர்வு செய்யும் நமது அரசியலின் பார்வை. அதனால்தான் மன்னர்கள் நெருக்கடிக்கு ஆளானதைக் கண்டு வெகுண்டெழும் மக்கள் கூட்டம் என்பதாக ஒரு பொய்யை வரலாற்றின் பக்கங்களாகப் படித்துக்கொண்டே இருக்கிறோம். நமது கனவும், நமது உடலும் அரசிறையால் (அரசு மற்றும் இறையால்) உருவமைக்கப்பட்டது. அந்த அரசிறையும் தமிழ் சினிமாவின் ராஜராஜ சோழன்களால், கனவுக் கதாநாயகர்களால், வரலாற்றின் கதை கூறல்களால் உருவமைக்கப்பட்டது. இதிலிருந்து விடுபடுவது, நாம் உருவாக்கும் இத்தகைய போலிப் பெருமித வாக்கியங்களைத் தவிர்ப்பதும், அதை உணர்வுபூர்வமாக உணர்வதிலிருந்துமே சாத்தியம்.

'அப்பாவித் தமிழன்' போன்ற சொல்லாடல்கள், இன்னும் மனிதர்களை நல்லவர், வல்லவர், அப்பாவி, கள்ளன் என்று வகைப்படுத்துவது ஆச்சர்யமாகத்தான் இருக்கிறது. வகைப்படுத்துதல் என்பதைத் தாவரவியலில் லிண்ணேயஸ் துவக்கி வைத்தார். இந்த வகைப்பாட்டியலை மனித சமூகத்திற்குள் பிரயோகித்து இனங்களாக, நிறங்களாக மனிதன் வகைப்படுத்தப்பட்டு எண்ணிக் கணக்கிடப்பட்டு அரசின் புள்ளிவிவரங்களாக மாற்றப்படுகிறான். அதன்பின் அவை குழு அடையாளங்களாக மாற்றப்பட்டு, வரலாற்றின் கதையாடல்கள் வழியாக உயர்ந்தவை, தாழ்ந்தவை என்கிற படிநிலையாக்கத்திற்கு உட்படுத்தப்படுகின்றன. இதன் அதிகபட்ச அரசியல் வெளிப்பாடுதான் பாசிசம் அல்லது இனத்தூய்மை அல்லது வலிமை அல்லது திறமை மட்டுமே வாழ்வதற்கான காரணி என்பது. இவ்வாறாக, அறிவு வகைப்படுத்துதல் வழியாக ஒரு அதிகாரத் தொழில்நுட்பமாக உருவாக்கப் பட்டது. மேலும் வகைப்படுத்துதல் ஒருபடித்தானவர்களாக மனிதர்களை (Same x Other, Male x Female, Eastern x Western, Black x White, Indian x Pakistani, Sinhala x Tamilian, Ariyan x Dravidan etc...) கட்டமைப்பதற்கான ஒரு காலனிய தொழில்நுட்பம். அது இப்படித்தான் துவங்கும். அப்பாவி, வளர்ச்சியற்றவன், காட்டுமிராண்டி, மூடநம்பிக்கையாளன் என்பதாக.

பிளாஸ்டிக் பெண்ணுடல்களும் பண்பாட்டுத் தையல்காரர்களும்

மட்டைப்பந்து எனப்படும் கிரிக்கெட் பன்னாட்டு வணிகக் குழுமங்களால் ஒரு காட்சியின்ப ஆட்டமாகப் பெரும் முதலீட்டில் இந்தியாவில் நடத்தப்பட்டபோது நிகழ்த்தப்பட்ட 'சியர்ஸ் லீடர்' ஆட்டத்தினை ஒட்டி பண்பாடு, உடை பற்றிய ஒரு விவாதம் எழுந்தது. அதற்கு முன்பு நடிகை செரேயாவின் உடை பற்றிய பத்திரிகைகள் விவாதம், நமீதாவின் உடை பற்றிய சட்டமன்ற விவாதம், தசாவதார ஒலித்தகடு வெளியீட்டு விழாவில் மல்லிகா செராவத் உடை பற்றிய விவாதம். இப்படி உடைகள் குறித்துத் தமிழ்ப் பண்பாட்டுக் காவல்நிலைய கண்காணிப்பு அதிகாரிகளான கலாசாரக் காவலர்கள் ஏற்படுத்தும் சமூக அழுத்தம் ஒரு தொடர் நிகழ்வாகிக் கொண்டுள்ளது. குறிப்பாக தையல் எந்திரங்களுடன் திரிந்து கொண்டிருக்கும் இவர்கள் ஒட்டுத் துணியில் சாலையோர வாழ்க்கை வாழும் மனிதர்கள் பற்றிய எந்த அக்கறையும் செலுத்துவதில்லை என்பது ஒரு நகைமுரண். பண்பாடு என்பது பெண்களால் உடுத்தப்படும் உடையின் அளவால் அளவிடப்பட்டே காக்கப்பட்டு வருகிறது. உடைகளைப் பற்றியும் பண்பாட்டைப் பற்றியும்

பேசத் துவங்கினால் கண்டிப்பாகப் பெண்ணியம் பற்றி பேசியே ஆக வேண்டும். காரணம் பண்பாடு என்பது பெண் உடல் தைக்கப்பட்ட சமூகம் பற்றிய பேச்சுதானே. ஆண் மட்டுமே உள்ள ஒரு சமூகத்தை நம்மால் கற்பனை செய்துகொள்ள முடியுமெனில் பெண் அமர்த்தி வைக்கப்பட்டிருக்கும் இடம் புரியக்கூடும். அதில் பண்பாடு என்கிற சொல்லாடல் சாத்தியமா என்கிற கேள்வியும் வரும். இதன் மறுதலையாக பெண் மட்டுமே உள்ள ஒரு சமூகத்தையும் கற்பனை செய்யலாம். அதிலும் இக்கேள்விகள் சாத்தியமே. ஆக, பண்பாடு என்பது ஆண்-பெண் என்கிற இணைகளின் வழியே அர்த்தமாகும் ஒன்றே. அல்லது இந்த இணைகளை இயற்கை சார்ந்த அமைப்பிலிருந்து ஒரு சமூகம் சார்ந்த அமைப்பிற்கு மறுகட்டமைப்பு செய்வதே பண்பாடு எனலாம்.

தமிழில் பண்பாடு என்கிற வார்த்தை 75 ஆண்டுகால கண்டுபிடிப்புத் தான் என்றும் பழந் தமிழகத்தில் இன்று நாம் கூறும் பண்பாடு போன்ற பொருளில் தமிழில் திருவள்ளுவர் பயன்படுத்திய 'சால்பு' என்கிற பழஞ்சொல் புழங்கியதையும், பண்பாடு என்பது மேற்குலகம் எழுதிய உலகவரலாற்றின் மீள்கண்டுபிடிப்புடன் புழக்கத்திற்கு வந்த ஒன்று என்கிறது தமிழை உலக ஆய்வுப் புலத்திற்குள் வைத்துப் பார்க்கும் ஆய்வாளரான பேராசிரியர் கா.சிவத்தம்பியின் 'தமிழ்ப் பண்பாட்டின் மீள் கண்டுபிடிப்பும் நவீனவாக்கமும் - மேற்குலகின் பங்கும் பணியும்' என்கிற நூல். இதன் பொருள் பண்டைய சமூகம் பண்பாட்டுக் கூறுகளை தனது இருத்தலுடன் உறவுகொண்டே புழங்கி வந்ததே தவிர அதைத் தனித்ததொரு பகைப்புலமாக வடிவமைத்துக் கொள்ளவில்லை என்பதுதான். குறிப்பாக பண்பாடு என்கிற ஒழுங்கமைப்பு ஒரு மக்கள் கூட்டம் கணக்குழுவிலிருந்து (clan) இனக்குழுவாக (race) மாறுவதற்கான அடிப்படையாக உள்ளது. பண்பாடு என்பது இவ்வாறாக ஒரு குழு அடையாளமாக உள்ளது.

பண்பாடு என்பது இரண்டு கூறுகளைக் கொண்டது. பயன்பாட்டில் உள்ள வழமைகள் அதன் முதல்கூறு. பண்புகளின் மரபுத் தொடர்ச்சியாக வரும் பொதுமைகள், அதாவது வழமைகள் (customs) மற்றும் பழக்கங்கள் (manners). இவைகளும்கூட காலங்காலமாக ஒன்றேபோல் வந்ததல்ல. ஒவ்வொரு சமூகம் இதனைத் தனது மதிப்படையில் தீர்மானிக்கிறது. உயர்மதிப்பு கொண்டவற்றை நாம் வழமைகளாகப் பண்புகளின் பொதுமைகளாக அதாவது பண்பாடு என்பதாக நடைமுறையில் கைக்கொள்கிறோம். சான்றாக விருந்தோம்பல் என்பதை வள்ளுவர் வலியுறுத்தும்போது அதற்குப் புறனடையாக வேறொரு பழக்கம் இருந்திருக்கலாம் அல்லது இப்பழக்கத்தை உயர் மதிப்புள்ளதாக மாற்றுவதன் மூலம் சமூகம் இதனைப் பின்பற்றச் செய்யலாம் என்பதே வள்ளுவரிடமிருந்து நாம் பெறுவது. இதனைத் தமிழர் பண்பாட்டுடன் மட்டுமே சுருக்கிப் பார்க்க முடியாது. எல்லாப் பண்பாடுகளிலும் அல்லது இனங்களிடமும் இப்பண்பு இருந்த வந்திருக்கிறது என்பதும் அடிப்படையில் இனக்கலப்பிற்கான முன்முயற்சி என்பதாகவும் இதனைப் புரிந்து கொள்ளலாம்.

அடுத்து, பண்பாட்டின் அறம் சார்ந்த கூறு. பண்பாடு என ஒரு இனத்தின் அடையாளமாக முதன்மைப்படுத்தப்படுவது இக்கூறே. அதாவது இயற்கை X பண்பாடு என்பதை இருமை எதிர்வுகளாகக் கட்டமைத்து இயற்கையைப் பண்பாட்டின் மூலம்

ஒழுங்கமைப்பதே அறவியலின் அடிப்படை. இயற்கையில் இயல்பானது என்பதை இயல்பற்றதாகக் கட்டமைப்பது பற்றியதே நமது கவனம். இந்தவகை அறம் சார்ந்த கூறையே பண்பாடு என்கிற புரிதலுடன் எடுத்தாளுகிறோம், மற்றவற்றை வழமைகளாக பாவிப்பதே சரியானது. பொதுவாக, பண்பாட்டை வழமைகளுடன் போட்டுக் குழப்பிக்கொள்ளாமல் புரிந்துகொள்ளவே இதை இங்கு நாம் தனியாகச் சொல்ல வேண்டியுள்ளது.

பண்பாடு என்பதை நாம் இப்படி வரையறுத்துக் கொள்ளலாம், ஒரு உடலினை சமூகத்திற்கு ஏற்ப முன் நிறுத்துவதற்காக அதன் மீது எழுதப்பட்டிருக்கும் ஒரு சங்கேத மொழி என்று. அதாவது, ஒரு உடலானது என்ன செய்ய வேண்டும்? எப்படி தன்னை அடையாளப்படுத்திக் கொள்ள வேண்டும்? எப்படி தனது தானை (அதாவது ego-வை) கட்டமைத்துக் கொள்ள வேண்டும்? எதற்காக மகிழ்ச்சி அடைய வேண்டும்? எதற்காகத் துன்பம் அடைய வேண்டும் என்பதை ஒரு கண்காணிப்புக் கருவி போலக் கண்காணித்து உடலை வழிநடத்தும் ஒரு எந்திரம். அதற்காக அது கண்காணிக்கும் ஒரு முக்கிய தளம் பாலியலாகும். பாலியலை ஒடுக்குவது அல்லது முறைப்படுத்துவதன் மூலம் பண்பாடானது சமூக அமைப்பை அதன் ஆதிக்க வடிவிலேயே காக்கிறது. அதற்காக சில உடலியல் வேட்கைகளை (desires) புறமானதாக ஒதுக்கி அதற்கு தண்டனை வழங்கும் அதிகாரத்தைப் பெற்றுள்ளது.

சான்றாக, ஓரினப்புணர்ச்சி (சரியான சொல் தன்பால் புணர்ச்சி என்பதுதான்) தடைசெய்யப்பட்டு அதனை விலக்கியதன் மூலமே பண்பாடானது திருமணம், குடும்பம் போன்ற நிறுவனங்களையும் காத்து வருகிறது. இவ்வொதுக்கல் மூலம் மையத்தில் இருபால் புணர்ச்சி என்கிற கலப்பினப் புணர்ச்சியைக் கட்டமைக்கிறது. அதுவே உடல்பாலியலின் அடிப்படையாக ஒழுங்கமைக்கிறது. இதிலிருந்து விலகிய பாலியலை ஒரு குற்றவியல் நடவடிக்கை போல பண்பாட்டுக் காவல் கண்காணிப்பு செய்யுமாறு ஒவ்வொரு உடலின் தன்னிலை என்பது கட்டமைக்கப் பட்டுள்ளது. அதாவது, பாலியலில் எதைச் செய்வது? எதைத் தள்ளுவது? என்பதுவரை எல்லாம் முன் தீர்மானிக்கப்பட்ட புனித அல்லது அறம் சார்ந்த கட்டமைவுகளுடன் உறவு கொண்டதாக உள்ளது. சான்றாக, இந்திய பாலியல் பற்றிய முக்கிய ஆவணமான காமசாத்திரம் இந்த இருபால் கலவி பற்றியே அதிகம்பேசுவதும் அதனை ஒரு புனித அற முறைமைக்குள், மத ஒழுங்கமைப்பிற்குள் கொண்டு வருவதையும் வாசிக்க முடிகிறது. ஆக, ஒரு உடல்

தன்னைத்தானே கண்காணிப்பதற்கான ஒரு கருவியே பண்பாடு என்றால் மிகையாகாது. பண்பாட்டின் எழுதப்படாத விதிமுறைகள் ஒவ்வொரு உடலின் இயக்கத் தன்னிலையாக அதன் நினைவிலியில் உருவமைக்கப்பட்டுள்ளது. இது ஒரு உடலரசியல் நிகழ்வு.

வேறுவிதமாகக் கூறினால் உடலின் வேட்கைகளைக் கண்காணிப்பதும், ஒழுங்கமைப்பதும்தான் பண்பாட்டின் அடிப்படை செயல்பாடு ஆகும். தன்பால் புணர்ச்சிக்கான உரிமைகள் மற்றும் ஆய்வுகள் குறித்து Queer Theory (தமிழில் இதனைக் கோணல்கள் பற்றிய கோட்பாடு என்கிறார்கள் தற்போது பால்புதுமையர்கள் என்கிறார்கள்) என்கிற ஒரு கோட்பாடு முன்வைப்பது என்னவென்றால் ஆண் மற்றும் பெண் என்கிற பாலின வேறுபாடு (gender difference) என்பது செயலூக்க மிக்க பல நிகழ்வுகளின் மூலமே கட்டப்படுகிறது. ஒரு குழந்தை பிறக்கும் போது பால்தன்மையற்றே இருக்கிறது. அதனை 'நீ ஒரு ஆண்' என்றோ அல்லது 'நீ ஒரு பெண்' என்றோ குறித்துப் பிரிப்பது முதல் நடவடிக்கை யாகத் துவங்குகிறது. அதன்பின் பெயர்வைத்தல், உடைகள் போன்ற வேறுபாடுகள் மூலம் திரும்பத் திரும்ப அந்த பால்வேறுபாட்டுச் செயல்முறைகள் நிகழ்த்தப்படுகின்றன. இத்தகைய திரும்பத் திரும்ப நிகழ்த்தப்படும் பால்வேறுபாட்டுச் செயல்முறைகள் மூலம் அவ்வுடல் ஆண் அல்லது பெண் என்கிற பாலின அடையாளத்தைத் தனது தன்னிலையாகக் கட்டமைத்துக் கொள்கிறது. இக்குழந்தைகள் வேறுபாட்டைத் தெளிவாகப் புரிந்து கொண்டு வளருமாறும் சூழ்நிலைகள் கட்டமைக்கப்படுகிறது. பள்ளி துவங்கி மயானம்வரை இவ்வேறுபாடு பல்வேறு பண்பாட்டுக் காரணிகளால் திரும்பத் திரும்ப அவ்வுடலுக்குள் பதிவுறுத்தப்படுகிறது. சில குடும்பங்களில் ஆண் குழந்தைகள் தங்குவதில்லை என்பதால் ஒரு குறிப்பிட்ட வயதுவரை ஆண் குழந்தைக்கு பெண் போல உடையுடுத்தித் தலையில் சடை போட்டுக் காலில் கொலுசு அணிவித்து வைத்திருப்பார்கள். பன்னெடுங்காலமாக நிலவி வரும் இப்பழக்கம், ஆண் குழந்தையைப் பிடிக்க வரும் எமனை ஏமாற்றுவதற்கான ஏற்பாடு என்றாலும் இந்த நம்பிக்கையின் அடியில் உள்ள பாலினமாதல் என்பது ஒரு புறத்தோற்றம் அல்லது நிகழ்த்துதல்களின் (Performing Art) அடிப்படையே என்கிற கருத்தாக்கம் நிலவுவதைக் காணலாம்.

சான்றாக, "நான் உறுதியளிக்கிறேன்" என்கிற வாசகம் எப்படி ஒரு சத்தியப் பிரமாணமாகச் சொல்லும் உடலினைப் பொறுப்பேற்றுக் கொள்ளும் படி பணிக்கும் ஒரு செயலூக்கமுள்ள

வாக்கியமாக இருப்பதைப் போல, “நான் பெண்” என்கிற வாசகமும் சொல்லும் உடலின் பொறுப்பிற்கான உறுதிப்படுத்தப்பட்ட ஒரு செயலூக்கமுள்ள வாக்கியமாக உள்ளது. இது ‘பெண்’ என்கிற சமூகம் முன்வைத்திருக்கும் வரையறைகளை உறுதியுடன் ஏற்கும் ஒரு செயலூக்கமுள்ள நடவடிக்கையாகும். இந்தப் பெண் பற்றிய கருத்தமைப்பு ஒவ்வொரு சமூக அமைப்பிலும் புதிதாக வரையறைக்கு உட்படுத்தப்பட்டு ஒழுங்கமைக்கப்படுகிறது. அதன் ஒரு புற அடையாளக்கூறே பெண் உடைகள் பற்றிய ஒழுங்கமைப்பும். இந் நடவடிக்கைகளே பெண்ணை ஒரு பாலினமாக உருவாக்குகிறது. பெண் கருத்தரிப்பதற்கான தயார் நிலையை அடைந்தவுடன் அதாவது வழக்கமான சொற் பயன்பாட்டில் ‘பூப்பெய்துதல்’ அல்லது ‘சடங்கான’-வுடன் செய்யப்படும் நிகழ்வுகள் அப்பெண் உடலை ஒரு இயற்கை மாற்றத்திற்கு ஏற்ப இன-விரிவாக்கப் பாலியல் தயாரிப்பிற்கான உடலாக அறிவிப்பதையும் அந்தச் சடங்குகள் வழி அப்பெண் உடல் அந்த மாற்றத்தைத் தன்னுணர்வு மிக்கதாக ஏற்று தனது தன்னிலைக்குள் அம்மாற்றத்தைக் கட்டமைத்துக் கொள்வதற்கான முயற்சியாகும். இங்கு பெண் உடல் பொதுத் தளத்திலிருந்து அல்லது அதன் விளையாட்டுப் பரப்பிலிருந்து பிரித்து இருட்டான உள்கட்டுகள் எனப்படும் தனித்தளத்திற்குள் இருத்தப்படுகிறது. பெண் ஒரு இருட்டின் நிரந்தரக் குறியீடாகவும், நிழலாகவும் இருப்பற்றவளாக மாற்றப்படுகிறாள். ஆணின் கதைகூறலில் ஒரு புரியாத புதிராக மாறுகிறாள். பண்டைய சமூகங்கள் இந்தப் புதிரைப் பெண்ணுக்கு தெய்வத்தன்மையும் பேய்த்தன்மையும் தந்து கட்டமைக்கப்பட்ட கதையாடல்கள் வழி எதிர்கொண்டது. நவீன சமூகம் பெண்ணை ஒரு நுகர்வுப் பண்டமாக மாற்றும் நவீன கதையாடல்கள் வழி இதனை எதிர்கொள்கிறது. அவளது உடலைப் பால்வேதிமங்கள் வழிந்தோடும் ஒரு பாய்மத் தன்மையுள்ள பிளாஸ்டிக் பொம்மையாகவும், தனது காம விளையாட்டிற்கான ஒரு களமாகவும் கட்டமைத்து அதனைச் சுற்றி நுகர்விற்கான வெறியையும் உருவாக்கி வைத்துள்ளது.

இதன் உச்சமாக இன்று அமெரிக்க-ஐரோப்பிய-ஜப்பான் போன்ற நாடுகளில் பெண்களின் பௌதிக உடலுக்கு பதிலாக ‘சிலிகன்’ பொம்மைகள் பயன்படுத்தும் ஒரு நிலை உருவாகி வருகிறது. பெண் உடலின் ஒவ்வொரு உறுப்பையும் ஒரு இன வடிவத்திலிருந்து நுகர்வாளரின் விருப்பிற்கு ஏற்ப தேர்ந்து உருவாக்கப்படும் இந்த நிஜ பொம்மைகள் (real dolls) பெண்ணின் சதைகளைப் போன்ற குழைவுத் தன்மையுடன் துளைகள்

மற்றும் முலைகளுடன் உருவாக்கித் தரப்படுகிறது. ஜப்பானிய முகத்துடனும், ஆப்பிரிக்க மார்புகளுடனும், பிரித்தானிய இடுப்புடனும் உடைய ஒரு பல பண்பாட்டுப் பெண் உடலை அதன் தசைச்சூட்டுடன் நீங்கள் பெற முடியும். அப்பெண் உடலுக்கு உங்கள் கற்பனைகளுக்கான ஆடைகளை உடுத்தி ரசிக்க முடியும். உங்கள் அருகே ஒரு மௌனப்பதுமையாக அல்லது தமிழ்ப் பண்பாட்டு உலகம் முன்வைக்கும் பதிவிரதையாக 'கணவனே கண்கண்ட தெய்வம்' என உங்கள் அருகே படுத்துக் கிடக்கும் தமிழ் 'மறமும்', 'அறமும்', 'வீரமும்' கொண்ட சதிகளைப் போல. மனைவியாகிய அல்லது துணைவியாகிய 'பத்தினியின்' உச்சநிலை பற்றி கவலையோ மனக்கிலசமோ 'குற்ற உணர்வோ' அடைய வேண்டியதில்லை. உங்கள் கேள்விகளைக் கேட்டு சம்மதம் சொல்லும் 'மௌனமே சம்மதப்' பதுமைகளாக இருக்கும். இந்நிலையில் பாலியல் என்பது என்னவாக ஆகியுள்ளது? காமம் என்பது என்ன? காத்திருத்தலும், ஊடலும், காதலும் என்ன என்கிற கேள்விகள் எழுவது தவிர்க்க முடியாததாக உள்ளது. இவற்றில் காத்திருத்தலும் காதலும் என்ன என்று இந்த 'பிளாஸ்டிக் சகோதரிகளை' முன்வைத்து தனது கட்டுரை ஒன்றில் சங்கத் தமிழையும் இன்றைய நிலையையும் ஒப்பிட்டுக் கேள்விகளை எழுப்புகிறார் பெருந்தேவி. (காலச்சுவடு-இதழ்-83 காத்திருத்தல் எனும் துக்கம், துக்கம் தவிர்த்தல்.) இவ்வாறாகப் பெண் உடல்கள் பிளாஸ்டிக்குகளாக மாற்றப்பட்டு ஆணின் வேட்கை என்பது விரைப்பின் வெறியாக உருவாகி உள்ளது.

ஆக, பால் (sex) என்பது உயிரியல் நிலைமையிலும் பாலினம் (gender) என்பது பண்பாட்டு நிலைமையிலும் கட்டமைக்கப்படுவதாகும். பெண் என்பது பிறப்பு அல்ல அது ஒரு செயலூக்கமுள்ள ஒரு நிகழ்வாகும் (Performing Act) என்கிறது கோணல்கள் (பால்புதுமையர்) பற்றிய கோட்பாடு. ஒரு குழந்தையைப் பெண்ணாக உணர வைப்பது இத்தகைய பண்பாட்டு நடவடிக்கைகள்தான். அதேசமயம் பாலினத்தை ஒருவர் தேர்வு செய்துகொள்ள முடியாது, ஏனெனில் பிறக்கும்போதே ஒருவர் ஏதேனும் ஒரு பால் அடிப்படையில்தான் குறியிடப்படுகிறார். அல்லது பாலினமாதல் என்கிற செயலுடன் ஒரு உடலின் தன்னிலை உருவாக்கம் என்பது துவங்குகிறது. இங்கு தனது பாலினத்தைத் தன்னுணர்வுடன் தேர்வு செய்து கொள்ளும் அடிப்படை உரிமையைக் கோரும் திருநர்களை (அரவான்/ அரவானிகள்) இத்துடன் இணைத்துக் காணலாம். இவர்களைப் புனிதப்படுத்தியோ அல்லது கேவலப்படுத்தியோ மையத்திலிருந்து

ஒதுக்கித் தள்ளுகிறது சமூக அதிகாரம். பாலியல் நடவடிக்கைகளில் இருபால் புணர்ச்சி மட்டுமே அங்கீகரிக்கப்படுவதற்கு இந்தப் பாலின வகைப்பாடு என்கிற செயல் அவசியமான ஒரு சமூக நடவடிக்கையாகும். இதற்காகத்தான் தன்பால் புணர்ச்சி பாலினமாதல் என்கிற செயலுக்கு எதிரானதாக இருக்கிறது மற்றும் இந்த ஒழுங்கைக் குலைத்துவிடும் அச்சுறுத்தலைக் கொண்டுள்ளது என்கிறார் இதனை ஆய்வு செய்த ஜூதித் பட்லர் என்கிற ஆய்வாளர். நவீன சமூகங்கள் தன்பால் புணர்ச்சியைப் பாலியலில் ஒரு தனி வகையினமாக மாற்றியதன் மூலம், அதனை மனப்பிறழ்ச்சி அல்லது நோய்த்தன்மையுடன் இணைத்து விளிம்பிற்குத் தள்ளி இருபால் புணர்ச்சியை மையமானதாகக் கட்டமைத்துள்ளது.

எதார்த்தத்தில், பண்பாடு என்பது உள்ளிருந்து உருவாவதில்லை; அல்லது அடையாளப் படுத்தப்படுவதில்லை, அது மற்ற குழுக்களுடன் அல்லது மற்றமையான ஒரு உடலுடன் ஆன இயக்கத்தில், உறவில், வேறுபாட்டில் கட்டமைந்து இறுகுகிறது. காரணம் பண்பாடு என்பது மற்றவராலோ அல்லது மற்ற குழுவினராலேயே அர்த்தப்படுத்தப் படுகிறது. அர்த்தம் என்பதே பிறருடன் ஆன இணைவிலேயே உருவாகிறது. அல்லது பிறர் பற்றிய உணர்வின் வழியாக மட்டுமே சாத்தியம். அதாவது, இரு தனித்த உடல்களுக்கோ பொருள்களுக்கோ அர்த்தம் அவசியமில்லை, அவை இணைவதன் வழியாகவோ அல்லது ஒன் றை ஒன் று எதிர்கொள்வதன் வழியாகவோ உருவாகிறது. ஆக, ஒரு குழு தனது பண்பாட்டைப் புரிந்துகொள்ள அதனை வேறுபடுத்தி அர்த்தமாக்கும் பிறிதொரு குழு தேவை. அவ்வகையில் பண்பாடு என்பது பிற குழு ஒப்பிடல் இல்லாமல் சாத்தியமில்லை. இரண்டு குழுக்கள் ஒன்றையொன்று எதிர்கொள்ளும்போது அவற்றின் தன்னிருப்பின் அல்லது வித்தியாசப்படுத்தலின் அடையாளச் செயலாக உருவாவதே பண்பாடு. அதேநேரத்தில் பிற குழுக்களினை ஒப்பிட்டு உயர்ந்தது, தாழ்ந்தது என்கிற மதிப்பிடல் வழியாக அது 'பண்பாட்டு அரசியலாக' வடிவெடுக்கிறது. இப்பண்பாட்டு அரசியல் காலனிய அரசாட்சிகளுக்குப் பின் உலகமயமானதாக மாறுகிறது. உலக மனிதனும் அவனுக்குமான சாராம்சமும் உருவாகிறது. அதாவது, மனிதன் என்கிற ஒரு வகைத்திணை உருவாகிறது. இந்த வகைத்திணை பண்பாடு என்கிற வகைத்திணையின் ஒரு விளைவாகும். அதாவது பண்பாடற்ற ஒரு உடல் மனிதனாகக் கருதப்படுவதில்லை, ஒரு விலங்காகவே குறியிடப்படுகிறது.

பண்பாடு என்பது வரலாற்று வகைத்திணை மட்டுமல்ல அது ஒரு அரசியல் வகைத்திணையுமாகும். உண்மையில் பண்பாட்டிற்குள்தான் மனித உடல் நடப்பட்டு விளைகிறது. இப்படியாக விளைந்த உடல்களில் ஆணுடல், பெண்ணுடல் என்பதாக பாலின உடல் உருவாக்கம் நிகழ்கிறது. இவ்வாறாக, இயல் உடலைப் பண்பாட்டு உடலாக மாற்றாமல் எந்தக் குழுவும், அரசும், சமூகமும் உருவாகியிருக்க முடியாது. புதிய அரசியல் மற்றும் வரலாற்றுச் சூழலுக்கு ஏற்ப இவ்வரையறைகள் மறுவரை செய்யப்பட்டபடியே இருக்கிறது. ஒரு உடல்- அங்கங்களற்ற உடல்களான (body without organ) மண்ணுடன், நிலத்துடன், குழுவுடன், சமூகத்துடன், குடும்பத்துடன் மற்றும் மதத்துடன் இணைப்பதன் வழியாக உடலை நிலமயப்படுத்துதல் (territorialization) என்கிற செயல் நடைபெறுகிறது. ஒரு உடலை நிலத்துடன் பிணைப்பதன் வழியாகவே பண்பாடு என்கிற செயல்பாடும் துவங்குகிறது. ஒவ்வொரு வரலாற்றுக் கட்டங்களிலும் இந்த நிலமயமாக்கல் என்பது புதிய குழுவின் பண்பாட்டால் நிலத்தகர்ப்பு (deterritorialization) செய்யப்பட்டு அப்புதிய குழுவின் பண்பாட்டுக் கூறுகளால் மறுநிலமாக்கல் (reterritorialization) செய்யப்படுகிறது. ஆங்கிலேயக் காலனி என்பது இந்தியப் பண்பாட்டை இவ்வாறாகத்தான் மறு கட்டமைப்பு செய்தது. இந்தியாவின் முந்தைய மரபுகளைத் தகர்த்துவிட்டுத் தனது பண்பாட்டுப் புலத்தைக் கட்டமைத்து, இந்திய சமூகத்தை மறுவரையறை செய்தது. ஆகவேதான், ஆங்கிலேயக் காலனியின் பார்வைப்புலம் இல்லாத இந்தியப் பண்பாடு என்பது சாத்தியமற்றதாக இருப்பதை உணரலாம்.

குறிப்பாக தமிழ்ச் சமூகத்தை எடுத்துக் கொள்வோம். அகம் X புறம் என்கிற சங்ககாலப் பிரிவு தமிழ்ப் பண்பாட்டின் ஒரு உயர்ந்த மாண்பாக முன் வைக்கப்படுகிறது. இந்தப் பிரிவினை வழியாக உடல் உற்பத்தி (காதல் - காமம் - அகம் - பெண்மை- பெண் உடல்) என்பதும் உடல் வலிமை அல்லது காப்பது (வீரம்- போர்-புறம்-ஆண்மை-ஆண்உடல்) என்பதாகக் குறியிடப்படுகிறது. ‘விழுப்புண் இல்லாத மார்புகள் பெண்களால் தழுவப்படாது’ என்பதன் அடிப்படையில் பெண் காதலைப் பெற போர் என்கிற வீரச் செயலில் ஈடுபடும்படி ஆண் உடல் கட்டமைக்கப்படுகிறது. பொருளாதாரம் எனும் ஆநிரை கவர்தல் மற்றும் பாலின்பப் பொருளாகப் பெண்ணைக் கவர்தல் என்பதற்காகவே போர் என்பது நிகழ்கிறது. இன உற்பத்தி, இன வலிமை என்கிற இரண்டு கண்ணோட்டங்களின் அடிப்படையில் கட்டமைக்கப்பட்ட

ஒருவகை உடலரசியல் நிலைகளே அகம், புறம் என்கிற பிரிவினை. இதுதான் தமிழக அரசுமுறை உருவாக்கத்தைக் காப்பாற்றிய ஒன்று. இதன்வழிதான் தமிழ்ப் பண்பாடு கட்டிக் காக்கப்பட்டு வருகிறது.

மேலும், சங்க இலக்கியங்களில் வரும் 'நெய்யணி மயக்கம்' போன்ற கிளர்ச்சி நிலைகள் 'கார்னிவல்' கொண்டாட்டங்கள் பிந்தைய மதப் பண்பாட்டு ஆதிக்கத்தால் ஒழிக்கப்பட்டுவிட்டது. ஆக, பண்டைய தமிழர்களிடம் இருந்த ஒரு உடல் தன்னை முழுமையாக வெளிப்படுத்திக் கொள்ளும் தன்மை என்பது முற்றிலுமாக ஒடுக்கப்பட்டு விட்டது. அதன் தொடர்ச்சியாக பெண் ஒரு வளமையான நிலமாக உருவகப்படுத்தப்பட்டு ஆழமாக உழுது பயிர் இடவேண்டிய ஒரு களமாக (site) மாற்றப்பட்டுவிட்டாள். பெரும்பாலான மதங்களின் புனித மறைகள் பெண்ணை ஒரு வளமான நிலமாக உருவகப்படுத்துவதன் அடிப்படை இதுதான். பெண் வெளி (feminine space) என்பது பெண் களமாக (feminine site) மாற்றப்பட்டு விட்டது. இதைத்தான் இன்றைய பண்பாட்டு வரலாறு சாதித்துள்ளது.

இவ்வாறான பெண் வெளியைக் காக்க கட்டமைக்கப்பட்டதே ஆண் என்கிற உடல். ஆக, ஆண் என்கிற கட்டமைவே பெண் என்கிற மையத்தை அடிப்படையாகக் கொண்டுதான் கட்டப்பட்டுள்ளது. பெண் உடலைத் தனது ஆதிக்கத்திற்குள் வைப்பதே ஆணியத்தின் இருத்தலைச் சாத்தியப்படுத்தும். அதனால்தான் பெண் என்கிற கருத்துருவத்தை மையமாகவும் அவளது உடலை விளிம்பிலும் வைத்து ஒடுக்குகிறது ஆணியம். ஒருபடிக்கு மேலாகப் பெண்ணை தெய்வநிலைக்குக் கொண்டு சென்று இயக்கமற்றவளாகப் புனிதப்படுத்தி 'மென்மையாக' ஒடுக்கி வைக்கிறது. இன்றைய பண்பாடு என்பது ஆணியம் கட்டமைத்த ஒன்று. இன்னும் குறிப்பாகச் சொன்னால் ஆணியம்தான் பண்பாடு என்கிற தொழில் நுட்பத்தையே வரலாற்றின் வகைத் திணையாகக் கண்டுபிடித்து அது குறித்து ஆய்வுகள் மற்றும் பேச்சுகளைப் பெருக்கி உள்ளது. கருத்துருவ நிலையில் பெண் இயற்கை என்றால் ஆண் பண்பாடாக உள்ளான். அதனால்தான் ஆண் எல்லாச் சமூகங்களிலும் கலாசாரக் காவலனாக உள்ளான். பெண்ணுக்கு ஆணால் கையளிக்கப்பட்டிருப்பது அதீத பாலியல் வேட்கை கொண்ட பேய்நிலை அல்லது பாலியலை முற்றிலுமாக ஒடுக்கிய தெய்வீக நிலைதான். காட்டேரி, நீலி போன்ற பேய்நிலைகள் அதீத பாலியல் வேட்கை கொண்ட உடல்களாக தொன்மங்கள் கட்டப்பட்டுள்ளதை இவ்வாறே நாம் புரிந்து கொள்ளமுடியும்.

இது உலகெங்கிலும் உள்ள தொன்மங்களாகும். மேற்றிசை நாடுகள் மற்றும் கிரேக்க, ரோம, பண்பாடுகளில் டிராகுலா துவங்கி பல பேய்நிலை வகைகள் இத்தகைய மிகைக் காமநிலையின் உருவக வடிவங்களே.

இத்தொன்மங்களின் தோற்ற மூலம் என்பது இயல்பான பாலியலைத் தனிவகையாகப் பிரித்து அதனைக் கட்டுப்படுத்தி அதீத பாலியல் வேட்கையாக மாற்றி அதை ஒடுக்கியதன் விளைவே. இந்த ஒடுக்கம் பெண்களை ஹிஸ்டீரியா எனும் மனநோய்க்கு ஆளாக்குகிறது. இதற்குப் பண்டைய மருத்துவர்களான அவிசேனா, காலன் போன்றவர்கள் துவங்கி 19-ஆம் நூற்றாண்டு நவீன மருத்துவர்கள் வரை சிகிச்சை முறையாக முன்வைத்தது, பாதிக்கப்பட்ட பெண்களைப் பிற பெண் பணியாளர்களை வைத்துக் கைகளால் மஸாஜ் செய்தல் அதாவது சுயமைதுனம் செய்தல் அல்லது உடலின் பாலியல் வேட்கையைத் தணிக்கும் செயற்கை வழிமுறைகள்தான். 1963-ஆம் ஆண்டு பீட்டர்வான் போரிஸ்ட் (Pieter van Foreest) என்பவரால் வெளியிடப்பட்ட மருத்துவத் தொகுப்பு நூலில் இந்நோய் 'கருப்பை நோய்' என்றும் 'தாய்மையின் மனஅழுத்தம்' எனவும் குறிப்பிடப்பட்டு அதற்கான சிகிச்சையாக மேற்சொன்ன வழிமுறைகளே சொல்லப்பட்டுள்ளதை *Technology of Orgasm* என்ற நூல் குறிப்பிடுகிறது.

மீரா நாயரால் எடுக்கப்பட்ட 'காமசாஸ்த்ரா' என்கிற படத்தில் பாலியலை ஒடுக்கிய ஒரு பெண்பாத்திரத்திற்கு ஏற்படும் வயிற்று வலி நோய்க்கு சிகிச்சை அளிக்க வருவார் ஒரு மருத்துவர். அப்பெண் உடல் முழுக்க அந்நிய ஆண் பார்வை படக்கூடாது என்பதால் ஒரு போர்வையால் மூடப்பட்டிருக்கும். போர்வையின் மையத்தில் உள்ள கிழிக்கப்பட்ட துவாரம் வழியாகத் தனது கைகளை உள்ளே நுழைத்து அப்பெண் வயிற்றைச் சோதிப்பார் மருத்துவர். ஆனால் அப்பெண்ணோ அவரது கைகளை எடுத்துத் தனது தொடைகளுக்கு இடையில் வைத்துக் கொள்வாள். மருத்துவர் இரண்டு மூன்றுமுறை முயன்றும் இது தொடர உடனே இது வேறுவிதமான நோய் என்று திரும்பிவிடுவார். பெரும்பாலான பெண்களின் மனநோய்க்குக் காரணமான பாலியல் ஒடுக்கத்தை நுட்பமாகச் சொல்லும் ஒரு காட்சி இது. இதற்கான சிகிச்சையாக இருந்த சுயஇன்பம் செய்தல் என்பது இன்று ஒரு குற்றவியல் மன அமைப்புடன் உறவு கொண்டதாகக் கட்டமைக்கப்பட்டுள்ளது.

இந்த ஒடுக்கம் தற்சமயம் உடைகள் வழியாகக் கண்காணிக்கப்பட்டு இறுக்கப்படுகிறது. உடலை முழுக்க

மறைப்பதன் வழியாகப் பண்பாடானது பெண் பாலியல் பற்றிய ஒரு சொல்லாடல் களத்தைக் கட்டமைக்கிறது. இச் சொல்லாடல் களத்தில் பெண் என்பவளது உடல் ஒரு நுகர்வுப் பண்டமாகவும் அதை சந்தைப்படுத்தும் உரிமை பொதுமக்களுக்கு இல்லை என்பதாகவும் அப்படி பொதுமக்கள் இந்த வகை உடைகளை உடுத்தி உடலை வெளிப்படுத்துவதன் வழியாக சமூகத்தின் பாலியல் வேட்கை ஒரு கட்டத்தில் தணிந்து அடங்கி அது வேறாக மாறிவிடும் என்பதால் அதனை நுகர்வு வெறிக்குள் வைப்பதையே இப்பண்பாட்டுச் சொல்லாடல்கள் வழி சமூக அதிகாரமானது செயல்படுத்துகிறது. இங்கு நாம், ஒரு வரலாற்று உண்மையைப் புரிந்துகொள்வது அவசியம். ஆங்கிலேய காலனிக்கு முந்தைய இந்திய மக்கள் மேலாடையின்றி உடலை முற்றிலும் வெளிப்படுத்தக்கூடிய (இன்றைய பொருளில் கவர்ச்சியான) உடைகளையே அணிந்ததாக வரலாறு கூறுகிறது. ஆங்கிலேய ‘விக்டோரியன் பண்பாடு’ என்பது கழுத்து முதல் கால்வரை மறைக்கும் நீண்ட ‘கவுனை’ அணிவதுதான். இதுவும்கூட மேல்தட்டு வர்க்க உடையே. உழைக்கும் மக்களின் உடை அல்ல. இந்த உடையை மாற்றியமைத்து இன்றைய இரு-துண்டு (2 *piece*) உடைகளாக ஐரோப்பியப் பண்பாட்டை மாற்றியமைத்தது இந்தியப் பண்பாடுதான். ஆங்கிலேய எஜமானர்களிடம் தங்களது இடத்தை உறுதி செய்ய ‘ஆங்கிலேய மதாம்கள்’ இந்தியாவின் இந்தவகை உடைகளில் வெளிப்படும் கவர்ச்சித் தன்மையைப் பயன்படுத்தத் துவங்கியதாக இதனைக் கொள்ளலாம். பரங்கிப்புண் எனப்படும் பால்வினை நோயை இந்தியப் பெண்களின் உடலில் பரவவிட்ட ஆங்கிலேயர்களின் கிளர்ச்சி வெள்ளை உடலைவிட கருப்பு உடல் மீதான மிகுக் காமமாக வெளிப்பட இவ்வுடைகள் சார்ந்த கவர்ச்சி காரணமாக இருந்ததையே இவை காட்டுகின்றன.

விக்டோரியன் பண்பாடுதான் நிர்வாணமாக (அம்மணமாக அல்ல) இருந்த நமது கடவுள்களை ரவிவர்மா என்கிற ஓவியரைக் கொண்டு ஆடைகட்டி ‘அழகு’ பார்த்தது. இவர் இந்துப் பெண் கடவுள்களைத் தென்னிந்தியப் பெண்களின் பண்பாட்டை ஒட்டி வரைந்தார். இன்றைய உடல் மறைக்கும் முழுமையான உடைகள் அடிப்படையில் இந்தியப் பண்பாட்டிற்கு அந்நியமானதே. இன்றைய பாலியல் உயிர்த்தலுக்கானதாக இல்லை. துரிதகதியில் சாவை நோக்கிச் செல்லும் மரணத்தின் உத்திக்கானதாக உள்ளது. முழுமையடைந்த பாலியல், வேட்கைகளை ஏற்படுத்தாது. வேட்கையே நிறைவடையாத குறைத் தன்மையால் வருவதுதான். பெருக்கப்பட்ட பாலியல்தான் இந்த வேட்கையை உயிர்ப்புடன்

வைத்து சமூகத்தின் மொத்த உடலையும் அதை நோக்கித் திருப்பி விடுகிறது. உடல் சார்ந்த மரணத்திலிருந்து உடல் சார்ந்த உயிர்த்தலுக்குப் பாலியலை மாற்ற வேண்டும். அதற்கு முதலில் உடல் குறித்த இந்தக் கவர்ச்சி உணர்வுகள் அதன் நுகர்வுத் தன்மையிலிருந்து மீட்டெடுக்கப்பட வேண்டும். கவர்ச்சியில் சிக்கிக் கொண்டுவிட்ட நமது புலன்களை அழகியல் நோக்கியதாக திருப்ப வேண்டும்.

பிரச்சனைகள் நாம் மேற்சொன்ன நடிகைகள் அல்லது பொதுவாக இன்றைய பெண்கள் அணியும் உடையில் இல்லை. அதனை ஒரு சரக்காக மாற்றி சங்கேதப்படுத்தியிருக்கும் ஆரோக்கியமற்ற நமது ஒடுக்கப்பட்ட பண்பாட்டில் உள்ளது. துணி விலகியவுடன் மனம் விலகி உடல் வெலவெலக்கும் நமது பாலுணர்வின் பலவீனத்தில் இருக்கிறது. உடல் தெரிய ஆடை உடுத்தும் ஒரு பெண் உடல், ஒரு ஐரோப்பியனுக்குக் கவர்ச்சிகரமானதாக இருப்பதில்லை, நமக்கோ அதுதான் மிகப்பெரிய கவர்ச்சி. காரணம் பாலுணர்வு பற்றி நம்மிடம் உலவும் மர்மங்களும், புனைவுகளும், ஆண்-பெண் இருவரையும் பழக விடாத பண்பாட்டு இறுக்கமுமே காரணம். ஒருவேளை இதனை அனுமதித்தால் உடனடியாக எல்லா ஆண்களும் எல்லாப் பெண்களும் ‘தவறான’ நடைமுறைகளைப் பின்பற்றி பண்பாடு கெட்டு சீரழிந்துவிடும் என்ற பய உணர்விற்கு ஆட்பட வேண்டியதில்லை.

இப்பயம் வரக் காரணமான ஊகங்கள் 1. எல்லா ஆண்களும் பெண்களும் எதையும் செய்ய முடியாத இறுக்கமான மனநிலையில் ஒருவகை மனோவியல் வன்முறையில் இருப்பதாக எண்ணுவது. 2. குடும்பம் போன்ற நிறுவனங்கள் சிதைந்து எல்லாம் தனியர்களாகச் சீரழிந்து விடுவோம் என்று எண்ணுவது. 3 . அதீத பாலியல் நடவடிக்கைகளால் சமூகம் வன்முறையானதாக மாறிவிடும், ஒழுங்கு குலைந்துவிடும் என நம்புவது. 4. பாலியல் பற்றிய சிந்தனை தவிர வேறு சிந்தனைகளே மனிதருக்குள் இல்லை என்று எண்ணுவது. இவற்றிற்கு எந்த ஆதாரங்களும் அடிப்படைகளும் இல்லை. இவை எல்லாம் மனிதன் மிருக உணர்வு கொண்டவனாகப் பக்குவப்படாதவனாக உள்ளான் என்கிற பண்பாட்டுக் காவல்காரர்களின் ஊக அடிப்படையில் வருவது. அப்படியே இவை நிகழ்ந்தாலும் ஒரு தலைமுறைக்கு மேல் இவை தொடரப் போவதில்லை. காரணம், மனித உடல் என்பது, தான் உயிர் வாழ்வதற்கான ஒரு சமூக அமைப்பைத் தானே உருவாக்கிக் கொள்ளும். அது இயற்கை சார்ந்த பண்பு.

இதுநாள்வரை, மனிதகுலத்தை கசக்கிப் பிழிந்ததற்காக இந்த ஒரு 'தலைமுறைப் பலியிடலை' புராதன சமூகங்களின் சடங்கான கூட்டுப்பலியிடலாக எண்ணி நிகழ்த்துவதைத் தவிர வேறு என்ன செய்வது?

இங்கு பொதுப்புத்தியில் பதிவுறுத்தப்பட்டிருக்கும் பார்வையே உடல்களை வேறுபடுத்தி உணரச் செய்வதாக உள்ளது. அதாவது, பாலியல் தொழிலாளியும் அல்லது நடிகைகள் அல்லது பொதுவாழ்வில் உள்ள மகளிரும் குடும்பப் பெண்களாகக் கருதப்படும் இலட்சியப் பெண்களும் ஒரேவகை பெண்கள்தான். பாலியல் தொழிலாளி மட்டுமே வெளிப்படையாகக் கவர்ச்சி காட்டி வருவதில்லை. மேல்தட்டு மற்றும் அதை நகல் செய்யும் பெண்களும்கூட கவர்ச்சி மோகத்தில்தான் உள்ளார்கள். சேவல் கொண்டையைத் தூக்கி நடக்குமாம் பெட்டையைக் கவர. இன்னும் சேவல் பண்ணையில்தான் நாம் வாழ்ந்து கொண்டிருக்கிறோம். பாலியலின் அழகுணர்ச்சி நுகர்வின் வழியாகக் கவர்ச்சியாகக் கட்டமைக்கப்பட்டுள்ளது என்பதுதான் பிரச்சனை. காரணம் சரக்குகளின் சுற்று வட்டத்தை நம்பி இயங்கும் உலகும் அதனை விற்பனை செய்யும் முதலாளிகளும் அதற்காக கட்டமைக்கப்படும் நுகர்வுப் பண்பாடுமே. ஆண்கள் ஏன் கவர்ச்சியாக உடை அணிவதில்லை என்றோ உடைப் பிரச்சனைகள் குறித்து பெண்களோ அதிகம் கதைப்பதில்லையே ஏன்? நாம் ஆண்கள் என்கிற வகையில் இதனை அலசிக் கொண்டிருப்பதும் கூட நமது உள்மன பயம் சார்ந்த ஒன்றுதான். பிரச்சனை இந்த நுகர்வுப் பண்பாட்டிற்கு எதிரான விழிப்புணர்வும் இயக்கமும் அவசியம் என்பதே. வரலாற்றில் மதங்கள் செய்து வந்த தையற்காரன் பணியை இன்றைய பண்பாட்டுக் காவலர்கள் செய்ய முற்படுவதே காரணம். இதன் பொருள் கவர்ச்சியான உடைகள் தேவை என்பதல்ல, அவை கவர்ச்சியாகக் கட்டமைக்கப்பட்டுள்ளதுதான் பிரச்சனை.

- தீராநதி, ஆகஸ்ட் 2008.

பெண் எனும் பேரச்சம் – பெண்ணிய பாலியலும் ஆண்களும்

தமிழ்க் கவிதைகளில் சமீபத்தில் உரத்து ஒலிப்பது பெண் கவிஞர்களின் குரல்களே. ஆனால், கவிஞர்கள், படைப்பாளிகள், எழுத்தாளர்களை ஆண்- பெண் என்று பிரிப்பதை மறுக்கிறார் அம்பை தனது கட்டுரை ஒன்றில். அதில் 'ஒரு பெண் என்ற நிலையில் இதனை நீங்கள் எப்படி பார்க்கிறீர்கள்?' என்பது போன்ற கேள்விகளைக் கண்டிக்கிறார். ஏன் இந்தக் கேள்வியை ஆண் படைப்பாளிகளை நோக்கி யாரும் கேட்பதில்லை என்பதாக இதன் உள்ளார்ந்துள்ள நுண் அரசியலை அம்பலப்படுத்திப் பேசுகிறார். காரணம் பெண்கள் எழுதிவிட்டார்கள் என்பதற்காகவே அதனைத் தனிச்சிறப்பான தன்மையுடன் பார்ப்பதே பெண் குறித்து உள்ளார்ந்துள்ள சாராம்சவாத பழகிய 'பெண் ஒரு இரண்டாம் பால்'- என்கிற ஆதிக்கச் சொல்லாடலின் விளைவுதான். பெண் படைப்பாளிகளை ஒரு தனித்தொகுதியாகப் பார்ப்பது இன்றைய சூழலில் மிகுந்து வரும் அடையாள அரசியல் சார்ந்த ஒரு நிலைப்பாடு என்பதால் அது குறித்த எச்சரிக்கையுடனே இந்தப் 'பெண் கவிஞர்கள்' என்கிற சொல்லைப் பாவிக்க வேண்டியுள்ளது. பெண் என்பதை இயற்கை சார்ந்ததான உடலியல் வேறுபாட்டு அடிப்படையில் அணுகாமல் பெண் என்பதை ஒரு கலாச்சாரக் அரசியல் கட்டுமானமாகக் கொண்டு அணுகப்படவேண்டும் என்பதற்காகவே இந்த எச்சரிக்கையை முன்வைக்க வேண்டியுள்ளது. இதன்பொருள் 'பெண்கவிஞர்கள்' என்கிற அடையாளத்தை மறுப்பதல்ல. அந்த அடையாளத்தில் மட்டுமே நாம் சிக்கிக் கொள்ளக்கூடாது என்பதுதான்.

பெண் கவிஞர்கள் காமத்தை எழுதுகிறார்கள், பாலியலைப் 'பச்சையாக' வெளிப்படுத்துகிறார்கள், விரசமாக எழுதுகிறார்கள் எனத் துவங்கி பல குற்றச்சாட்டுகள் முன்வைக்கப்படுவதும், அதனை அவர்கள் கடுமையாக எதிர்த்துத் தங்கள் எழுத்தியக்கத்தை ஒரு போராட்ட வலிமையுடன் முன்வைப்பதையும் காண முடிகிறது. இக்கவிதைகள் பெண்ணியம் சார்ந்த பெண்ணையும், பெண் உடலின் இயல்புகளை அதன் பொய்ப் பூச்சுகளை மீறி வெளிப்படுத்தும் ஒன்றாகவும், ஆண் என்பதால் ஒரு ஆணுடலின்

அத்துமீறல்களை, அது நிகழ்த்தும் பெண் உடல் மீதான வன்முறையை, பெண் உடலின் பாலின்ப உச்ச நெகிழ்ச்சிக்கான புறக்கணிப்பை, பெண்ணை இரண்டாம் பாலாக மாற்றி, ஆணை விட தாழ்ந்தவளாக ஆணுக்கு அடிமைச் சேவகம் புரிபவளாகச் சித்திரிக்கும் நிலையை எதிர்த்துத் தங்களது கவிதைகள் வழியாக வெளிப்படுத்தும் நிலை உருவாகியுள்ளது. இம்மாற்றத்தை 90-களில் உருவான மேற்குலகின் மூன்றாம் அலை பெண்ணிய எழுச்சியுடன் தொடர்புடையதாகக் காணலாம். இந்த மூன்றாம் அலை என்பது பிறகான-அமைப்பியலால் முன்வைக்கப்பட்ட பாலியல் மற்றும் பாலினமாதல் என்பதன் வேறுபாட்டை மனதில் கொண்டும் பெண் என்பது ஒரு கலாசாரக் கட்டுமானம் என்பதிலிருந்தும் உருவானது..

இப்புரிதலுடன் உருவான இக்கவிதைகள் 'பேசப்படாதவற்றைப் பேசுகின்றன' என்பதைப் 'பேசத் தகுதியற்றவற்றைப் பேசுகின்றன' என்பதாகச் சொல்லப்படுகிறது. பேசுவதற்குத் தகுதியானது, தகுதியற்றது என்றெல்லாம் ஒன்றும் இல்லை. மொழிக்குள் வந்துவிட்ட எல்லாமே பேசப்பட்டவைதான், பேசக் கூடியவைதான். நுட்பமாகப் பார்த்தால், மொழியின் முன்னம் அதாவது பிரசன்னம் பற்றியதே இப்பிரச்சனை. அதாவது நாம் பேசும் எதுவும் ஏற்கனவே பிரசன்னமாகி உள்ள மொழியாலும் நம் முன் உள்ளவருடன் ஆன உரையாடலாகத்தான் வருகிறது. நாம் ஒன்றைப் பேசினால் அது குறித்த அறிவு கரு நிலையில் அல்லது அதனைப் பேசுவதற்கான மொழி என்பது சமூகத்தில் முன் நிபந்தனையாக நிலவ வேண்டும். இல்லாவிட்டால் நாம் பேசியதை விளக்கி உரை கூற ஒரு சமூகம் வரும்வரை நமது பேச்சு காத்திருக்க வேண்டும். இங்கு புதிய சிந்தனை எப்படி உதயமாகும் என்கிற கேள்வி வரும். புதிய சிந்தனை என்பது மொழியில் நிகழும் ஒரு பாய்ச்சல் அல்லது மொழியை ஒரு புதிய அறிதலுக்கு அனுபவவெளிக்குக் கொண்டு செல்வதே. அதனால் உலகில் பேசப்படாத பொருள் ஒன்று உண்டு என்றால் அது இதுவரை உருவாகாத ஒன்றாகத்தான் இருக்க வேண்டும். மற்றதெல்லாம் பேசக்கூடாது என்கிற அறவொழுக்கத்தால் அரசால் மதத்தால் ஒடுக்கவும் அடக்கவும் பட்டதாகத்தான் இருக்கும்.

பொது ஒழுக்கத்தை மீறுபவை இக்கவிதைகள் என்பது மற்றொரு குற்றச்சாட்டு. ஒழுக்கம் என்று ஒன்று இருக்கும்வரை அத்துமீறல்கள் இருக்கத்தான் செய்யும். இது பள்ளிநிலை விஞ்ஞானம். காற்றடித்த பலூனில் ஒரு புறம் அழுத்தினால் மறுபுறம் வீங்கும், ஒரு கட்டத்தில் வெடிக்கும். ஒழுக்கத்தால் ஒன்றை ஒடுக்கும்போது

அல்லது ஆற்றலை ஒடுக்கும்போது அது வேறொரு வழியில் வெளிப்படத்தான் செய்யும். ஒருவருக்கொருவர் ஒழுக்கம் என்கிற போர்வையில் ஏமாற்றிக் கொண்டும் அடிமையாக்கிக் கொண்டும் வன்முறைகளைக் கட்டவிழ்த்துக் கொண்டும் வாழ்வதைவிட அதை மீறி அந்த சுகத்தை அனுபவிப்பதே மேல் என்கிற அடிப்படையில் ஒழுக்கம் யாருக்கு என்கிற கேள்வியை இவை எழுப்புகின்றன. இன்றைய சமூகம் ஒரு நோய்கொண்ட சமூகமாக உள்ளது. அதுவும் பிராய்டு கூறியதைப் போல நரம்பு நோய் கொண்ட ஒரு சமூகமாக. இங்கு உடலை ஒடுக்கி வேறொரு உலகில் உடலை விரிப்பதைவிட அதனை இங்கேயே செய்வதே அறிவார்ந்ததாக இருக்கும் என்கிற நிலைப்பாடு உடையவையாக உள்ளன.

இக் கவிதைகள் அல்லது இத்தகைய கருத்துகள் சமூகத்தைப் பிற்போக்கிற்கு இழுத்துச் செல்கிறது என்கிற வாதம் வைக்கப்படுகிறது. எது முற்போக்கு என்பதும் எது பிற்போக்கு என்பதும் நமது கருத்தியல் மற்றும் அரசியல் சார்ந்த பார்வையை அடிப்படையாகக் கொண்டது. ஆடைகள் உள்ள சமூகம் என்பதே மனித குலத்தின் மீதான ஒரு அவமானம்தானே! பாவத்தின் சம்பளமாகக் கிடைத்ததே வெட்கமும் அதை மறைப்பதற்கான உணர்வும் அதற்கான ஆடையும். ஆடைகள் இல்லாவிட்டால் மனிதனுக்கு அதீதமான பாலியல் வெறி தலைக்கேறிவிடும் என்பதற்கு ஏதாவது வரலாற்று அடிப்படையோ அல்லது விஞ்ஞான அடிப்படையோ இருக்கிறதா? மிருகங்களைவிட மனிதன் தன்னை உயர்வாகக் கருதிக்கொள்வது என்பதற்கான தர்க்க அடிப்படை இந்த ஒழுக்கம் தவிர்த்த வேறு எதிலும் உண்டா? தன்னினத்தைத் தானே கொன்றொழிக்கும் அவலம் மிருகங்களிடம் உண்டா? ஆடைகளற்ற மிருக வாழ்க்கை ஒரு உடலின் முழு ஆற்றலையும் பயன்படுத்தி உடலுக்கான இருத்தலை முழுமையடைய வைக்க முடியுமெனில் அதனை ஏன் பிற்போக்கான வாழ்க்கை என்று கூற வேண்டும்? நம்மைவிட ஒரு ஆதி மனிதன் அறிவற்ற முட்டாள் என்கிற சிந்தனையின் ஊற்றுக்கண் எது? தன்னை உயர்ந்ததாகக் கருதிக் கொள்ளும் தற்காதல் தவிர அதற்கு ஏதேனும் அடிப்படை இருக்கிறதா? ஆடைகளற்ற வாழ்க்கையால் ஒழுங்கு குலைந்துவிடும் என்று நினைப்பது மனிதனை ஒரு கேவல ஜீவியாகக் கருதும் மனநிலைதான். மனிதன் அப்படித்தான் இருக்கிறான் இதுதான் யதார்த்தம், இயல்பு என சொல்லப்படுகிறது. இந்த இயல்பு அல்லது யதார்த்தம் உருவான கதைகளைப் படிக்க பன்னெடுங்கால சமூகம் அல்லது மதங்களின் புனித மறைகளின் வரலாறுகளைப் படிக்க வேண்டியிருக்கும்.

இக்கவிதைகளில் ஒரு பண்புரீதியான முக்கியத்துவம் என்னவென்றால், பெண் உடலின் உள்ளார்ந்துள்ள, பண்பாட்டால் பேச முடியாமல் ஒடுக்கப்பட்டு, அச்சப்பட்டுக் கிடந்து உணர்வுகளை வெளிப்படுத்துவதன் வழியாகப் பெண் உடல் என்கிற நிலப்பரப்பின் தன்மையை சமூகத்தின் முன் வைப்பதாக உள்ளது. இதுவரை பயணப்படாத ஒரு நிலப்பரப்பிற்குள் நம்மை அழைத்துச் செல்கின்றன இக்கவிதைகள். பெண் என்பவள் ஒரு உயிரி என்பதையும் அவளது உள்ளடக்கப்பட்ட ஆற்றலையும் வெளிப்படுத்துவதாக உள்ளன. பெண்ணுரிமை, பெண் சமத்துவம் என்பதிலிருந்து பெண்ணியம் என்கிற புதிய அரசியல் தளத்திலான ஒரு உரையாடலை இவை முன்கொண்டு வந்துள்ளன.

ஒரு உடலுக்கு ஆண் என்கிற அந்தஸ்தை அளிப்பது பெண்தான் என்பதாகவும், ‘பெண் தன் உடலைக் கொண்டாடுதல், காமத்தைப் பாடுதல், உடலின் இரகசியங்களைக் கண்டறிந்து கொடுத்தல்’ ஆகியவை இவற்றின் பேசுபொருளாக உள்ளன. இதனைப் பெண்கள்தான் ஆண்களைவிட வலிமையாகப் பேச முடியும் என்கிற புரிதலிலிருந்து இப்பேச்சுகள் வெளிப்படுகின்றன. இப்படி வெளிப்படும் பெண்ணிய நிலையிலான வார்த்தைகள், உணர்வுகள், வாசகங்கள் பேசக்கூடாதவை என்று பண்பாட்டுக் காவல்நிலையங்கள் உரக்கக் கூவுகின்றன. உடலைக் கொண்டாடுதல் என்பது இன்றைய அதிகாரத்தால் ஒடுக்கப்பட்டிருக்கும் நிலையில் இவற்றைப் பேசுவது அவசியமானதும்கூட. உடலைப் புனிதப் படுத்துதல் எப்படி இயல்பற்றதோ அதேபோல் உடலை அலட்சியப் படுத்துதலும் இரண்டாந்தரமானதாக ஆக்குதலும் இயல்பற்றதுதான்.

காமமும், உடலின் ரகசியங்களும் மதிப்பற்றதாக ஆக்கப்பட்டுள்ள ஒரு சமூகத்தில்தான் இதனைப் பேச வேண்டிய அவசியம் உள்ளது. இதனை நாம்தான் பேசத் தயங்குகிறோமே தவிர பண்டைய சமூகங்களில் இவை பேசப்பட்டே வந்துள்ளன. சங்ககாலம் துவங்கி ஏன் கடுமையான பெண் ஒடுக்குமுறை உள்ளதாகச் சொல்லப்படும் இஸ்லாமிய சமூகங்களில் உருவான 1001அரேபிய இரவுகள் கதைகளில் கொண்டாடப்படாத உடல்களா? ஒப்பீட்டளவில் இஸ்லாம் உடல்களைத் துறவறம் என்பதான புனித உடல்களாகக் கட்டமைப்பதில்லை. ஆனால், திருமணம் செய்து கொள்வதைக் கடமையாக்கியுள்ளது. திருமணம் என்பது உடலை ஒழுங்கமைப்பதற்கான மற்றொரு எந்திரம் என்பது உடல் குறித்த இஸ்லாமிய அரசியல் பற்றியது. கிறித்துவ மேலாண்மை உள்ள

மேற்கத்தியத்தில் உருவான டெக்கமரான் கதைகள் மற்றும் இந்து சமூகமாக இன்று சொல்லப்படும் இந்தியாவில் உள்ள அஜந்தா துவங்கி காம சாஸ்திரம், கொக்கோகம் உள்ளிட்டவை எல்லாம் உடல்களை கொண்டாடுபவைதான். பெண்கள் இயல்பிலேயே தாழ்ந்தவர்கள் என்பது கிறித்தவ இறையியலின் அடிப்படையிலான மேற்குலகப் பார்வை. பெண் ஆற்றல் மிக்கவள் என்கிற பார்வையே கிழக்குலகப் பார்வையாக உள்ளது. மேற்குலகில் உள்ள பெண் ஒடுக்குமுறையிலும், கிழக்குலகில் உள்ள பெண் ஒடுக்குமுறையிலும் உள்ள இந்த வித்தியாசம் பிரித்தறியப்பட வேண்டியதாக உள்ளது.

உடலை அசிங்கமானதாகவும் காமத்தை அருவறுப்பானதாகவும் அதிகாரம் ஒடுக்கி அதனை ரகசியமானதாக ஆக்குவதன் மூலம் அதன் மீதான ஆர்வத்தைப் பெருக்குகிறது. அதிகாரத்தின் இந்தத் தொழில்நுட்பத்தை உடைத்தெறிய அதனை வெளிப்படுத்தி அதன் மீதான ரகசியங்களை அம்பலப்படுத்துவது அவசியமானது. ஒரு உடலின் உட்செறிக்கப்பட்டுள்ள ஆற்றலை முறையாகக் கண்டறிவதற்கான களமே இல்லை. எனவே இவற்றைப் பேசுபொருளாகக் கொள்வது பெண்ணிய நோக்கில் மட்டுமல்ல, ஆரோக்கியமான சமூகத்திற்கே அடிப்படையானது.

பொதுவாக மொழியின் விசேஷத்தன்மை, நாம் எதனை ஆதரித்துப் பேசுகிறோமோ அப்பொழுதே நம் பேச்சானது அதற்கு எதிர்நிலையானதை மனதில்கொண்டே துவங்குகிறது. ஆணிய நிலையுடன் ஆன எதிர் உரையாடலாகத்தான் பெண்ணிய நிலைப்பாடு என்கிற உரையாடலே ஆரம்பமாகிறது. இது மொழியின் இருமை எதிர்வு குணத்தின் அடிப்படை. ஆக, பெண்ணியம் பற்றிய பேச்சு என்பது ஆண் என்கிற எதிர்வில்தான் கட்டப்படுகிறது என்று சொல்லிப் பெண்ணியம் பற்றிய சில பரவலான கருத்தாக்கங்களைக் காண்போம்.

1. பெண்ணியம் மேற்கில் கடன் வாங்கப்பட்டது, அது இந்தியச் சூழலுக்கு பொருந்தாது என்று சொல்லப்படுகிறது. மேற்கத்திய சிந்தனைகளை ஒரு வங்கியாக நாம் கருதினால் அதனைக் கடன் என்றே கொள்ளலாம். வட்டி உண்டா? இல்லையா என்பதை அந்தச் சிந்தனையின் வெற்றி தோல்வியே தீர்மானிக்கிறது. வெற்றி தோல்வி என்பதிலும் ஒரு மதிப்பீட்டு அதிகாரம் இருக்கிறது. தோல்வியடைந்த சிந்தனைகள் முன்னணியில் இல்லாமல் இருக்கலாம். அது மொழிவழியாக அடுத்த சிந்தனைகளில் நேர்மறையாகவோ எதிர்மறையாகவோ

இருந்து கொண்டுதான் இருக்கும். பெண்ணியம் என்ற கருத்தியல் கடன் வாங்கப்பட்டதுதான். சிந்தனை என்பது உலகளாவியது என்பதை ஏற்றுக் கொண்டால் அதற்கு எல்லை ஏது? மேற்கு கிழக்கு என்கிற ஓரியண்டலிஸப் பிரச்சனையாக இதனைப் புரிந்து கொள்ளக்கூடாது. மேற்கை ஒதுக்குதல் என்பதன் பொருள் கிழக்கைக் குறித்து மேற்கின் கட்டமைப்பை ஒதுக்குவதுதானே ஒழிய மேற்கையே ஒதுக்குவது அல்ல. அது மற்றொரு அதிகாரமாகிவிடும். காரணம் மேற்கின் உலகப் பார்வைதான் கிழக்கைக் கட்டமைத்தது. அந்தக் கிழக்கே மேற்கை உயர்த்திக் கொள்வதற்காகக் கட்டப்பட்டதே. ஆக, கிழக்குலகம் என்பதே மேற்கத்தியக் கருத்தாக்கம்தான். அதனால் பெண்ணியம் என்பதை மேற்கத்திய சிந்தனை என்று ஒதுக்குவது ஒரு தந்திர முயற்சியே தவிர உண்மையான பிரச்சனை அல்ல.

2. மேற்கத்திய சமூகம் பெண்ணியத்தை நம் மீது திணிக்கிறது என்பது அடுத்து வைக்கப்படும் வாதம். பெண்ணியத்தை எற்றுக்கொண்ட மேற்கத்திய சமூகம் என்று எதுவும் இல்லை. பாலியல், பெண் உடல் ஆகியவற்றில் மேற்கத்தியம் நம்மைவிட ஆரோக்கியமாகத்தான் இருக்கிறது. ஆனால் இதை வைத்துக்கொண்டே நாங்கள்தான் நாகரிகமானவர்கள், உயர்ந்தவர்கள் என்கிற கருத்தாக்கத்தைக் கட்டமைக்க முயல்கிறார்கள். இதனை அரசியல்ரீதியாக நாம் நிராகரிக்க வேண்டும். உண்மையில் அவர்கள் பெண்ணியத்தை இங்கு எடுத்து வந்து பிரபலமாக்க முயலவில்லை. அடிப்படைவாதம், மதவாதம், தேசியம் போன்ற வேறு பல அரசியல் காரணிகளை இங்கு எடுத்துவந்து பரவலாக்கி அதன் பலன்களை அறுவடை செய்கிறார்கள். பெண்ணியத்தை ஒரு பிரதான போக்காக மேற்றிசை நாடுகளே அனுமதிப்பதில்லை.

3. பெண்களை ஆண்கள் ஒடுக்குவதில்லை. அவர்கள் மகிழ்வுடன் அதை ஏற்றுக் கொள்வதால் அவை ஒடுக்குமுறை இல்லை என்று கூறப்படுகிறது. பெண் மீதான பல ஒடுக்குமுறைகளை இங்கு பட்டியலிட வேண்டியதில்லை. அவை பரவலாக அறிந்தவையே. ஒரு பெண் தன்னைப் பெண்ணாக உணர முடியாத ஒரு கருத்தியல் ஆதிக்கத்திற்கு உட்பட்டுள்ள நிலையில் அவள் தன்னை அடிமையாக இருத்திக் கொள்வதை இன்பமாகக் கருதும்படியான கலாசாரக் கருவிகள் கட்டப்பட்டுள்ளதே காரணம். ஒரு தொழிலாளி மனமுவந்து தன்னை அடிமையாகக் கருதிக்கொள்ள அவனுக்கு உரிமை உண்டு. அத்தகைய அடிமைக்கு

பழகிய மனோபாவம் பற்றியது அல்ல நமது கவனம். அதைத் தாண்டி ஒரு தொழிலாளியோ அல்லது பெண்ணோ தான் ஒடுக்குவதாக உணர்ந்து தன்னை விடுவிக்க முயலும்போதுதான் பிரச்சனை. முதலில் ஒடுக்குமுறை உண்மைதானா என்பதைப் புரிந்து கொள்ளவேண்டும். அது ஒடுக்குமுறைதான் என்று அறுதியிட்டபின் அதன் விடுதலை குறித்துப் பேசுவதே சரி. பெண்ணியம் பற்றி பேசுவதே தவறு என்றால் இன்று பெண் ஒடுக்குமுறையே இல்லை என்று அர்த்தமாகும். அப்படிக் கூற முடியாது என்பது எல்லோரும் அறிந்ததே.

4. ஆண்-பெண் உடல் வேறுபாடு இயற்கையானது என்றும் பெண் ஒரு முழுமையின் சரிபாதி என்பதாகவும் சொல்லப்படும் கருத்தாக்கத்தை எடுத்துக் கொள்வோம். அதாவது அர்த்தநாரீசுவரம் போல். இது ஆண்களால் கூறப்பட்டு பெண்ணை ஏய்ப்பதற்கான ஒருவகை தந்திரமாகவே உள்ளது. இதனைப் பெண் என்பவள் ஏற்றுக் கொள்ள வேண்டும். இங்கு பிரச்சனையே அவள் சரிபாதியாகக் கருதப்படுவதில்லை என்பதுதான். கிரேக்க டையொனிஸ் துவங்கி இந்திய அர்த்தநாரீசுவரம் வரை இந்த சரிபாதி, சிந்தனையில் உள்ளது, நடைமுறையில்தான் இல்லை. ஒரு முழுமையின் பாதி என்கிற மண்புழுத் தத்துவத்தை எடுத்துக் கொள்வோம். அது எப்பொழுது பிரிந்தது. அது இணைவதற்கான நிபந்தனை என்ன? திட்டம் என்ன? இவை பதிலற்ற கேள்விகள். உண்மையில், வித்தியாசமற்ற பொருள்களுக்கு இருத்தல் கிடையாது. அதனால் ஆண்-பெண் என்கிற வித்தியாசம் தவிர்க்க முடியாதது. பிரச் சனை வித்தியாசமோ முழுமையோ அல்ல. ஒன்று மற்றதை தனக்கு அடிமையாகக் கருதி ஒடுக்குகிறது என்பதுதான். ஒரு ஆணுக்கு கையளிக்கப்பட்டுள்ள சுதந்திரம் ஒரு பெண்ணுக்கு இருக்கிறதா? இருக்கிறது என்பதை ஒரு சராசரி மற்றும் பாமர சிந்தனை உள்ள பெண்கூட ஏற்கமாட்டாள். ஏன் மதத்தை தனது நம்பிக்கையாகக் கொண்ட பெண்கூட ஏற்கமாட்டாள். பெண்ணுக்குத் தெரியும் அவள் இடம் சமூகத்தில் எங்கு இருத்தப் பட்டிருக்கிறது என்று. அவள் ஒரு இரண்டாம் பாலாகவே இருத்தப்பட்டுள்ளாள் என்று.

5. ஆணும் பெண்ணும் முரண்பட்டு வாழ முடியாது என்பது அடுத்து வரும் கருத்தாக்கம். இந்த முரணை அகலப்படுத்துவதுதான் மேற்கத்தியப் பெண்ணியம். இதனை அங்கீகரித்து இம் முரணை இணைவாக்கி சமநிலைக்குள் வைக்க முயல்வதுதான் நாம் கூறும் பெண்ணியம். அதாவது ஆணையும்

அர்த்தப்படுத்தும் பெண்ணியம். ஆண்-பெண் என்பது உடலியல் சார்ந்த வேறுபாடு அல்ல. அது ஒரு கருத்தியல் சொல்லாடல். பெண் என்பது இன்றைய ஆதிக்கத்தை சகித்துக் கொண்டு வாழப் பழகிய உள்ளடக்கப்பட்ட மனநிலையாக இருத்தப்பட்டுள்ளது. அதன் ஆற்றலைக் கண்டு பயந்தே மதங்கள் பெண்ணை அவளது உடலை ஒழுங்கமைக்க முயல்கின்றன. மதங்களைக் கவிழ்க்கக் கூடியதாக இருப்பதால்தான் பெண் உடலை வரையறுத்துக் கட்டுப்படுத்துவதை மதங்கள் தங்களது அடிப்படை இயங்கியலாகக் கொண்டுள்ளன.

6. பெண்ணியம் குடும்ப அமைப்பைச் சிதைப்பதைத் தனது நோக்கமாகக் கொண்டுள்ளது என்கிற கருத்தாக்கத்தை எடுத்துக் கொள்வோம். குடும்பம் என்பது பெண் உடல் அரைபடும் ஒரு எந்திரம்தான். இது சொத்தை அல்லது வாரிசைக் காப்பதற்கான ஒரு கண்காணிப்புக் காவல் எந்திரம். இதுதான் பெண் மீதான அனைத்து ஒடுக்குமுறைகளையும் செயல்படுத்துகிறது. சரி குடும்பத்தைச் சிதைத்துவிட்டால் இது தீர்ந்துவிடுமா? நிச்சயமாக இல்லை. இன்றைய சொத்துசார் குடும்ப அமைப்பு சிதைந்து வேறு வடிவத்தைக் கொள்வதே சரியாக இருக்கும். அது மனப்பூர்வமாக வாழக்கூடிய ஒரு அமைப்பாக இருக்க வேண்டும். இறுக்கமற்று நெகிழ்ச்சியானதாக இருக்க வேண்டும். உடனே கட்டுப்பாடற்ற பாலியல் பேசுவதாக நினைக்க வேண்டாம். கட்டுப்பாடுகள் இருப்பதால்தான் பாலியல் கட்டுப்பாடற்ற நிலை நோக்கி நம்மை உந்தித் தள்ளுகிறது. கட்டுப்பாடற்ற நிலை இருந்தால், அவை ஒரு ஒழுங்குநிலைக்குத் தன்னளவில் வந்துவிடும். இச்சிந்தனை மற்றும் அச்சம் உடலை ஒரு சொத்தாகப் பாவிப்பதில் இருந்து வருகிறது. சொத்தைத் தனது கட்டுக்குள் அதிகார எல்லைக்குள் வைத்துக்கொள்ள முனையும் போக்கே. பெண் உடல் சொத்து அல்ல, ஒரு உயிர். அது ஆழமாக உழுது பயிரிடப்பட வேண்டிய விளை நிலமல்ல. உடல் இணைவுகளின் மூலம் உயிரை உற்பத்தி செய்யும் உயர்ந்த பண்பைக் கொண்டது. இதற்குள் நுட்பமாக உடல் தூய்மை, புனிதம், கற்பு போன்ற ஆதிக்கக் கருத்தாக்கங்கள் உள்ளிருத்தப்பட்டு பெண் உடல்மீதான சுய ஒடுக்கத் தொழில்நுட்பமாக இயங்கி வருகிறது என்பதை கவனப்படுத்திக் கொள்வது நல்லது.

7. பெண்ணியம் என்பது ஆண்மறுப்புச் சிந்தனை என்பது அடுத்துவரும் கருத்தாக்கம். இது ஆண்-பெண் என்கிற இருமை எதிர்வு சிந்தனையிலிருந்து வருகிறது. இருமை எதிர்வு என்பது

ஒரு பிளவு நிலையாகவும் முரணாகவும் புரிந்து கொள்வதிலிருந்து வருகிறது. இந்த ஆண்-பெண் என்கிற எதிர்வுகள் ஒன்றை ஒன்று எதிர்கொண்டு இணையும் கண்ணிகள் வழியாகவே அர்த்தம் பெறுபவை. இவற்றின் அடிப்படை 'இணைவாதல்' என்பதுதானே தவிர எதிர்த்து அழிப்பதல்ல. ஆக, பெண்ணியம் என்பது ஆணை மறுப்பதல்ல, ஆணை அதன் அதிகார போதையிலிருந்தும், உள்ளார்ந்துள்ள வெறுமையிலிருந்தும், பெருந் தனிமையிலிருந்தும், பெண் மீதான பதற்றம் மற்றும் அச்சத்திலிருந்தும் விடுவிப்பதே. சுருக்கமாகச் சொன்னால் ஆணை அதன் கலாசாரக் கருத்துருவக் கற்பிதங்களிலிருந்து விடுவிப்பதும் பெண்ணியச் சிந்தனைதான். ஆணையும் பெண்ணையும் முரண்நிலையில் நிறுத்தாமல் இணைவு நிலையில் நிறுத்துவதே சரியான பெண்ணியமாகும்.

8. பெண்ணியம் என்பது பெண்ணை முதன்மைப்படுத்தும் போராட்ட மாகவே உள்ளது என்பது மற்றொரு கருத்தாக்கம். யாரை முதன்மைப்படுத்துகிறோம் என்பதல்ல, யாரை இன்றைய சமூகம் போராட உந்தித் தள்ளுகிறது என்பதுதான். யார் நெருக்கடிக் குள்ளாகியுள்ளார்கள் என்பதுதான். வேண்டுமானால் மார்க்சியம் கூறுவது போல இது இன்றைக்கான முதன்மை முரண்பாடு அல்ல என்று புறம் ஒதுக்கலாம். ஆனால் முரண்பாட்டை அங்கீகரித்துதான் ஆக வேண்டும். இதனை ஏதாவது ஒரு கட்டத்தில் தீர்க்கத்தான் வேண்டும். இலக்கு என்ன என்றால் ஆணும் பெண்ணும் ஒரு இணைவான அனுக்கமான ஒடுக்குமுறையற்ற ஒரு வாழ்வை நடத்துவதற்கான சமூகச்சூழலை உருவாக்குதல். உடனே இதனைக் கற்பனாவாதம் எனக் கூறக்கூடும். இந்த சமூகமே பல கற்பிதங்களை இயல்பானதாக எண்ணி இயங்கிக் கொண்டிருக்கும் ஒன்றுதான். அப்படி ஒரு சமூகம் சாத்தியமா என்றால்.. வரலாற்றில் இன்றைய நவீன சமூகம் எப்படி சாத்தியப்பட்டதோ அதேபோல் அதுவும் சாத்தியப்படும். இன்று வாழ்வது என்பது ஒப்பந்த அடிப்படையில்தான் உள்ளது. ஒத்துணர்வின் அடிப்படையில் இல்லை.

9. பெண்ணியம் அடிப்படையில் பெண்முதன்மைவாதம் என்பது. இதுவும் ஆண்- பெண் முரண் நிலை கருத்தாக்கத்தின் ஒரு நீட்சியே. அடிப்படையில் ஆண்-பெண் மீது கொண்டுள்ள அச்சத்தின் ஒரு வெளிப்பாடே இது. அதிகாரம் என்பது யார் கையில் என்பதான பிரச்சனை இது. அதிகாரம் என்பது ஆணிய தொழில்நுட்பம். பெண்ணியம் அதிகாரத்தை அழித்தொழிப்பது.

அதனால் அது தன்னை முதன்மைப்படுத்திக் கொள்வதில்லை. மாறாக, சமூகத்தின் அதிகாரமற்ற ஒரு சமநிலையை உருவாக்க முனைகிறது. அடிமைக்கு அதிகாரம் தரப்படுவதாக எண்ணும் ஒரு ஆதிக்க மனோபாவத்தின் வெளிப்பாடே இந்தக் கூற்று. எனவே, பெண்ணியம் என்பது பெண் முதன்மைவாதம் அல்ல. அதிகாரமற்ற சமத்துவ நிலைக்கான வெளியே.

பெண்ணியம் என்பது எல்லாவற்றையும் உள்ளடக்கிய ஒரு கோட்பாடாக உருவாகிவருகிறது என்பதையே மேற்கண்ட உரையாடல் நுட்பமாகச் சொல்வதை அவதானிக்கலாம். இனியும் பெண்ணுடல் என்பது ஆணுடலை அங்கீகரிப்பதற்கான ஒரு கருவி அல்ல. பெண் உடலின் உயிராற்றலை முன்னுக்குக் கொண்டுவரும் ஒன்று. ஆண் என்கிற கட்டமைப்பே பெண்ணை மையமாக வைத்துதான் கட்டப்பட்டுள்ளது. உண்மையில் கட்டமைப்பு என்பது ஒன்றை அடித்தளமாகக் கொண்டு கட்டப்படுவதல்ல. இங்கு நாம் கட்டமைவு என்பதைவிட 'இணைவாதல்' என்கிற சொல்லைப் பயன்படுத்துவது சரியானதாக இருக்கும். காரணம், இரு பொருள்கள் ஒன்றை ஒன்று எதிர்கொள்வதன் வழியாகவே அர்த்த உருவாக்கம் மற்றும் அடையாளம் என்பது உருவாகிறது. எதிர் கொள்ளாதவரை தன்னளவில் அவற்றிற்கு அர்த்தம் தேவையில்லை. இந்த எதிர்கொள்தல் வழியாக அவை ஒன்றுடன் ஒன்று ஒரு பிணைப்பை உருவாக்கிக் கொள்கின்றன. இப்பிணைப்பே 'இணைவாதல்' எனலாம். இங்கு ஒன்றை ஒன்று தன்னை அடையாளப்படுத்திக் கொள்ள பிணைப்பை இறுக்கிக் கொள்கின்றன. நுட்பமாகப் பார்த்தால் இவை முரண்பாடு அல்ல. இரண்டின் இருத்தலுக்கு இவை இரண்டும் அடிப்படையில் தேவை என்பதுதான். ஒன்றின் இருப்பை மற்றது அங்கீகரிப்பது என்பதே. இந்த அங்கீகாரம் என்பதில்தான் ஒடுக்குமுறை என்பது துவங்குகிறது. அது முரணாக சமூக அதிகார அமைப்பு கட்டமைக்கிறது. இணைவுநிலையை, முரண்நிலையாக்குவதன் வழியாக சமூகம் இவ்விரண்டு நிலைகளுக்கும் இடையில் ஒரு பதற்றத்தை உருவாக்கி வைத்துள்ளது.

அதாவது, ஒன்று மற்றதை அங்கீகரிப்பதற்கான மற்றமையாக (other) மாற்றுகிறது. இந்த மற்றமையாக்கல் என்கிற செயல் முதன்முதலாகத் துவங்கிய முறைமையை விளக்குகிறார் அஸிஸா அல்-ஹிப்ரி என்கிற லெபனானிய பெண்ணியலாளர். தனது 'முதலாளியம் என்பது ஆணாதிக்கத்தின் வளர்ந்த நிலை: ஆனால் மார்க்சியம் பெண்ணியம் அல்ல' என்ற கட்டுரையில். (மார்க்சியம்

பெண்ணியம்: உறவும் முரணும் - விடியல் பதிப்பகம்) ‘ஆணுக்கும், பெண்ணுக்கும் இடையிலான வெளிப்படையான வித்தியாசம் பாலுறுப்புகளும் அது தொடர்பான குறிப்பிட்ட வித்தியாசங்களும் ஆகும்’ என்று கூறும் இவர் இந்நிகழ்ச்சிப்போக்கு பெண்ணிடம் தன்னிடம் இல்லாத ஒரு ‘மந்திர ஆற்றல்’ இருப்பதாக எண்ணிய ஆண், அவள் மீது அச்சம் கொள்வதிலிருந்து துவங்குகிறது என்கிறார். இந்த அச்சம் பெண்ணுடன் ஆன வித்தியாசமாக நான்கு நிலைகளில் உருவாகிறது என்கிறார். 1. அதிக அளவு இரத்தப்போக்கு உள்ள ஒரு பெண் அதன்பின் சாகாமல் இருப்பது ஒரு ஆணுக்குத் திகைப்பூட்டும் செயலாக இருக்கிறது. இந்த அளவிற்கு ஒரு ஆண் இரத்தப் போக்கிற்கு ஆளானால் இறந்து விடுவான், ஆனால் பெண் இறப்பதில்லை என்கிற வித்தியாசத்தை உணர்கிறான். இது பெண்ணை மந்திரத்தோடு தொடர்புபடுத்துவதற்குக் காரணமாக இருந்திருக்கலாம் 2. அந்த இரத்தப்போக்கானது தோன்றியது போலவே திடீரென நின்று விடுகிறது. இது இரண்டாவது வித்தியாசம். 3. பெண்ணின் கருவுறுதல் என்கிற செயல், ஒரு உயிரைச் சுமக்கிறது. இது அடுத்ததொரு வித்தியாசமாக உள்ளது. 4. பெற்ற அந்த உயிரை ஊட்டி வளர்ப்பதற்கான உடலாகவும் அப்பெண் உடல் இருப்பது நான்காவது வித்தியாசம். ஆக, கருவுறுதல் என்கிற செயலும் அச்செயலில் தனது பங்கு என்பது ஏதுமற்றதான ஒரு உணர்வுமே பெண்ணை ஆணிலிருந்து வித்தியாசப்படுத்தி மற்றமையாதலுக்கான அடிப்படையாக இருக்கிறது.

ஆக, பெண்ணுடல் மாறிக் கொண்டிருக்கிறது. ஆணுடல் என்பது மாற்றமற்றதாக உள்ளது. அதனால் தனது வித்தியாசத்தை உணர்ந்த ஆணுடல் பெண்ணுடலைத் தானற்ற மற்றமையாக உணர்கிறது. இது ஒரு தனிச்சிறப்பான மற்றமை என்கிறார் அஸிஸா. அதாவது ‘மிகை மையப்படுத்தப்பட்ட சிறப்புத்தன்மை கொண்ட தனி மற்றமை ஆகும். அடிப்படையில் ஒத்த தன்மை கொண்ட மற்றுமோர் உணர்வுநிலை’. ‘இது இட்டு நிரப்பும் மற்றமையாக உள்ளது.’ அதனால் ஆணின் மையமான மற்றமையாக உள்ளது. இந்நிலையில் பெண் அதிகமாக இயற்கை சார்ந்தவளாக அதாவது இயற்கையின் ஒரு நீட்சியாக இருக்கிறாள். பெண் இயற்கையுடனும், பிரபஞ்சத்துடனும் ஒருவித லயத்தைக் கொண்டவளாக இருப்பதை, இயற்கை பெண்ணைப் போலவே மறு உற்பத்தி செய்து அதன் குழந்தைகளுக்கு ஊட்டி வளர்ப்பதைப் பார்க்கும் ஆண், இயற்கைத்தாய் என்கிற கருத்தாக்கத்தை அடைகிறான். பெண்ணைப்போல இயற்கையையும் ஒரு

மற்றமையாக ஆக்குகிறான். இயற்கையைப் பெண்ணாகப் பாவிக்கும் இதன் நீட்சியே இயற்கையை அடக்கி ஆளும் ஒரு ஆதிக்க உணர்வாக மாறுகிறது. பெண் என்பதிலிருந்து இயற்கையை மற்றமையாக்கிய ஆண் அதன் தொடர்ச்சியாக வந்த மதங்கள் மற்றும் முதலாளித்துவ சமூகங்களில் 'புதிதாக அமைக்கப்பட்ட மற்றமை என்ற வகையினத்திற்குள் இப்போது பெண், இயற்கை, கறுப்பர், சிவப்பர், யூதர், அரேபியர், சுதேசியர் ஆகிய அனைத்து வகையும் அடக்கப்பட்டது' என்கிறார். ஆக, பெண் என்கிற மற்றமையாக்கலின் வழியாகக் கற்றறியப்பட்ட ஒடுக்குமுறை தொழில்நுட்பமே அனைத்துவகை ஒடுக்குமுறைகளுக்கும் விரிவாக்கப்பட்டுள்ளது. ஆக, 'நிலப்பிரபுத்துவம், முதலாளியம், காலனியம் ஆகிய அனைத்தும் ஆணாதிக்க மேலாட்சிக் கருத்தின் விரிவாக்கப்பட்ட விளக்கத்தில் அடித்தளம் கொண்டுள்ளன' என்கிறார். இவ்வாறாக பெண் ஒடுக்குமுறை என்பது ஒரு மையமான அடிப்படை சமூக முரணாகக் கட்டப்பட்டுள்ளது.

ஆக, இயற்கை மீதான பேரச்சம், பெண் மீதான பேரச்சமாகிறது. இப்பேரச்சத்திலிருந்து விடுபட ஆண் சமூக பொருள் உற்பத்தியைத் தனதாக்கிக் கொள்ள பல தொழில் நுட்பங்களாக உற்பத்திக் கருவிகளைக் கண்டுபிடித்து இந்த அச்சத்தை சமன் செய்ய முயல்கிறான். ஆரம்ப காலங்களில் கருஉயிர்ப்பில் ஆணின் பங்கு என்பது உணரப்படாததாகவே இருந்து வந்ததை மானுடவியல் ஆய்வுகள் சொல்கின்றன. சான்றாக கி.மு. 5-6 ஆம் நூற்றாண்டில் உருவான இஸ்லாமில் குரான் 'குதித்தோடும் ஒரு துளி நீரிலிருந்து' மனிதனைப் படைத்ததைச் சொல்கிறது. ஆக, ஆரம்ப கால மக்கள் கருவுயிர்ப்பு என்பதை ஒரு தெய்வீகச் செயலாகவே கருதி வந்தனர் என்பது துணிபு. இவ்வாறாக பெண் என்கிற மற்றமையை ஆண் தனது தன்னகங்காரத்தின் அச்சமாக உணர்ந்ததைச் சொல்கிறார் அஸிஸா. இந்த ஆய்வில் முன்வைக்கும் மற்றொரு முக்கியமான கருத்தாக்கம் மரணத்தின் மீதான அச்சம் என்பதும், உயிர்த்தலில் தனது பங்கின்மை என்பதும் சேர்ந்து, இதிலிருந்து விடுபட 'இறப்பற்ற வாழ்விற்கான' உந்தமாக ஆணிடம் வடிவம் கொள்கிறது என்பதாகும். இறப்பற்ற வாழ்வு என்பது ஆணின் அதீத தத்துவார்த்த சிக்கலாக மாற இந்தப் பெண் என்கிற மற்றமையின் மையமே காரணம் என்பதாக இதனை நாம் விரிந்த பொருளில் புரிந்து கொள்ளலாம். தனது உடல் முழுமையற்றது என்றும் அதனை முழுமைப்படுத்துவதற்கான உந்துதலே மனித சமூகத்தின் ஆதாரமான பிரச்சனையாக தத்துவத்தின் சொல்லாடல்கள் உருவாக்குகின்றன. இந்த முழுமையின் அடிப்படையே இறவா வாழ்வைப் பெறுதல்

என்பதுதான். மறுபிறப்பு சுழற்சி என்பதெல்லாம் இந்த அழியா நித்திய வாழ்வின் மனப்பிம்பத்தை அடிப்படையாகக் கொண்டதே. அதாவது, மரணம் பற்றிய அச்சம் என்பதே இதன் அச்சாணி. மரணத்தை வெல்ல தன்னிருப்பை விட்டுச் செல்லும் அழியாத் தன்மையின் ஒரு தொடர்ச்சியாகவே ஆணுடல் தனது உடலின் உற்பத்தியான வாரிசை விட்டுச் செல்வதைக் கண்டடைகிறது.

இவ்வாறாக, 'இறப்பற்ற வாழ்விற்கான திறவுகோல் பெண்ணிடமே இருப்பதை உணரும் ஆண்', (அஸிஸா) இயற்கை சுழற்சியில் தான் வஞ்சிக்கப்பட்டதாக உணர்ந்து விரக்திக்கும், அந்நியமாதலுக்கும் ஆளாகிறான். அதனால் தன்னை மையமானதாக ஆக்கிக் கொள்வதற்கு தனது வாழ்வை அர்த்தப்படுத்திக் கொள்வதற்கு பெண்ணின், தாய்மையாதலின் விளைவாக வெளிப்படும் உயிரியை தனது வாரிசாக ஆக்கிக் கொள்வதற்கான தொழில் நுட்பங்களைக் கண்டடைகிறான். பெண்களால் கண்டடையப்பட்ட விவசாயம் என்கிற பொருளுற்பத்தி நடவடிக்கையைத் தனது புதிய தொழில்நுட்பக் கருவிகளால் கைப்பற்றி பொருளுற்பத்தியின் மையமாகத் தன்னை மாற்றி பெண் மீதான அதிகாரத்தை நிறுவுகிறான். வேறு வார்த்தைகளில் கூறினால், பெண் காவலனாகவும், புரவலனாகவும், அதிகாரியாகவும் தன்னைத் தகவமைத்துக் கொள்கிறான். இத்தகைய அதிகார அமைப்பாகவே குடும்பம் என்பதன் தோற்றம் வரலாற்றில் நிகழ்வதைக் காண்கிறோம். இவ்வாறாக, குடும்பம் என்பது பெண்ணின் மையமான ஒடுக்குமுறை எந்திரமாக மாறுகிறது. குடும்பம் என்பதைத் தோற்றுவிக்க ஒப்பந்த அடிப்படை யிலான திருமணம் என்கிற கலாசாரக் கருவியைக் கண்டடைகிறான்.

குடும்பம் என்கிற அமைப்பிற்கு அடிப்படையான திருமண முறைகளைப் பொறுத்தவரை இன்றைய மதங்களுக்கு முன்பே அதாவது மதங்கள் இயற்கை தெய்வ வழிபாடாக இருந்த காலங்களிலேயே உருவாகி இருக்க வேண்டும். இனக்குழுக்களுக்கிடையிலான இம்முறை மதங்களின் திருமறைகள் (வேதம் மற்ற பிற மத திருமறைகள்) மூலம் பின்னால் ஒழுங்குபடுத்திக் கொள்ளப்பட்டன. திருமணச் சடங்குகளை ஒழுங்கு படுத்துதல் என்பது சமூகத்தின் இயக்கம் கொள்ளும் ஆண் மற்றும் பெண் உடல்களை ஒழுங்குபடுத்துவதாகும். வேறு வார்த்தைகளில் சொன்னால் ஆணால் மற்றமையாக்கப்பட்ட பெண்ணுடலை அதாவது இனக்குழு உடல்களை ஆண் மற்றும் பெண் என்கிற பாலின (gender) உடல்களாகக் கட்டமைத்தவை

மதங்களே. எனவே இவ்வுடல்கள் இயங்குவதற்கான வெளிகளையும் முறைமைகளையும் வகுத்து அளித்தவை மதங்களே.

இங்கு எழும் முக்கியமான கேள்வி ஏன் திருமண முறை உருவானது? அது மனித குலத்திற்கு என்ன தேவையை நிறைவு செய்கிறது? குடும்பத்தை உருவாக்குவது மட்டுமே அதன் பணியா? அடிப்படையில் இரு இனக்குழுக்கள் ஒன்றுடன் ஒன்று ஊடு கலக்க பரிமாறிக் கொள்ளுதலே திருமண முறையாக உருவெடுத்தது. இதனை மானுடவியலில் 'பரிசுப் பொருள் பரிமாற்றம்' என்பார்கள். இனக்குழுச் சமூகத்தில் உடல்களே அவர்களது உரிமைக்குரிய சொத்தாக பாவிக்கப்பட்டதால் உடல்களைப் பரிமாறிக் கொள்வதன் மூலம் இரண்டு குழுக்களும் நெருக்கமாக ஒன்று கலக்க முடியும். ஒரு இனக்குழுக்குள் உள்ள உடல்களை அக்குழுக்களே திருமணம் செய்து கொண்டால் பரிமாற்றுவதற்கான தனி உடல்கள் இல்லாத நிலை உருவாகிவிடும் என்பதால் குழுவுக்குள் திருமணம் என்பது தடை செய்யப்பட்டது. இதனையே குலத்தடை (taboo) என மானுடவியல் குறிக்கிறது. இந்தப் பரிசுப்பொருள் பரிமாற்றம் என்பது நாளடைவில் ஒரு பெரும் சமூக அமைப்பிற்குள் தனிக்குடும்பங்களை உருவாக்கும் அடிப்படை ஒப்பந்த நிகழ்வாக மாறுகிறது.

குறிப்பாக இந்தியச் சூழலுக்கு வருவோம். இந்தியாவில் புத்தமத எழுச்சிக்குப் பிறகு பிராமண வைதிக மதமானது தனது வர்ண தர்மத்தை சாதிய தர்மமாக மாற்றுகிறது. அதாவது தனது தலைமைக்குக் கீழ் பல்வேறு இனக்குழுக்களை ஒருங்கிணைத்து ஒரு பொது அமைப்பை (இன்று கூறப்படும் இந்து மதம்) உருவாக்குகிறது. சாதி என்கிற சொல் புத்தர் காலத்தில் இனக்குழுவைத்தான் குறித்தது. அதாவது புத்தரின் சாக்கிய குலம் என்பது சாக்கிய சாதி என்றே பண்டைய புத்த மற்றும் சமஸ்கிருத பிரதிகளில் குறிக்கப்படுகிறது. தனித்த குழுக்கள் ஒரு பொதுவான அமைப்பிற்குள் அதாவது வைதிக பிராமண மத அமைப்பிற்குள் வந்தபோது அக்குழுக்களது தனித்த அடையாளத்தைக் காப்பாற்றிக் கொள்ளவும் தனது பிராமண வர்ணத்தைக் காக்கவும் அக மண முறையைப் பின்பற்றும்படி மனு தர்மம் விதிமுறைகளை வகுத்தது. அக மணமுறை என்பது ஒரு குழு அல்லது ஒரு சாதிக்குள் மட்டுமே திருமணம் செய்துகொள்ளும் முறை. மேலே இனக்குழுக்கள் உருவான காலத்தில் நடந்த பிற மணமுறை மனுதர்மத்தால் தடை செய்யப்படுகிறது. இதுவே சாதிகளின் இறுக்கத்திற்கும் மாறாத் தன்மைக்கும் காரணமாக

அமைகிறது என்பதுடன் சாதிகளின் அழியாத் தன்மையும் காக்கப்படுகிறது இன்றுவரை. சாதிகளின் வாழ்வு இத்திருமண முறைகளில்தான் செறிந்துள்ளது. அகமணமுறைக்கு எதிரான புறமண முறைகூட ஆணாதிக்கத்தின் இருப்பால், ஆணின் சாதியாலேயே குறிக்கப்படுகிறது. பெண் ஒடுக்குமுறையும் சாதியும் இணையும் இந்தப் புள்ளி ஆய்விற்குரியது.

அடுத்து உறவுமுறை திருமணத்திற்கு வருவோம். உறவுமுறை திருமணம் என்பது அகமண முறைக்குள்ளேயே சொத்தையும் வர்க்க அந்தஸ்தையும் காப்பதற்கான ஏற்பாடாகும். அத்தை (தந்தையின் சகோதரி) மகளை மணப்பதும் சித்தப்பா/பெரியப்பா (தந்தையின் சகோதரன்) மகளை மணப்பதும் இரு வேறுபட்ட சொத்துப் பரிமாற்றத்தின் அடிப்படையில் உருவானவை. இனக்குழு உருவாக்கத்தின் முதல் அமைப்பு தாய்வழிச் சமூகம் ஆகும். தாய்வழிச் சமூகத்தின் மையமாக ஒரு தாய் இருக்கிறாள். (இவ்வகை தாய்களாக உருவானவைதான் மாரியம்மா, காளியம்மா என்கிற கிராம தாய் தெய்வங்கள்.) தாய்தான் இந்தக் குழுவின் மையம் (அத்தகைய குழுக்கள்தான் இன்று சாதிகளாக உருவெடுத்துள்ளன.) அவளே அக்குழுவைக் காக்கும் தெய்வம். தந்தை என்கிற உறவுமுறை இக்குழுவில் கிடையாது. தந்தையின் இடம் தாய்மாமனால் நிறைவு செய்யப்பட்டது. 'தாய்மாமன் தந்தையைப் போல' என்கிற நாட்டார் வழக்குச்சொல் வழக்கத்தில் இருப்பதன் பொருள் இதுதான். எனவே தாய்மாமனைத் திருமணம் செய்து கொள்வது தாய்வழிச் சமூகத்தில் தடை செய்யப்பட்ட ஒன்று. அதனால்தான் தந்தையின் ஸ்தானத்தில் தாய்மாமன் சீர் என்பது சகோதரியின் பிள்ளைகளுக்கு வழங்கும் சொத்தாகும். அது தாய்மாமனின் உரிமையாக இன்றுவரை தொடர்கிறது. இந்துமத வழக்கில் தாய்மாமன் திருமணம் அனுமதிக்கப் பட்டிருப்பதும், இஸ்லாமில் அது தடையாக அறிவிக்கப்பட்டிருப்பதும் இரண்டு மதங்களின் தந்தைவழி மற்றும் தாய்வழி எச்சங்களின் அடிப்படையில் புரிந்து கொள்ளப்பட வேண்டியவையாக உள்ளது.

தாய்வழிச் சமூகத்திலிருந்து தந்தையை மையமாகக் கொண்ட தந்தைவழிச் சமூகங்கள் உருவானபோது தாயும், பெண்களும் உரிமையற்ற சொத்துகளாக மாற்றப்பட்டனர். பெண் உடல் ஆணிய துய்ப்புக்களமாகவும் வாரிசைப் பெற்றுத் தரும், தனிச்சொத்தைக் காக்கும் ஒரு எந்திரமாகவும் மாற்றப்பட்டது. எனவே தனது சொத்தைக் காக்க சகோதரன், சகோதரி பிள்ளைகளை மணக்கிற உறவுமுறை திருமணத்தை உருவாக்கினர். சொத்தினைக்

குடும்பத்தின் தந்தையாகிய மூத்தவன் கீழ் வைத்துக் கொள்வதற்கான ஏற்பாடு இது. இம்முறையில் பெண் பரிமாற்றுப் பண்டமாக அதாவது சொத்தாக பாவிக்கப்படுகிறாள். அதற்குப் பரிகாரமாகப் பெண்ணிற்குப் பரிசப்பணம் தரும் முறை உருவானது. இன்றுவரை எல்லா மதத் திருமணச் சடங்குகளிலும் பரிசப்பணம் என்பது அடிப்படையாக உள்ளது. இஸ்லாமில் இதனை 'மகர்' என்பார்கள்.

தாய்வழிச் சமூகங்களின் எச்சங்களைக் கொண்ட குழுக்கள் அல்லது சாதிகள் ஆணை பரிமாற்றுப் பொருளாகப் பாவிக்கின்றன. அதாவது தனிச்சொத்தாக. இங்கு குடும்பச் சொத்து தாயின் குழுவை விட்டுப்போகாமல் தடுக்கப்படுகிறது. இம்முறை தமிழகத்திலும் ஈழத்திலும் 'மருமக்கள் வழி மான்மியம்' என்பதாகவும் கேரள நாயர்களிடம் காணப்படுகிறது. ஆண்கள் திருமணத்திற்குப் பிறகு பெண் வீட்டோடு செல்வதும் வழக்கமாக உள்ளது. இம்முறையானது தந்தைவழிச் சமூகத்தில் ஆண், பெண் வீட்டிற்குப் போவதற்குப் பதிலாகப் பெண் வீட்டாரிடம் வரதட்சணையாகப் பணம் பெறும் முறையாகச் சுருங்கி ஆணாதிக்கமாக நடைமுறையில் உள்ளது.

ஆக, திருமண முறைகள் என்பவை உடலை ஒடுக்கவும், ஒழுங்குப்படுத்தவும், பகிரவும் ஆன சமூக ஒப்பந்தங்களின் மற்றும் மதங்களின் வழியாக ஆதிக்கம் செய்யப்படும் ஒரு தொழில்நுட்பமாகும். குடும்பம் என்கிற கட்டமைப்புகள் இத்தொழில்நுட்பத்தின் வழியாகச் செயல்படும் எந்திரமாகும். இவ்வெந்திரத்தில் அரைபடும் மூலப் பொருளாக இருப்பவை பெண் உடல்களே. அதனால்தான் பெரியார் திருமணங்களே பெண் அடிமைத்தனத்தின் மூலம் என்றார். ஒருவனுக்கு ஒருத்தி என்பது அதன் உண்மையான காதல் அடிப்படையில் கட்டுப்பாடற்ற சமூகத்தில்தான் சாத்தியம். தற்பொழுது காதல் என்பது நிர்பந்தம் அடிப்படையிலானதே தவிர, விருப்பத்தின் அடிப்படையிலானதல்ல.

ஒரு காலத்தில் நாம் தாய் என்று இன்று கூறுபவள்தான் மகனுடன் இணைந்து மனித உலகைப் படைத்தாள். ஆதி மனித இணை ஒன்றை இறைவன் படைத்தான் என்கிற தொன்மத்தையே எடுத்துக் கொள்வோம். அந்த இணை இன்றைய புனித தாய்-மகன் உறவில் இருந்திருந்தால் எப்படி மனித குலம் தழைத்திருக்க முடியும்? அப்பாலுறவு தடை செய்யப் பட்டிருந்தால் நாம் எப்படி இன்று உருவாகியிருக்க முடியும்? இறைவன் மறுஉற்பத்தி சுழற்சியை வைக்காமல் ஒவ்வொன்றையும் படைத்துத் தள்ளவேண்டிய ஒரு

தொடர் பணிச்சுமைக்கு ஆளாக நேரிடாதா? ஆக, தாய், மகன் என்பது கலாசாரச் சொல்லாடல். இயற்கையில் இருவரும் ஆண்-பெண்கள்தான். இரு உடல்கள்தான். ஒரு தாயும் மகனும் உறவில் ஈடுபடுவது இறைவன் சித்தம் இல்லை என்றால், இயற்கையே அதைத் தடை செய்துவிடும். அப்படி நடக்க வழியுண்டா? இன்றைய அமைப்பு இயற்கைக்கு முரணானது என்பதைப் புரிந்து கொள்ள வேண்டியுள்ளது. அதேசமயம் இந்த இயற்கை முரணை ஏற்பதா? நிராகரிப்பதா என்பது சமூகம் மற்றும் அரசியல் சார்ந்த சொல்லாடல்.

பாலியல் இங்கு மர்மமானதாக மாற்றப்பட்டுள்ளதால், அதைத் தேடுவது மனித இயல்பாக மாறுகிறது. இன்றுகூட பிறக்கும் ஆணும் பெண்ணும் கலவி பற்றிய அத்துணை இலக்கணங்களையும் கற்றுக் கரைதேர்ந்து வருவதில்லை. பழங்காலத்தில் திருமணத்திற்குப் பின் ஆண்- பெண் கலவிக்கு இனக்குழுத் தலைவனோ தலைவியோதான் பயிற்றுவித்து அனுப்புவார்கள். அந்தப் பயிற்றுவிப்பின் சின்னமாக உள்ளதுதான் உலகெங்கிலும் உள்ள ஆண்குறி (லிங்க) பெண்குறி (யோனி) வழிபாடு. இன்றும்கூட ஆண், பெண்ணை முதலிரவு எனப்படும் கலவிக்குத் தயாரிப்பதற்கு என குடும்பத்தில் மூத்தோர் வழிகாட்டுதல் இருக்கத்தான் செய்கிறது. இந்த வழிகாட்டுதலைப் பெண்ணுக்கு யார் செய்வது? ஆணுக்கு யார் செய்வது? அதாவது எந்த உறவு முறையினர் (அத்தை, மாமா, தோழி, சித்தி, தாதிப்பெண் போன்று) செய்வது என்பதைக் காமசாஸ்திரம் பேசுகிறது. ஆக இந்த அறிவு வாய்மொழி அறிவாகக் கடத்தப்படுகிறது. பிரச்சனை உட்செறிக்கப்பட்டுள்ள பாலியல் ஆற்றலை வெளிப்படுத்திப் பகிர்வது என்பது உடலியல் உணர்வுப் பொட்டுகள் துவங்கி பல உடலியல் கலாசாரக் காரணிகளைக் கொண்டுள்ளது.

பெண்பாலியல் குறித்த இந்த உரையாடலை இரண்டு பெண்ணிய ஆய்வாளர்களின் கருத்தாக்கங்களுடன் முடிக்கலாம். பெண்ணை ஒரு அச்சமூட்டும் பேராற்றலாக உணர்ந்த ஆணின் தாழ்மை உணர்ச்சியே பெண்ணை அடக்குவதற்கான அடிப்படை மனத்தளமாகும். இஸ்லாமியப் பெண்ணிய ஆய்வாளரான மொராக்கோவைச் சேர்ந்த பாத்திமா மெர்னஸி கூறுகிறார்: ‘மேற்கத்தியகக் கலாசாரத்தில் நிலவும் பால் ஏற்றத்தாழ்வுகள் பெண்களின் உயிரியல் தாழ்வுநிலையை (Biological Inferiority) பெண்களின் தாழ்வுநிலை மீது அவ்வாறான நம்பிக்கை இல்லை. அதற்கு மாறாகப் பெண் ஆற்றல் வாய்ந்த, ஆபத்தான ஓர் உயிரி என்ற ஊகத்தின் அடிப்படையின் மீதுதான் மொத்த அமைப்புமே

இருக்கிறது. எல்லாப் பாலியல் நிறுவனங்களும் (பலதார மணம், மனைவியை ஒதுக்கி வைத்தல், பாலியல் பிரிவினை இன்னபிற) அவளது ஆற்றலைக் கட்டுப்படுத்தும் உத்திக்கானவை எனப் புரிந்து கொள்ளப்பட்டிருக்கிறது.' இஸ்லாத்தின் உள்தளத்தில் பெண் குறித்த பேரச்சம் என்பது நிலவுகிறது என்பதையே இது சொல்கிறது.

அடுத்து, இந்திய வரலாற்று ஆய்வாளரான உமா சக்ரவரத்தி இந்து மதத்தில் பெண் குறித்த பேரச்சத்தின் விளைவாக அவள் இரண்டாம் நிலையாக மாற்றப்பட்டதைப்பற்றி தனது Gendering Caste - Through a Feminist Lens (2006, Publishing by STREE) என்கிற நூலில் முன்வைக்கும் கருத்துகள் இந்தியப் பெண்ணியம் பற்றிய முக்கியமான சில அடிப்படை புரிந்துணர்வைத் தரக்கூடியவை. பெண்பாலியலை ஒழுங்கமைத்ததுதான் பெண்ணை இரண்டாம் நிலைக்கு ஆளாக்கிய தொழில்நுட்பம் என்கிற மையமான விஷயத்தை இந்து மற்றும் புத்த தர்மசாத்திரம் மற்றும் புராணங்கள் வழியாக விவரிக்கிறார். மனுதர்மம் உள்ளிட்ட பிராமண தர்ம சாத்திரங்கள் பல விதிமுறைகளின் வழியாகப் பெண் பாலியலை சமூகவயமாக்கியது. ஒரு உடலின் குருதித் தூய்மை என்பதே சாதியத்தின் அடிப்படையாக உள்ளது. பொதுவாக ஒரு உடலின் குருதி என்பது ஆண், பெண் இரண்டின் கலப்பினக் குருதியே. அதனால் சாதிவழியான திருமணம் என்பது குருதித் தூய்மையைக் காப்பதாக உள்ளதால், அகமணமுறையை அதாவது சாதிக்கு உட்பட்ட திருமணத்தை இவை முன்வைக்கின்றன. கலியுகம் பற்றிய தொன்மக் கட்டமைப்பில் கீதை முன்வைக்கும் மூன்று அறிகுறிகள் குடும்பங்கள் சிதைவது, சடங்குகள் மறந்து போதல், பெண்கள் மாசடைவது (defiled) ஆகியவை. இது சாதியக் கலப்பை உருவாக்கும் என்பதால் தர்மம் அழிகிறது என்பதே இத்தொன்மத்தின் அடிப்படை எனலாம். இதில் குடும்பம், சடங்கு மற்றும் பெண் என்கிற மையமான பெண் பாலியல் குறித்த கவலையே பிரதானமாக இருப்பதை உணரலாம். இவைதான் சாதியத்தின் மூலவேராக இருக்கிறது. பாலினம் என்பது இந்திய அமைப்பில் சாதியத்தன்மை கொண்டதாகவே உள்ளது.

சாதிய அமைப்பின் நுழைவு வாயிலாக இருப்பவர்கள் உயர்சாதிப் பெண்களே என்கிறார் உமா சக்ரவர்த்தி. உயர்சாதிப் பெண்களைப் பாதுகாப்பது என்பதை மனுதர்மம் திரும்பத் திரும்ப ஆண்களின் அவசிய கடமையாக முன்வைப்பதைச் சுட்டிக் காட்டுகிறார். சான்றாக, தமிழகத்தில் நிலவிய கோட்டைப்பிள்ளைமார் சாதியில்

பெண்கள் கோட்டையை விட்டு வெளியில் செல்வதில்லை. ஆண்கள்தான் கோட்டையின் வாயிலைத் தாண்டும் உரிமை பெற்றவராக இருந்தனர். தாழ்சாதி ஆணின் பாலியல் சாதிய தூய்மையைக் கெடுத்துவிடும் ஒரு அச்சமாக இருந்ததால், பெண்கள் கடுமையான கண்காணிப்பிற்கு உட்படுத்தப்பட்டார்கள். பெண்களின் பாலியலையும், அவளது உடலையும் ஒடுக்க பதிவிரதை மற்றும் ஸ்திரீதர்மா என்கிற இரண்டு சக்திவாய்ந்த கருத்தியல்கள் பிராமண தர்மசாத்திரத்தால் முன்வைக்கப்பட்டன என்றால், புத்தத்தின் அபஸ்தம்ப தர்மசாத்திரம் கணவன் தன் மனைவியின் அருகில் பிற மனிதர்கள் சென்று அவளுக்குள் விதைத்து விடாமல் பாதுகாப்பதைக் கடமையாகச் சொல்கிறது. பெண்ணின் உள்ளார்ந்துள்ள இயல்பு பாவமாகச் சொல்லப்பட்டது. சதபதபிரமாணம் பெண், சூத்திரன், காகம் ஆகிய மூன்றின் உடலோடு தோன்றியவை உண்மையின்மை, பாவம் மற்றும் அறியாமை (darkness) என்கிறது. பெண் என்பவளை இழிவான தாழ்பிறவியாக முன்வைப்பதை இதில் காண்கிறோம்.

பெண்ணின் உள்ளார்ந்த இயல்பு மிகுகாமம் கொண்டதாக இருப்பதாகவும் அதை 'ஸ்திரீசுபாவம்' (strisvabhava) என்கிற சொல்லாலும் குறிக்கிறது பிராமண தர்மசாத்திரங்கள். இந்த இயல்பு 'ஸ்திரீதர்மம்' என்கிற அடக்கப்பட்ட பெண்பாலியலுடன் முரணாக இருப்பதால் பதிவிரதா மற்றும் 'ஸ்திரீதர்மம்' என்பவற்றால் மனைவியாகப் பெண்ணை மறு ஒழுங்கமைப்பு செய்கிறது. பெண்ணின் பேய்த்தன்மை (demonic nature) என்கிற 'ஸ்திரீசுபாவம்' தாய்வழி பாரம்பரியம் என்றும், 'ஸ்திரீதர்மம்' தந்தைவழி பாரம்பரியமாக விளக்கப்படுகிறது. இயற்கையிலிருந்து கலாசாரக் கட்டுமானங்களுக்குப் பெண்களைக் கொண்டுவருவதே இந்த 'ஸ்திரீதர்மம்'. பதிவிரதா என்பது இந்துப் பெண்களுக்குப் போடப்பட்ட கருத்தியல் பர்தா (idealogical purdah) என்கிறார் உமா சக்ரவர்த்தி. இந்தியப் பெண் உடல் மீதான ஒடுக்குமுறை சடங்குகள், கணவன் மற்றும் அரசு என்கிற மூன்று தளங்களில் தனது இயக்கத்தைக் கொண்டிருக்கிறது. வயதான பெண்களாக இருந்தாலும் அவர்களது பாலியல் இச்சையை மூவுலகங்களாலும் திருப்திப்படுத்த முடியாது என்கிற பேரச்சம் பெண் உடல் குறித்த பண்டைய பிராமண இலக்கியங்களில் இருப்பதைச் சுட்டிக் காட்டுகிறார். ஆக, தாய் என்கிற பேரச்சம் ஊட்டக்கூடிய பெண் உடலை மனைவியாக மாற்றித் தனக்குள் அடக்குவதே தந்தைவழி அதிகாரத்தின் எந்திரவியல் என்லாம்.

பெண் பாலியல் என்பதன் அடங்கா வேட்கை என்கிற கருத்தியலின் வழியாக ஆண் கொண்ட பேரச்சம், பெண் உடலை ஒடுக்கி இரண்டாம் பாலினமாகவும், தீவிர கண்காணிப்பிற்குரியதாகவும் ஆக்கியது. தனது அனைத்துத் தொழில்நுட்பங்களின் அடிப்படையில் இந்தக் கண்காணிப்பை நிறுவியது. பெண்ணின் உச்ச நெகிழ்ச்சியுடன் உறவு கொண்ட பெண்பாலியல் குறித்த ஒருவித அச்சமே இதன் அடிப்படை. காரணம், பாலியல் என்பது ஆணிற்கு உடலியல் சார்ந்ததாகவும், பெண்ணிற்கோ உளவியல் சார்ந்ததாகவும் உள்ளது. அதாவது ஆணின் உச்ச எழுச்சி இன மறுஉற்பத்தி என்கிற எல்லையை உடையது. ஆனால் பெண்ணின் உச்ச நெகிழ்ச்சிக்கு வெளிப்படையான எல்லை எதுவும் இல்லை. ஆக. பெண் பாலியல் என்பதுதான் காமத்திற்கான, உயிர்த்தலுக்கான பாலியலாக உள்ளது. உண்மையில் ஆண், பாலியலின் இந்த வேறுபாட்டை உணர்ந்து அதைத் தனக்கானதாக ஆக்க முனைவதே பெண் ஒடுக்குமுறையின் அடிப்படையாக உள்ளது. ஆணின் உச்ச எழுச்சிக்கும் பெண்ணின் உச்ச நெகிழ்ச்சிக்கும் இடையிலான இந்தப் போர் (*The Orgasm War*) காலங்காலமாக ஆனால் தற்காப்பு நிலையிலேயே நடத்தப்பட்டு வருகிறது. பிரச்சனை பெண்ணை ஒடுக்குவதன் வழியாக ஆண் தனக்கான பாலியலைப் பெறமுடியாது. பெண்ணிடம் தன்னை ஒப்புவிப்பதன் மூலமே தனக்கான பாலியலைப் பெற முடியும். சுருக்கமாகச் சொன்னால், ஆனால் உளத்தயாரிப்பற்ற ஒரு பெண்ணை உச்ச நெகிழ்ச்சிக்குக் கொண்டு செல்வது என்பது சாத்தியமில்லை. ஒரு பெண் ஒரு ஆணுடன் பெரும் சமப்பாலியல் உணர்வின் அல்லது காதலின் அடிப்படையில் அதை அடைவதும், ஆண் தன்னைப் பகிர்வதன் மூலம் அதற்கு உதவி செய்வதுமே சாத்தியம். அதைவிட்டுப் "பெண் எதிலும் என்றும் திருப்தி அடையாதவள்" என்பதான மதவாத மற்றும் மனுவாத பெண் குறித்த பேரச்சம் என்கிற ஆணாதிக்கக் கண்ணோட்டத்தைத் திரும்பத் திரும்பப் பேச்சில் பெருக்குவதில் அர்த்தமில்லை.

இறுதியாக, பெண் பாலியலை ஒடுக்குவதன் வழியாக மதங்கள், நிலவுடைமை, முதலாளியம், காலனியம், ஏகாதிபத்தியம் மற்றும் இன்றுள்ள நவீன தேச அரசுகள் வரை பெண் உடல் மீதான பேரச்சத்திற்கான நோய்க்குறிகளை வெளிப்படுத்திய வண்ணம் உள்ளன. அதன் ஒரு எதிர் விளைவாகவே, நாம் துவங்கிய பெண் கவிஞர்களின் கவிதைகள் பெண்பாலியலின் இந்த உச்ச நெகிழ்ச்சி பற்றிய உணர்வு மதிக்கப்படாமல் பெண் உடலின் இன்ப நுகர்ச்சியைப் புறக்கணிப்பதாக இருப்பதைச் சொல்கிறது.

இந்தப் புள்ளிதான் அவர்களை எதிர்த்து எழுதப்படும் ஆணிய விமர்சனங்களின் அடிநாதமாக உள்ள அச்ச உணர்ச்சி என்பதாகப் புரிந்துகொள்ள முடிகிறது. அதேவேளையில், இப்படி எழுதக்கூடிய பெண்கள் 'எதற்கும் தயாரானவர்கள்' என்பதான பொதுப்புத்தியில் பதிவுறுத்தப்பட்டுள்ள பார்வையை அப்படியே பின்பற்றி எந்த அடிப்படை அறமும் இல்லாமல் இவர்களைத் தவறாக அணுகும் ஆணாதிக்க வன்முறை என்கிற ஒரு அருவறுக்கத்தக்க செயலானது இத்தகைய பெண்குரல்களை முளையிலேயே கிள்ளிவிடக்கூடிய ஒரு அதிகாரத்துவ வன்முறையாக உள்ளது. ஒருவகையில் பொதுப்புத்தியில் இயங்குபவர்களைவிட அதிக வன்முறை கொண்டவர்களாக இந்த ஆணாதிக்கவாதிகள் செயல்படுவது, இத்தகைய இயக்கங்களைக் கருவில் அழிக்கும் முயற்சியாகும்.

– தீராநதி, அக்டோபர் – நவம்பர், 2008.

பெரிய அக்காக்களும் 'பிற'ராக்கப்பட்ட தங்கைகளும் – இஸ்லாமியப் பெண்ணியம் குறித்து சில கருத்துகள்

பின்நவீனத்துவம் மற்றும் மார்க்சிய பார்வையில் இஸ்லாமைப் புரிந்துகொள்ள முயலும் ஹெச். ஜி. ரசூலின் 'இஸ்லாமியப் பெண்ணியம்'- என்கிற அறிமுக நூலை வாசித்தபோது இந்நூலை விடவும் இஸ்லாம் குறித்து இவர் எழுதியுள்ள திண்ணை.காம் கட்டுரைகள் முக்கியத்துவம் வாய்ந்தவையாகத் தோன்றியது. இவரும் எச். பீர்முஹமது என்பவரும் இஸ்லாம் குறித்துத் தமிழில் எழுதுபவர்களில் குறிப்பிடத் தகுந்தவர்கள். காரணம் கடந்த 15-ஆண்டுகளாக இஸ்லாம் குறித்து எனக்குள் ஏற்பட்ட மனப்பதிவுகளை அவை பிரதிபலித்ததுதான். இஸ்லாமியர்கள் ஈமான் (நம்பிக்கை) கொள்ளும் அடிப்படையான இரண்டு விஷயங்கள் எனக்குள், எப்பொழுதும் சந்தேகம் என்கிற பனிமூட்டத்திற்குள் ஆதாரமற்று அலைந்து கொண்டிருந்தபோது அவற்றிற்குச் சில ஆதாரங்களை நிலை நாட்டின அக்கட்டுரைகள்.

இஸ்லாம் எனக்குத் தெரிந்து, இந்த 'எனக்குத் தெரிந்து' என்பது முக்கியமானது, எல்லா மதங்களையும் போல பலருக்கும் தெரிந்த இஸ்லாம் பல மாதிரிகளில் உண்டு. ஆனால், சமீப காலங்களில் இந்தியாவில் 'தௌகீது'-என்கிற ஓரிறைக் கொள்கை (ஓரமைவாக்க இஸ்லாம்) குறித்து மிக அதிகமான உரையாடல்களும் நடைமுறைகளும் தொடங்கியிருக்கும் வேளையில் இந்நூலும் அவரது கட்டுரைகளும் முக்கியத்துவம் பெறுகின்றன.

'தௌகீது' அதாவது ஓரமைவாக்க இஸ்லாம், 'இஸ்லாமிய மறுமலர்ச்சி'- என்ற பெயரில் உருவாக்கிக் கொண்டிருக்கும் தன்னிலைகளைப் புரிந்துகொள்ள இச்சம்பவம் உதவும். எனது நண்பரான ஒரு தௌகீதுவாதியிடம் ஒருமுறை சமூக ஏற்றத்தாழ்வுகள் பற்றிய இஸ்லாமியப் பார்வைகள் குறித்து விவாதித்துக் கொண்டிருந்தபோது அவர் கூறிய புதிய கருத்தாக்கம் என்னை நிலைகுலையச் செய்துவிட்டது. இஸ்லாமின் 'ஜகாத்' எனப்படும் ஏழைவரி முறையாக வசூலித்து வினியோகித்தல் மற்றும் வட்டியை ஒழிப்பதன் மூலம் இந்த ஏற்றத்தாழ்வு ஒரு காலத்தில் ஒழிந்துவிடும் என்றார். 1400 ஆண்டுகளாக இஸ்லாம் ஆட்சி அதிகாரத்தில் இருந்த நாடுகளிலும், இஸ்லாம் தோன்றிய சவூதி

அரேபியாவிலும் இவை நடைமுறைப்படுத்தப்பட்ட போதிலும் இந்த ஏற்றத்தாழ்வு ஒழியவில்லை என்று சுட்டிக்காட்டினேன்.

உடனே வழக்கமான மதவாதிகளின்; மதில்மேல் ஏறி நின்றுகொண்டு ஏழை, பணக்காரன் வேறுபாடு இறைவனின் நாட்டம் அதாவது ‘நசீப்’, அதை மாற்ற முடியாது என்றார். இந்திய விதிவாதத்தின் மற்றொரு வடிவம்தான் இஸ்லாமிய ‘நசீப்’-என்கிற கருத்தாக்கம். இன்று பணக்காரனாக இருப்பவன் தனது கடுமையான உழைப்பின் மூலம் பணக்காரனாக இருக்கிறான். அதனைக் காப்பாற்றிக் கொள்ளாத அவனது தலைமுறை சோம்பேறியாக இருந்தால் அத்தலைமுறை ஏழையாக இருந்துவிடும். ஒவ்வொரு தலைமுறையும் ஒரு காலத்தில் பணக்காரர்களாக இருந்து வந்ததுதான். ஏழையாக இருப்பவர்கள் சோம்பேறிகளாக இருந்துவிட்ட அவரது முந்தைய தலைமுறையினரின் விளைவு என்றார்.

அதாவது ஆற்றல்மாறாக் கோட்பாட்டைப் போல, இது ஒருவகை பொருள்மாறாக் கோட்பாட்டை விளக்குவது போல இருந்தது. அவரிடம் மூலதனம் அதன் திரட்சி உபரி மதிப்பு என்று விளக்கப் புகும் முயற்சி முட்டையில் மயிர் பிடுங்கும் வேலை என்பதுடன் அதைக் கேட்கும் நிலைமையோ அவருக்கில்லை. கருத்தியல், உலகைத் தலைகீழாகப் பிரதிபலிக்கிறது என்று மார்க்ஸ் தனது ‘ஜெர்மானிய கருத்தியலி’-ல் எழுதினார். மதம் ஒரு கருத்தியல் என்ற வகையில் யதார்த்தத்தில் நிலவும் பொருளியல் முரண்களைத் தலைவிதி என்கிற கருத்தியலுக்குள் தலைகீழாகப் பிரதிபலித்துக் கொண்டிருந்ததைத்தான் அவரது விவாதத்தில் காண முடிந்தது.

நிற்க, மீண்டும் இஸ்லாமியர்களின் இரண்டு நம்பிக்கைகள் அல்லது ஈமானிற்கு வருவோம். 1. இறுதித் தூதரான முகமது நபி; படிப்பறிவற்றவர், 2. குர்-ஆன் அல்லாவினால் இறக்கப்பட்ட திருமறை, அது இந்நாள்வரை மாறாமல் அப்படியே இருக்கிறது. ஒரு சிறு குற்றமோ முரண்பாடோ அதில் காணமுடியாது. இவ்விரண்டிலும் சந்தேகம் கொள்வது மதக்குற்றமாகும். இஸ்லாம் என்கிற பேரமைப்பே இவ்விரண்டின் மேல்தான் கட்டமைக்கப்பட்டுள்ளது. இவ்விரண்டும் ஒன்றுடன் ஒன்று தொடர்புடையவை. முதல் கருத்துடன் உறவு கொண்டதே இரண்டாம் கருத்து அல்லது முதல் கருத்துதான் இரண்டாம் கருத்தின் அடிப்படை. இதனை இவரது கட்டுரைகள் நுட்பமாக விவாதிக்கின்றன என்ற வகையில் இச்சிறு நூலை விடவும்

அவை முக்கியமாக நூலாக்கம் பெற்று வெளிக் கொணரப்பட வேண்டும். இதனை இங்கு குறிக்கக் காரணம் பாலைவனத்தின் கடும் வெயிலில் பயணப்பட ஒரு சகப்பயணியைக் கண்ட சந்தோஷம்தான்.

வேதங்கள், பைபிள் அல்லது யூத புனித மறைகள் குறித்து இந்த உண்மைத்துவ சந்தேகங்கள் எழுப்பப்படுவதில்லை. இவை குர்-ஆனை நோக்கி மட்டுமே எழுப்பப் படுகின்றது என்பது மேலைத்தேய - கீழைத்தேய அரசியல் வேறுபாடுகள் சார்ந்தது. இஸ்லாமும் குர்-ஆனும் அதன் மதத்தன்மையைத் தாண்டி, இன்று அரசியல் வடிவம் கொண்டதாக மாற்றப்பட்டிருக்கிறது. பிற மதங்கள் ஆன்மிக வாழ்வை நேரடியாகவும் அரசியல் வாழ்வை மறைமுகமாகவும் பேசுகின்றன. இஸ்லாம் ஆன்மிக வாழ்வைவிட அரசியல் வாழ்விற்கு அதிக முக்கியத்துவம் தருவதும் இதற்கு ஒரு காரணம். இவை விரிவாக விவாதிக்கப்பட வேண்டியது என்று சொல்லி மேற்செல்வோம்.

இஸ்லாமியப் பெண்ணியம் இன்று உலக அளவில் பல இஸ்லாமியப் பெண் அறிவுஜீவிகளால் ஒரு இயக்கமாக முன் எடுக்கப்பட்ட போதிலும் இத்தலைப்பில் நமக்கு ஒரு முரண்பாடு உண்டு. அது பொதுவாக மதங்கள் குறித்த நமது கண்ணோட்டத்திலிருந்து வருவதால், அதனை இங்கு தெளிவுபடுத்திக் கொள்வோம். மதம் பெண்ணை ஒடுக்குவதற்கான ஒரு எந்திரம். எல்லாச் சமூகங்களிலும் அடிப்படை அலகாக இயங்கிக் கொண்டிருக்கும் குடும்பம் என்கிற அமைப்பு தனிச்சொத்தின் தோற்றத்துடன் உருவாகிறது. குடும்பங்களுக்கு முன்பு மதங்கள் என்ற நிறுவனம் சாத்தியமில்லை; மந்திரம் என்ற சடங்குகள் மட்டுமே சாத்தியம். குடும்பங்களின் உருவாக்கத்துடன் மதங்களின் ஆதிநிலை வடிவங்களான சடங்குகளும் சம்பிரதாயங்களும் ஒழுங்குபடுத்தப்படுகின்றன. இக்குடும்பம் என்ற அமைப்பு பெண்ணை மையப்படுத்தியே கட்டமைக்கப்பட்டுள்ளது. அதாவது தனிச்சொத்தைக் காப்பதற்கான வாரிசைப் பெற்றுத் தரவும், அதன் உரிமையை நிர்ணயிப்பதற்கும் பெண் என்பவள் குடும்ப அமைப்பின் மையத்தில் அமர்த்தப்பட்டுள்ளாள். பெண் மனைவியாகவும், தாயாகவும் மாற்றப்படாத ஒரு சமூக அமைப்பு குடும்பமற்ற நாடோடி சமூகமாகத்தான் இருக்க முடியும். அச்சமூகம் இன்றைய மையப்படுத்தப்பட்ட முதலாளித்துவ நிரந்தர உற்பத்திமுறை என்கிற மறைவியக்க (abstract) உற்பத்தி முறையைக் கொண்டிருக்காது.

நவீன சமூகங்களின் இத்தகைய உற்பத்திமுறை நிலவுவதற்கான உற்பத்திச் சக்திகளின் மறு உற்பத்திக்கான தொழிற்கூடங்களாக இயங்குவதே குடும்ப அமைப்புகளின் முக்கியப் பணியாகும். இக்குடும்ப அமைப்பு சமூக பொருளுற்பத்தியை நுகர்வதற்கும்; இவ்வுற்பத்தி அமைப்பைக் காப்பதற்குமானதாக இருக்கிறது. குடும்பம் என்கிற இத்தொழிற்கூடத்தின் மைய எந்திரமாகப் பெண் உருமாற்றப்படுகிறாள். இந்நுட்பமான எந்திரத்தைக் கட்டிக் காப்பதற்கான கண்காணிப்பு தொழில்நுட்பமாக உருவானவையே மதங்கள். எனவேதான் எல்லா மதங்களது அறவியல்களும் ஆடையாக பெண் உடல் மீது போர்த்தப்பட்டுள்ளன. இவ் ஆடையை உதறிய நிர்வாணப் பெண் உடல் எல்லா மதங்களுக்கும் எதிரான கலகமாகிவிடும் என்பதால் அவ்வுடலை மூடிப் பாதுகாப்பதற்கான அறக்கோட்பாடுகளின் காப்புறுதிப் பத்திரங்களாகவே புனித மறைகள் வடித்து வைக்கப்பட்டுள்ளன.

மதங்கள் வர்க்கங்களின் குரலைப் பிரதிபலிப்பதில்லை, மாறாக வர்க்க உறவுகளைக் காப்பாற்றிக் கொண்டிருக்கும் உற்பத்தி நிலைமைகளைக் கட்டிக் காக்கும் குடும்ப அமைப்புகளின் குரலாகவே ஒலிக்கிறது. மதங்களின் மயிர்பிளக்கும் தத்துவங்கள் நல்ல சமூகங்களைவிட நன்னெறி மிக்க குடும்ப உரிமைகளைப் பற்றியே அதிகம் பேசுவதைக் காணலாம். இதுவே மதங்களைக் காலத்தைத் தாண்டி இன்றும் வாழவைத்துக் கொண்டிருக்கிறது. இவை தனது கண்காணிப்பு வலையை உலகெங்கிலும் விரித்து வைத்துள்ளன. ஒவ்வொரு தனிமனிதனின் ரகசிய செயலைக்கூட கண்காணிப்பதான ஒரு ஆழ்மன அமைப்பை உருவாக்கி உள்ளன.

ஒவ்வொரு புதிய மதமும் நிலவும் உற்பத்தி முறையில் ஒடுக்கப்படும் வளரக்கூடிய புதிய உற்பத்தி முறைக்கான உற்பத்தி சக்திகளின் குரலாகவே தோற்றம் கொள்கிறது. புதிய உற்பத்தி முறைக்கேற்ப பழைய குடும்ப அமைப்புகளை அல்லது உறவுகளை மறு கட்டமைப்பு செய்து புதிய ஆளும் வர்க்கத்திற்கான ஒரு உற்பத்தி நிலைமையை உருவாக்குகின்றன. இப்புதிய புரட்சியே மதங்களின் சீர்த்திருத்தமாகவும், பழைய உற்பத்தி முறையின் ஆளும் வர்க்கங்கள் ஏற்படுத்தும் தடைகளே புதிய மதங்களின் தியாகமாகவும், புதிய குடும்ப அல்லது வாழ்க்கை முறைக்கான நடைமுறைகள், சித்தாந்தங்கள், அறக்கோட்பாடுகள், சிறுநீர் கழிப்பது முதல் சிற்றின்பம் வரையிலான ஒழுக்கவியல் நடைமுறைகள் என எல்லாம் புதிய ஒழுங்கமைப்பிற்கு ஏற்ப மறு கட்டமைப்பு செய்யப்படுகிறது. இவற்றின் தொகுப்புகளாகவே மறைகள் உருவாகின்றன.

இம்மறைகள் தங்களது உண்மைத்துவத்தை நிலைநிறுத்திக்கொள்ள மக்களிடையே நிலவும் பழங்கதைகளைப் புதிய உள்ளடக்கங்களுடன் மறுசொல்லுதலுக்கு உட்படுத்துகின்றன. புராதன சமூகத்தில் உருவாகிய மந்திரங்களை முறைப்படுத்தி உள்ளடக்கிக் கொள்கின்றன. மக்களிடம் மறைகளை பிரபலப்படுத்துவது இப்பழங்கதைகளே ஒழிய அதன் சலிப்பூட்டும் அறவியல் கோட்பாடுகள் அல்ல. இவ்வறவியல் கோட்பாடுகள்கூட இக்கதைகள் மூலமே மக்களைச் சென்றடைகின்றன.

மதங்களின் இவ்வறவியல் பெண்ணை மீண்டும் மீண்டும் குடும்பம் என்கிற உள்ளமைப்பிற்குள் அடக்குகிறது. பெண்ணின் ஆற்றலை ஒடுக்குவது, பெண்ணிற்கான வெளிகளை இறுக்குவது, பெண்ணைப் போற்றிப் புகழ்வதான தந்திரங்களின் மூலம் பெண்ணைத் தனது அமைப்பிற்குள் இயைபுபடுத்துவது, மீறக்கூடியவளைக் கடுமையான தண்டனைக்கு உள்ளாக்குவது என்கிற தொழில்நுட்ப எந்திரங்களாகவே மதங்கள் இயங்குகின்றன.

அரசியல் பொருளாதார அடிப்படையிலான சமூக வரலாற்றில் முதலாளித்துவத்தின் தோற்றத்திற்குப் பிறகு மதகுருமார்கள் பழைய வகைப்பட்ட அதிகார மையங்களாக இருக்க முடியாத நிலையில், புதிய அதிகார மையங்களான அறிவியல் மற்றும் பகுத்தறிவுடன் தங்களது விவாதத்தைத் துவக்கினர். இந்நூற்றாண்டில் தங்களது ஆதாரமான இறைவனிடம் கொண்ட நம்பிக்கையை விட்டு அறிவியல்; மற்றும் பகுத்தறிவுடன் இவர்கள் முட்டிமோதிக் கொண்டிருப்பதைக் காண்கிறோம். இவர்கள், தனது இறைவனுக்கு துரோகம் செய்துவிட்டுப் பகுத்தறிவிடம் சரணடைந்திருப்பதைக் காண்கிறோம். அதாவது, தனது இறையை அதன் கோட்பாடுகளை அறிவியல் மற்றும் பகுத்தறிவு பூர்வமானதாக நிரூபிக்க முயல்கின்றனர். அல்லது நனவிலி நிலையில் பகுத்தறிவைத் தங்களது கோட்பாட்டைவிட உயர்வானதாக, ஒரு உரைகல்லாக அங்கீகரிக்கின்றனர். அதற்கான மயிர்பிளக்கும் விவாதங்களை விஞ்ஞானிகளுடனும் பிற மதத்தினருடனும், இவர்கள் நடத்தி வருவதைப் பார்க்கிறோம். மதங்களை மறுவரையறை செய்ய வேண்டிய நிலைக்குத் தள்ளப்பட்டு, புதிய ஆளும் வர்க்கங்களுக்கான உற்பத்தி நிலைமைகளை உருவாக்கத் தங்களைத் தயாரித்துக் கொள்ளும் இவ்வரலாற்றுச் செயல்போக்கில் நவீன முதலாளித்துவ தாராளவாதத்தை நோக்கி நகர்கின்றனர். இத்தகைய செயல்போக்கில் ஒன்றாகவே இஸ்லாமியப் பெண்ணியத்தை நாம் புரிந்துகொள்ள முடிகிறது.

“இஸ்லாத்தின் நவீனத்துவம் அறிவுவாத மரபினர்களால் மேற்கொள்ளப்பட்டது. குர்-ஆனிய வசனங்களுக்கு விஞ்ஞானத் தேடல்களுடனான விளக்க உரை கூறும் தன்மை நிகழ்ந்தது. இதன் மற்றுமொரு வடிவமாகவே நவீனப் பெண்ணிய இஸ்லாமியப் பார்வை உருவானது.” (பக்.-38) என்பதைச் சுட்டிக்காட்டும் ரசூல், இப்பார்வை நவீன அரசியல் தளத்தில் ஏகாதிபத்திய சார்பு மேற்கத்தியப் போக்கை அடிப்படையாகக் கொண்டது என்பதைக் குறிப்பிடாமல் விட்டதையே மேலே விளக்கினோம். இஸ்லாத்தை நவீனப்படுத்த வேண்டிய தேவையும் அதன் பலனும் யாருக்கு என்பதில்தான் அதன் அரசியல் அடங்கியுள்ளது. இவ்வரசியலைப் புரிந்துகொள்ள ‘இஸ்லாமியப் பெண்’-பிம்பம் கட்டமைக்கப்பட்டதைப் புரிந்துகொள்வது அவசியம்.

1970 மற்றும் 80-களில் அமெரிக்காவில் உருவான பெண்ணிய எழுச்சியுடன் மேற்கத்திய நாடுகள் இஸ்லாமைப் புதிய எதிரியாக உருவாக்கியதையும் நாம் கவனத்தில் கொள்ள வேண்டும். இக்காலங்களில் ஈரானின் அயத்துல்லா கொமேனி, ஆப்கானிஸ்தானில் முஜாகிதீன்கள், லிபியாவில் கடாஃபி, பாலஸ்தீனத்தில் யாஸர் அராஃபத் ஆகியோர் மேற்கத்திய ஜனநாயகம், மனித உரிமைகள் மற்றும் குடியுரிமைகளின் எதிரிகள் என்கிற பய உணர்வு சர்வதேச அளவில் கட்டமைக்கப்பட்டது. இத்தகைய பய உணர்வை அடிப்படையாகக் கொண்ட பிம்பங்களில் இருந்தே இஸ்லாமியப் பெண் குறித்த வரைபடங்கள் உருவாக்கப் படுகின்றன. யதார்த்தத்திற்குப் புறம்பாக, இந்நூலின் அட்டையை அலங்கரிக்கும், முற்றிலும் முகத்திரையிடப்பட்டுப் பரிதாபமாக ஏக்கத்துடன் உலகை நோக்கும் இரண்டு கருவிழிகள் மட்டுமே இஸ்லாமியப் பெண் பிம்பமாகக் கட்டமைக்கப்பட்டது. இப்பிம்பம் ஒருபடித்தான (stereotype) இஸ்லாமியப் பெண்ணைக் குறிக்கும் ஒரு குறியீடாக மாற்றப்பட்டது. இக்குறியீட்டின் ஏக்க விழிகள் ‘மேற்கத்தியப் பெண்’ என்கிற ‘உயர் பண்பாட்டை’ அடைவதற்கான நோக்கைக் கொண்டது என்பதைச் சொல்வதுதான்.

ஏக்கம் கொண்ட இரு விழிகள் மட்டுமே கொண்ட இப்பெண் இஸ்லாமால் பெரும் ஒடுக்குமுறைக்கு ஆளாக்கப்படுகிறாள். ஒரு மூடுண்ட அமைப்பிற்குள் முக்காடிடப்பட்டு அடிமையான, ஊமையான பதுமையாக இருத்தப்பட்டிருக்கிறாள். அவளது கைகள் கட்டப்பட்டுள்ளன. அவளை உடனடியாக சுதந்திர வெளிக்குள் கொண்டு வந்து முகத்திரை நீக்கி, உரிமைகளை மீட்டுத் தரும் மிகப்பெரிய பணியை அல்லது இரட்சகத்தைப்

பெரிய அக்காள்களாகப் பாவித்துக்கொண்டு தாங்களாகவே கையில் எடுத்துக் கொண்டனர் அமெரிக்க மற்றும் மேற்கத்திய பெண்ணியவாதிகள்.

அமெரிக்க, மேற்கத்திய மற்றும் இஸ்லாமிய நாடுகளின் பெண்ணியச் சிந்தனையாளர்கள் தங்களை மதச்சார்பற்ற பெண்ணிய சிந்தனையிலிருந்து பிரித்துக் கொள்ளவும், தங்களது மதப் பழமைவாதத்தை எதிர்த்துத் தாங்களே போராடுவதற்கான ஒரு கருத்தியல் தளமாகவும் உருவாக்கிக் கொண்டதே ‘இஸ்லாமியப் பெண்ணியம்’. இதன் மூலம் இஸ்லாம் பெண்களை ஒடுக்குகிறது என்கிற மேற்கத்திய கருத்தாக்கம் மறு கட்டமைப்பு செய்யப்பட்டு அமைப்பாக்கத்திற்கு உட்படுத்தப்படுகிறது. இவர்கள் இஸ்லாத்தை மறுப்பதில்லை அல்லது அதன் நம்பிக்கைகளை அதன் அரசியல் தன்மைகளை மறுப்பதில்லை. மாறாக இஸ்லாத்தின் வறட்டுவாதம் மற்றும் பழமைவாதப் போக்கிற்கு எதிராக இஸ்லாமின் அடிப்படைகளான குர்-ஆன் மற்றும் முகம்மது நபி அவர்களின் போதனைகள் இஸ்லாமியப் பெண்ணிற்குத் தந்த உரிமைகளை மீட்டெடுக்க முயலுகிறார்கள்.

இவர்கள் இரண்டு நடைமுறைகளை அடிப்படையாகக் கொண்டு தங்களது செயல் திட்டத்தை அமைத்துக் கொண்டுள்ளார்கள். 1. குரானில் கூறப்பட்டுள்ள பால் சமத்துவம் மற்றும் சமூக நீதியை முறையாகப் பின்பற்றுவதற்கான செயல்முறைகளை முன்னெடுப்பது 2. குரானை பெண்ணிய வாசிப்பிற்கு உட்படுத்தி அதிலிருந்து இஸ்லாமியப் பெண்ணை கட்டமைப்பது. முதல்வகையினர்; ஆப்பிரிக்காவைச் சேர்ந்த அமெரிக்கப் பேராசிரியர் ஆமினா வதூத் போன்ற நடைமுறை செயல்பாட்டாளர்களாகவும் இரண்டாம் நிலையினர் மொராக்கோவைச் சேர்ந்த பாத்திமா மெர்னிஸி போன்ற பிரதியியல் செயல்பாட்டாளர்களாகவும் உள்ளனர்.

ரசூல் இச்சிறு நூலில் இவ்விரண்டாம் நிலை செயல்பாட்டைத் தமிழில் அறிமுகப்படுத்த முனைகிறார். இஸ்லாமியப் பெண்ணியம் குறித்து வரையறையைச் சொல்லாமலே அதன் அறிமுகத்தைத் துவங்கிவிடுகிறார். இஸ்லாமியப் பெண் சிந்தனையாளர்களையும் இஸ்லாமியப் பெண்ணியவாதிகளையும் ஒன்றாக ஒரே தளத்தில் எந்தவித அரசியல் வேறுபாடுகளும் இன்றி நிறுத்தி விடுகிறார். சர்வதேச அளவில் இன்று நடைபெறும் இஸ்லாமியப் பெண்ணிய விவாதப்புள்ளிகள் அனைத்தையும் சிறு சிறு பகுதிகளாக எளிமையாக விளக்கிச் செல்கிறார். இவ்விளக்கங்களூடே ஒரு கவிஞருக்கே உள்ள அவரது உள்மன அவசங்களையும் அதன்

ஆதங்கங்களையும் உணர முடிகிறது. மதவாதத்தின் முன் கவித்துவம் சிந்தும் கண்ணீரை இரத்தத்தில் கலப்பதுதான் இதுநாள் வரையிலான மதங்களின் பணி என்பது அவருக்கும் தெரிந்ததே.

'தீனின் அடிப்படையான இறைக்கோட்பாடு மாறாத்தன்மை கொண்டும் ஷரீ-அத்தின் அடிப்படை இயங்கியல் தன்மை கொண்டதாகவும் வரலாற்றில் நிகழ்ந்திருக்கிறது'-(பக்.4) எனக் கூறும் ரசூல் இம் மாறாத்தன்மை என்பது வரலாற்றைப் பின்னிழுக்கும் ஒரு பிற்போக்குத்தனம் என்பதை மறந்துவிட்டார். ஷரீ-அத் சமூக மாற்றத்திற்கு ஏற்ப பல மறுவிளக்கங்களால் மாற்றங்களுக்கு உட்பட்டிருப்பதால்தான் இஸ்லாம் இன்றுவரை நிலைத்தும் சில பகுதிகளில் வளர்ந்தும் வருகிறது. சமூக மாற்றத்திற்கு ஏற்ப தேவதூதர்களின் அவதாரங்களும் வேதங்களின் வெளிப்பாடும் நடந்து கொண்டுதான் இருக்கும்.

கருணையற்ற, இரக்கமற்ற கொடூரமான மனமற்ற உலகைப் படைத்துவிட்டு அதன் துன்பத்தை, வலியை, வேதனையை ஆற்றுப்படுத்த ஒரு அப்பாலை மனத்தை ஆளும் வர்க்கத்திற்காக மதங்கள் படைத்துக் கொண்டுதான் இருக்கும். மனமற்ற உலகின் மனமாக பாமர மக்கள் அதில் தஞ்சம் புகுவதும் நடைபெற்றுக் கொண்டுதான் இருக்கும். முகமது நபி இறுதித்தூதர் என்கிற 'ஈமான்'- என்றுமே மாற்றத்திற்குள்ளாகப் போவதில்லை. காரணம், அதன் பிறகு தோன்றிய மாமனிதர்களும் மகான்களும் போதிப்பவை மதங்களாகவும், புனித மறைகளாகவும் போற்றுதலுக்குரிய அடையாளத்தைப் பெறப் போவதில்லை இனி. நவீனகாலம் எனப்படும் 19-ஆம் நூற்றாண்டிற்குப் பிறகான உலகைப் பகுத்தறிவும், விஞ்ஞானமும் ஆளத் துவங்கி தனிமனிதனின் உலகப் பார்வையைக் கட்டத் துவங்கிய பிறகு இனியொரு மதமும் தேவதூதரும் புனித மறையும் தோன்றப் போவதில்லைதானே!

குர்-ஆனின் வசனங்களை மறு வாசிப்பு செய்து மூலப்பிரதியில் இருந்து பிரதி சார்ந்த இரண்டாம் நிலை அர்த்தம் என 'பலதார மணமுறை மறைமுகமாக ஒருதார மணமுறையை மையப்படுத்துவதை'- சுட்டிக்காட்டும்(பக்.-6) ரசூல், இது இன்று ஒரு சமூகப் பிரச்சனையில்லை என்பதை மறுக்கமாட்டார் என நினைக்கிறேன். காரணம் ஒரு தார மணமுறையை வலியுறுத்தக்கூடிய மதங்களைச் சார்ந்தவர்கள் மட்டுமே ஒருதார மணத்தில் வாழ்ந்து வருவதுமில்லை, பலதார மணத்தைக் கூறும் இஸ்லாமைச் சார்ந்தவர்கள் எல்லோரும் பலதார மணம் செய்து கொள்வதுமில்லை. இந்தியாவில் இஸ்லாமியர்களைவிட பிற

மதத்தினர்தான் அதிகம் ஒன்றுக்கு மேற்பட்ட மனைவிகளைக் கொண்டுள்ளனர் என்கிறது ஒரு புள்ளிவிவரம். மனைவிகளைத் தீர்மானிப்பது மதங்கள் இல்லை, சொத்தும் அது உருவாக்கும் அதிகாரமும்தான். ஆனால் இச்செயலைக் குற்றமாகக் கணித்துவிட்டு அக் குற்றஉணர்வை நியாயப்படுத்திக் கொள்வதற்கும், பணம் படைத்தவர்களுக்கும், அதிகாரத்தை எதிர்க்காது தலைவிதி என நொந்துகொள்ளும் ஏழைகளுக்கும் சொர்க்கம் நரகத்திற்கான இடப்பதிவை (பிளாட்-ரிஜிஸ்ட்ரேஷன்) செய்வதற்கும்தான் மதங்கள் பயன்படுகின்றன.

இஸ்லாம் குறித்த விமர்சனங்களில் தலையாய இடத்தைப் பிடித்தது 'தலாக்'-தான் என்றால் மிகையாகாது. 'இஸ்லாமிய வாழ்க்கைமுறையில் தலாக் என்பது மனைவியை நினைத்த நேரத்தில் கணவன் மணவிலக்கு செய்யும் மண முறிவு நிகழ்வாகும்' (பக்.8) இது ரசூலின் கொஞ்சம் அதிகப்படியான உணர்ச்சிவசப்பட்ட விளக்கமாகத் தெரிகிறது. காரணம் 'நினைத்த நேரத்தில்' என்பது ஏதோ இஸ்லாம் கட்டுப்பாடற்று ஆண்களுக்குத் தலாக்கைத் திறந்துவிட்டது போன்ற பார்வை நிலையை உருவாக்குகிறது. தலாக் என்பது பெண்ணிற்கு கொடுக்கப்பட்டிருக்கும் ஒரு உரிமை என்பது பெண்ணிய அடிப்படையிலும், அடிப்படை ஜனநாயக உணர்விலும் சிந்திப்பவர்கள் அறிந்ததே. இஸ்லாத்தின் வணிக வர்க்கப் பின்னணி இக்குறைந்தபட்ச உரிமையைப் பெண்ணிற்கு வழங்குவது, அதன் பெண் குறித்த வர்க்க அறிதலுடன் உறவு கொண்டது.

இஸ்லாத்தில் திருமணமும் ஒருவகை வணிக ஒப்பந்தத் தன்மையுடனேயே அணுகப்படுகிறது. பெண் விற்பதற்கும் வாங்குவதற்குமான ஒரு வணிகப் பொருளைப் போன்றவள். இது பலதார மணத்தை சமூகவயப்படுத்தும் செயலாகும். வாங்க சக்தி உள்ளவர் நான்கு வரை வாங்கலாம். அதற்குமேல் அனுமதிப்பது பற்றாக்குறையை உருவாக்கி சமூக அமைதியை ஒரு கட்டத்தில் குலைத்துவிடும். இதர விற்பனைப் பொருளிலிருந்து ஒரே வித்தியாசம் பெண் உயிர் உள்ள பொருள் என்பதால் அதனைக் காப்பதற்கான சக்தி, உடலுறவு உட்பட, வாங்கியவனுக்கு இருக்க வேண்டும் என்பதே நிபந்தனை. இது அன்றைய அரேபிய சமூகத்தில் நிலவிய கட்டுப்பாடற்ற திருமண முறைகளை ஒரு ஒழுங்கிற்குக் கொண்டு வருவதற்கும், போரினால் விதவை ஆக்கப்பட்ட பெண்களின் பாலியல் ஆற்றலை முறைப்படுத்துவதற்கும்; செய்யப்பட்ட சீர்திருத்தம். இதுவே அன்றைய அரேபிய

வணிகர்களையும், அடிமையாக்கப்பட்ட பெண்களையும் இஸ்லாம் உள்ளிழுப்பதற்குக் காரணமாக அமைந்தது என்பதை வரலாறு உணர்த்துகிறது.

அரபிப் பழங்குடியில் கணவனை விலக்கும் உரிமை பெண்ணிற்கே இருந்துள்ளது. அதனை இஸ்லாம் பெண்ணிடம் இருந்து தட்டிப் பறித்திருப்பதையும் சுட்டிக்காட்டுகிறார் (பக்.10) ரசூல். தலாக்கை ஆணின் உரிமையாக்கி, ஆணைத் தனக்குள் உள்ளிழுக்கும் செயலாகவே இதனைக் காணமுடிகிறது. பிரச்சனை தலாக்கை ஆண்கள் தவறாகப் பயன்படுத்துகிறர்கள் என்பதுதான். மார்க்ஸும் ஏங்கல்ஸும் கம்யூனிஸ்ட் கட்சி அறிக்கையில் குறிப்பிட்டதைப் போல கணவன்-மனைவி உறவு ரொக்கப் பட்டுவாடா உறவாக உள்ள இன்றைய பிற்போக்கான முதலாளித்துவ உற்பத்தி அமைப்பில் மண ஒப்பந்தங்கள் மன ஒப்பந்தங்களாக இல்லை என்பதுதான் இதற்குக் காரணம். சேர்ந்து வாழ விருப்பமற்ற இருவரை மதமோ, சட்டமோ அல்லது தாதாக்களோ சேர்த்து வைப்பதன் மூலம் எது சாதிக்கப்படுகிறது? அல்லது எது காப்பாற்றப்படுகிறது என்பதே கேள்வி. பெண்களை சுயசார்பற்றவர்களாக இருத்திவைத்திருப்பதுதான் இத்தகைய தலாக்குகளுக்குக் காரணம். பெண் சுயசார்புடன் தேர்வுக்குரியவளாக இல்லாமல் தேர்வு செய்பவளாக மாறும்போது தலாக்குகள் ஒரு விடுபடுதலுக்கான செயல் களமாக மாறிவிடும்.

பெண் அதிகாரத்தைப் பெறுவதற்கான ஒரு முன்முயற்சி என்ற வகையில் பெண்களின் தனி ஜமாத் குறித்துக் கூறும் ரசூலின் கருத்து ஏற்புடைய ஒன்றே. அதுவும்கூட ஏழையான பெண்களுக்கு நன்மை பயக்கப் போவதில்லை. ஆண் ஜமாத்துகள் போன்றே அதுவும் ஒரு இணை அதிகார அமைப்பாக இயங்கும் என்பதுடன் அதனுள் நடப்புலகின் எல்லா வர்க்கமுரண்களும் பிரதிபலிக்கத்தான் செய்யும், என்றாலும், குறைந்தபட்சம் பெண்களுக்கான ஒரு வெளியை அது திறக்கிறது. சுயமாக சுவாசிப்பதற்கான ஒரு தளமாக இருக்கும். பெண்கள் தங்களை உணரவும், பயிற்றுவித்துக் கொள்ளவும் அது ஒரு முன்முயற்சிக்கான களமாக இருக்கும்.

ஜீவனாம்சம் குறித்து ரசூலின் கருத்துகள் ஜனநாயகத்தன்மை கொண்டவை என்பதுடன் இது இஸ்லாமிற்குள் ஏற்படுத்தப்பட வேண்டிய சீர்திருத்தம் மற்றும் போதாமை குறித்துப் பேசுகிறது. அரேபிய திருமண முறைகளில் மகர் எனப்படும் பெண்ணிற்கான பரிசப்பணம் என்பது சொத்தின் அளவிற்கு சமமானதாக ஆனால் தரப்படுகிறது. அதாவது ஆண் பெண்ணிற்கு பணம் தந்து திருமணம்

செய்துகொள்ளும் முறையே உள்ளது. இதுவும் ஒருவகையில் பெண்ணை விலைக்கு வாங்கும் வணிகச் செயல்பாடுதான். இந்தியாவில் குறிப்பாகத் தமிழகத்தில் இது பெண் ஆணிற்கு வரதட்சிணையாகப் பணம் தந்து திருமணம் செய்துகொள்ளும் முறையாக எதிர்மறையாக உள்ளது.

இவ் வரதட்சிணைப் பணம் தலாக் சொல்லப்பட்ட முஸ்லிம் ஜமாத்துகளில் திரும்ப கணவனிடமிருந்து பெற்று பெண்ணிடம் ஈடாகத் தரப்படுகிறது என்றபோதிலும், அது எஞ்சிய காலங்களுக்குப் பாதுகாப்பைத் தர போதுமானதாக இருக்குமா என்பது ஆய்வுக்கு உட்படுத்தப்படுவதில்லை. மறுமணத்தை மறுக்கும் மதங்களே ஜீவனாம்சம் என்கிற ஒரு ஏற்பாட்டைச் செய்துள்ளன. இஸ்லாம் மறுமணத்தை ஆதரிப்பதால் இந்நிலை குறித்து தெளிவான வரையறைகள் இல்லை. இவை மறுவரையறை செய்யப்பட வேண்டியவை என்பதில் மாறுபட்ட கருத்து இல்லை. அதேசமயம், மறுமணத்தில் சிக்கலுக்குள்ளாவதாகக் கருதப்படும் கற்பு மற்றும் ஒரு ஆணை விட்டு மற்றொரு ஆணுடன் உறவு கொள்வதில் உருவாகும் உடல் புனிதம் சார்ந்த உளவியல் பிரச்சனைகள் இஸ்லாமின் வணிக வர்க்கச் சிந்தனைக்கு முந்தைய நிலவுடமைச் சிந்தனையுடன் உறவு கொண்ட பிற்போக்குச் சிந்தனையாகும்.

சாட்சிகள் என்ற பகுதியில் ஆயிஷா நாயகத்தின்; ஞாபக சக்தியைப் பற்றி குறிப்பிடுகிறார் (பக். 15). நினைவு (ஞாபகம்)-மறதி என்பது உளப்பகுப்பாய்வு அடிப்படையில் விருப்பம்-விருப்பமின்மை என்கிற தேர்வை அடிப்படையாகக் கொண்ட ஒரு உடல் அரசியல் நிகழ்வாகும். ஆயிஷா நாயகத்தின் நினைவாற்றல் அவர்களது தேர்வு சார்ந்தும், அதனை வெளிப்படுத்துதல் அவரது புரிதல் சார்ந்தும், சொல்லுதல் என்பது அன்றைய சொல்லுதல் முறைமைகளின் அர்த்த சாத்தியங்களைச் சார்ந்தும் அமைவதாகும். 'ஹதீஸ்'-களில் பெரும்பாலானவை ஆயிஷா நாயகம் அவர்களால் சொல்லப்பட்டவை என்பது குறிப்பிடத்தக்கது.

'சுன்னத்'-எனப்படும் நபிகளின் வாழ்வுநெறிகளை வெளிப்படுத்தி இஸ்லாமைக் கட்டமைத்ததில் முகமது நபிகளுக்குப் பிறகு ஆயிஷா நாயகத்திற்கு முக்கிய பங்கிருப்பதையும், மத நடைமுறைகள் துவங்கி ஆட்சி அதிகாரம் வரை அவரது ஆதிக்கத்தை மறுவாசிப்பு செய்வது இஸ்லாத்தின் பெண்ணியக் கூறுகளை ஆயிஷா அவர்களின் ஆளுமை அடிப்படையில் புரிந்துகொள்ள உதவும். மறுசொல்லுதலுக்கான உளப்பகுப்பாய்வு மற்றும் சொல்லுதலின் அரசியல்கூறுகளைக் கவனத்தில் கொண்டு இவை மறுவாசிப்பு செய்யப்பட வேண்டியவை.

சானியா மிர்ஸாவின் ஆடை குறித்த சர்ச்சையைக் குறிப்பிடுகிறது இந்நூல் (பக். 18). மதம் தனிமனித ஆடை ஒழுக்கங்களில் தலையிடுவது எதிர்க்கப்பட வேண்டியதுதான், அதேசமயம் ஆணிய பாலின்ப நோக்குடன் விளையாட்டுக்கான வெளியை ஒரு காமவெளியாக (erotic space) கட்டமைக்கும் நுகர்வுப்பண்பாட்டுப் போக்கும் விமர்சிக்கப்பட வேண்டியதே. குறிப்பாக டென்னிஸ் வீராங்கனைகளுக்குத் தரப்படும் உடைகள் ஆட்ட நேரத்தில் பார்வையாளர்களுக்கு ஏற்படுத்தும் பாலியல்ரீதியான உளவியல் தூண்டல்கள் இங்கு கவனத்தில் கொள்ளப்பட வேண்டியதே. பெண்ணை நுகர்வுப்பண்டமாக மாற்றும் ஒரு வியாபார உத்தியே இது.

பிரச்சனை சானியா மிர்ஸாவைப் பற்றி மட்டுமே மேதகு இஸ்லாமிய மதகுருமார்கள் பேசுகிறார்கள். இதர கிறித்துவ பெண் உடல்கள் குறித்த அக்கறை இவர்களுக்கு இல்லை என்பதுதான் விமர்சிக்கப்பட வேண்டியது. தொழில் முதலாளித்துவம் பெண்ணை நுகர்வுப்பண்டமாக மாற்றும் இப்போக்கை சரியாகவே குறிப்பிடுகிறார் ரசூல் (பக்.-19). இதே சானியா மிர்ஸா ஒரு பேட்டியில் தான் 5-வேளை தொழுகையைக் கடைப் பிடிப்பதாகவும், மெக்காவிற்கு ‘உமரா’-எனப்படும் சடங்கை நிறைவேற்ற வந்தபோது ‘ஹிஜாஃப்’-எனப்படும் தலைக்கவசம் அணிந்தும், தனது இஸ்லாமிய அடையாளத்தை வெளிப்படுத்திக் கொண்டார்.

அடுத்து பெண்ணியச் சிந்தனையாளர்கள் வாதிடும் ஒரு முக்கிய பிரச்சனை இஸ்லாமியப் பெண்கள் முகத்திரையிடும் வழக்கம் பற்றியது. பெண்கள் முகத்திரை அணிவது அவர்களது உரிமை சார்ந்த பிரச்சனை. அதை மத அடையாளமாக மாற்றுவதும், அதே அடையாளத்தைக் கொண்டு இஸ்லாமியப் பெண்ணை ஒருபடித்தானவளாகக் குறியிடுவதும் அடிப்படையில் மனித உரிமையை மறுக்கும் எதேச்சதிகாரமாகும். இஸ்லாமியப் பண்பாட்டிற்காக மேற்கத்தியப் பெண்களை முகத்திரை அணியச் சொல்வதைப் போலத்தான் இஸ்லாமியப் பெண்களை முகத்திரை அணியக்கூடாது என்று கூறுவதும். இரண்டுமே மனித உரிமையை மறுக்கும் பிரச்சனைதான். இது இஸ்லாமியப் பெண் மீது நடத்தப்படும் ஒரு பண்பாட்டு ஏகாதிபத்தியம் ஆகும்.

மேலும், இரு விழிகள் மட்டும் தெரியும் முகத்திரைப் பழக்கம் இஸ்லாமால் எல்லாப் பெண்களுக்கும் முன்வைக்கப்பட்டதில்லை; முகமது நபியின் மனைவியர்களைத் தவிர (பக்.-17) என்பதைச்

சுட்டிக்காட்டும் ரசூல், உலக அளவில் பெரும்பாலான இஸ்லாமியப் பெண்களிடம் அப்பழக்கம் இல்லை என்பதையும், இது திட்டமிட்டு ஊடகங்கள் வழி பெருக்கப்படும் ஒரு தவறான பதிவு என்பதையும் சுட்டிக்காட்டியிருக்கலாம். இஸ்லாமியர்களை அதிகம் கொண்ட நாடுகளான இந்தோனேஷியா, இந்தியா, பாகிஸ்தான் போன்ற ஆசிய நாடுகளிலோ அல்லது சூடான், எகிப்து போன்ற ஆப்பிரிக்க நாடுகளிலோ அப்பழக்கம் இல்லை.

இந்நாடுகளில் தலை முக்காடிடும் பழக்கம் அந்தஸ்தைக் குறிக்கும் ஒரு சின்னமாகவே உள்ளது. கூலித்தொழிலில் ஈடுபடும், உழைக்கும் இஸ்லாமியப் பெண்களிடம் இப்பழக்கம் இல்லை. தனது இஸ்லாமிய தூய்மைத்துவத்தையும் பெருமிதத்தையும் காட்டிக்கொள்ள அரேபிய நாடுகளில் குறிப்பாக சவூதி அரேபியாவில் இது கட்டாயப்படுத்தப் படுகிறது. இங்கும் கூட அரேபியப்பெண்கள் கார் ஓட்டும் உரிமைக்காகவும், ஓட்டுரிமை, வேலை மற்றும் வியாபார உரிமைக்காகப் பேராடிக்கொண்டுதான் இருக்கிறார்கள். இவ்வழுத்தங்களின் காரணமாகவும், உலக வர்த்தக மையங்களின் நிர்ப்பந்தம் காரணமாகவும் தற்பொழுது சவூதி அரசும் பெண்கள் வேலைக்கு அமர்த்தப்படுவதைக் கட்டாயமாக்கி உள்ளது. (தற்போது கார் ஓட்டும் உரிமை, திரையரங்குகள் என பல மாற்றங்கள் நிகழந்துள்ளன சர்வதேச அமைப்புகளின் அழுத்தங்களால்.)

இந்நூலின் அடிப்படை தர்க்கம் இதுதான். இஸ்லாம் பெண்களுக்கு உரிமைகளைத் தந்துள்ளது. குர்-ஆனின் பார்வையில் ஆணும் பெண்ணும் சமத்துவமாகவே பாவிக்கப் படுகிறார்கள். ஒரு சில குர்-ஆனின் வசனங்கள் மத குருமார்களால் தவறான விளக்கங்களுக்கு உட்படுத்தப்பட்டு பெண்ணுக்கு எதிராகப் பயன்படுத்தப்படுகிறது. ஷரியத் சட்டம் என்கிற இஸ்லாமியச் சட்டமுறை காலமாற்றங்களுக்கு ஏற்ப அடிப்படை மாறாமல் மறுவிளக்கங்களுக்கும் விரிவுபடுத்தலுக்கும் உட்பட்டது. அதனைச் சூழ்நிலைக்கு ஏற்ப நெகிழ்வுடன் அணுக வேண்டும். இக் கருத்துகளைப் பெண்களுடன் தொடர்புடைய முக்கியமான நடைமுறைகளை எடுத்துக்கொண்டு விவாதிக்கிறார். தலாக், சொத்துரிமை, முகத்திரை துவங்கி, சொத்துப் பங்கீடு மற்றும் பாசிச எதிர்ப்புவரை இவரது விளக்கம் சுருக்கமாக எல்லாவற்றையும் தொட்டுச் செல்கிறது.

இவ் விளக்கங்கள் இஸ்லாமிய மதகுருமார்களுக்கு எதிரான போராட்டத்திற்கு ஊக்கமளிக்கக்கூடியவை என்பதுடன் இஸ்லாம்

குறித்துத் தவறான பதிவுறுத்தலைக் கொண்டிருப்பவர்களுக்கு இந்நூல் ஒரு நல்ல அறிமுகத்தைத் தரக்கூடியது. இன்றைய மதவாத பாசிசத்திற்கு எதிரான ஜனநாயக ரீதியான தாராளவாத இஸ்லாமை அறிமுகப்படுத்தும் இம்முயற்சி அவசியமானதும் கூட. ஆனால் நாம் முரண்படுவது இதன் அடிப்படை தர்க்கத்தில்தான். இஸ்லாமைப் பொதுவாக மதங்களைப் பெண் விடுதலைக்கான அல்லது மனித விடுதலைக்கான ஒரு மார்க்கமாக ஏற்க முடியுமா? நாம் மேலே மதம் குறித்து அலுப்பூட்டும் பெரும் உசாவலை நிகழ்த்தியிருப்பது இத்தர்க்கத்திற்கு எதிரான நமது கருத்தைப் புரிந்து கொள்ளத்தான். பொதுவாக நிறுவனமயப்படுத்தப்பட்டுவிட்ட எந்த மதமும் மனித விடுதலை குறித்து வாழ்வின் பொருளியல் நெருக்கடிகளுக்கு அப்பால் சொர்க்கம்-நரகம் என்கிற அப்பாலை கருத்தியல் கற்பனார்த்தங்களைத்தான் போதித்து வருகிறது. அல்லது மனிதனை ஆளப்படும் தன்னிலைகளாக உருவாக்கும் தன்னிலை உருவாக்க எந்திரங்களாக இயங்கி வருகிறது.

இறுதியாக இஸ்லாமியப் பெண்ணிய விவாதங்களில் விடுபட்டிருக்கும் ஒரு கேள்வியுடன் இதனை முடிக்கலாம். இறுதிப் பேரழிவு, விசாரணை, சொர்க்கம், நரகம் ஆகிய பெரும்புனைவுகளற்ற இறைவன்சார் மதங்களே இல்லை எனலாம். யுதார்த்த உலகில் ஏற்படும் துன்ப துயரங்களுக்குத் தீர்வாகவும், வாழ்வை ஒரு தத்துவ அடிப்படையில் புரிந்து கொண்டு வாழ்வதற்கான ஒரு அர்த்தமும் இப்புனைவுகளின் வழியாக வழங்கப்படுகிறது. இவற்றில் சொர்க்கம், நரகம் பற்றிய வியப்பூட்டும் கற்பனைகளைக் கொண்ட ஒரு புனைவு உலகத்தை இஸ்லாம் படைத்துக் காட்டுகிறது. அவ்வுலகில் உள்ள பெண்கள் பற்றிய வர்ணனை பெண் குறித்த சில அடிப்படைக் கற்பிதங்களை அல்லது இஸ்லாம் அனுமானிக்கும் இலட்சியப் பெண் உடல் பற்றிய பிம்பங்களைக் காட்டுவதாக உள்ளது.

சொர்க்கத்தை அடையும் ஆண்களுக்கு 'ஹூருல் ஈன்(நீண்ட கண்களுடையவர்)களை மணம் முடித்து வைப்போம்' (அல் குர்ஆன் *44:54*) 'அவர்கள் வெண் முத்தையும், பவளத்தையும் போல் இருப்பார்கள்.' *(55:58)* ' இவர்களுக்கு முன் அவர்களை எந்த மனிதனும், ஜின்னும் தீண்டியதில்லை' *(55:74)*. குர்-ஆனில் சுட்டப்படும் இவ்வசனங்களில் நீண்ட கண்கள், வெண்முத்து, பவளம் போன்ற வர்ணனைகள் ஆணிய காட்சியின்பத்தையும் *(male gaze)*, யாராலும் தீண்டப்படாத பரிசுத்தமானவள் என்பது ஆணிய நுகர்வு இன்பத்தையும் அடிப்படையாகக் கொண்ட ஆணிய

நோக்கிலான தந்தை வழி அதிகாரத்தை நாம் புரிந்து கொள்ள வேண்டும்.

ஆண்களுக்கு இத்தகைய பெண்கள் எனில், சொர்க்கம் புகும் பெண்களுக்கு? இதற்கான பதிலை இஸ்லாமியப் பிரதிகளின் மௌனங்களிலும், இடைவெளிகளிலும் தேடத் துவங்கினால், இஸ்லாமிய மத அமைப்பிற்குள் புதையுண்டு கிடக்கும் பெண் உடலை அகழ்ந்து எடுத்து விடலாம். இதுவே 'இஸ்லாமியப் பெண்ணிய'-த்தின் முதல் வேலைத்திட்டமாக இருக்க முடியும். இவ்வகழ்வாய்வு இஸ்லாமிற்குள் மட்டுமல்லாமல் எல்லா மதங்களுக்குள்ளும் நிகழ்த்தப்பட வேண்டியது பெண்ணியத்தின் அடிப்படை வேலைத் திட்டமாகும். இவ்வேலைத் திட்டமே பெண்ணியம் முன்வைக்கும் 'பெண்'-ணை நமக்குக் காட்டித் தரும்.

'ஆண்'-என்கிற கருத்தாக்கம் நவீன யுகத்தின் (modern age) கட்டமைப்பு என்கிறார் மிஷல் ஃபூக்கோ. பின்-நவீனத்துவ யுகத்தில் நாம் 'பெண்'-என்கிற கட்டமைப்பைக் கண்டடைய இங்கிருந்து துவங்கலாமே!

– புதுவிசை, ஜூலை – செப்டம்பர் 2007.

"பெண் ஆண்களுக்குக் கலவரம் ஊட்டக்கூடியவளாக இருக்கிறாள்" – ஒரு சொல்லாடல் ஆய்வு

"பெண் ஆண்களுக்குக் கலவரம் ஊட்டக்கூடியவளாக இருக்கிறாள்" என்கிற சமூகத்தின் பொதுப் புத்தியில் பதியப்பட்டிருக்கும் பெண் பற்றிய இச்சொற்பாடு (statement) எப்படி சொல்லாடலாக (discourse) மாறுகிறது என்பதைப் புரிந்து கொள்வதற்கான முயற்சியே இது. உண்மையில், பெண் கலவரம் ஊட்டக் கூடியவளாக இருக்கிறாளா? அல்லது அவ்வாறு அவள் மாற்றப்பட்டிருக்கிறாளா? பெண்ணுரிமையைப் பற்றி பேசுவது எவ்வளவு அவசியமோ, அத்துணை அவசியம், ஒரு ஆணிற்குள் பெண் கலவரம் ஊட்டக்கூடியவளாக, பதற்றம் தரக்கூடியவளாக ஏன் இருக்கிறாள்? அல்லது ஏன் அவ்வாறு கருதப்படுகிறாள்? இதற்கான கதை கூறல்கள் எப்படி கட்டமைக்கப்பட்டன என்பதைப் புரிந்துகொள்ள முயல்வதும். ஒரு பெண் எப்படி இருக்க வேண்டும் என்று ஒரு சமூகம் உருவாக்க விரும்பும் 'கதை கூறல்களே' மேற்கண்ட சொற்பாடுகளின் உள்ளர்த்தமாக அல்லது நினைவாக இயங்கக்கூடியவை என்பதிலிருந்தும் இதற்கான வரலாற்றையும் ஆராய முற்படலாம்.

இந்திய வரலாற்றைப் படிப்பவருக்கு, ஒவ்வொரு சமூக மாற்றத்திற்கும் பெண் என்பவள் அகமாகவோ அல்லது புறமாகவோ காரணமாக இருப்பதைக் காணமுடியும். பொதுவாக இந்திய வரலாற்றின் ஆரம்ப எல்லையாகக் கருதப்படும் வேதத்தில் காணப்படும் 'உஷஸ்' என்ற பெண் தேவதை துவங்கி, பிறகு புராணகாலமான மகாபாரதத்தில் குந்தி-திரௌபதி, இராமாயணத்தில் கைகேயி-சீதை, இவற்றைக் கடந்து வரலாற்று நாயகர்களின் காலத்திற்கு வந்தால் - ஆணிய பெருமன்னர்களும், அவர்களது அந்தப்புர ராணிமார்கள் பற்றிய கதைகள் துவங்கி, பக்தி இயக்க மீரா, ஆண்டாள் இப்படியாக ஜான்சிராணி லக்குமிபாய் வரை பெண்களின் பல்வேறு தொன்ம மற்றும் வரலாற்றுக் கதையாடல்களைக் காண முடியும். இவற்றிலிருந்து நகர்ந்து நவீன காலத்திற்கு வந்தால், காலனிய எதிர்ப்பு என்பது இராஜாராம் மோகன்ராய் வழியாக, சதிக்கான எதிர்ப்பாகத் துவங்கி, பின் விதவைகள் மறுவாழ்வு வழியாக பெண் சீர்த்திருத்தம் பேசத்

துவங்கி, அதுவே பின்னாளைய காலனிய எதிர்ப்பு வடிவமாக முகிழ்வதைக் காணலாம்.

இந்திய சமூகத்திற்குள்ளான பெண் சீர்திருத்தமே, புறத்தில் காலனிய எதிர்ப்பு அரசியலாக மாறுவதைக் காண முடிகிறது. இக்காலகட்டத்தின் பிரபலமானவர்கள் அனைவரும் - காந்தி, இராமகிருஷ்ண பரமஹம்ஸர், அரவிந்தர் போன்றோர் - பெண் பற்றிய கருத்தியலுடன் தொடர்பு கொண்டிருப்பது யதேச்சையானது அல்ல. இடைவெட்டாக ஒன்றை நினைவுகூர்கிறேன். உலகமே ஒரு மாயை என்ற ஆதி சங்கரர் இறுதியில் தேவி உபாசனையில் இறங்கி காமசாஸ்திரம் எழுதியதும் சௌந்தர்ய லகரி என அதில் ஆட்பட்டதும், ஆணிய இந்துத்துவத்தை (militant hinduism) முன்மொழிந்தது அதற்காக உலகெங்கும் பிரசாரம் செய்த விவேகானந்தர் இறுதியில் தாய்தெய்வத்தில் சரணடைந்து மனச்சிதைவிற்கு ஆளாகி இறந்ததும் (விவேகானந்தரைப் பற்றிய உளவியல் ஆய்வாளர் சுதிர்காக்கர் இதனை விளக்குகிறார். நூல் பெயர் Indian Physche) பெண் என்கிற பிம்பத்தின் அதீத ஆற்றலின் வலிமையை உணர்த்தக் கூடியவை. அப்புறம் காளமுக சைவர்கள், காபாலிகர்கள் என தாந்திரீகர்கள் தாய் என்கிற பெண் தெய்வத்துடன் சரணடைந்த வரலாறு உண்டு. ஆக, பெண் பிம்பம் என்பது ஒரு வலிமையான கதையாடலாக இருந்து வந்துள்ளது இந்திய சமூகத்தில். இதன் ஒரு விளைவாகவே ஆங்கிலேய எதிர்ப்புப் போராட்டம் என்பது 'பெண் சீர்திருத்தம்' என்பதை அடிநாதமாகக் கொண்டு துவங்குகிறது. இதனைச் சற்றே ஆழ்ந்து அவதானித்தால், இந்திய காலனிய எதிர்ப்புப்போரில், பெண் பற்றிய இரண்டுவிதமான கதையாடல்கள் இயங்கி இருப்பதைக் காண முடியும்.

1. மரபின் மதிப்பீட்டிற்குள் வைத்து உருவான - 'பாரதப்பெண்'

2. மரபின் தளைகளிலிருந்து விடுவித்துப் படைக்க விரும்பிய - 'புதுமைப்பெண்'

இவை இரண்டிலுமே, பெண் பற்றிய பழகிய கதையாடலை மறுசீரமைப்பதான அல்லது மறு ஒழுங்கமைப்பதற்கான வேட்கை இருப்பதை அனுமானிக்கலாம். ஒன்று மரபை மறுவரையறை செய்ய முயன்றால், பிறிதொன்று மரபை நிராகரிக்க முனைந்தது. இங்கு எழும் கேள்வி, இக்கதையாடலுக்குள் மரபுகளாக நினைவு கொள்ளப்பட்டவை எவை? இவை ஏன் பெண்ணை மையமானதாகக் கொண்டு துவங்கின? பெண் பற்றி ஒரு ஆணின் நினைவிற்குள் இருக்கும் அம்சங்கள் எவை? பெண்ணை

வரையறுக்கும் உரிமையை ஆண்களுக்குத் தந்தது யார்? இவற்றிலெல்லாம் அடிப்படையானதும், ஆழமானதுமான கேள்வி, ஒரு பெண் சமூக அமைப்பிற்குள் என்னவாக இருக்கிறாள்? அல்லது ஒரு சமூகம் பெண்ணை என்னவாகத் தனக்குள் இருத்திக் கொள்ள முயல்கிறது? என்பதே.

இக்கேள்விகளுக்கான பதில் குடும்பம் என்கிற சமூக அலகிற்குள்தான் அடங்கியுள்ளது. குடும்பம் என்கிற அமைப்பின் தோற்றமே பெண்ணை அடிமையாக்கிய முதல் தொழில்நுட்பமாகும். மேய்ச்சல் சமூக நாடோடிகளாக இருந்த மனித இனம் விவசாய சமூகமாக அதாவது தனக்கென்று நிலையான குடியிருப்பு மற்றும் தனியான சொத்துக்களை உருவாக்கி மாறத் துவங்கியபோதுதான் இந்தக் குடும்ப அமைப்பு தேவைப்படுகிறது. குடும்ப அமைப்பு என்பது தனது சொத்தைக் காப்பதற்கும் அதற்கான வாரிசுரிமையை உருவாக்கவுமே அவசியப் படுகிறது. அதற்காகத் திருமணம் என்கிற சமூக ஒப்பந்தம் உருவாக்கப் படுகிறது. இவ்வொப்பந்தத்தைக் கண்காணிக்கவும், மீறினால் தண்டிக்கவுமான ஒரு அமைப்பு தேவைப்படுகிறது. இவ்வமைப்பே அரசு என்கிற இன்றைய மிகப்பெரிய நிறுவனத்தின் கருவடிவ தோற்றமாகும். ஆக, தனிச்சொத்திலிருந்து குடும்பமும் அதிலிருந்து அரசும் தோன்றுகிறது. (எங்கல்ஸின் 'குடும்பம், தனிச்சொத்து, அரசு ஆகியவற்றின் தோற்றம்' என்கிற நூல் இதனை விரிவாக விளக்குகிறது) ஆக, அரசு என்பதன் ஒரு நுண் வடிவமே குடும்பம் என்பது. இக் குடும்ப அமைப்பைக் காப்பதற்காகப் பெண் என்பவள் இதன் மையத்தில் அமர்த்தப்படுகிறாள். இம் மையம் சிதையாமல் இருக்க பெண் பற்றிய பல கதையாடல்கள் உருவாக்கப் படுகின்றன. குடும்பம் பெண் உடல் என்கிற அச்சைப் பற்றியே சுழல்கிறது. ஆக, இச்சமூக அமைப்பு குலையாமல் இன்றுவரை நீடிப்பதற்குப் பெண்ணே காரணமாக இருக்கிறாள். அதனால்தான் எந்த ஒரு சமூக மாற்றமும் பெண்ணை அடிப்படையாகக் கொண்டே உருவாகிறது.

மேற்கண்ட தனிச்சொத்தின் தோற்றத்துடன் உருவான குடும்பம் தனது மையமாகப் பெண்ணை வைத்திருப்பதால்தான் பெண் என்பவள் ஒரு சொத்தாக அல்லது நிலமாக பதிலீடு செய்யப்பட்டு அதன் உருவகப் பெருக்கமாகப் பல இலக்கியக் கட்டமைப்புகள் மொழி வழியாகக் கட்டமைக்கப்பட்டன. இந்த உருவகத்தைத் தமிழின் சங்க இலக்கியத்தின் அடிப்படைப் பிரிவான அகம் மற்றும் புறம் என்கிற பிரிவிலிருந்து அறிய முடியும். அகம் என்பது களவு அதாவது காதல் மூலம் பெண் உடலை வெல்வதாகவும், புறம்

என்கிற போர் மூலம் நிலங்களை வெல்வதுமான அடிப்படைப் பிரிவாக இவை சங்க இலக்கியத்தில் காணக் கிடைக்கிறது. அகத்தின் வெற்றி கற்பாக அதாவது திருமண ஒப்பந்தமாகவும், போர்வெற்றி ஆட்சியாகவும் இருப்பதையும் அதற்கான எணணற்ற அக புற இலக்கியங்களாக இருப்பதையும் சங்க இலக்கியத்தில் காணக் கிடைக்கலாம்.

இங்கு சமூக இயக்கத்திற்கான அல்லது மனிதன் உயிர் வாழ்வதற்கான உணவு உற்பத்தி முறையில் பெண் என்பவள் குடும்பத்திற்குள் இருந்துகொண்டு ஆண் சமூக உற்பத்தியில் ஈடுபட அவனது ஆற்றலை அல்லது உழைப்பு சக்தியை மீண்டும் உற்பத்தி செய்வதற்கானவளாக இருக்கிறாள். அதாவது ஆணின் உழைப்பு ஆற்றலை மறுஉற்பத்தி செய்பவளாக இருக்கிறாள். அல்லது ஆணை மறுநாள் உழைக்கத் தயாரிக்கும் பணியைச் செய்பவளாக இருக்கிறாள். சமூக உற்பத்தி குலையாமல் தொடர்ந்து நடைபெற வேண்டுமானால் பெண் குடும்பத்திற்குள் இருந்து இந்த மறுஉற்பத்தி ஒழுங்கமைப்பைக் காப்பது அவசியம். அதனால் பெண் சமூக உழைப்பிலிருந்து பிரிக்கப்பட்டு வீட்டிற்குள் அடக்கப்படுகிறாள். இப்பொழுது அவளது ஆற்றல் உட்செறிக்கப்படுவதால், ஆணைவிட அவளிடம் உபரி ஆற்றல் அதிகமாக இருக்கிறது. இந்த உபரி ஆற்றல் வெளிப்படாத வண்ணம் ஆணியமானது அவளைப் பல தொழில் நுட்பங்கள் கொண்டு ஒடுக்க முற்படுகிறது அல்லது அவளைக் கொண்டாடுவதாகக் கூறி தந்திரமாக அவள் ஒடுக்குமுறையை உணரா வண்ணம் செய்ய முற்படுகிறது.

இவ்வாறு உட்செறிக்கப்பட்ட உபரி ஆற்றலானது பாலுந்தமாக அவளிடம் பதிலியாகி, பாலியல்ரீதியாக அதீத ஆற்றல் உள்ளவளாக மாறுகிறாள். (இந்தப் பாலுந்த ஆற்றல் செறிவு குறித்து எனது மற்றொரு பதிவில் விவாதிக்கப்பட்டுள்ளது.) அவள் இவ்வொழுங்குகளிலிருந்து மீறாமல் கண்காணிக்க, பெண்ணைப் புகழ்ந்து கொண்டாடும் இலக்கிய மத அமைப்புகள் உருவாகின்றன. இலக்கியம் மற்றும் மதங்களின் மையமாக இருப்பது இந்தப் பெண் உடலை ஒடுக்குவது பற்றிய கதைகூறல்களே. இவை பெண் என்கிற தன்னிலையை இந்த ஒடுக்குமுறைகளை இயல்பானதாக ஏற்றுக்கொள்ளும்படி செய்கிறது. குடும்பம், அரசு என்கிற இரு அமைப்புகளும் பெண்ணையும் அவளது உடலையும் தனது ஒழுக்கவியல் கண்காணிப்பு வளையத்தைத் தாண்டாதவாறு காப்பதற்கான ஒரு பொறியமைவே ஆகும்.

இங்கு தனிச்சொத்து என்பது ஆண்டான்-அடிமை என்கிற வர்க்க அமைப்பாகப் பிளவுறுகிறது. அடிமைமுறையும் பெண்ணும் இங்கு ஒரே தளத்தில் ஒடுக்கப்படுவதற்கான சொல்லாடல் அமைப்புகள் உருவாகின்றன. இந்த இருவரையும் கண்காணிப்பதற்கான அமைப்பாக உருவான அரசு, ஒரு தன்னிச்சை நிறுவனமாக உருவாகிறது. இது இந்த வர்க்க அமைப்பைக் காப்பதற்காக இயங்குவதற்கான தனியான ஆட்களும் அவர்களுக்கான பொது நிதியும் (அதாவது வரிகள்) உருவாக்கப்படுகிறது. இதற்காகவும் ஒவ்வொரு தனிமனிதனும் தனது உபரி உழைப்பைத் தரவேண்டிய அவசியம் எற்படுகிறது. இதற்காக சமூக உற்பத்தியின் வேலைப்பிரிவினை உருவாக்கப்படுகிறது. இந்த வேறுபட்ட தொழில் நிலைமைகள் இறுகி தனித்தனியான வர்க்க அமைப்புகளாக உருவாகிறது. இவ்வர்க்கப் பிரிவினைதான் இந்திய நால்வருணப்பிரிவு ஆகும். இப்பிரிவு ரோமானிய அடிமைச் சமூக அமைப்பில் நான்கு எஸ்டேட்களாகவும் (Spritual, Lords Temporal, Craftsmen & Merchants, Serfs) ஈரானிய ஜொராஷ்டிரிய மதத்தில் நான்கு பிரிவுகளாகவும் (புரோகிதர்கள், சத்திரியர்கள், விவசாயிகள், கைவினைஞர்கள்) வழங்கி வந்துள்ளதை வரலாறு சொல்கிறது. இது உலகெங்கிலும் உருவான ஒரு பொதுமுறையாகும். மற்ற சமூகங்களிலிருந்து இந்தியா தனிச்சிறப்பாக வேறுபடும் இடம் தொழில் முறையான நால்வருணப்பிரிவை பிறப்படிப்படையிலானதாக மாற்றியதுதான். இதுவே பல சாதிகளின் தோற்றத்திற்கும், வர்க்கத்தைத் தெளிவாகப் பிரித்துணர முடியாத வகையில் சாதிய அடையாளமாக அதாவது பிராமணியமாக இருக்கிறது. (இதனை அம்பேத்கர் குறித்த எனது பதிவொன்றில் விளக்கியுள்ளேன். அது பாரதி புத்தாகாலயம் வெளியிட் "குடியாண்மை சமூகமும் நுண்பாசிசமும்" என்ற நூலில் உள்ளது.)

அரசு என்பது சமூக உற்பத்தியைக் காப்பதற்காகத் தனது பொறிஅமைவை நிலையான இராணுவம், தண்டனை முறை அதாவது சிறைச்சாலை, சட்டம், நீதி என்கிற ஒழுக்க அமைப்புகள், அதற்கான நீதிமுறை என்பதாக அமைத்துக் கொள்கிறது. இந்தப் பொறி அமைவு இன்றைய நவீன அரசு வரை அடிப்படை அரசு எந்திரமாகச் செயல்படுவது கண்கூடு.

ஆக, நமது மேற்சொன்ன கருத்துகளின் அடிப்படையில் பெண் என்பவளை மையமாகக் கொண்ட நிறுவனங்களே குடும்பமும், குடும்பத்தைத் தனி அலகாகக் கொண்ட அமைப்பே

அரசும் என்பதைப் புரிந்து கொள்ளமுடிகிறது. எனவே தனது சுரண்டல் அமைப்பை நிலை நிறுத்த இவ்வமைப்புகள் குலையாமல் பாதுகாப்பதற்கு ஆதிக்க வர்க்கம் கண்டடைந்த பல தொழில்நுட்பங்களில் ஒன்றாக இது உள்ளது. இதற்காகப் பெண் குறித்த ஒரு பதற்றத்தை ஆணிய உளவியல் தளத்தில் கட்டமைக்க இத்தகைய வாக்கியங்களை உற்பத்தி செய்து அதனைப் பொதுப் புத்தியில் புழங்க விடப்படுகிறது. இவ்வாக்கியங்கள் ஆதிக்கத்தின் அதிகாரத்தைச் சுமந்து வந்து சமூகத்தின் ஆண்-பெண் உடல்களுக்குள் ஒரு இயல்பான உணர்வாக வடிவமைக்கின்றன. இது ஒரு உளவியல் பாதுகாப்பின்மையை ஆண்களிடம் கட்டமைக்கிறது.

இவ்வாறாக, மேற்சொன்ன வாக்கியத்தில் உள்ள 'கலவரம்' என்பது பெண்ணிற்கு 'அதீத பாலியல் ஆற்றல்' உள்ளது என்பதையே தனது நினைவாகக் கொண்ட ஒரு வாக்கியம் ஆகும். இந்த உளவியல் பயத்தால் ஆண், பெண்ணை அடிமையாகத் தனது கட்டுப்பாட்டிற்குள் வைத்துள்ளான் என்பது இதன் அடுத்தக்கட்ட வளர்ச்சியாகும். இவ்வாக்கியம் மேற்கண்ட ஆதிக்கக் கருத்தியல்களால் திசைவழிப்படுத்துவதால் இதனை ஒரு சொல்லாடல் எனலாம். சொல்லாடல் என்பது ஒரு கூற்று வடிவம் ஆகும். அதில் பேசுபவன், கேட்பவன் என்கிற இரு மனித உடல்களின் இருத்தல் உள்ளது. அவ்வுடல்களில் கேட்பவனைப் பேசுபவன் தனது கருத்தியல் ஆதிக்கத்திற்குள் அடக்க முனைவது என்பது நடக்கிறது. இது அரசின், அதிகாரத்தின் குரலாகும். இது அதிகாரத்திற்கு சம்பந்தமற்றது போன்ற தோற்றத்தைத் தந்து அதிகாரத்தை உள்மனதில் கட்டமைப்பதாக இருப்பதால் ஒரு ஆதிக்கச் சொல்லாடலாகிறது. இவ்வாறே ஆண்களின் பல சொல்லாடல்கள் பெண் உடலை ஒடுக்கும் தன்மையானதாக இருக்கிறது எனலாம். இத்தகைய ஆணிய சொல்லாடல்களை ஆய்விற்கு உட்படுத்தித் தகர்ப்பது பெண்ணியத்தின் ஒரு அடிப்படைச் செயலாக உள்ளது என்பதாகச் சொல்லி முடிப்போம்.

- மொழியும் நிலமும் வலைபதிவில் வெளியானது. 27 அக்டோபர் 2007.

பெண்கள் பேய்கள் தெய்வங்கள் புதுமைப்பித்தனின் 'காஞ்சனை' உரையாடும் கதையாடல்

"நான் கதை எழுதுகிறேன்; அதாவது, சரடுவிட்டு, அதைச் சகிக்கும் பத்திரிகை ஸ்தாபனங்களிலிருந்து பிழைக்கிறவன்; என்னுடையது அங்கீகரிக்கப்படும் பொய்; அதாவது – கடவுள், தர்மம் என்று பல நாமரூபங்களுடன், உலக 'மெஜாரிட்டி'யின் அங்கீகாரத்தைப் பெறுவது; இதற்குத்தான் சிருஷ்டி, கற்பனா லோக சஞ்சாரம் என்றெல்லாம் சொல்லுவார்கள். இந்த மாதிரியாகப் பொய் சொல்லுகிறவர்களையே இரண்டாவது பிரம்மா என்பார்கள். இந்த நகல் பிரம்ம பரம்பரையில் நான் கடைக்குட்டி. இதை எல்லாம் நினைக்கப் பெருமையாகத்தான் இருக்கிறது. நாங்கள் உண்டாக்குவது போல், அந்தப் பிரமனின் கைவேலையும் பொய்தானா? நான் பொய்யா?"

– புதுமைப்பித்தன் (காஞ்சனை –1943)

'வார்த்தைகளை வைத்துக் கொண்டு ஜனங்களை பயங்காட்டுவது ரொம்ப லேசு என்பதைக் கண்டு கொண்«டேன்' என 1943ல் புதுமைப்பித்தனால் எழுதப்பட்ட கதைதான் 'காஞ்சனை'. வார்த்தைகளின் பொருண்மைத் தன்மையைப் புரிந்து கொள்வதற்கும் புராணம் உள்ளிட்ட தொன்மங்கள் எழுதப்பட்ட விதமாக எழுதிப் பார்க்கப்பட்ட ஒரு கதை இது. கதை எழுதும் இரண்டாவது நகல் பிரம்மாவைப் பற்றிய கதை. இக்கதையின் மொழிதல்களை அல்லது கதைக்குள்ளான உரையாடல் தளங்களைப் பிரித்தறியும் முயற்சியே இவ்வெழுத்து.

வரலாற்றில் மனிதத் தன்மைக்கும் அமானிடத் தன்மைக்கும் உள்ள அமைவுகள் பற்றிய இயக்கத்தை அல்லது ஒரு தன்னிலை கட்டமைவிற்குக் கதையாடல் எப்படி காரணமாக அமைகிறது என்பதைச் சொல்லும் ஒரு கதைதான் 'காஞ்சனை'. வார்த்தைகள் பொருண்மைத் தன்மை வாய்ந்தவை. அதனால்தான் பைபிள் வார்த்தை மாம்சமானது என்றது. அவற்றால் ஒரு உலகைப் படைக்க முடியும். அப்படி படைக்கப்பட்ட உலகிற்கு சில நியதிகளை உருவாக்க முடியும். அந்நியதிகளைப் பற்றியொழுகும் மனிதர்களைப் படைக்க முடியும். அம்மனிதர்களைக் கொண்டு வாசிக்கும் அல்லது கதை கேட்கும் மனிதனை இயக்க முடியும். அல்லது கேட்பவனின் தன்னிலையாக்கச் செயலை செய்ய முடியும் என்பதை நிகழ்த்தும் ஒரு கதை. அல்லது வார்த்தைகளால் பீய்ச்சப்படும் உணர்வுகள் ஒரு மனித உடலின் இருப்பை மாற்றியமைக்கும் என்பதைச் சொல்ல முயல்கிற கதை.

தெய்வத்தன்மை/பேய்த்தன்மை என்கிற இரண்டு முரண் அமைப்புகளாகத் தோற்றம் தரும் ஒரு நாணயத்தின் இரண்டு பக்கங்கள் இக்கதையாடலில் சொல்லப்படுகிறது. கதைகள் அல்லது வரலாறு மற்றும் புராணக் கதையாடல்கள் தன்னிலை கட்டமைவை உருவாக்குகின்றன. இத் தன்னிலை தமிழ் என்கிற இனத்தை இரண்டு எல்லை வரையறைகளுக்குள் கட்டமைக்கிறது. ஒன்று தெய்வ நிலை. மற்றொன்று பேய் நிலை. இவ்விரண்டு எல்லைகளையும் நோக்கி நகரும் தன்னிலைகளின் இயக்கமாக மொத்த மனித அறவியலும் தமிழ்ச் சமூகத்தில் கட்டப்பட்டிருக்கிறது. குறிப்பாகச் சொன்னால் பெண்ணிற்கு இவ்விரண்டு நிலைகளே தமிழ்ச் சமூகத்தில் கையளிக்கப்பட்டுள்ளது. மேற்கத்தியத்தில் உருவான பிராய்டியம்கூட பெண்ணிற்கு நல்ல தாய் / கெட்ட தாய் என்கிற மன அமைப்புகளையே முன்வைக்கிறது. தெய்வ நிலையின் உருவகத் துவக்கம் கருவறை என்றால் பேய்த்தன்மையின் உருவகத் துவக்கம் கல்லறை அல்லது சுடுகாடு. ஆக, தெய்வம் கரு-உயிர்ப்பு நிலையிலும், பேய் கரு-அழிப்பு நிலையிலும் நிகழ்வதான கதையாடல்களே பழங்கதைகளாகத் தமிழ்ச் சமூகத்தில் பின்னலாக்கப்பட்டுள்ளது. இத் தமிழ்க் கதையாடலின் ஆழ்தள அடுக்கின் மேல் இக்கதையானது கட்டமைக்கப்பட்டுள்ளது.

இக்கதை தமிழ்ச் சிறுகதை படைப்பியக்கம் பற்றிய ஒரு உரையாடலைத் தனக்குள் நிகழ்த்துகிறது. அது யதார்த்தவாத நேர்க்கோட்டு கதையாடலுக்கும், மரபான மாயத் தன்மையுடன் அமைந்த குத்துக் கோட்டு கதைக்கும் இடையில் நடைபெறுகிறது. கதையின் நேர்கோட்டில் கணவன், கர்ப்பிணி மனைவி மற்றும் வேலைக்காரி வருகிறார்கள். குத்துக் கோட்டில் வேலைக்காரி காஞ்சனை என்கிற 500 வருடங்களுக்கு முன்பான காசி (இதில் காசி என்பது இந்து இறையியல் பற்றியதான குறிப்புப் பொருளில் வருகிறது) ராசனின் மகள் - மந்திரி மகன் காதல் - மந்திரவாதி என்பதாக வருகிறது. இவ்விரண்டு தளங்களும் சந்திக்கும் புள்ளி கதாசிரியன் அல்லது இரண்டாவது நகல் பிரம்மா எனப்படுபவனின் மொழிக்குள் நிகழ்கிறது.

கதாசிரியன் வேலைக்காரி என்கிற நிகழ்கால மொழியைக் காஞ்சனை என்கிற கடந்த கால மொழியாகத் தான் படித்துக் கொண்டிருக்கும் வரலாற்றின் வழியாக மாற்றுகிறான். நிகழ் கால மொழிக்குள் உறைந்திருக்கும் பகுத்தறிவின் மையம் செயலிழக்கச் செய்யப்படுகிறது. இரண்டாம் உலகப்போர், பத்திரிகை, கதாசிரியன் பற்றிய அவனது மனைவியின் கிண்டல்

ஆகியவற்றால் நிகழ்காலத்தில் இயங்கும் மொழியானது மந்திரம், சூன்யக்காரன் என்று கடந்தகால மொழிக்குள் நுழைகிறது. எழுத்து மங்கி தோற்றங்கள் வரத் துவங்குகிறது. கண்ணாடியில் கோர உருவத்தைப் பார்க்கிறான். அதன் பின் அவள் வேலைக்காரிதான் என்கிறது பகுத்தறிவின் மொழி. அவளுக்குக் காஞ்சனை என்கிற பெயரடையாளம் தரப்படுகிறது. வேலைக்காரியும், காசி நகர் காஞ்சனையும் ஒன்றுபோலவும், வேறுவேறாகவும் ஆன தொடர்பின்மையையும், தொடர்பையும் உருவாக்குகிறது கதைமொழி. கடந்தகால கதைகள் நிகழ்கால நிகழ்வுகள் வழியாக வாசிக்கப்படுவதைச் சொல்லி விடுகிறது. கதைகளுக்கான காலத் தன்மையை அழிப்பதன் மூலம் கதையின் காலம் மீறிய இடத் தன்மை உருவாக்கத்தை முன் மொழிந்து விடுகிறது.

காலத் தன்மையற்ற ஆழ்மன மொழியடுக்குகள் பற்றியதாகக் கதைமொழி நகர்கிறது. தன்னிலை என்பது மையமற்ற பல மொழி வேர்களைக் கொண்டது. தரையில் ஊன்றப்படும் வேர்போல மண்ணைப் பற்றிக் கிளைக்கக்கூடியது. எந்த வேர் தரையில் படுகிறதோ அவ்வேர் பற்றிக் கிளைக்கும். ஒரு குறிப்பிட்ட மொழி சமூக அமைப்பிற்குள் படரும்போது அது வேர் ஊன்றிக் கொள்கிறது. வேறொரு நிலையில் வேறொரு வேர் பட்டுப் படருகிறது. அல்லது தன்னிலை ஒரு குறிப்பிட்ட மொழியமைப்பில் நங்கூரம் பாய்ச்சி நிற்கிறது. வேலை முடிந்தவுடன் நகர்ந்து விடுகிறது. உதாரணமாக, சாதாரண மனிதன் மதநம்பிக்கை என்கிற தன்னிலை ஆதிக்கம் பெற்று நங்கூரம் பாய்ச்சி நிற்கும்போது மதவெறி கொண்டு பிற மத உடலைக் கொலை செய்யும் வன்முறை மனநிலைக்கு ஆளாகிறான். பிறகு அதிலிருந்து விலகி இயல்பான தன்னிலை பெற்றுவிடுகிறான். தன்னிலையின் இந்த இயக்கமைவைக் கொண்டதாக நகர்கிறது கதை. பகுத்தறிவும், மாயத்தன்மையும் அங்கங்கு நங்கூரம் பாய்ச்சி நகர்ந்து செல்கிறது.

இந்தத் தன்னிலையின் செயல்பாடு, கதைமொழிக்குள் பயம் என்று சுட்டப்படும் விஷயத்தில் ஒரு முக்கியமான இயக்க அமைப்பாகச் செயல்படுகிறது. கதாசிரியனுக்கு பயம் என்பது மனைவிக்கு ஏதாவது நேர்ந்து விடலாம் என்பதுதான். இதன் பொருள் கதாசிரியன் காஞ்சனையின் குறி இல்லை என்பதாக கதை மொழி ஒரு முடிவிற்கு வந்து விடுகிறது. அதாவது, கதாசிரியன் தன்னிலை பகுத்தறிவில் நங்கூரம் பாய்ச்சினாலும், உள்ளார்ந்து கிடக்கும் மாயவாத அல்லது பழங்கதையின்

மொழியானது அவ்வப்போது அவனை அசைக்கிறது. அவனது பயம் அவனது மனைவிக்கு இல்லை. அல்லது மனைவியாகப் படைக்கப்படும் பெண்களின் தன்னிலைக்கு ஒரு நிலைத்தன்மை ஆணிய மொழியால் படைக்கப்பட்டிருப்பதே காரணம். அப்பயம் மனைவிக்கு வந்துவிட்டால் அவளது நிலைத்தன்மை குலைந்து விடும் என்று யூகித்துக் கொள்கிறது கதைமொழி. ஏனென்றால் அவளுக்குள், வேலைக்காரியாக வந்திருப்பது ஒரு மனித உயிர் என்கிற புரிதல் மட்டுமே செயல்படுகிறது. அல்லது பெண்ணின் அறிதல் ஆணால் கையளிக்கப்படுவதுதான் என்பதுவே. அல்லது பெண்ணின் குரல் வெளிப்படாமல் அமுக்கப்படுகிறது.

பொதுவாக பேய் எளிமையாகப் பற்றக்கூடிய உடல்களாக முன்வைக்கப்பட்டிருப்பவை 1. கர்ப்பிணிப் பெண்கள் 2. பருவமடைந்த பெண்கள் 3. பருவமடைந்த ஆண்கள் 4. மாதவிடாய் வந்த பெண்கள். இவ்வுடல்களுக்குள் ஒரு ஒற்றுமை இருப்பதைக் காணலாம். இவை எல்லாம் பாலியலுடன் உறவு கொண்டவை என்பதே அது. தெய்வம் மற்றும் பேய் பற்றிய கதையாடல்கள் பாலியல் உடல் தளங்களுடன் ஒரு உறவு கொண்டிருக்கின்றன. இதில் வரும் காஞ்சனையும் காதல் வேட்கையால் பாதிக்கப்பட்ட மந்திரவாதியினால் பேயாக்கப்பட்டவள் என்பதாகக் கதைமொழி ஒரு யூகத்தைக் கட்டமைப்பதில் அறியலாம். (கற்பு அல்லது திருமண நிலை) பாலியலைத் தனக்குள் ஒடுக்கிக் கொள்பவள் தெய்வநிலையும், (களவு அல்லது காதல் நிலை) பாலியல் உந்தங்களை செயல்படுத்த முனைபவள் பேய்நிலையும் அடைகிறாள். பெண் என்கிற உடலின் தேர்வுப்பரப்பும் இயக்கமும் இவ்விரு எல்லைகளுக்குள் குறுக்கப்படுகிறது. இவ்வாறாகவே, பாலியல் குறித்த அதிகாரக் கட்டமைவிற்கான கருவிகள் பழம் புராண, இதிகாச கதையாடல்களின் வழியாகக் கட்டமைக்கப்பட்டிருப்பதை உணரலாம்.

கதையில் அமானிடப் பெண்ணால் மானிடப் பெண்ணிற்குப் பிரச்சனை என்பதாக யூகித்துக் கொண்டு விடும் கதைமொழி, கதாசிரியனை ஒரு மேல்நிலையில் வைத்துக் கண்காணிக்கச் செய்கிறது. அல்லது அறிவார்ந்த நிலையில் வைத்து மனைவிக்கு பாரா போடும் வேலையைச் செய்கிறது. இதன் பொருள் ‘கதை என்பது பொய். கடவுள்-தர்மம் என்று பல நாம-ரூபங்களுடன், உலக மெஜாரிட்டியின் அங்கீகாரத்தைப் பெறுவது’ என்கிற அறவியல் கதையாடல்களைப் படைத்தளிப்பதே ஒரு கதாசிரியனுக்கான அடிப்படை என்கிற அரசியல்தான். ஆக, இக்

கதையாடல் அடிப்படையில் ஒரு நிகழ்வை இரண்டு மொழிக்குள் பின்னிச் செல்வதின் வழியாக, சிறுகதை பற்றிய ஒரு உரையாடலை சாத்தியமாக்க முனைகிறது. தமிழ்ச் சிறுகதைத் தோற்றத்துடன் உருவான அற போதனைக்கு எதிரான குரல் இது எனலாம்.

அதனால், கதை உருவாகும் கதையாக ஒருவகை metafiction-ஆக வடிவம் கொண்டு விடுகிறது இக்கதை. ஆக, இக்கதையாடலானது தனது ஆழ்தளத்தில் கடவுள்-மனிதன்-பேய் என்கிற முப்பட்டகத்தைக் கொண்டிருக்கிறது. சுடும் விபூதி கடவுளின் பிரதிநிதி, கர்ப்பிணிப் பெண் மனித குலத்தின் பிரதிநிதி, காஞ்சனை பேய் உலகப் பிரதிநிதி. நள்ளிரவில் நடுவீதியில் நிற்கும் ஒருவன் யார்? காசியில் காஞ்சனையின் மீது மோகம் கொண்ட மந்திரவாதியா? அல்லது கடவுளா? அல்லது இந்த முப்பட்டக இணைவை சாத்தியமாக்கிய ஆதியில் கடவுளின் பிரதிநிதி அல்லது கடவுள் என்கிற கட்டமைப்பிற்காகக் காலகாலமாகக் கதை சொல்லிவரும் தொல்குடி மாந்திரீகனா? கதைமொழி இப்புதிரை அவிழ்க்காவிட்டாலும் ஒரு தடத்தைச் சொல்கிறது. அது சேமக்கலம். சேமக்கலம் சப்தம் கேட்டு வெளிவரும் கதாசிரியன், பின்னால் சேமக்கலம் அம்மனிதனின் கையில் இல்லை என்பதன் மூலம் கடவுள் மற்றும் மாந்திரீகன் என்கிற பிம்ப இணைவைச் சொல்லி விடுகிறது கதைமொழி. ஏனென்றால் தொல்குடி மாந்திரீகன் இல்லையேல் இன்று கடவுளும் இல்லை. கடவுள் இருக்கும்வரை கடவுளின் கதையைச் சொல்லியபடி இந்தத் தொல்குடி மாந்திரீகன் நம்மிடம் இருப்பான். இவனே பேயையும் கடவுளையும் எதிர்காலத்தையும் தீர்மானிப்பவன். காலந்தாண்டி நம்மிடம் செய்திகளைக் கொண்டு வருபவன்.

கதையில் தரப்படும் விபூதி என்பது பேய் குடிக்கும் இரத்தத்துளிக்கு பதிலீடாகத் தரப்படுகிறது. விபூதியும், இரத்தத்துளியும் கரு உயிர்ப்பின் இரு குறியீடுகள். விபூதி என்பது வெண்ணிறக் குறியீடு ஆண்நிலையின் கரு தருவதற்கான குறியீடு என்றால் குங்குமம் என்கிற இரத்தத்தின் செந்நிறக் குறியீடு பெண்ணின் கருத்தரித்தலுக்கான குறியீடு ஆகும். கோவில்களில் இன்றுவரை இவை கரு உயிர்த்தலுக்கான ஒரு குறியீடாக வளமைப் பெருக்குடன் பின்பற்று வருவதன் பின்னணி இதுவாகத்தான் இருக்கும் என எண்ணத் தோன்றுகிறது. கதையின் இறுதி வரி "இந்த ஆம்பிள்ளைகளே இப்படித்தான்!" என்றாள் என் மனைவி. "இதற்கு என்ன பதில் சொல்ல?" என்கிற வாசிப்பாளனிடம் ஒரு கேள்வியை முன்வைத்து முடிகிறது.

இங்கிருந்து கதையை மீள் வாசிப்பு செய்தால், எதிர்ப்படும் ஒரு பிரச்சனை, கதாசிரியனுக்குக் காஞ்சனை பேயாக வெளியேறிவிட்டாள். ஆனால், மனைவிக்குக் காஞ்சனை என்ன ஆனாள்? பிரதியின் இந்த இறுதி வரி தரும் பதில், கதாசிரியன் வேலைக்காரிக்கு இடையிலான ஒரு மறைக்கப்பட்ட சம்பவத்தைச் சொல்வதைப் போல இருக்கிறது. ஏனென்றால், கதாசிரியன் பார்வையாளனாக உள்ள வாசகரான நம்மை சாட்சியாகத் துணைக்கழைக்கிறான் "இதற்கு என்ன பதில் சொல்ல?" என. ஏனென்றால் கதையாசிரியன் வாசகனின் கண்காணிப்பில்தான் இருக்கிறான்.

கதைக்குள் இருக்கும் மனைவிக்கு அவனது நிலை தெரியாது. அதாவது, நேர்க்கோட்டில் கதைக்குள் இருக்கும் மனைவிக்கு, குத்துக் கோட்டில் கதாசிரியன் எடுத்துரைத்துச் செல்லும் பேய்ச் சம்பவங்கள் எதுவும் தெரியாது. அதனால், வேலைக்காரியின் மறைவு அவளுக்குக் கணவனின் செயல் விளைவாகத் தோன்றியிருக்கலாம். ஆக, கதையாடல் முன்வைக்கும் இரண்டு பெண்களில் ஒருத்தி யதார்த்தமானவள்; மற்றொருத்தி அ-மானிட தன்மை உள்ளவள். குடும்பப் பெண்களின் தன்னிலை கதைகளில் வரும் அ-மானிடப் பெண்களிடமிருந்து பாதுகாக்கும் பொறுப்பைக் கதையாடல் அல்லது அதன் பிரதிநிதியாகத் தன்னைக் கருதிக் கொள்ளும் ஆசிரியன் ஏற்றுக் கொள்கிறான். அல்லது நேர்க்கோட்டு கதையாடல் அரசும் அதிகாரமும் விரும்பும் இத்தகைய பெண் தன்னிலைகளைப் பாதுகாக்கும், பெண்ணியத்திற்கு எதிரான ஒரு மொழியியல் தொழில் நுட்பமாகவே செயல்படக் கூடியது என்பதுதான்.

'வார்த்தைகளை வைத்துக் கொண்டு ஜனங்களை பயங்காட்டும்' கதையான 'காஞ்சனை' மனம் எனும் கட்டை வண்டியில் நடைபோட்டுப் பிறந்த கதை. மற்றொரு கதையான 'விநாயகர் சதுர்த்தி'யும், இதே வடிவமைப்பில் உருவான மனக் கட்டைவண்டிப் பயணக் கதைதான்.

தொகுப்புரையாக, பெண்களுக்குக் கையளிக்கப்பட்டிருக்கும் எல்லைகள் பேய் அல்லது பெண் தெய்வம். இவ்விரு எல்லைகளுக்குள்தான் அவர்களது உடல் இயங்குவதற்கான பரப்பு அனுமதிக்கப்பட்டுள்ளது. பெண் உடலை இந்த எல்லைக்குள் பாதுகாப்பதற்கான உடலாக ஆணும், ஆணின் பலத்திற்கு அரசு இதர எந்திரங்களும் உள்ளன. இதை மீறிப் போகக்கூடாது என்பதற்காகப் பெண் தன்னிலையைக் கட்டமைப்பதற்கான

தொன்மங்களே பழங்கதையாடல்கள் வழி திரும்பத் திரும்ப எடுத்துரைக்கப்படுகிறது. கதையின் உள்ளே புதைக்கப்பட்டிருப்பது (மந்திரியுடன்) காதல் மறுக்கப்பட்ட ஆணாதிக்க அல்லது அரசு அதிகாரத்தின் (மந்திரவாதியின்) பாலியல் துய்ப்பிற்கு உட்பட மறுத்த பெண்ணின் பேயாக்கப்பட்ட உடல். இவ்வாறாக நமது பழம் புராணங்களைத் தோண்டினால் ஒடுக்கப்பட்டும் கொன்று புதைக்கப்பட்டும் உள்ள எண்ணற்ற உடல்களை அகழ்ந்து எடுக்கலாம். ‘காஞ்சனை’ குறித்த இந்த உரையாடல் அதற்கான முயற்சிதான்.

– `மொழியும் நிலமும் வலைபதிவில் வெளியானது. 07, ஜுன் 2001

பெண்ணியம் இன்னும் கொஞ்சம்...

'பெண்ணியம் ஒரு பார்வை' - என்கிற டாக்டர் அ.சாந்தா அவர்களின் கட்டுரையில் (தினமணி - 27.04.93, பகுதி: சிந்திக்கும் வேளையில்: பெண்கள்) - 'பெண்ணியம்' பற்றிய உரையாடல்களில் கவனத்தில் கொள்ள வேண்டிய இரண்டு விஷயங்கள் முன் வைக்கப்பட்டுள்ளன. 1. மொழியும், எழுத்துமே பெண்ணை அடிமையாக்கிய முதற்செயற்பாடு, 2. பெண் அடிமைத்தனத்தில் தகவல் தொடர்பு சாதனங்களின் பங்கு.

நவீன கருத்துகளைத் தொட்டுப் பெண்ணியம் பற்றிய ஒரு புதிய உரையாடலைத் துவங்கியுள்ள டாக்டர் அ.சாந்தா - கவனத்திற்குரிய வராகிறார். மேற்குறித்த இரண்டு கருத்துகளும் விரிந்த மற்றும் ஆழ்ந்த அவதானிப்புகளுக்கு உரியவை என்பதில் அவருக்கும் கூட மறுப்பு இருக்கப் போவதில்லை. ஆனபோதிலும் இவை குறுக்கப்பட்ட நிலையில் கையாளப்பட்டிருப்பதே கவனத்திற்குரிய புள்ளிகளாகிறது. மொழியும், எழுத்துமே - பெண்ணை முதலில் அடிமைப்படுத்தியதாகச் சுட்டப் படுகிறது. இங்கு மொழிக்கும் சமூகத்திற்கும் இடையிலான வினையை விட்டுவிட்டு அவர் கூறும் காரணங்களைப் பார்க்கலாம். பழைய சம்பிரதாயங்கள், சடங்குகள் உள்ளிட்ட இன்னபிற கருத்துகள் எழுத்து வடிவில் இருப்பதால் பல தலைமுறைகளும் கண்மூடித்தனமாக அவற்றைப் பின்பற்றுகின்றன. அப்படியெனில், எழுத்திற்கு முந்தைய வாழ்க்கை முறைகள் உருவாக்கிய சம்பிரதாயச் சடங்குகள் எதுவும் நமது தலைமுறைகளுக்குக் கடத்தப்படவில்லையா?

இன்று பல இந்துக் குடும்பங்களில் நிலவும் 'தாய்மாமன் சீர்' (சில பகுதிகளில் வரிசை என்பார்கள்) என்கிற சம்பிரதாயத்தை எடுத்துக் கொள்வோம். இச்சம்பிரதாயம் தாய்வழி ஆதிப்பழங்குடிகளில், தாய்க்கு அடுத்த அதிகாரம் படைத்த அவளது சகோதரன் (அதாவது தாய் மாமன்) அக்குழுப் பெண்களை பிறகு குழுக்களுடன் பரிவர்த்தனை செய்யும் குழுவின் பரிசுப் பொருள்களை அப்பரிவர்த்தனையில் வழங்கவும் அதிகாரம் பெற்றிருந்தான். (அச்சமூகத்தில் தந்தை என்கிற ஸ்தானமே அறியப்பட்டிருக்கவில்லை என்பதும், தந்தையின் பங்கு தாய்மாமனால் ஈடுசெய்யப்பட்டது என்பதும் மானுடவியலாளர்கள்

கூறும் உண்மைகள்) அதன் நீட்சியாகவே இன்று தாய்மாமனின் சீருக்கு முக்கியத்துவம் தரப்படுகிறது என்று யூகிக்க வழியிருப்பின் டாக்டர் அ. சாந்தா அவர்களின் எழுத்துக்குப் பிறகான சமூகங்களில் நிலவும் இச்சம்பிரதாயத்தை எப்படி விளக்க முடியும்? எழுத்தற்ற வாய்மொழி இலக்கியங்களாக இந்த நூற்றாண்டின் ஆரம்பத்தில் விழிப்புணர்ச்சியடைந்த நாட்டார் வழக்காற்றியல் (folklore) சார்ந்த நாட்டுப்பாட்டு, விடுகதைகள், பழமொழிகள் - ஆகியவற்றின் மூலம் இறக்கப்பட்டு பல ஆண்டுகளாய் நடைமுறைக்குள்ளாகி இருக்கும் சம்பிரதாய, சடங்குகளை எப்படி விளங்கிக் கொள்வது? எழுத்தறிவற்ற பல ஆதிவாசிகள் (ஆப்பிரிக்கா, இந்தியா போன்ற சில பகுதிகளில்) பல சம்பிரதாயங்களை இன்றும் பின்பற்றி வருவதை விளக்க என்ன வழி உள்ளது?

எழுத்து உருவான பிறகு பல சிறு, சிறு குழுக்களாய் இருந்து வந்த கூட்டங்களின் பண்பாடும், மொழியும், பரவலாக்கப்பட்டு ஒருங்கிணைந்து ஒரு கலப்புப்பண்பாடு உருவாகி, பண்பாட்டுப் பொது அமைப்பாக இறுக்கம் பெற்றது என்று யூகிக்க வழிகள் உண்டு. நமது யூகம் சரியெனில், டாக்டர். அ. சாந்தா, கூறுவது போல், பெண் அடிமை என்பது இன்று ஆதிக்கம் செய்து வரும் பண்பாட்டுப் பொதுமைகளால் வருவதுதான் என்று கொள்ளலாம். பண்பாட்டு நெகிழ்ச்சியைப் பற்றி பேசும் அவர் இந்தப் பண்பாட்டு அமைப்பே பெண்ணியத்திற்கு எதிர்நிலையில் நிற்பதை ஏனோ விட்டுவிடுகிறார். இந்த விடுபடல் மொழி பற்றிய அவரது புரிதலில் வெளிப்படுகிறது. மொழி என்பது ஒரு பரிமாற்றுக்கருவி என்ற நிலையிலேயே அவரது அளவைகள் (logic) நின்று போகின்றன.

மொழியின் செயல்பாடு வெறும் கருத்துப் பரிமாற்றமே என்கிற மரபார்ந்த அணுகுமுறைகளால் இன்று மொழி சார்ந்த பலவற்றை விளக்க முடியாமல் போய் உள்ளதைப் பற்றிய பல ஆய்வுகளை அவரே கூட அறிந்திருக்கலாம். மொழி 'பெயரிடுதல்' என்கிற பிரதான பணியாய் ஒழுங்கமைக்கப்பட்ட சப்தமாகத்தான் தனது செயலைத் துவக்குகிறது. வேறொரு சூழலில், அதே பொருள் பெயராக மட்டுமே அறிவிக்கப்படும் போது ஒரு அரூப நிலையில் கருத்துப்படிமமாக நின்று போகிறது. இந்நிலையில் அப்பொருள் பற்றிய அறிவு என்பது அதன் பெயர் மற்றும் கருத்துப் படிமம் பற்றிய அறிவாக மாறிப் போகிறது. அப்பொழுது பொருளின் இருப்பு மறுக்கப்பட்டு விடுகிறது. பொருள் பற்றிய பிம்பமும், புனைவுகளும் மட்டுமே மனிதனின் மொழியில் பொருளாக

வடிவம் கொள்கின்றன. ஒரு பொருள் பற்றிய நினைவும், சிந்தனையுமே அப்பொருளின் இருப்பாக மாறிப் போகிறது. இங்கு, பொருளைப் புரிந்துகொள்ள பொருள் தேவை இல்லை. அதைப் புனைவுகளும் படிமங்களும் கருத்துகளும் ஆன மொழி மட்டுமே போதுமானதாகிறது.

இப்படியாக மொழிவழிச் சாத்தியப்பட்ட பல குழுக்களின் ஒருங்கிணைப்பு ஒரு பண்பாட்டுப் பொதுமையை உருவாக்கி சில பொதுப் பண்புகளின் அடிப்படையில் மனிதனை வரையறுத்துள்ளன. இவ்வுரையிலிருந்து ஒவ்வொரு மனிதனும், சக மனிதனை 'மனிதன்' என்கிற பிம்பமாக, ஒரு கருத்தாக மட்டுமே பார்க்கிறான். ஒவ்வொரு மனிதனும் கருத்து வடிவங்களாக உடலற்றுப் போவதால் ஒருவர் மீது ஒருவர் செலுத்தும் ஆதிக்கத்தின் வன்முறை உணரப்படாமல் போய்விடுகிறது. இங்கு மனிதன் தனக்கு தேவையான இதத்தைப்பெற சக மனிதன் சார்ந்த சமூகத்திற்கு அப்பால் 'அப்பாலை உலகை' தேடிப் போக வேண்டிய நிர்பந்தம் ஏற்படுகிறது. மனிதனை உய்விப்பதாக அறிவித்த பெரும்பாலான தத்துவ ஞானங்களும் 'கடந்து செலல்' எனும் தொழில்நுட்பத்தை முன்வைக்க வேண்டிய தேவை எழுகிறது. இவை இறுதியில் மனித உடலை மொழி வழியாகக் கரைத்து விட்டு, கருத்து ரீதியானவற்றில் சுகம் தேட முனைகின்றன. இத்தேடல் பல நிறுவன வடிவங்களை உருவாக்க வேண்டிய நிர்பந்தத்தை ஏற்படுத்துகிறது.

இந்த வகை நிர்பந்தத்தில் சுகத்தை ஒழுங்கமைக்க பல நிறுவன வடிவங்கள் மனிதனால் கட்டமைத்துக் கொள்ளப்படுகிறது. இந்த நிறுவன வன்முறைதான் (மதம், சாதி போன்றவற்றின்) மொழியால் மனிதனுக்குள் இதமாக்கப்பட்டுள்ளது. இந்த இதம் வேறொரு புதிய, புரட்சிகர மொழியால் சிதைக்கப்படும்போதுதான், மனிதன் தனது சுய இருப்பின் அடியில் ஒடுக்கப்பட்டுக் கிடக்கும் உடலின் இருப்பை உணர்கிறான். எனவே, மொழி இன்று தனது பிரதான செயலாக கொண்டியங்கும் 'பிம்ப உருவாக்கம்' என்கிற செயல்பாடே இன்றைய சிந்தனைக்குவியங்களுள் முக்கியமானதாகக் கருதப்படக்கூடியது.

இன்னும் சற்று விரிவாகப் பார்ப்போமானால், ஒரு முதலாளிக்கும்/தொழிலாளிக்கும் இடையிலான உறவையோ, ஒரு ஆணுக்கும்/பெண்ணுக்கும் இடையிலான உறவையோ, இரு நண்பர்களுக்கு இடையிலான உறவையோ, ஆய்வுக்கு உட்படுத்தினால் மொழியின் நுட்பமான செயலைப் புரிந்துகொள்ள

ஏதுவாகும். ஒரு ஆணுக்கும்/பெண்ணுக்கும் இடையிலான உறவை எடுத்துக்கொண்டால் அது பொருந்திப் போதலாகவே உள்ளது. ஒரு ஆணின் பார்வையில் பெண் சுயசார்பு அற்றவள், நளினம், மென்மை, கற்பு, அடங்கிப்போதல் ஆகியன கொண்டவள். ஒரு பெண்ணின் பார்வையில் ஆண் சுயசார்பு உள்ளவன், தனித்துவம் மிக்கவன், வீரமானவன், ஆதிக்கம் செய்பவன்ள, என்பதாக உள்ளது. இவ்விரண்டு பிம்பங்களுக்கும் இடையில் இருவரும் ஒரே மொழியைப் பகிர்ந்து கொண்டாலும் அவற்றின் அர்த்தமாக்கலும், உள்ளீடான அர்த்தங்களும் வேறுபட்ட புனைவுகளால் பின்னப்பட்டுள்ளன. இவற்றை அர்த்தமாக்கும் மொழியும் ஆண்நிலை அடிப்படையிலேயே அமைந்துள்ளதால், இவை ஆண்நிலை பிம்பங்களுடன் சுலபமாகப் பொருந்திப் போய் விடுகிற ஒரு உளவியல் பின்னணியைத் தருகின்றன. ஒரு ஆணுடலுக்கு சுகம் என்பது அடக்குவதிலும், ஒரு பெண்ணுடலுக்கு அடங்கிப் போவதில் கிடைக்கும் இதமாகவும் உள்ளது. சுகம் என்பதன் அர்த்தமாக்கல் இவ்விரு பிம்ப நிலைகளிலும் வெவ்வேறாகச் செயல்படுவதையே இவை காட்டுகின்றன.

எனவே, பெண்நிலையிலான மொழி என்பது இன்னும் உருவாக்கப் படவேயில்லை. இதுவரையிலான எழுத்துகள், சரித்திரங்கள், பழங்கதைகள், புனைகதைகள் எல்லாமே ஆண்நிலையிலேயே பெண்ணை அணுகி வந்துள்ளன. இன்றைய மொழியின் சாத்தியப்பாட்டிற்குள் இவை மட்டுமே செய்யப்படக்கூடியதாக இருப்பதைப் பெண்நிலை நோக்கில் எழுதுபவர்கள் எதிர்கொள்ளும் மொழியில் புரிந்து கொள்ளக்கூடியவையே. பெண் எழுத்தாளர்கள் கூட இது வரையில் பெண் என்ற நிலையில் எதிர்கொள்ளும் உடலியல், உளவியல் பிரச்சனைகள் பற்றி எழுதாததும் ஆண் பற்றிய புனைவின் வன்முறையை வெளிப்படுத்தாததையும் உதாரணத்திற்குச் சுட்டலாம். இரு மனிதர்களுக்கு இடையிலான மொழிப் பரிமாற்றம் என்பது வெறும் பேச்சு, சப்தம், எழுத்து, சைகை என்பதாக மட்டுமே இருப்பதில்லை. இரண்டு பிம்பங்களின் வினையாகத்தான் செயல்படுகிறது என்பதே முக்கியம், ஒருவர் பிம்பத்தை மற்றொருவருக்குள் திணிப்பதும், அல்லது தனது பிம்பத்தையே மற்றொருவராகப் பார்ப்பதும்தான் மொழியின் முக்கிய வினையாடலாக இருக்கிறது. மொழியும், எழுத்தும் முதலில் உள்ளீடற்ற சப்த ஒழுங்காக உருவாகி, பிறகு அர்த்தங்களால், பிம்பங்களால் புனையப்பட்டு அதுவே மனிதனின் மீதான அனைத்து ஆதிக்கங்களின் தோற்ற மூலமாகியுள்ளது. டாக்டர். அ. சாந்தா பெண் அடிமைத்தனம் மட்டுமே மொழியால்

சாத்தியப்பட்டுள்ளது என்பதாக கூறும் கருத்து இன்னும் சற்று ஆழ்ந்த அவதானிப்புக்குரியது என்பதுவே இங்கு சுட்டிக்காட்டப்பட்டுள்ளது.

மொழி முழுமையாக இன்று ஆணிலையானதாகவே அமைந்துள்ளது - என்பதை நவீன சிந்தனைகளுடன் தொடர்புடைய யாரும் மறுக்க இயலாது. ஆணிலையில் உருவமைக்கப்பட்ட பெண் குறித்த பிம்பமே, ஒரு பெண்ணின் தன்னிலையாக (Subject) உருவாகியுள்ளதுதான், பெண்ணின் மீதான மிகப்பெரும் ஒடுக்கு முறையில் ஒன்று. டாக்டர். அ. சாந்தா சுட்டும் பெண்ணின் பலவித குணங்கள் (வடமொழி, தமிழ்நூல்களின் ஆதாரத்துடன்) இந்தவகை அவதானிப்புக்குரியவை. இப்படியாக, ஆணிலையில் மொழி அமைந்திருப்பதை வெறும் பெண் மீதான ஒடுக்கு முறையாக மட்டுமே பார்க்க முடியாது. மொத்த சமூகத்தின் மனிதனின் அடிமைப்பாடாகவே கொள்ள முடியும். இந்நிலையின் பெண்ணிய நோக்கிலான ஒரு மொழியின் உருவாக்கமே இன்று முற்போக்கான திசைக்கு இட்டுச் செல்லும். அதே நிலையில்தான், ஆணும், தனது உடல்சார்ந்த இருப்பின் உண்மையான அர்த்தத்தை பெறமுடியும், அதற்கு மொழியின் இறுக்கங்கள், நிலைப்பு, அமைப்பாக்கம் - ஆகியன பற்றியும், அவற்றினை சிதைவாக்கத்திற்கு உட்படுத்துவது பற்றியுமான ஆய்வு அவசியமானது.

தகவல் தொடர்பு சாதனங்களின் மூலம் பெண் அடிமைத்தனம் நிலை நிறுத்தப்படுவதாக கூறும் டாக்டர். அ. சாந்தா அவர்களின் கருத்தை நாம் மறுப்பதற்கில்லை. இவ்வகைப்பார்வை அச் சாதனங்களை கருத்துப் பிரச்சாரம் மற்றும் கருத்துத் திணிப்பு செய்யக் கூடியவை என்கிற ரீதியில் மட்டுமே பார்க்கிறது. அதற்கும் மேலாக 'பெண்' என்ற ஆணிலையில் உருவமைக்கப்பட்ட பிம்பங்களை மறு உருவாக்கம் செய்வதும் பரவலாக்குவதும் இறுக்கச் செய்வதும் இச்சாதனங்கள் தான். இவை, பெண்ணை உருவாக்குவதில் உளவியல் தளத்தில் நுட்பமான தாக்கத்தை செய்கின்றன. இவை சமூகத்தில் புழங்கி வரும் ஆணாதிக்க மொழியை அங்கீகரித்து இயல்பாக்கி, அவற்றின் அர்த்தத்தை உறையச் செய்வதில் முக்கிய பணியாற்றுகின்றன. இச்சாதனங்களை, பயன்படுத்துவோரின் கைமாறினால் அவற்றின் உள்ளடக்கமும் மாறும் என்பதாக 'ரெய்மாண்ட் வில்லியம்ஸ்'ஐச் சுட்டிக் காட்டி டாக்டர் அ. சாந்தா கூறுகிறார். இன்று முற்போக்கான சில கருத்துக்களைக் கொண்டு வெளிப்படும் திரைப்படங்கள், தொலைக்காட்சித் தொடர்கள் பத்திரிக்கைகள் ஆகியவை ஏன் பரவலான வெற்றியைப்

பெற முடியவில்லை? ஒரு பொருளை உற்பத்தி செய்து வெளிப்படுத்துவதால் மட்டுமே அப்பொருளுக்கான நுகர்வு அமைப்பை உருவாக்கிவிட முடியாது. அப்பொருளுக்கான உற்பத்தி நிலைமை அல்லது அதை நுகரும் சூழலையும் உருவாக்க வேண்டும் என்பது அடிப்படையான விஷயம். இங்கு நுகரும் சூழல் என்பதை நாம் உருவாக்கும் படைப்பை, கருத்தை மொழி ரீதியான அர்த்தமாக்கல் என்றும் கொள்ளலாம், இந்த அர்த்தமாக்கும் நிலைமையை உருவாக்கினோமா? எனபது கேள்விக்குரியதே.

இன்று, தகவல் தொடர்பு சாதனங்கள் வலைப்பின்னலாக அமைந்து திரும்பத் திரும்ப ஒன்றையே கூறி குறிகளின் ஆதிக்கத்தையும், ஒரு வித அர்த்தப்படுத்தலையும் உருவாக்கி உள்ளன. இதை வெறும் ஊடகமாகப் பார்க்க முடியுமா? இன்றைய மொழியே ஆணிலையானதாக இருக்கும்போது, இந்த ஊடகங்களைப்பற்றிய பெண்ணிய கருத்தைக் கொண்டு செல்வது சாத்தியமா? நமது கருத்தைக்கூட நாம் கையாளும் மொழி இதே ஆணிலை மொழியாக இருக்கும் போது அவற்றை எதிர்க்கொள்ளும் வாசகத்தளம் எப்படி பெண்ணிலையில் அவற்றைப் புரிந்து கொள்ளும்? எனவே, தகவல் தொடர்பு என்பதின் மூலமான மொழிச்செயல்பாடு ஒழுங்கமைக்கப்பட்ட ஆணிலையான கண்ணோட்டத்திலேயே உருவாகியுள்ளதுதான். இவற்றின் வடிவம், செயல்பாடு, உள்ளடக்கம், முழுமையும் அலசலுக்கு உட்படுத்தப்பட்டு மாற்றத்திற்கு உள்ளாக்கப்பட வேண்டியவையாக உள்ளது.

அடுத்து, ஒரு பெண், கணவன் இறந்த பின்னும் பொட்டிடல், பூவைத்தல் வண்ணத்துணியணிதல் என்கிற முற்போக்கான முடிவை சுயசிந்தனையில் எடுக்கவில்லை என்கிற ஒரு சம்பவம் டாக்டர் அ. சாந்தாவால் சுட்டிக்காட்டப்பட்டுள்ளது. இதேமுடிவை சுயசிந்தனையில் எடுத்திருப்பினும் கூட பெண்ணியம் பற்றிய அடிப்படையான விஷயங்களுக்கும் அவற்றிற்கும் என்ன உறவு என்பது கேள்விக்குரிய விஷயமே. போகட்டும், இந்த வகை முடிவுகளை 'முற்போக்கானது' என்றே கொள்வோம். இங்கு அரேபிய நாட்டுப் பெண்கள் பற்றிப் பேசுவது இன்னும் கொஞ்சம் இந்த வகை முற்போக்குகளை விளக்கிக் கொள்ள ஏதுவாகும்.

ஒரு பெண் தனது முகத்தை வெளியில் காட்டவே தடை செய்யப்பட்டுள்ள அரேபிய நாடுகளில் (குறிப்பாய் சவுதி அரேபியாவில்) விதவைகளுக்கும் என்று தனிப்பட்ட அடையாளங்கள் இல்லை. வரதட்சிணை இல்லை. ஆண்கள்

தான் லட்சக்கணக்கில் பணம், நகை, வீடு எனக் கொடுத்து பெண்ணைத் திருமணம் செய்துக்கொள்ள வேண்டும். இங்கு கணவன் பெண்டாட்டி சொற்படிதான் வாழ்கிறான். (அதாவது டாக்டர். அ. சாந்தா சுட்டிக்காட்டிய 'பெண்டாட்டிதாசர்களாக') விவாகரத்து (தலாக்), மறுமணம் என்பது மிகச் சாதாரண விஷயம், இவற்றை வைத்து அரேபியாவில் 'பெண் சமத்துவம்' - நிலவுவதாக கூறிவிட முடியுமா? மிகக் கடுமையான பெண் ஒடுக்குமுறை இங்குதான் உள்ளது. வீட்டுக்குள் பெண்களை வைத்துப் பூட்டுவதும், அந்நியருடன் பேசத் தடையும், தலை முதல் கால் வரை 'அபயா' - எனப்படும் கருப்புத் துணியாலான உடையில் மூடி மறைத்துக் கொள்வதும் இங்கு கட்டாயமாக உள்ளது. ஒரு பெண்ணைக் கணவன், தந்தை, சகோதரன், மகன் தவிர்த்து பிற ஆண்கள் பார்பதைத் தவறு என்கிறது இஸ்லாமிய மதம். இங்கு பெண்கள் பிள்ளை உற்பவிக்கும் எந்திரமாகக் கருதப்பட்டு பாதுகாக்கப்படுகிறார்கள். ஆண் 4 பெண்கள் வரையும் (அரசு குடுபத்திற்கு இந்த எண்ணிக்கை கிடையாது) திருமணம் செய்து கொள்ள சட்ட அனுமதி உண்டு. எந்த நாட்டிலாவது 1 பெண் 4 ஆண்களைத் திருமணம் செய்து கொள்ள அனுமதியுண்டா?

(பெண் பிம்பத்தில் உள்ளிருத்தப்பட்டிருக்கும் 'கற்பு' - என்கிற கருத்து யாரால் ஏற்படுத்தப்பட்டிருக்கும்? எதற்காக ஏற்படுத்தப்பட்டிருக்கும்? என்பது இங்கு சிந்திக்க வேண்டிய புள்ளிகள்).

இந்நாடுகளில் அழகு சாதன்ப் பொருட்களுக்கு (குறிப்பாய் பெண்களுக்கானவை) தரப்படும் முக்கியத்துவம், விளம்பரம், விற்பனை இச்சமூகங்களை மிகப்பயங்கரமாக ஆக்ரமித்துள்ளன. உலகில் தயாராகும் அனைத்துவகை அழகுசாதனப் பொருட்களும் பெருமளவில் இங்குதான் விற்பனை செய்யப்படுகிறது. நான்கு ஆண்கள் மட்டுமே பார்க்க, பேச அனுமதிக்கப்பட்டுள்ள இப்பெண்கள் ஏன் பெருமளவில் இவற்றை நாடிச் செல்கின்றனர்? பெண்ணின் நுட்பமான மன உணர்வுகளை, வேட்கைகளை இயல்பாக்கம் செய்ய இந்தப் பொருட்களும் இவற்றின் வழி உருவாகும் பிம்பங்களும், கனவுகளும் தரும் இதம் அரேபியப் பெண்களுக்கு தேவைப்படுகிறது. பெண் உடலின் சுய ஆற்றலை இப்பொருட்களின் பயன்பாட்டால் பதிலீடு செய்து மொண்ணையாக்கிட இவற்றின் பரவலாக்கமும், கவர்ச்சிகரமான விளம்பரமும், போட்டியும் தேவைப்படுகிறது. அரேபிய சந்தையில் பிரதான இடத்தைப் பிடித்துள்ள இப்பொருள்களே

இப்பெண்களின் நுகர்வு, வழியாக - ஆற்றலை அழித்துக் கொண்டு உள்ள. இவர்களுக்கு சுயசிந்தனை இல்லையா உண்டு - அவர்கள் தேர்ந்தெடுக்கும் ‘லிப்ஸ்டிக்கி’ன் நிறம். 'ஹேர்ரிமூவ'ரின் தொழில் நுட்பம், 'மேக்கப்கிட்'டின் டிசைன், 'ஆயின்மெண்ட்'களின் தரம் ஆகியவற்றில் உண்டு. இவர்கள் ஏன் சுயமாக சிந்திக்க இயலவில்லை. அதற்கான பலகாரணங்களின் ஒன்றாக டாக்டர் ஆ. சாந்தா கூறும் இரண்டு காரணங்களையும் விரிந்த தளத்தில் கொள்ளலாம்.

1. மொழி - அரேபியமொழி புனிதமாகவும், முதன்மையானதாகவும் கருத்தப்படுவதால் அம்மொழியில் உடைசல்கள், மாற்றங்கள் செய்ய சாத்தியமில்ல. சட்ட அனுமதியும் இல்லை. அம்மொழியின் செயல்பாடு அங்கீகரிக்கப்பட்ட மத அர்த்தப்படுத்தலையே செய்து கொண்டு உள்ளன. இங்கு மதமும், மொழியும் ஒன்றாகவே செயல்படுகின்றன.

2. தகவல் தொடர்பு சாதனம் டிவி, நேடியோ, பத்திரிக்கை - (அரேபியாவில் சினிமா இல்லை, எடுக்க அனுமதியும் இல்லை) - ஆகிய அனைத்தும் மதப் பிரச்சாரத்திற்கு முதன்மை முக்கியத்துவமும், விளையாட்டு, விளம்பரம், மதரீயான நாடகங்கள்- ஆகியனவற்றிற்கு அடுத்த நிலையும் தந்து ஒளிபரப்பப்ப்படுகின்றன. அந்நிய நாட்டுப்படங்கள், பத்திரிக்கைகள், மதக்குறியீடுகள் கடுமையான தனிக்கைக்கு உள்ளாக்கப்படுகின்றன. குறைந்தபட்ச சுதந்திரச் சூழலான - மக்கள் கலந்து கொள்ளக்கூடிய பண்பாட்டு, கலைவிழாக்கள் எதுவும் கிடையாது. இங்கு ஆண்களே அதிகாரத்தில் இருப்பினும், வரையறுக்கப்பட்ட பெண்ணின் சுயசிந்தனைக்கு வருவோம். இதிலும் நாம் எதிர்கொள்வது மொழியே. ஒரு பெண் சுயமாக சிந்திப்பது என்றால் எதை அடிப்படியாகக் கொண்டு சிந்திப்பது? அப்பெண்ணின் சுயமே (Self) ஆண்களால் உருவாக்கப்பட்டிருக்கையில் அல்லது ஆணை மையமாக வைத்து உருவமைக்கப்பட்டிருக்கையில் - சிந்தித்தால் - பெண்ணிலையில் முடிவு எடுப்பது சாத்தியமா? அடிப்படையில் இப்பிரச்சனைகளில் எதிர்கொள்வது இன்றைய மொழியில் உருவமைக்கப்பட்ட 'பெண்' பற்றிய பிம்பங்கள் முழுமையாக சிதைந்து ஒரு புதிய 'பெண்' பற்றிய கருத்தாக்கத்தை கட்டமைப்பதும் அல்லது பெண் என்ற உடலின் இயல்புகளை, ஆற்றலைக் கண்டு அவற்றின் அடிப்படையில் ஒரு புதிய வரையறையைச் செய்வதும் அவசியமானது என்பது தான்.

'பெண் விடுதலை' - என்ற பெயரில் இணை ஆண் பிம்பத்தை அடைவதையோ? அல்லது இயங்கி வரும் பெண் பிம்பத்தை சரிசெய்து சில முற்போக்கானவற்றை இணைத்துக் கொள்வதிலோ பெண்ணியம் சாத்தியமாகிவிடுமா? நாம் கேட்பதெல்லாம் 'பெண்' என்ற சொல்லின் அர்த்தம் என்ன? அல்லது ஆண் சார்பற்ற 'பெண்' என்பதற்கான வரையறையும், கருத்தாக்கமும் என்ன? அவை எவற்றை அடிப்படையாகக் கொள்ள வேண்டும்? பெண்ணியத்திற்கும், பாலியலுக்கும் இடையிலான உறவு என்ன? பெண்ணிய பாலியல், Feminine Sexuality சாத்தியமா? என்பது இந்த வகை உரையாடலை அடுத்த தளத்திற்கு நகர்த்திச் செல்ல ஏதுவாகும்.

இறுதியாய் பாலியல் பற்றிப் பேசாத பெண்ணிய எழுத்து சாத்தியமா? டாக்டர் அ. சாந்தா அவர்கள் முழுமையாக அதைத் தொடர்ந்து விட்டு விட்டார் - (முழுமையாக பெண்ணியத்தின் பல தவறுகளை அக்கட்டுரையில் பேசுவது ஏற்றுக்கொண்ட பணிக்கு வெளியே போய்விடும் என்பதால் விட்டிருக்கலாம்) என்பதால் பாலியல் பெண் உடல் தொடர்புள்ள சமீபத்திய நிகழ்ச்சி ஒன்றைச் சுட்டிக்காட்டி முடிக்கலாம்.

சில மாதங்களுக்கு முன்பு 'அராப் நியூஸ்' (Arab News) பத்திரிக்கையில் அதிர்ச்சி ஊட்டக்கூடிய ஒரு செய்தி வெளிவந்தது. இரண்டாம் உலகப்போரின் போது ஜப்பானிய ராணுவம் பிலிப்பைன் நாட்டைக்கைப்பற்றி அங்கு 9 மாத காலம் முகாமிட்டிருந்தது. இராணுவத்தினரின் பாலியல் வேட்கையைத் தணிப்பதற்காக ஜப்பானிய அரசு ஒரு லட்சத்திற்கும் மேலான பிலிப்பைன், சீன, கொரிய பெண்களை வேலைக்கு அமர்த்தியது. வேட்கை தணிப்பு பெண்களாக (comfort women) இராணுவத்தினர் முகாமிட்டிருந்த ஊர்களில் அப்பெண்கள் சில இடங்களில் தேர்ந்தெடுத்து அடைத்து வைக்கப்பட்டனர். தினமும் 20க்கும் மேற்பட்ட ராணுவத்தினரின் வேட்கையைத் தணிவிப்பதுதான் அப்பெண்களில் ஒவ்வொருவருக்கும் தரப்பட்டிருந்த வேலை. மதியம் 2 மணி முதல் இரவு 10 மணி வரை வரிசையாக இராணுவத்தினர் அனுப்பப்படுவார்கள். அந்தப்பெண்கள் வன்முறைக்கு உட்படுத்தப்பட்ட அப்பெண்களில் தற்பொழுது 65 வயதாகும் 'மரியா ரோஸா லுனா ஹான்சன்' கூறுகிறார், "நாங்கள் மிருகங்களைப்போல நடத்தப்பட்டோம். அத்தருணங்களில் என்னைக் கல்லாக உணர்ந்தேன் பேசாமல் கண்களை மூடிக்கிடப்பேன்".

அப்பெண்கள் நிறையபேர் கடுமையான உடல் உபாதைக்கு ஆளாகியும், இறந்தும் வாழலாயக்கற்று சீரழிக்கப்பட்டனர். அவர்களில் உயிருடன் உள்ள ஒரு சிலரைத் திரட்டி இச்செய்திகளை ஆதாரத்துடன் வெளியிட்டு சம்பந்தப்பட்ட அரசுகள் மீது வழக்கு தொடுத்துள்ளனர் சில தீவிர பெண்ணியலாளர்கள் (Radical Feminist). என்றபோதிலும், பெண் உடலின் பாலியல் பற்றிய பிம்பத்திற்கும், ஆணின் வேட்கையின் தரத்திற்கும் அதிகாரத்துவம் தந்துள்ள அர்த்தமும். பெண் பற்றிய அதிகாரத்துவத்தின் வரையறையும் தவிர இச்சம்பவம் வேறு எதைக் குறிக்கிறது?

- மேலும், டிசம்பர் 1993.

கலை இலக்கியம்

‘ஆசிரியன் இறந்து விட்டதான’ கருத்தாக்கம், விமர்சகனிடமிருந்து படைப்பாளி தப்பிச் செல்வதற்கான உத்தியாகி விடாது. படைப்புடன் உயிர் பெற்றுப் படைப்புடன் இறந்துவிடும் ஆசிரியன், வாசிப்பின் வழியாக உயிர்ப்பிக்கப்படுகிறான். ஆசிரியன் படைப்பின் ஒரு நிலையான புள்ளி இல்லை, படைப்பினூடே வந்து வந்து மறைபவன் என்பதுதான். இந்த ஆசிரியன் ஒரு எழுத்துருதான் (word–being) அல்லது ஒரு பிம்பம். இந்தப் பிம்பம் வாசகனால் கட்டமைக்கப்படுவது. எழுதும் ஆசிரியனின் வர்க்க, பாலியல் தன்னிலை என்பது எழுத்தினை வழிநடத்துவதாக இருக்கிறது. இல்லாவிட்டால் படைப்பில் ஒலிக்கும் பொதுக்குரலை எப்படி அடையாளம் காண முடியும். படைப்பு என்பது இத்தகைய பல குரல்களின் ஒரு போராட்டக்களமாக இருக்கின்றது. ஆசிரியன் தனது ஒற்றைக்குரலால் பிற குரல்களை ஒடுக்குவதை, ஆய்வுகள் வழியாக வெளிப்படுத்த வேண்டிய தேவை உள்ளது. விமர்சனம் படைப்பை அணுகுவதற்கான வழியைத் திறப்பதற்கு பதிலாகப் படைப்பைக் கலைத்துப் போடுவதாக இருக்க வேண்டும். வாசகன் தன் போக்கில் அதனைக் கோர்த்துத் தனது வாசிப்பை நிகழ்த்திக்கொள்ள ஏதுவாகும்.

ஒரு கதையில் எழுதப்படும் வர்ணனைகளே கதையின் சொல்லப்படாத மௌனிக்கும் பகுதிகளுக்கான தடயம். இதனைப் புதிய விமர்சனத்தில் தடம் (Trace) என்பார்கள். Physco–Linguistic–ல் எச்சம் (remainder) என்பார்கள். பேசியதில் உள்ள பேசப்படாததன் எச்சம். இவ்வர்ணனைகளிலும், அதற்கான தரவுகளிலும், பேச்சை உருவமைப்பதிலும், அவற்றை வரிசைப்படுத்துவதிலுமே படைப்பின் வர்க்க, பாலியல், சாதிய, மத தன்னிலை வெளிப்பாடு கொள்ளும். கதைவாசிப்பில் இவ்விடைவெளிகளை வாசகன் தனது அடையாளமாகக் கொண்டு படைப்பின் பரப்பிற்குள் குடியேறுகிறான். படைப்பை மையமற்றதாகச் சிதைப்பதன் மூலம் இந்நிலப்பரப்பைச் சிதைத்து வாசகன் தனக்கான பிரதியை உருவாக்கிக் கொள்ளச் செய்வதன் மூலம் வாசிப்பாளனைக் கொண்டாட்ட மனநிலைக்கு அல்லது வாசிப்பாளனைப் படைப்பூக்கம் மிக்கவனாக மாற்றுவது படைப்பாளியின் பொறுப்பாகிறது. விமர்சகன் அப்படைப்பில் உள்ள ஆசிரியன் என்கிற எழுத்துருவின் தன்னிலை அடையாள அடிப்படைகளை வெளிப்படுத்திக் காட்டுகிறான். இவ்வாறாக விமர்சனம் தீர்ப்பளிக்கும் நீதிமன்றத் தீர்ப்பாக ஆகாமல் பிறிதொரு படைப்புச் செயலாக ஆகிறது.

உடல் மீது விளையாடும் கடவுள்களும், சாத்தான்களும் இலக்கிய இரட்டைகளைப் பேசும் 'வார்சாவில் ஒரு கடவுள்'

'சாத்தான் என்பது அடக்க முடியா செக்ஸ் ஆசையின் நாமரூப வடிவம்'
– பக்.: 181

'எந்த ஆண் தனக்குள் இருக்கும் பெண்ணை அறிகிறானோ, அவன் தான் முழு மனிதன். அதுபோல் எந்தப் பெண் தனக்குள் இருக்கும் ஆணைப் புரிகிறாளோ, அவளே முழுமையானவள்.' –பக்.–338

'வார்சாவில் ஒரு கடவுள்'- தமிழவனின் நான்காவது நாவல். தமிழ் நாவல்களில் இவரது நான்கு நாவல்களினதும் வருகையும் தமிழின் சமூக அரசியல் பின்புலங்களின் வழியாக உருவாகி, தமிழ்ச் சமூக அரசியல் வரலாற்றைக் கதை வடிவில் எழுதிப் பார்க்கப்பட்டவை என்று சொன்னால் மிகையாகாது. 60-களில் கொந்தளிப்புகளைத் தமிழக அளவிலும், இந்திய அளவிலும் உருவாக்கிப் பெரும் அரசியல் மாற்றத்தை ஏற்படுத்திய திராவிட எழுச்சியின் பின்புலத்தில் தென் தமிழகத்தில் நிழ்ந்த வரலாற்று நிகழ்வுகளை மாந்திரீக யதார்த்த வடிவில் எழுதிப் பார்க்கப்பட்ட கதையாடலே 'ஏற்கனவே சொல்லப்பட்ட மனிதர்கள்'. அதன் பின் திராவிட எழுச்சி தேசிய அரசியலில் கலந்துபோனதன் விளைவாக உருவான சமரசத்தின் உச்சமாக வெளிப்பட்ட எம்ஜிஆர் காலகட்டமான 70-களில் தமிழகத்தின் சினிமா மற்றும் அரசியலின் விளைவால் உருவான தமிழ்ச் சமூகத்தின் அழித்தெழுதப்பட்ட வரலாறாக எழுதிப் பார்க்கப்பட்ட கதையாடலே 'சரித்திரத்தில் படிந்த நிழல்கள்'. எம்ஜிஆர் அரசியலின் தொடர்ச்சிக்குப் பின் தமிழகத்தில் மீண்டும் இனஉணர்வை உருவாக்கித் தமிழ்ச்சமூக அரசியலைக் கட்டமைத்த 80-களின் தமிழீழப் பிரச்சனையையும், யாழ்நூலக எரிப்பு மற்றும் பௌத்தத்தின் இறுகிப்போன மடாலயங்களின் அதிகாரம் ஆகியவற்றின் பின்னணியில் அழித்தெழுதப் பட்ட மற்றொரு கதையாடலே 'ஜே.கே. எழுதிய மர்ம நாவல்'. 90-களில் உருவாகி வந்த உலகமயமாக்கலால் உருவாக்கப்பட்ட 'உலகத்தமிழனின்' பண்பாட்டு மோதல்கள் துவங்கி உலகமயமாகிவரும் தமிழனின் சிந்தனை முறைகளைப் பின்னணியாகக் கொண்டு இலக்கிய இரட்டைகள் எனப்படும்

இலக்கிய நுட்பத்தின் அடிப்படையில் 'கோத்திக் நாவல்' வகையினத்தைப் போன்று கற்பனாவாதமும், மாயமும், கூடுவிட்டுக் கூடுபாய்தலும், பேசும் இடம் (வீடு), பேசும் காலம் (கடிகாரம்), மீயதார்த்தக் கனவுகள், வசியம் மற்றும் கவர்ச்சி கலந்துவரும் இரட்டைகளான எழுத்துருக்களால் எழுதப்பட்டுள்ள நாவலே 'வார்சாவில் ஒரு கடவுள்'.

இன சாராம்சவாதத்தை அடிப்படையாகக்கொண்ட ஐரோப்பிய மையவாத சிந்தனை மரபு மனிதனை எந்திரமாக்கிவிட்ட சூழலில், உலகப் பொருளாதாரமும், அதிகார மையமும் ஆசிய நாடுகளுக்கு நகர்ந்து கொண்டிருக்கும் நிலையில், சிறுபான்மையினங்களின் நாடுகள் என்பது அகதி முகாம்களாக மாற்றப்பட்டுக் கொண்டிருக்கும் உலக அரசியல் சூழலில் வெளிவந்திருக்கிறது இந்நாவல். உலகமயமாதலின் விளைவாக உருவான தகவல்தொழில்நுட்பத் துறையைச் சார்ந்த சந்திரன் தமிழகத்தின் தென்கோடியிலிருந்து ஐரோப்பிய சமூகமான போலந்தின் தலைநகரமான வார்சாவிற்குத் தொழில்முறையாகச் செல்வதில் துவங்கி ஐரோப்பிய மற்றும் தெற்காசிய வரலாறு, தத்துவம், அரசியல், பண்பாடுகளினைப் பற்றிய உரையாடலை அவன் வழியாகச் செய்யும் கதையாடலே இந்நாவல்.

இந்நாவலின் முக்கிய எழுத்துருவான சந்திரனின் கால்வழி வரலாறு என்பது இரண்டாம் உலக யுத்தத்தில் விரட்டப்பட்ட மங்கோலிய முகம் கொண்ட பெண் ஒருவரின் மகன் என்பதாகச் சொல்கிறது கதையாடல். ஆங்கிலேயப் போர்த்தளபதி ஒருவனின் வன்பாலுறவை எதிர்கொண்ட வான்சூயி என்பவள் அவனது ஆண்குறியைக் கடித்தெறிந்ததன் மூலம் ஐரோப்பிய ஆண் மையவாத போர் வெறிக்கு எதிர் அடையாளத்தைத் தந்தவளின் இனத்தைச் சேர்ந்த பர்மியப் பெண். ஆங்கிலேய காலனியப் படையால் எரிக்கப்பட்ட வான்சூயின் கிராமமான மிலானர் வழியாக வரும்போது சந்திரனின் தாத்தாவால் கண்டெடுக்கப் பட்டவள்தான் அந்த 3 வயது பெண் குழந்தை. நெருப்பு எரிவதை உணரும் ரகசிய ஆற்றல் கொண்ட அப்பெண் அந்த எரிந்த கிராமத்துடன் தொடர்பு கொண்டவளாக ஊகிக்க பிரதி சில தடங்களைத் தருகிறது என்றாலும், நெருப்புணரும் ஆற்றல் கொண்டவளான அவளுக்கும், மரபான முறையில் நிலத்தடி நீரை அறியும் ஆற்றல் கொண்ட பாரம்பரியத்தில் பிறந்த ஒருவருக்கும் பிறந்த மகன் சந்திரன். ஆக, இரண்டு வேறுபட்ட கலாசாரங்களின் இணைவால் உருவானவன் மட்டுமல்ல, இரண்டு

முரணான அமைப்புகளின் இணைவால் உருவானவன் சந்திரன். இவ்விரண்டு கலாசாரங்களுமே ஐரோப்பாவிற்கு அந்நியமான கலாசாரம் என்பதுடன் ஐரோப்பாவால் விளிம்பிற்குத் தள்ளப்பட்ட தென்கிழக்காசிய நாடுகளின் கலாசாரம் என்பது முக்கியம். விளிம்புகளின் இப் பண்பாடுகள் மையத்துடன் நிகழ்த்தும் ஒரு உரையாடலின் கதைவடிவமே இந்நாவல்.

சந்திரன் லிடியாவிடம் கூறுவது போல- “என் சரித்திரம்- என் ரத்தம்- தென்கிழக்காசியாவின் மொத்தப் பரப்பளவையும் பிரதிநிதித்துவப் படுத்தும் ஒன்று” என்பதால் சந்திரன் ஒரு புவிப் பரப்பளவின் குறியீடாக மாறுகிறான். அவன் நெருப்பாலும் நீராலும் செய்யப்பட்டவன். நெருப்பு/நீர் என்கிற முரண் ஒருவித புராதனக் கலாசார கலப்படையாளமாக இருக்கிறது எனலாம். அவனது தந்தை நீரை அறியும் ஒரு மரபான அறிவைப் பெற்றவர். அவனது தாய் நெருப்பை அறியும் ஒருவகை புராதன குணம் கொண்டவர். கருப்பு மற்றும் மஞ்சள்நிறக் கலப்பினால் உருவானவன். நெருப்பும் நீரும் இணைந்ததால் பிறந்தவன். அல்லது ‘நெருப்பாலும் நீராலும் செய்யப்பட்ட மனம் கொண்டவன்’. நெருப்பு/நீர் என்கிற இந்த அடிப்படையான முரண் நாவலின் பல தளங்களில் வேறு பல முரண்களாக வளர்ந்து கிளைக்கிறது. பெண்/ஆண் என்பதாகவும் அதன் நீட்சியாகக் கிழக்கு/மேற்கு என்கிற இரு வேறுபட்ட கலாசாரத்தின் சந்திப்பு புள்ளிகளாகவும் நாவல் விரிவடைகிறது. இந்நாவலில் மிக முக்கியமான உலக அரசியல் நிகழ்வுகளான இரண்டாம் உலகப்போரின் ஹிட்லரின் பாசிச வதைமுகாம்கள் துவங்கி, தற்போதைய ஈழத்தமிழர்களின் புலம் பெயர்வு, ஆதிவாசிகளின் அழிப்பு மற்றும் இந்திய அரசியல்வாதிகள் வரை விரிவடைந்து செல்கிறது. உலகெங்கும் பூர்வ குடிகளான ஆதிவாசிகள் அழிக்கப்படுகிறார்கள், ஐரோப்பாவில் ரஷ்யா, ஜெர்மன் மற்றும் போலந்து போன்ற நாடுகளில் மக்கள் பாசிச ஆட்சியால் அழிக்கப்பட்டார்கள். ஈழத்தமிழர்கள், இன அழிப்பிலிருந்து தப்பி எல்லை தாண்டிப் புலம் பெயரும் வழிகளில் அழிக்கப்பட்டும் தப்பிப் பிழைத்தும் வாழ்கிறார்கள். இந்நிலையில் தேசஉருவாக்கம் என்கிற பெருந்திட்டத்தின் விளைவாக உருவான போர் என்கிற கூட்டுப் பலிச்சடங்குகளின் பின்னணியில் எழுதப்படுகிறது இந்நாவல்.

மற்ற நாவல்களைவிட இந்நாவலில் தமிழவனின் படைப்புத்தன்மை தனிச்சிறப்பான ஒரு உலகைப் படைத்துச் செல்கிறது. நாவலின் பல காட்சிகளும், கதை சொல்லும்

முறையும், பல வாக்கியங்களைத் தொடர்ந்து வாசிக்க இயலாமல் ஆழ்ந்த சிந்தனையைக் கோருகின்றன. சில வாக்கியங்களை விளக்கினால் அது ஒரு கட்டுரையாக மாறிவிடும் அடர்த்தி கொண்டவையாக உள்ளன. கடும் உழைப்பையும் வாசிப்பையும் உள்ளடக்கியவை அவை. சான்றாக பக்.53-ல் வரும் ஒரு வாக்கியம் 'ஒரு பெண்ணின் கையும் ஆணின் குறியும்'. இவ்வாக்கியத்தில் எதிர்பாலினமாகக் கட்டமைக்கப்பட்ட இரண்டு உடல்களின், உறுப்பின் பதிலீடு பாலியல் அரசியலின் முக்கியமான கூறுகளைச் சுட்டுவதாக உள்ளது. ஆண்குறி என்கிற அதிகாரத்தின் குறியீடு, பெண்ணின் கையாக பதிலீடு செய்கிறது. இது வெறுமனே பாலியல் பதிலீட்டுக் கருவி மட்டுமல்ல. அதாவது ஆண்குறியைவிட பெண்ணின் கை என்பது வளமையுடன் சமூக உழைப்புடன் உறவு கொண்டதாக உள்ளது. இப்படி பல வாக்கியங்கள் ஆழ்ந்த அவதானத்திற்குரியதாக இதில் எழுதப்பட்டுள்ளது.

இதுவரை தமிழில் தொடப்படாத ஒரு பிரதேசத்தில் பயணிக்கிறது நாவல். பாலியல் பற்றிய இரு வேறுபட்ட உலகப்பார்வைகளின் தொடும் புள்ளி அது. முக்கியமாக கிழக்கைப் பற்றிய மேற்கின் கருத்தாக்கங்கள் குறித்து இதில் வரும் நீண்ட உரையாடல்களைச் சொல்லலாம். மேற்கு தன்னை எப்படி தேடி கிழக்கில் அடைகிறது என்பதைக் குறிக்கும் அந்த உரையாடல் வாசகங்களின் நுட்பம், தாந்திரீகம் பற்றிய தேடல் என்பதாகச் செல்கிறது. மேற்கால் தனது உடல் அல்லது மனம் அல்லது பாலியலைத் தேடும் முயற்சி பற்றியதான சித்திரிப்புத்தான் முக்கியமானதாக இந்நாவலின் எனது வாசிப்பு-பிரதியாக இருக்கிறது. இந்நாவலை வேறு வேறு விதமாக வாசிக்க முடியும் என்றாலும், எனது குவிமையம் இதன் பாலியல் அரசியல் பற்றியதே.

பக்.181-ல் சந்திரனின் மனதால் உருவாக்கப்பட்ட மாக்தா கருதியதாகச் சொல்லப்படும் வாசகமான "லியோன் ஒரு புதுவிதமான ஐரோப்பியக் கலாசாரத்துக்காக இந்தியாவைத் தேடியவர். அது இந்தியாவுக்கு இன்று பயன்படாது. ஆனால் ஐரோப்பாவுக்குப் பயன்படும் என்பது லியோனின் அடிப்படை எண்ணம் என்றாள்." அதில் இந்தத் தேடல் இந்தியாவிற்கு ஒத்துவராது என்பதைச் சொல்லும் புரிதல் முக்கியமானது. ஜூலியா கிறிஸ்தவா கூறியது போல ஐரோப்பா தனக்கான கடந்த காலத்தை அதாவது வேரைத் தேடத் துவங்கியுள்ளது. ஒருபடி மேலாக இந்நாவல் ஐரோப்பா தனது மனதைத் தேடத் துவங்கியுள்ளதை விளக்கிச் செல்வதாக உள்ளது. அது

கிழக்கிலா? என்பது உரையாடலாகக் கொண்டு செல்லப்படுகிறது. அதைத் தமிழவன் தனது அனுபவ மற்றும் புரிதலின் எல்லைப் பரப்பிற்குள் ஒரு நாவல் எழுத்தாக மாற்றுகிறார். ஏனென்றால், ஹிட்லரின் படையெடுப்பில், இரண்டாம் உலகப்போரின் பாசிசப் போக்கினால், ஐரோப்பா தனது அடிப்படை அறங்கள் குறித்து மீள்பார்வை செய்யப்பட வேண்டிய நிலைக்குத் தள்ளப்பட்டது. இந்நாவலில் பக்.355-ல் சொல்லப்படுவதைப் போல 1939, செப்டம்பர் ஐரோப்பாவை மாற்றிய ஒரு முக்கியமான புள்ளி. ஹிட்லரின் உருவாக்கம் மொத்த ஐரோப்பிய சமூகத்தின் அனைத்து அறங்களையும் கேள்விக்கு உட்படுத்தியது. நாகரிகம் அதன் உயர் மனப்பான்மை அத்தனையும் தூக்கியெறியப்பட்டது. இந்தக் குற்றஉணர்ச்சி நாவலில் வரும் ஐரோப்பியக் கதாபாத்திரங்களின் ஆழ்மனக் கட்டமைப்பாகக் காட்டிச் செல்கிறது இந்நாவல்.

இந் நாவலில் பேசப்படும் முன்னுணர்வு பற்றிய வாசகங்கள் முக்கியமானவை. முன்னுணர்தல் என்பதன் வழியாக லியோன் என்கிற 32-வயதில் இறந்தவனை அவனது 60-வது வயதில் சந்திக்கும் சந்திரன், அவனது போட்டோவைப் பார்த்த பிறகே அவனை அறிகிறான். இசையைக் கேட்கும் நாம் அது முடிந்தபின்னும் அதனை மனதிற்குள் இசையாக உணர முடியும் எனில், புகைப்படத்தில் பார்ப்பதற்கு முன்பாக ஒருவரை உணர்வது சாத்தியமில்லையா? என்கிற கேள்வி காலத்தின் முன்பின் மன நகர்வு பற்றிய ஒரு நுட்பமான புரிதலை முன்வைப்பதாக உள்ளது.

ஆதிவாசிகளுக்காகப் போராடிய அஷ்வினியின் காதலன் பிரதாப்பை என்கவுண்டரில் கொல்கிறது போலிஸ். அதற்காகக் காவல்துறை அதிகாரியான தனது தந்தையைச் சுட்டுக் கொல்லும் அஷ்வினியின் செயலைச் சடங்காக விளக்கும் பகுதி முக்கியமான அவதானத்திற்குரியது. அதிகாரம் என்கவுண்டர் என்பதை ஒரு பலியிடல் சடங்கைப் போல நிகழ்த்தும்போது, அதனை எதிர்கொள்வது மற்றொரு பலிச்சடங்காக நிகழ்கிறது. தனது தந்தையைக் கொல்வதன் வழி, காதல் என்கிற ஒருவித சடங்கை அழிக்க முனையும் தந்தைவழி அதிகாரத்தைத் தகர்க்கும் செயலாக அந்தக் குறியீட்டு நிகழ்வு நடந்து முடிகிறது. வழக்கமாகத் தந்தைகள் வழியாக அடையாளப்படுத்தப்படும் தாய்களுக்கு மாறாக, இந்நாவலில் தாய்வழியாகவே தந்தைகள் அடையாளமாகிறார்கள். நாவலில் தந்தைகள் யாரும் இல்லை என்பது ஒரு முக்கியமான அவதானமாகும். விஜயாவின் தாய், அஷ்வினியின் தாய், சந்திரனின் தாய், மாக்தாவின் தாய்,

லிடியாவின் தாய் எல்லோரும் அன்பானவர்களாகப் புரிதல் உள்ளவர்களாக உள்ளனர். தந்தைகளுக்கு நாவலில் பிரத்யேகமான இடமோ, வெளியோ இல்லை. அஷ்வினியின் தந்தை அவளால் கொல்லப்படுகிறார். மாக்தாவின் தந்தை ஒற்றைப் பெடல் உள்ள சைக்கிளாகக் கனவுகளில் வந்து போகிறார். ஆணாகவும், பெண்ணாகவும் அல்லது கடவுளாகவும் உள்ள சந்திரன், சிவநேசன் தவிர எல்லா ஆண்களும் இறந்து போகிறார்கள், பியோத்தர் மனச்சிதைவடைகிறான். காரணம் இந் நாவலானது பெண்கள் பற்றிய, பெண்களின் வேட்கை பற்றியதான ஒரு பாலியல் அரசியலைத் தனது ஆழ்தளமாகக் கொண்டிருப்பதே.

பாலியல் அரசியலின் முக்கியக்கூறான வேட்கை என்பது கீழ்த்திசை நாடுகளிலும், மேல்திசை நாடுகளிலும் எதிர் எதிரான செயல்களமாக இயக்கமடைகிறது. கீழ்த்திசை நாடுகளில் வேட்கை என்பது ஒரு ஆற்றலாக மாறுகிறது என்றால், மேற்றிசை நாடுகளில் ஒரு இன்மையை இட்டு நிரப்பும் பதிலியாக உள்ளது. இந்நாவலில் வரும் விஜயா, அஷ்வினி, அமலா போன்ற இந்தியப் பெண்களின் வேட்கை என்பது ஒரு ஆற்றலாக மாறி அவர்களை அடுத்த தளத்திற்குக் கொண்டு செல்கிறது. ஆனால், அன்னா, மாக்தா, லிண்டா போன்றவர்களின் வேட்கை அவர்களது இன்மையைப் போக்கி இருப்பை அடையாளப்படுத்தும் ஒரு பதிலியாக செயல்படுகிறது. வேட்கையின் இந்த வித்தியாசம் இரண்டு பண்பாடுகளின் பாலியல் கட்டமைப்பையும் நுட்பமாக விளக்கிச் செல்வதாக உள்ளது.

நாவல் உடல் என்பதை ஒரு அறிதல் தளமாக முன்வைக்கிறது. நாவலில் வரும் புணர்ச்சிகள் பற்றிய பகுதிகள் அனைத்திலுமே, உடலை அறிவதற்கான வேட்கையும், வேகமும் மட்டுமே எழுத்தாகியுள்ளது. உடலை அறிதல் புணர்ச்சியின் வழியே சாத்தியம் என்பதும் ஐரோப்பிய பாலியல் உடலை ஒடுக்கிவிட்டதாலும், கீழ்த்திசையியல் பாலியல் பற்றிய தந்திரயோகம் மூலம் உடலைப் பாலியல் வழி அறிய முடியும் என்பதாக நாவலின் முக்கிய உரையாடல் தளங்கள் நகர்த்தப்படுகிறது. நாவலில் வரும் இரண்டு முக்கிய புணர்ச்சிகளை ஒப்பிட்டால் இந்தவகை உரையாடலின் நுட்பமான தளத்தைப் புரிந்து கொள்ள முடியும். விஜயாவிற்கும் சந்திரனுக்கும் இடையிலான குகைப்புணர்ச்சி. இதில் விஜயா சந்திரனை ஒரு கருவியாக்கி அதாவது ஆணுடலை ஒரு கருவியாக்கித் தனது வேட்கையின் சுதந்திர வெளிப்படல் மூலமாக, தன்னுடலை அறிய முனைகிறாள். ஐரோப்பியப்

பெண்ணான மாக்தாவுடன் சந்திரன் புணர்ச்சியில் ஈடுபட முனையும்போது, அவனது வேட்கை கனவில் ஒருவகையாகவும், இயல்பில் வேறு வகையாகவும் அமைகிறது. மாக்தா கிழக்கத்திய கருப்பு உடலான அவனது உடல் வழியாக தனது உடலை அறிய முனைவதாக எண்ணுகிறான். அப்புணர்ச்சி முழுமையடையாமல் விலகிவிடுகிறான். சந்திரனின் ஆண்குறி பற்றிய பல கதையாடல்கள் சொல்லப்படும் இந்நாவலில், சந்திரனின் புணர்ச்சிகள் மற்றும் வேட்கைகள் கனவுகளாகவும், நிஜத்தில் பெண்களின் மீதான வேட்கையுடன் அதனை நிறைவேற்றிக் கொள்ளாமல் விலகிச் செல்பவனாகவும் உள்ளான். சிவப்பு ஊற்றைக் காட்டும் சிறுபெண் துவங்கி நாவலில் வரும் பெண்கள் பலரும் சந்திரன் மீது பாலியல் வேட்கை கொள்கிறார்கள். சந்திரன் ஆணாகவும், பெண்ணாகவும் மாறி மாறி அமையும் ஒரு விளையாட்டாக நாவலின் கதையாடல் அமைகிறது.

இயந்திரமாகிவிட்ட இன்றைய உடலை, அதன் இயல்புநிலையில் உணர புணர்ச்சியின் அதி சாகசங்கள் தேவைப்படுவதையும், அதனை இந்திய தாந்திரீகம் முயன்றிருப்பதையும் அறிந்து, அதனை நோக்கிய தேடலைச் செய்த லியோன் ஐரோப்பாவின் பாலியலை மறுகட்டமைப்பு செய்வதற்கு முயல்கிறான். ஐரோப்பாவின் ஒடுக்கப்பட்ட வேட்கை எதிர்மறை ஆற்றலாக மாறி வெளிப்பட்ட வடிவமே பாசிசம். நாஜிகள் கம்யூனிஸ்டுகளைவிட பாலியல் தொழிலாளிகளான பெண்களிடம் அதிகம் அச்சம் கொண்டிருந்ததைச் சொல்லும் பக்.346-ல் வரும் பியோத்தர் பாட்டியின் தோழி மாட்டின் உடலும், மனித மனமும் கொண்ட ஒரு காளை மனிதனுடன் புணர்ச்சி கொள்கிறாள். அப்புணர்ச்சியில் வெளிப்படும் மிருக இச்சை ஐரோப்பிய உடல்களின் பாசிச எந்திர மனப்போக்காக மாறியிருப்பதைச் சுட்டுகிறது நாவல். பிறகு நாஜிப்படைகளுக்கு எதிராகச் செயல்படும், அவளது பெண்குறியில் வெடிகுண்டு வைத்துத் தகர்க்கிறார்கள் நாஜிப்படையினர். பாசிசம் ஒழுங்கற்ற உடல்கள் மீதும், பாலியல் மீதும் பேரச்சம் கொண்டிருந்தது. அந்த பாசிசத்திலிருந்து விலகிச் செல்ல முனைவதற்காக வேட்கையை வெளிப்படுத்தி அதனை ஆற்றலாக மாற்றிக்கொள்ளும் தந்திரமாகவே, இந்திய தாந்திரீகத்திடம் தஞ்சம் அடைகிறான் லியோன். அதன் ஒரு உச்சமாக கிறித்துவ கத்தோலிக்கத்தால் அவன் சாத்தான் வழிபாட்டாளனாகக் கருதப்படுகிறான். ஒரு மதத்தின் கடவுள் பிற மதத்தின் கடவுளை சாத்தானாகவே அறிவிக்கிறது. ஆனால் எல்லா மதக் கடவுள்களும் பாலியலை சாத்தானாகவே கருதுகின்றன என்பது முக்கியம். பாலியல் உடல் மற்றும் அதன்

வேட்கை சார்ந்தது என்பதால், எல்லா மதங்களின் ஆழ்தளத்தில் பாலியல் பற்றிய அச்சமும், அதனைக் கண்காணித்துக் கட்டுக்குள் வைப்பதன் மூலம் உடல்களைத் தனது இயந்திரவியலுக்கான அரைபடும் மூலப்பொருளாகத் தக்கவைத்துக் கொள்ளும் செயலும் நடைபெறுகிறுது. அதனால்தான் அடக்கமுடியா பாலியல் இச்சையை சாத்தானாகக் கணிக்கின்றன மதங்கள்.

கடவுளுக்கும் சாத்தானுக்கும் இடையிலான இடைவிடாத போர் உடல்-பாலியல் தளத்திலேயே நடத்தப்படுகிறது. உடல்கள் மீதான கடவுள்கள் மற்றும் சாத்தான்களின் விளையாட்டு ஆதிமனிதனின் ‘ஆதிபாவம்’ துவங்கி இப்படியாக வளர்த்தெடுக்கப்பட்டுள்ளது. கிழக்கத்தியக் கடவுளான பிராமண சிவநேசமும், மேற்கத்திய கடவுளான கத்தோலிக்க லியோனும் நாவலில் பின்னணியில் முக்கிய பாத்திரங்களாக உலா வருகின்றனர். இந்த இரு கடவுள்களும் இரண்டாம் உலகப்போர் மற்றும் உலக மயமாதலின் விளைவாக திசைமாறி இடம் மாற்றம் அடைவதையும் நாவல் தனது கதையாடலின் வழியாக முன்வைக்கிறது. அதாவது பிராமண சிவநேசம் ஐரோப்பாவிலும், கத்தோலிக்க லியோன் இந்தியாவிலும் தஞ்சம் அடைகின்றனர். சிவநேசம் பிராமணராகவும், ஐரோப்பாவின் நவீன கடவுளாகவும் சொல்லப்படுவதில் ஒரு முக்கியமான அரசியல் முன் அனுமானம் உள்ளது. இந்தியாவிலிருந்து பல நூற்றாண்டுகளாக சமூக அதிகாரம் செய்துவந்த ‘பிராமணத்துவம்’ என்கிற ‘கடவுள் தன்மை’ புலம்பெயர்ந்து கொண்டிருப்பதற்கான குறியீடே அது.

சுயபால் புணர்ச்சியாளனான லியோன், லெஸ்பியனோ என தன்னையே சந்தேகிக்கும் மாக்தா, அவளது தந்தையான ஒற்றைப் பெடல் உள்ள சைக்கிள் (இது துண்டிக்கப்பட்ட ஆண்குறியின் ஒரு குறியீடாக உள்ளது எனலாம்) ஆகிய மூவரும் ஒரு தடை செய்யப்பட்ட வேட்கையின் வெளிப்பாடுகளாகவே உள்ளனர். மாக்தாவின் ஆழ்மனதில் உள்ள வேட்கை தந்தையுடன் ஆன புணர்ச்சி பற்றியதாக இருப்பதால் அவளோடு உறவு கொள்பவர்களிடம் அது ஒரு லெஸ்பியன் வேட்கையாகத் தெரிகிறது. லெஸ்பியன் வேட்கை ஆணினால் முழுமையாக்க முடியாத ஒன்று என்பதால், மாக்தாவின் வேட்கையில் உள்ள அந்த இயல்பின்மை சுட்டப்படுகிறது எனலாம். சந்திரனிடம் உறவு கொள்ள முனையும் அவள், இந்தத் தந்தைவழி உறவினால் ஈர்க்கப்பட்டவளாகவும், அதன் குற்ற உணர்ச்சியின் வெளிப்பாடாகப் புணர்ச்சியை முழுமையாகச் செய்யமுடியாத நிலைக்கு ஆளாகிறாள்.

உண்மையில் பிரதி தரும் ஒப்புதல் வாக்குமூலத்தின்படி மாக்தா ஒரு கற்பனையான எழுத்துருதான். அதாவது, அவள் லிண்டாவின் இலக்கிய இரட்டையாக உருவாக்கப்பட்ட கற்பனை உரு. அதாவது, லியோனின் தங்கையான லிண்டாதான் மாக்தாவாக பிரதியால் இலக்கிய இரட்டையாக மாற்றப்படுகிறாள். பிரதி மௌனிக்கும் பகுதிக்குள் ஒடுக்கப்பட்டிருக்கும் வேட்கை என்பது ஒருவகை விலக்கப் பாலியல் வேட்கைதான் (இன்செஸ்ட்). லிண்டா தன் அண்ணன் லியோன் மீது கொண்ட இச்சையை இந்தியனான சந்திரன் வழியாகத் தீர்க்க முனைகிறாள் மாக்தாவாக. லிண்டா மாக்தாவாகக் கூடுபாய்கிறாள் எனலாம். லியோனுக்கும் லிண்டாவிற்கும் இடையிலான உறவு தந்தை மகள் மற்றும் அண்ணன்-தங்கை என்கிற சகோதர உறவு. பின்னால், இந்த உறவிலிருந்து முற்றிலுமாக விலகி சாத்தானிடமிருந்து, கடவுளான சிவநேசத்திடம் தஞ்சம் அடைகிறாள் லிண்டா.

லூயி புனுவல் தனது புகழ்பெற்ற படமான 'The Obscure Object of Desire'-ல் Concita என்கிற நாயகி பாத்திரத்தின் இரண்டு மன உணர்வுகளைச் சித்திரிக்க இரண்டு வேறுபட்ட நடிகைகளைப் பயன்படுத்தியிருப்பார். காமவெறி கொண்டவளாக, பொய் சொல்பவளாக உள்ளபோது ஒரு நடிகையும், காதல் கொண்டவளாக, உண்மையானவளாக உள்ளபோது ஒரு நடிகையும் நடித்திருப்பார்கள். கதைப்படி அவர்கள் ஒரே பாத்திரம்தான். இது ஒருவகை இலக்கிய இரட்டை உத்திதான். காமவெறியுடன் சண்டையிட்டுவிட்டு திரைச்சீலைக்குள் புகுவது ஒரு நடிகை, காதலுடன் அடுத்த நொடியில் திரைச்சீலையிலிருந்து வெளிவருவது மற்றொரு நடிகை. இந்த வகையான அதி யதார்த்த உத்தியை அப்படம் முழுக்கவும் பயன்படுத்தியிருப்பார் புனுவல். அதாவது change blindness என்கிற ஒருவகை உளவியல் பார்வைக் கோளாறு, பார்க்கும் காட்சியில் உள்ள மாற்றங்களை உணரச் செய்யாமல் செய்துவிடும். இப்படத்தில் இந்த நடிகையின் மாற்றம் என்பது அதனைச் சோதிப்பதற்கான ஒரு உத்தி. அதேபோல, இந்நாவலில் வரும் பாத்திரங்களின் சித்திரிப்புகளில் ஒரே பாத்திரம் இரட்டைநிலையில் இரண்டு பாத்திரமாக மாறி வருகிறது. இது ஒருவகை இலக்கிய இரட்டை எனப்படும் கதை உத்தியாகும். இந்த மாற்றத்தை மறைப்பது பிரதியின் மொழி மற்றும் கதையாடல் மட்டுமின்றி நாவலை இரத்தமும் சதையுமான மனிதர்களின் கதையாக நாம் வாசிப்பதில் உள்ள நமது பழகிய உளவியல் கோளாறும்தான்.

இங்கு இலக்கிய இரட்டை என்கிற கருத்தாக்கத்தை விளங்கிக் கொள்வது இந்த நாவலை இன்னும் நுட்பமாகப் புரிந்துகொள்ள உதவும். எல்லா மதங்களிலும் உள்ள அடிப்படையான முரணான நன்மை/தீமை என்பதிலிருந்து உருவாகும் இரண்டு மன அமைப்புகளின் உடல் வடிவமே இரட்டைகள் எனலாம். ஒரு உடலின் இரண்டு மன உணர்வுகள் இரண்டு பாத்திரங்களாக மாறி வரும். சான்றாகத் தமிழ்ப் படங்களில் வரும் இரண்டு வேட கதாநாயகன்கள். நல்ல எம்ஜிஆர்/கெட்ட எம்ஜிஆர், வீரன்/கோழை, ஏழை/பணக்காரன் இப்படி. இவை எல்லாம் ஒரே மன அமைப்பில் உள்ள முரண்கள். தமிழில் மௌனியின் சில கதைகளில் இந்த உத்தி கையாளப்பட்டிருக்கிறது. அவரது புகழ்பெற்ற கதையான ‘மனக்கோட்டை’யில் வரும் சங்கரன்/ சேகரன் என்பவர்களும் இந்த வகையான இரட்டைகளே. சுமி என்கிற தங்கை மீதான அண்ணன் சங்கரனின் வேட்கையை, சேகரன் வழியாக நிறைவேற்ற முனையும் இரட்டைகள் பற்றிய கதையாடலே அக்கதை. இவ்வாறு, இலக்கியத்தில் ஒடுக்கப்பட்ட மன உணர்வுகள் இரட்டைகளாக இரண்டு வித்தியாசமான பாத்திரங்களாகப் படைக்கப்படுகிறது. மேற்றிசை சிந்தனையில் மனிதனின் உள்ளார்ந்துள்ள பிரக்ஞை நன்மை, தீமை என பிளவுபட்டே உள்ளதாக நம்பப்படுகிறது. கிறித்துவ சிந்தனையின் நன்மை, தீமை என்கிற வேரிலிருந்து கிளைத்ததே இச்சிந்தனை. வெளிப்படையாக மனிதன் மரியாதைக்குரியவனாக இருந்தாலும் உள்ளார்ந்து மிகவும் காமவெறி கொண்டவனாக உள்ளான் என்கிற அடிப்படையில்தான், காமத்தை ஒழுங்கமைப்பதற்கான பல தத்துவ, ஆன்மிக சிந்தனைகள் படைக்கப் பட்டன. மேற்கத்திய பாலியல் கருவிகளின் கட்டமைப்பில், பாலியல் வேட்கை என்பது மிருக இச்சையாகவே கருதப்பட்டு அது நாகரிகம் என்ற பெயரால் ஒழுங்கமைக்கப்பட்டது.

ஆக, எல்லா மதங்களினதும் அடிப்படை ஊகம் இததான், மனிதன் அடிப்படையில் மிருக இச்சை (அதை அப்படி சொல்லலாம் என்றால்) கொண்டவன் என்பதே. அதனால் அதனை அடக்கி நாகரிகம் என நல் வழிப்படுத்த முனைந்தது ஐரோப்பிய சமூகம். இந்த ஒழுங்கமைப்பே ஐரோப்பிய ரொமான்டிசத்தால் அச்சமூகத்தின் உள்ளூறை ஆற்றலாக மாறியது. அதைத்தான் லியோன் ஐரோப்பிய பாலியல் அடக்கப்பட்டு விட்டது, அதை மீண்டும் உயிர்ப்பிக்கும் சக்தி தந்திரயோகத்தில்தான் உள்ளது என கீழ்த்திசை நாடுகளைத் தேடிச் செல்வதாக நாவல் சுட்டுகிறது.

இதே லியோனின் இலக்கிய இரட்டையாக வருபவர்தான் கீழ்த்திசை நாட்டைச் சேர்ந்த கும்மாங்குத்து எனும் சிவநேசம். நாவலின் கடவுள்/சாத்தான் இரட்டையாக இவர்கள் இருவரையும் சொல்லலாம். சந்திரனிடம் இவர்கள் இருவரும் பேசுகிறார்கள். ஒருவர் நிறமற்ற குரலாலும், மற்றொருவர் மஞ்சள் குரலாலும். சந்திரன் இந்த மஞ்சள் குரல் என்பதைத் தனது பொதுப்புத்தி சார்ந்த பாலியல் குரலாக உணர்வதையே பிரதி இங்கு நுட்பமாகச் சுட்டுகிறது எனலாம். அதேபோல் சிவநேசம் உங்களுக்குள் நீலம் புகுந்துவிட்டது என்கிறார். இந்த நீலம் என்பது ஒருவகை காமஇச்சை என்கிற சாத்தானின் குறியீடுதான். காம இச்சை வரும்போது சிவநேசம் வந்து சந்திரனைப் பல இடங்களில் எச்சரிக்கை படுத்துகிறார்.

சிவநேசம் சந்திரனை சாத்தானிலிருந்து ஆற்றுப்படுத்துபவராகவும், லியோன் சந்திரனிடம் ஒருவித சமூக சிந்தனையைத் தூண்டுபவனாகவும் வருகிறார்கள். லியோனை முதன்முதலாக சந்திரன் சந்தித்த பின் அந்த இயல் முழுக்க மாக்தாவுடன் உறவு கொள்ளும் ஆழ்மன வேட்கையுடன் இருப்பதைப் பிரதியானது அவளது உடலை நுட்பமாக கவனித்து வர்ணிப்பதன் மூலம் தடம் காட்டிச் செல்கிறது. கல்லிற்குள் நுழைய முடியுமா? என்கிற சந்திரனின் கேள்விக்குக் கல்லுக்குள் நுழையலாம் என்கிற மஞ்சள் குரலின் பதில் என்பது மாக்தாவுடன் அவனது புணர்ச்சிக்கான ஒரு முன் அனுமான வாசகம் எனலாம். சந்திரனை மாக்தாவுடன் உறவு கொள்ளத் தூண்டுவது இந்த சாத்தானின் குரல்தான்.

அதேபோல் சந்திரன் மற்றும் அன்பழகன் என்கிற ராஜேஷ் இருவரும் ஆண்மை/ஆண்மையின்மை என்கிற இரட்டைகளாக உள்ளனர். சந்திரனின் ஆண்மை பற்றி, கதையாடல் பெரும் மௌனம் சாதிப்பது, இந்த இரட்டைகளின் இயக்கத்திற்கானதாகவே கருத இடமுள்ளது. விஜயா என்கிற களத்தின் மீதான போராக இவர்களது வேட்கைகள் மாறி அதற்காக அவள் பலி கொள்ளப்படுகிறாள். அவளால் யார் ஹீரோவாகிறார்கள் என்பதன் அடிப்படையில் இந்த மன இயக்கங்கள் நிகழ்கிறது. பெண்ணாக இருப்பது ஆணாக ஒருவன் தன்னை அறிவதற்கான முன்நிபந்தனை என்பதுடன், அதுவே அவளை அடிமை கொள்வதற்கானதாகவும் மாறுவதாகக் கதையாடல் நகர்த்தப்படுகிறது. தற்கொலை என்பது சமூகத்தின் இயல்பு நிலையைக் காப்பதற்காகத் தனிமனிதன் தன்னை அர்ப்பணிக்கும் பலிச்சடங்குதானே?

மற்றொரு இரட்டையாக இருப்பவர்கள் விஜயா/அமலா. இந்த இரட்டை கோழை/வீரம் என்பதாக உள்ளனர். விஜயா இந்திய இலட்சியப் பெண்ணாகவும், அவளுக்குள் ஒடுக்கப்பட்டு கிடந்து வெளிப்படத் துடிக்கும் சுதந்திரப்பெண் என்கிற இயல்பான அடையாளமாகவும் அமலா இருக்கிறாள். அமலா ஹீரோக்களை உருவாக்க முடியாதவள். விஜயாவால் மட்டுமே ஹீரோக்களை உருவாக்க முடியும். அதனால்தான், அமலா பெண்ணாகவும், விஜயா மனைவியாகவும் இருக்கிறார்கள். இவர்கள் இரட்டையாக மட்டுமின்றிக் கூடுவிட்டுக் கூடு பாய்ந்துவிட்ட உடல்களாக உள்ளனர். அதாவது விஜயாவின் இறந்த இடத்திலிருந்து அமலா என்கிற எழுத்துரு முளைக்கிறது. தற்கொலைத்த விஜயா அமலாவின் உடலுக்குள் புகுகிறாள். இதனைப் பிரதி அமலாவின் துண்டிக்கப்பட்ட கட்டை விரலைப் பார்க்கும் சந்திரன், அவளை அம்மணமாகப் பார்ப்பதாக அவள் சொல்வதிலும், விஜயா சிறுவயதில் தனது கால்களைப் பிறர் பார்ப்பது அம்மணமாகத் தன்னைப் பார்ப்பதற்கு ஒப்பும் என்பதைச் சொல்வதிலும் இணைப்பதைக் காணலாம்.

அமலாவைப் பார்க்காமலேயே சந்திரன் அவளது குணங்களை ஊகிக்கும் பகுதியும், சந்திரனைப் பார்த்த மாத்திரத்தில் அவன் மீது அமலா தனது இச்சையால் பாதிக்கப்பட்டு, கட்டைவிரலை நன்றாகப் பாருங்கள் என அனுமதிப்பதும், அதாவது தன்னை நிர்வாணமாகப் பார்க்க அனுமதிப்பதும் பிரதியில் மிகவும் நுட்பமாகக் காட்டப்படுகிறது. கடைசி இயலில் சந்திரன் அமலாவை சந்திப்பதும் தனது காதல் வேட்கையை வெளிப்படுத்த முடியாமல் அவளது விரலற்ற காலைப் பார்த்துக் கிளர்ச்சி அடைவதும் இதனுடன் இணைந்து நோக்கத்தக்கது. அமலா, விஜயாவின் உயிர்த்தெழுந்த மற்றொரு உடல். விஜயாவின் மரணத்திற்காகவே அவள் அன்பழகன் என்கிற ராஜேஷைப் பின்தொடர்வதும், இறுதியில் சந்திரனிடம் வந்து அடைக்கலமாவதும் கதையாடலின் ஒரு முக்கியத் தடம் எனலாம். அமலா சந்திரன் மீது தீவிர காதல் கொண்டவளாக இருப்பது இந்த உள்ளார்ந்துள்ள விஜயாவின் உள்ளுருவின் ஒரு வெளிப்பாடுதான்.

ஆதிவாசிகளுக்காகப் பாடுபடும் புரட்சிகர இளைஞனான பிரதாப், அன்பழகன் போன்ற அரசியல்வாதிகளுக்காக போலிஸால் என்கவுண்டர் செய்யப்படுகிறான். அந்த அன்பழகனை ஆதிவாசிகள் பலி வாங்கி விடுகிறார்கள். இதில் அஷ்வினியின் காதலான புரட்சிகர எழுச்சியில் பாதிப்புறும் பிரதாப்பின் இரட்டையாக

வருபவன் அன்னாவின் காதலன் பியோத்தர். இந்த இந்திய இளம் ஜோடிகளின் ஒரு ஐரோப்பிய வடிவம்தான் அவர்கள். இந்தியாவில் உள்ள இந்தப் புரட்சி உணர்ச்சி என்பது ஒரு மனநிலைப் பிறழ்ச்சியாக ஐரோப்பாவில் வெளிப்படுகிறது எனலாம். அஷ்வினியின் கடிதமும் அன்னாவின் கடிதமும் ஒப்பு நோக்கினால் இவை ஒருவரால் வேறு இடச்சூழலில் எழுதப்பட்ட கடிதங்கள் என்பதை அறியலாம். இக்கடிதங்களில் உள்ளார்ந்து வரும் பாலியல் இச்சை என்பது சந்திரனின் மீதானதாக இருப்பதை அறியலாம். ஆக, இந்தியாவிலிருந்து இந்த ஜோடியை ஐரோப்பாவிற்கு நகர்த்தினால் அவர்கள் பெறும் உருமாற்றமே அது.

சந்திரன் சரளமாக ஜோக் அடித்து, தன்னை இளமையானவனாகக் கருதிப் பேசுவது இவ்விரு பெண்களிடம்தான் என்பது பிரதி நமக்குக் காட்டும் தடம். நாவலில் அஷ்வினியும் அன்னாவும் தங்களது கடிதத்திற்குப் பின்பு மறைந்து போகிறார்கள். அஷ்வினி-சந்திரன், அன்னா-சந்திரன் என்கிற இந்த உறவு எத்தன்மை வாய்ந்தது? அது என்னவாக சமூகத்தில் அமைய முடியும்? என்கிற கேள்வி எழுப்பப்படுகிறது. அன்னா தனது கடிதத்தில் குறிப்பிடும் இந்த வரிகள் முக்கியமான சிந்தனையைத் தூண்டுபவை. "இது புது உறவு. இத்தனை நூற்றாண்டுகளில் மனிதகுலம் புதிய உறவை ஸ்தாபிக்காதது பரிதாபம் என்று நினைக்கிறேன்." ஆம், மனித குலம் தோன்றிய காலம் முதல் குடும்பம் என்கிற அமைப்பைத் தாண்டி என்ன புதிய உறவுகளை உருவாக்கி உள்ளது? ஹோமோ, லெஸ்பியன் போன்ற மாற்றுக் குடும்ப உறவுகளைக்கூட சில அரசுகள் 'சாபவிமோசனமாக' அனுமதித்தாலும், சமூகம் 'பாபவிமோசனமாக' அனுமதிப்பதில்லைதானே?

பல எழுத்துமுறைகளால் கட்டப்பட்டுள்ள இந்த நாவல் பல கதையாடல்களின் வழியாக ஒரு பெரிய நிலப்பரப்பை நம் முன் நிறுத்துகிறது. ஒருவகையில் உலகமயமாதலை முதலாளித்துவத்திற்கு எதிரான முறையில் கீழ்நிலையிலிருந்து செய்யும் கம்யூனிஸ சர்வதேசியவாதம் போன்றது. இது கம்யூனிசம் இழந்த ஆன்மாவை மீட்கும் முயற்சி. இங்கு பகுத்தறிவின் உச்ச வன்முறையை செயலிழக்கச் செய்யும் பணியாக, பல சம்பவங்கள் எழுத்தாக்கப்பட்டுள்ளன. "வறட்டு நாத்திகவாதம் பல புராதன ரகசியங்களை பகுத்தறிவு கொண்டு முடக்கியது. (பக். 42.)" எனக் கூறும் இந்நாவல் வாசகங்கள் மிகவும் திட்டமிட்ட முறையில் இச் சம்பவங்களை எழுத்தாக்கியுள்ளது. குறிப்பாக தாந்திரீகம் மற்றும் முன்னுணர்வு ஆகியவை பற்றி வரும் சம்பவங்கள். நெருப்புணரும்

பர்மியத்தாயும் அந்நிய வாசம் நுகரும் ஆதிவாசிகளும் என நிறைய பேசலாம்.

ஆணை கட்டமைக்கும் பல பெண்கள் பற்றியதான இந்த நாவல், ஆண் அல்லது ஆண் மையம் என்பது என்ன? என்கிற கேள்வியை எழுப்பிச் செல்கிறது. ஆண் பெண்ணை உருவாக்கியதன் மூலம் தன்னை உருவாக்கிக் கொள்ளும் வினைகள் பற்றியதாக உள்ளது. சந்திரனை உருவாக்குபவர்கள் இந்நாவலில் வரும் விஜயா, அஷ்வினி, லிடியா, அன்னா, மாக்தா மற்றும் பிற அம்மாக்கள்தான். முக்கியமாக சந்திரனின் மனைவி விஜயாவின் தம்பி பிரதாப்பின் காதலியான அஷ்வினி ஒரு விலக்க முடியாத பிம்பமாக மாறி விடுகிறாள். அதேபோல் மாக்தாவும். பர்மிய முகம் கொண்ட தாய் இந் நாவலின் ஒரு முக்கியப் பாத்திரம். மற்றும் லியோனின் அந்த மஞ்சள் குரல்.

இந்நாவலில் நுட்பமாகக் காட்சிப்படுத்தப்பட்டுள்ள 1. குலசிங்கத்தின் காதலியுடனான இறுதி உரையாடல். அப்பெண்ணின் அந்த முதிர்ச்சி.. அதிர்ச்சிகளை உருவாக்கிய ஒரு காட்சி. பெண் நிர்வாணம் என்பது எதிர்கொள்ளப்படாதவரைதான் காமம், எதிர்கொண்டால் ஏற்படுவது பதற்றம்தானே? அந்தப் பதற்றத்தின் குரல்தான் தாய்தெய்வ வழிபாடு மற்றும் தாந்திரீகம் எல்லாம். அச்சிறு ஈழப்பெண் தனது மார்புகளை அவனுக்கு வெளிப்படுத்தித் தரும் காட்சியில் ஏற்படும் பெண்மையின் புரிதல் அற்புதமானது. 2. குகையில் நடைபெறும் இரண்டில் இரண்டாவது புணர்ச்சி. அங்கு ஆண் என்பவன் கருவியாக மாறும்நிலை மிகச் சிறப்பாக வந்துள்ளது. 3. பியொத்தரின் தாய் அவளது கணவனால் ஆர்கஸம் வருவதற்கு முன்பாக அவளைப் பழிவாங்கும் வண்ணம் விட்டு விலகிப்போவதும், அவள் அதற்காக எரிச்சலுற்று தனது உடல் மற்றும் மன வாதைகளை வெளிப்படுத்துவதும் பெண் பாலியல் பற்றிய முக்கியமான அவதானங்களைத் தரக்கூடியவை. வதைத்தலியம் (சாடிஸம்) என்கிற ஆணிய அதிகாரத்தின் வழியாகப் பெண்ணின் பாலியல் நிராகரிக்கப் படுவதைச் சுட்டும் ஒரு கதையாடல் அது.

இந்நாவல் பாலியல் அரசியல் பற்றிய பல நுட்பங்களைக் கொண்டதாக உள்ளது. அதற்குள் பிரதியின் மொழி தயங்கி சொல்லாமல் விட்டவை அதிகம் என்று நினைக்கத் தோன்றுகிறது. பிரதி சமூகத்தின் எழுதுதல் என்கிற கண்காணிப்பு எந்திரத்தால் பல இடங்களில் கட்டுப்படுத்தப்பட்டும், கண்காணிக்கப்பட்டும் மொழியையும், கதையாடலையும் சிதைத்து பாதியில் மௌனமாக

விட்டுவிடுகிறது. விஜயாவுடன் ஆன குகைப்புணர்ச்சியும் மார்த்தாவுடன் ஆன கனவு நிலைப் புணர்ச்சியும் வேறுபட்ட பண்பாட்டில் விளைந்த மற்றும் விழைந்த இரு உடல்கள் பற்றிய ஒப்பிடலுக்குரியவை. தவிரவும் இரண்டு முக்கியப் பண்பாடுகளின் உடல் மற்றும் வரலாற்று உரையாடலாக நகரும் இந்த நாவல் ஒரு முக்கியமான இடைவெளியை இட்டு நிரப்ப முயல்கிறது.

நாவலின் எழுத்துநடை மிகத் துல்லியமானதாக உள்ளது. சந்திரன் தங்கியிருக்கும் விடுதியிலிருந்து அந்த மால்களுக்கு ஒரு நடை போய்வந்து விடலாம். அந்த அளவிற்கு அசாத்திய வர்ணிப்பு, ஓவியங்கள் பற்றிய உரையாடல் எல்லாம் சேர்ந்து நாவலை ஒரு சுய அனுபவமாக மாற்றுகிறது. அஷ்வினி பேசுவது சந்திரன் பேசுவதே போல் உள்ளது. பாத்திரங்களின் மொழியில் அல்லது குரலில் சில சிக்கல்கள் இருப்பதாகப் படுகிறது. பாத்திரங்களுக்கான தனித்துவமான மொழிநடை அல்லது பேச்சுப்பாணி அமையவில்லை. எல்லாப் பாத்திரங்களும் ஒரே குரலில் பேசுவதான ஒரு தோற்றம் ஏற்படுகிறது. அஷ்வினி சில இடங்களில் சந்திரனாக மாறுவதும் குறிப்பாக ஒரே கனவைக் காணுதல் போன்றவை. நாவல் ஐரோப்பா அதிமனிதனைத் தேடுகிறது என்பதை அன்னாவின் கடிதம் வழியாக வெளிப்படுத்துகிறது. இந்த அதிமனிதன் என்பவன் நீட்ஷேயிஸ அதிமனிதன் எனலாம். கிழக்கத்தியம் நோக்கிய தேடலில் உள்ள லியோன் தான் அந்த அதிமனிதனா? அல்லது “நடுவில் புகுந்து எதுவும் செய்யாதீங்க” என்று இருக்கும் நிலையைக் காப்பாற்ற முனையும் சிவநேசமா? கடவுள் இறந்து போனதை அறிவித்த நீட்ஷே அதிமனிதனின் வருகை பற்றியும் தேவை பற்றியும் கட்டியங் கூறினார் என்றால், அந்த அதிமனிதன் மற்றொரு கடவுளாகவோ தேவதூதனாகவோ மாறும் நிலையை இந்த நாவல் முன்வைக்க முனைகிறதோ என்று தோன்றுகிறது.

– 25 ஜூன், 2009.

கற்பிதப் புவிப்பரப்பில் விளைந்த கவிதை நிலம் – மஹ்முத் தர்வீஸ்

"நான் பன்மைவாதத்தை நம்புகிறேன். எல்லா மதத்திற்கும் பாலஸ்தீனத்தில் இடமுண் டென் று நம் புகிறேன். நான் ஜியோனிசத்திற்கு எதிரானவன். அதே நேரத்தில் நம்பிக்கையிருப்பின் அடிப்படைவாதிகளைவிட மதச்சார்பற்றவர்கள் வலுவாகலாமென நினைக்கிறேன். பார்க்கப் போனால், இப்போது மதச்சார்பற்றவர்கள் அடிப்படைவாதிகளைவிட வலுவாகவே உள்ளனர். நம்பிக்கை யிருந்தால் அவர்கள் இதைவிடவும் வலுவாகக்கூடும். இதுவே இஸ்ரேலுக்கும் பொருந்தக்கூடிய உண்மை.

–மஹ்முத் தர்வீஸ்

"நாங்கள், பாலஸ்தீனர்கள் ஒரேயொரு கருப்பொருளுக்காக எம்மை நாங்கள் அர்ப்பணித்திருக்கிறோம். பாலஸ்தீனத்தை நாம் விடுதலை செய்யவேண்டும். இன்று நாம் இருப்பது ஒரு சிறை. நாங்கள் மனிதர்கள். நாங்கள் காதல் புரிகிறோம். நாங்கள் சாவைக் கண்டு அஞ்சுகிறோம். வசந்தத்தின் முதல் பூப்பில் நாம் சந்தோஷம் கொள்கிறோம். இவைகளை வெளியிடும் பொருட்டு, இதற்கு மாறாக எம்மீது திணிக்கப்படும் கருப்பொருட்களை நாம் எதிர்க்கிறோம். எனது தாயகம் விடுதலை அடைவதற்கு முன்பாக எனது தனிப்பட்ட விடுதலை என்பது சாத்தியமில்லை. எனது தாயகம் அரசியல் சுதந்திரமடைந்த பின்பு, நான் அதனைச் சபிக்கவும் செய்வேன். எனது சுதந்திரத்தை நான் அப்போதே முழுமையாகவும் அடைவேன்."(1) என்று பகிரங்கமாகப் பிரகடனம் செய்தவரும் பாலஸ்தீனியர்களால் தேசியக்கவிஞராக அங்கீகரிக்கப்பட்ட இந்த நூற்றாண்டின் குறிப்பிடத் தகுந்த கவிஞர் மஹ்முத் தர்வீஸ் ஆகஸ்ட், 9, 2008 அன்று தீவிர இதய சிகிச்சைக்குப் பிறகு இறந்து போனார்.

67-வயதான அவரது வாழ்க்கைப் போராட்டங்கள் நிகழ்கால பாலஸ்தீன வரலாற்றிலிருந்து பிரிக்க முடியாதவை. அவர் ஒரு கவிஞராக, செயல்வீரராக, இயக்கப் போராளியாக இருந்தவர். இந்த நூற்றாண்டின் ஒரு கலைஞன், அறிவுஜீவி எப்படி ஒரு போராட்ட உந்துசக்தியாக மாறுகிறான் என்பதற்கான முன்னுதாரணமாகத் திகழ்ந்தவர். இறுதிவரை பாலஸ்தீன விடுதலை, அமைதியான வாழ்வு, இழந்த தனது நிலம்-பற்றிய கனவுகளைக் கவிதைகளாக மொழிமாற்றம் செய்துகொண்டிருந்தவர். அரபி பேசும் நாடுகளில்

சாதாரண டாக்சி டிரைவர் முதல் அறிவுஜீவிகள் மற்றும் அரசக் குடும்பங்கள்வரை அறிமுகமானவர். 'அரபுநாடுகளின் தெருக்களில் எல்லோருக்கும் என்னைத் தெரிகிறது, எனது தனிப்பட்ட வாழ்வில் இது ஒரு சுமையாக உள்ளது. எல்லோரும் என்னை நோக்கி வந்து விடுவதால் நான் 'கேஃபே'-களுக்குக் கூட போவதில்லை' எனக் கூறும் தர்வீஷ் 'நான் நிழலிலேயே வாழத் தயாராக உள்ளேன், வெளிச்சங்களில் அல்ல' என்று ஒரு நேர்காணலில் குறிப்பிட்டுள்ளார். இறுதிவரை தனது நிலம் குறித்த நினைவுகளின் நிழலிலேயே வாழ்ந்து மடிந்தும் விட்டார்.

பாலஸ்தீனத்தின் அல்-பிர்வா என்கிற கிராமத்தில் மார்ச் 13, 1942-ல் பிறந்த தர்வீஷின் பெற்றோர்கள் பாலஸ்தீன அராபியர்கள். இஸ்லாமிய சன்னி பிரிவைச் சேர்ந்த நடுத்தர வர்க்க விவசாயிகள். 1948-ல் பிரித்தானிய அரசால் உருவாக்கப்பட்ட இஸ்ரேல் என்கிற புதிய நாட்டினால் தாக்குதலுக்குள்ளாக்கப்பட்டு தங்களது சொந்த கிராமத்திலிருந்து லெபனானுக்குத் துரத்தப்பட்டார்கள். தனது 8-வது வயதிலேயே நாட்டைவிட்டுத் துரத்தப்பட்ட தர்வீஷ், இறுதிவரை ஒரு அகதி என்கிற உணர்விலேயே புலம்பெயர்ந்து வாழும் நிலைக்கு ஆளானார். தனது நேர்காணல் ஒன்றில் தான் துரத்தப்பட்ட அந்த நாளை நினைவு கூர்கிறார் "அப்போது நான் தூங்கிக் கொண்டிருந்தேன். என் பெற்றோர்கள் என்னை எழுப்பினார்கள். அவர்கள் மிகவும் மிரட்சியடைந்து காணப்பட்டார்கள். நாங்கள் காட்டுவழியாகப் பயணித்தோம். என்னால் எதையும் புரிந்துகொள்ள முடியவில்லை. அந்த இரவின் நிலவை என்னால் என்றுமே மறக்க முடியாது. அது ஒரு முழுநிலவு, அதன் வெளிச்சம் மலைகள் மற்றும் சமவெளிகளின் பாதைகளை எங்களுக்குக் காட்டியபடி இருந்தது. வீடு திரும்பி விடுவோம் என்ற எதிர்பார்ப்பில் நாங்கள் எல்லாவற்றையும் வீட்டிலேயே விட்டுவிட்டு வந்தோம்."

இப்படி ஒரு அகதியாக விரட்டப்பட்ட அவர், ஓராண்டிற்குப் பின் தனது கிராமத்திற்குத் திரும்பியபோது, அந்த கிராமம் முற்றிலுமாக அழிக்கப்பட்டிருந்ததைப் பார்க்கிறார். தனது தாய்நிலம், மற்றும் தனது வசிப்பிடம் பற்றிய இந்த ஆழ்மன பாதிப்பும், இழப்புணர்வும் அவரது கவிதையின் மிக முக்கிய ஆளுமையாக மாறுகிறது. கடைசிவரை தகர்க்கப்பட்ட அந்த நிலமும், அவரது கிராமத்தில் அவர் விளையாடிய ஆலிவ் மரங்களும், கோதுமை வயல்களும், மரங்களும், அவரது அப்பாவியான தாயும் முக்கியமானதொரு ஆழ்மனப் படிமங்களாக

மாறுகின்றன. இந்தப் படிமங்கள் ஒரு ஏக்கமாக, இழப்புணர்வாக மாறி மாறி வருகிறது அவரது கவிதைகளில்.

சிறுவயதிலேயே கவிதைகள் எழுதத் துவங்கியவர். சக யூத மாணவர்களிடமிருந்து தான் பிரிக்கப்பட்டதைக் கண்டு அவ்வுணர்வைக் கவிதைகளாக்கினார். 1960-ல் இஸ்ரேலிய கம்யூனிஸ்ட் கட்சியில் உறுப்பினரான தர்வீஷ், தனது தீவிரமான கவிதை இயக்கத்தால் இளமைக்காலத்தில் 3 ஆண்டுகள் சட்டரீதியான காரணமின்றியே வீட்டுக்காவலில் வைக்கப்பட்டார். அதன்பின் 1970-ல் ரஷ்யாவிற்குப் படிப்பிற்காகப் பயணமானார். ஓராண்டு மாஸ்கோவில் பயின்றபின், எகிப்து தலைநகரான கெய்ரோவிற்குப் பயணமானார். எகிப்திலிருந்து வெளிவந்த 'அல்-அகரம்' பத்திரிகையில் பணிபுரிந்தார். 26-ஆண்டுகள் புலம்பெயர்ந்தவராக பெய்ரூத்திலும் பாரிஸிலும் வாழ்ந்து வந்தார். இவை இரண்டும் அவரது வாழ்நாளில் அதிகம் அவர் வசித்த நகரங்கள் ஆகும்.

அவரது கவிதைகளின் இந்த இரண்டு நகரங்களும் ஒரு காட்சிப்புலனில் விரியும் வெளிகளாகத் திரும்பத் திரும்ப வந்து கொண்டிருப்பதைக் காணலாம். அரபு நவீனத்துவத்தின் தலைநகர் என்று பெய்ரூத் அவரால் வர்ணிக்கப்பட்டது. இங்குதான் அவர் உலகக் கவிஞர்களை, ஜனநாயக வாதிகளைச் சந்தித்தார். லெபனானியக் கவிஞரான காலி ஹாவி மற்றும் பாகிஸ்தான் கவிஞரான பைஸ்-அகமத்-பைஸ் போன்றவர்களைச் சந்தித்தார்.

1996-ல் பாலஸ்தீன மேற்குக்கரையில் உள்ள ரமல்லா நகருக்கு, தனது சொந்த மண்ணிற்கே ஒரு அகதியாகத் திரும்பினார். "நாடுகடத்தல் புவியியல் கருத்தாக்கத்தை விட மேலதிகமான விஷயம். உங்கள் தாய்நாட்டில், உங்கள் சொந்த வீட்டில், உங்கள் அறையில் நீங்கள் ஒரு நாடு கடத்தப்பட்டவராக இருக்க முடியும்" எனக்கூறும் தர்வீஷ் நாடுகடத்தப்படுதல் என்பது இருப்பிடத்தின் அல்லது நிலம் என்கிற புவியியல் பரப்புகளுடன் மட்டுமே சம்பந்தப்பட்டது அல்ல. அது ஒரு இருத்தலுக்கான போராட்டம் என்பதை உணர்ந்திருந்தார். அது தனது உள்ளார்ந்த இருப்பின் ஒரு பகுதி என்கிறார். அது ஒரு உளவியல் சிக்கல் நிறைந்த நிலை. சொந்த வீட்டிலேகூட நாடு கடத்தப்பட்ட ஒரு அகதி போல வாழ முடிந்த ஒரு உணர்வு. அது ஒரு அடையாளம். அந்த அடையாளமும், உணர்வும்தான் பாலஸ்தீன மக்களின் அடிப்படை பிரச்சனையாக மாறியது. மேலும் கூறுகிறார் "நாடு கடத்தப்படுதல் அல்லது அகதி என்பது ஒரு பல்கலாசாரத்தன்மை வாய்ந்தது. அது

ஒரு சாதாரண பாலஸ்தீனியப் பிரச்சனை மட்டுமல்ல, அதுதான் இலக்கியத்தின் கருப்பொருளாக உள்ளது" என்கிறார். நாடுவிட்டுப் புலம்பெயர்தல் ஒரு உலகளாவிய நிகழ்வாக மாறியதையே இங்கு அவர் குறிப்பிடுவதாகக் கொள்ளலாம். இந்த நூற்றாண்டின் மிக முக்கிய அவலமாகவும், ஒரு பேசுபொருளாகவும் மாறிய ஒரு வாழ்நிலைதான் அகதி வாழ்வு என்பது. இந்த அகதி வாழ்வின் தன்னடையாளம் காணும் செயல்தான் நாடற்றவர்களாக மாற்றப்பட்டவர்களது இலக்கியத்தின் முக்கியக் கருப்பொருளாக உள்ளது. அதாவது, அகதியாக்கப்பட்ட ஒருவருக்கு இலக்கியம் என்பது ஒரு வாழ்தலுக்கான வெளி. அது சாதாரணமான ஒரு இலக்கியவாதிக்குத் தரும் படைப்பூக்கம் என்கிற மகிழ்வுணர்வை மட்டும் தருவதில்லை. தனது நிலத்தில் வாழ்வதான அனுபவத்தைத் தருகிறது. அது ஒரு கற்பிதமான புவிப்பரப்பாக மாறுகிறது. அத்தகைய ஒரு புவிப்பரப்பில் விளைந்த ஒரு கவிதை நிலமாகவே அவரது கவிதைகள் உள்ளன.

இன்று ஈழத்திலும், அன்று போஸ்னியாவிலும், ருவாண்டாவிலும், ஆப்கானிலும் இன்னும் எண்ணற்ற நாடுகளிலிருந்து அகதிகளாக வெளியேற்றப்பட்ட மக்களின் பிரச்சனை இது. ஒரு நாட்டை இன்னொரு நாடு, ஒரு இனத்தை மற்றொரு இனம், ஒரு மதத்தை மற்றொரு மதம் ஆக்கிரமித்தவுடன் உருவாக்கப்படும் ஒரு அடையாளச் சிக்கல்தான் அகதி என்பது. இது பாலஸ்தீனத்திற்கு உரிய ஒரு குறிப்பான பிரச்சனை அல்ல என்பதை அவர் புரிந்து கொண்டதில்தான் அவரது விரிந்த பார்வைப் புலமும் மனிதநேயமும் வெளிப்படுகிறது. இறுதியில் இப்படிக் கேட்கிறார், "அகதியாக வாழவே என்னை நான் பழக்கப்படுத்திக் கொண்டுவிட்டேன் எனக் கூறலாமா? இருக்கலாம்." ஆம் அகதியாக வாழ்தல் என்பது பழக்கமாக ஒரு உடலின் அடிமைக்குரிய நிகழ்வாக மாற்றப்படுகிறது என்பதையே அவர் இங்கு சுட்டிக்காட்டுவதாகக் கொள்ளலாம். அதாவது அகதி என்பது ஒரு உடலரசியல் கட்டமைப்பாக, உடலின் ஒரு வாழ்நிலையாக மாறுகிறது. இவ்வாறாக, இரண்டாந்தர குடிமக்களாக மாற்றப்பட்டபின் அகதியாகி நாட்டைவிட்டு வெளியேறும் இந்தத் தன்னடையாளச் சிக்கல் என்பதுதான் தர்வீஷின் மையமான கவிதைப்புலம் எனலாம்.

1964-ல் தனது 22வது வயதில் முதல் கவிதைத் தொகுப்பான 'ஆலிவ் இலைகள்' எனகிற நூலை வெளியிட்டார். அவரது 30க்கும் மேற்பட்ட கவிதைகளும், கட்டுரைகளும் 22 மொழிகளில்

மொழிபெயர்க்கப் பட்டுள்ளது. வண்ணத்துப் பூச்சியின் சுமை (The Butterfly's Barden 2006), துரதிஷ்டவசமாக, இது ஒரு சுவர்க்கம், தேர்ந்தெடுக்கப்பட்ட கவிதைகள் (Unfortunately, It was Paradise, Selected Works, 2003), முற்றுகை (Stage of Seige, 2002), ஆதாமின் இரண்டு ஏதேன்கள் (The Adam of Two Edens, 2001), முரால் (Mural, 2000), அந்நியனின் படுக்கை (Bed of the Stranger, 1999), சங்கீதம் (Psalms, 1995), ஏன் இந்தக் குதிரையைத் தனிமையில் விட்டுவிட்டீர்கள் (Why did you leave The Horse Alone?, (1994)), மற்றும் மனித மாமிசத்தின் இசை (The Music of Human Flesh, 1980) உள்ளிட்ட 30 கவிதைத் தொகுதிகளும், பாரிசில் வெளியிடப்பட்ட மறத்தலுக்கான நினைவுகள் (Memor of Forgetfullness, 1986) உள்ளிட்ட 8 கட்டுரை நூல்களும் அவரது படைப்பிலக்கிய பங்களிப்புகள் ஆகும்.

இஸ்ரேலிய அரசுப்படையால் தொடர்ந்து தாக்குதலுக்குள்ளான பாலஸ்தீனமும், அதன் மக்களும், தீவிரமாக தங்களது நிலத்தை மீட்பதற்கான விடுதலைப் போராட்டத்தில் ஈடுபட்டபோது, பாலஸ்தீனியப் பிரச்சனை ஒரு இனப்போராட்டமாக மாறியது. அதன்பின், கம்யூனிஸ்ட் கட்சியை விட்டு வெளியேறிய அவர் பாலஸ்தீன விடுதலை இயக்கத்தில் இணைந்தார். 1971ல் கெய்ரோவில் பாலஸ்தீனிய தேசியக் கவுன்சிலில் பேச அழைக்கப்பட்டபோது முதன்முதலாக பாலஸ்தீன விடுதலை இயக்கத் தலைவர் யாசர் அராபத்தைச் சந்திக்கிறார். அராபத் அவரை அரவணைத்துக் கொண்டே 'நான் உங்களிடம் தாயகத்தின் நறுமணத்தை உணர்கிறேன்' என்று கூறியதை நினைவு கூரும் தர்வீஷ், பெய்ரூத்தில் சிறந்த நண்பர்களாக நாங்கள் இருவரும் இருந்தோம் என்பதையும் குறிப்பிட்டுள்ளார். பின்னாளில் பாலஸ்தீன ஆட்சியதிகாரத்தில் அராபத் அதிபராக அமர்ந்தபோது பண்பாட்டுத் துறை அமைச்சராக தர்வீஷை பதவி ஏற்றுக்கொள்ள அழைத்தார். ஆனால், தர்வீஷ் அதனை மறுத்துவிட்டார். ஆட்சியதிகாரத்துடன் அவரது உறவு என்பது விமர்சனப்பூர்வமாகவே இருந்து வந்துள்ளதற்கு இது ஒரு சான்றாகும்.

1987-ல் பாலஸ்தீன விடுதலை இயக்கத்தின் செயற்குழு உறுப்பினராகத் தேர்ந்தெடுக்கப்பட்டார். 1988-ல் பாலஸ்தீன விடுதலை இயக்கத்திற்கான அறிக்கையை எழுதிய அவர், பாலஸ்தீன மக்களின் விடுதலையை அதில் பிரகடனப்படுத்தினார். பாலஸ்தீனம், இஸ்ரேல் என்கிற இரு நாட்டுக் கொள்கையை அங்கீகரித்த தர்வீஷ் அதனைப் பாலஸ்தீன விடுதலை இயக்கமும்

ஏற்கும்படி செய்ததில் பெரும் பங்காற்றினார். 1993-ல் போடப்பட்ட ஒஸ்லோ ஒப்பந்தத்தில் ஏற்பட்ட கருத்து முரண்பாடு காரணமாக அவ்வியக்கத்தைவிட்டு வெளியேறினார். 1997-வரை 'அல்- காமல்' என்கிற இலக்கிய இதழினை ஆரம்பித்து அதன் தலைமை ஆசிரியப் பொறுப்பில் பணியாற்றினார். இவ்விதழ் அரேபியக் கவிதைகளின் மறுஉயிர்ப்பாகவும், அரேபிய இலக்கியத்தை மீட்டெடுத்த ஒரு முக்கிய நிகழ்வாகவும் விமர்சகர்களால் கணிக்கப்படுகிறது.

தர்வீஷ் "பாலஸ்தீன மக்களின் மூச்சுக்காற்றாகச் செயல்பட்டவர், புலம்பெயர்தல் மற்றும் இருத்தலுக்கான நிகழ்கால சாட்சியாக இருந்தவர்" என்கிறார் கவிஞரான நவாமி சிகாப் நை. உலகின் சிறந்த கவிஞர்களில் ஒருவராக அறியப்படும் தர்வீஷ் தனது படைப்புகளுக்கான எண்ணற்ற பரிசுகளைப் பெற்றுள்ளார். அவிசேனா (இபுன்-சினா) விருது, லெனின் அமைதி விருது, ஆப்ரோ - ஆசிய எழுத்தாளர் கழகத்தின் தாமரை விருது, பிராங்கின் கலைக்காவலர் விருது, பெல்லஸ் லெட்டர்ஸ் மெடல், லென்னன் பவுண்டேஷனின் கலாசார விடுதலைக்கான விருது, மொராக்கோவின் மன்னரான நான்காம் முகம்மதுவால் அளிக்கப்பட்ட மொராக்கோ விசாம் என்கிற கௌவர விருது, ரஷ்யாவின் ஸ்டாலின் விருது ஆகிய விருதுகளைப் பெற்றதன் மூலம் பாலஸ்தீனப் பிரச்சனையை உலகக் கவனத்திற்குக் கொண்டு வந்தவர். மிகப் பெரிய விருதான அமெரிக்க லென்னன் பவுண்டேஷன் விருதைப் பெற்றபோது அவர் அமெரிக்காவிற்கு இதன் மூலம் எனது தாயகத்தின் பிரச்சனை அறிமுகமாகட்டும் என்றார்.

அரபியக் கவிஞரான அப்துல் அல்-வஹாப் அல்-பையாதி மற்றும் ஈரானிய மார்க்சியரும் பின்னாளில் ஈரானிய தேசியக் கருத்தியலுக்கு ஆட்பட்ட ஒரு முக்கியமான அராபிய முன்னோடிக் கவிஞரான பதுர் ஷாக்கிர் அல்-சய்யாப் ஆகிய கவிஞர்களின் பாதிப்புகளில் கவிதை எழுதியவர். ரிம்பார்ட் மற்றும் கின்ஸ்பர்க் போன்ற உலக இலக்கிய ஆளுமைகளால் பாதிக்கப்பட்டவர். ஹீப்ரு கவிஞரான யெக்தா அமிச்சியின் கவி ஆளுமைக்கு ஆட்பட்ட இவர், "அவர் எனக்கு ஒரு சவால், ஏனென்றால் நாங்கள் ஒரே நிலம் குறித்தே எழுதுகிறோம். அவர் தனது நிலத்தின் அடிப்படையில், எனது சிதைக்கப்பட்ட அடையாளத்தின் மேல் நின்றுகொண்டு, நிலத்தையும் அதன் வரலாற்றையும் பற்றி எழுதுகிறார். எனவே, இந்த நிலத்திற்கும் அதன் மொழிக்கும் யார் உரிமையாளர்கள்? யார் அதை அதிகம் காதலிப்பவர்கள்? யார் அதைப் பற்றி

நன்றாக எழுதுகிறார்கள் என்கிற போட்டி எங்களுக்குள் உள்ளது'' என்கிறார் தர்வீஷ். இந்த கண்ணோட்டத்திலிருந்துதான் அவரது கவிதைப் புலத்தின் அடிப்படையான படைப்பு மனம் விகசிப்பதை உணரலாம். அவரிடம் கவிதைகள் தனது தாய்நிலத்தைப் பிரதியாக்கும் உத்தியாக மாற்றம் பெறுவதை உணரலாம்.

யூத ஜியோனிசம் முற்றிலுமாக நிலம் மற்றும் வரலாற்றின் நினைவுகளிலிருந்து அழிக்க நினைத்த பாலஸ்தீனம் என்கிற ஒரு நிலப்பரப்பை அதன் வரலாற்று நினைவைத் தனது கவிதைகளில் மீட்டெடுத்து நாளைய யூத தலைமுறை, ஒரு மக்களற்ற நிலத்தில் புதிதாக குடியேறியவர்கள் அல்ல, எண்ணற்ற மக்களைக் கொன்று மற்றொருவரின் நிலத்தில்தான் தங்களது நாடு உருவாகி உள்ளது என்பதைப் புரிந்து கொள்ள வேண்டும் என்பதை உணர்ந்திருந்தார். அவரது கவிதைகள் சிலவற்றை இஸ்ரேலிய அரசு பாடத்திட்டத்தில் இணைக்க முயன்று அது அரசின் நிர்பந்தத்தால் கைவிடப்பட்டபோது, தர்வீஷ் கூறிய வார்த்தைகள் "இஸ்ரேலியர்கள் இந்த நிலத்திற்கும் ஒரு அரபிக் கவிஞனுக்கும் இடையிலான காதலை அவர்களது மாணவர்களுக்குக் கற்றுத்தர விரும்பவில்லை. இது மற்றொரு மக்கள் வேரோடிய நிலம் என்கிற முழுக்கதையையும் மாணவர்கள் புரிந்துகொண்டு 'உணர்ச்சிகரமான' ஜியோனிசம் என்பது ஒரு பொய் என்பதைக் கண்டுபிடித்துவிடக்கூடும் என்று அஞ்சுகிறார்கள்'' என்பதுதான். அவரது கவிதைகள் ஹீப்ரு மொழியில் மொழிபெயர்க்கப்பட்டு வெளிவந்துள்ளது என்பதுடன் இஸ்ரேலியர்களிடம் பரவலாக அறியப்பட்ட ஒரு அரபிக் கவிஞரும்கூட.

தர்வீஷின் கவிதைகள் இரண்டு அடிப்படைகளின் மேல் கட்டப்பட்டவையே. ஒன்று பாலஸ்தீனத்தின் வரலாறு; மற்றொன்று பாலஸ்தீனத்தின் புவிப்பரப்பு. பாலஸ்தீன வரலாற்றைத் தனது கவிதை வழியாகப் பிரதியாக்கமாக மீட்டெடுப்பதும், பாலஸ்தீன நிலத்தை அதாவது புவிப்பரப்பைத் தனது மொழிக்குள் கட்டமைப்பதுமே இவரது கவிதைகள். அதாவது, மொழிக்குள் தனது வரலாற்றையும், தனது நிலப்பரப்பையும் பிரதியாக்கமாக முன்வைத்தவை அவரது கவிதைகள். அதனால்தான் என்னை, எனது கட்டடங்களை, எனது இயற்கையை அழிக்கலாம். ஆனால், எனது கவிதைகளின் ஒரு வார்த்தையைக் கூட அழிக்க முடியாது என்று எழுதினார். இந்த உலகில் மொழிகள் வாழும்வரை எனது கவிதைகள் வாழும். அந்தக் கவிதைகளில் பாலஸ்தீனம் என்கிற நிலமும், அதன் வரலாறும் வாழும் என்றார். இத் தன்னுணர்வுடன்

படைக்கப்பட்ட அவரது கவிதைகள் ஜியோனிச அதிகாரத்தின் நில அழிப்பிற்கும், வரலாற்றிற்கும் எதிரான குரலாக ஒலித்தது.

“என்னால் எனது யதார்த்தத்தைத் தேர்ந்து கொள்ள இயலவில்லை. இதுதான் பாலஸ்தீன இலக்கியத்தின் முக்கியமான பிரச்சனை, வரலாற்றின் இயக்கத்திலிருந்து எங்களை விடுவித்துக்கொள்ள முடியவில்லை” என்கிறார் தர்வீஷ். அவரால் தனது வரலாற்றை, நிலத்தின் பூகோளவியலைத் தாண்டிச் செல்ல முடியாததாக, அதனையே தனது கவிப்புலமாகக் கொண்டு இயங்குவதான ஒரு நிர்பந்தத்தை வரலாறு அவரிடம் திணித்தது. இறுதிவரையில் அவரிடம் மிஞ்சியிருந்த ஒரு கேள்வி ‘தான் யார்?’ என்பதுதான். அவரது கவிதை இயக்கம் ஒரு கூட்டுக் குரலாகவே ஒலித்தது. தனது சொந்த அனுபவங்களை, காதலைப் பாடும்போதுகூட அதனைப் பாலஸ்தீன நிலத்தின் மீதான காதலாக உணரும் ஒரு வாசிப்பே நிகழ்த்தப்பட்டது.

“எனது கவிதையில் வரும் பெண் வெறும் பெண்தான், கவிதையில் வரும் தாய் எனது தாய்தான், கவிதையில் வரும் கடல் வெறும் கடல்தான்” என்று அவர் வலியுறுத்திச் சொல்ல வேண்டியவராக இருந்தார். ஏனென்றால் அவரது ஒவ்வொரு சொல்லும் பாலஸ்தீனத்தின் கூட்டுக்குரலாக அதன் மனசாட்சியாக உணரப்பட்டது. ஒரு கட்டத்தில் தன்னுருவாக்க வினையாக வெறும் காதல் கவிதைகளை மட்டுமே எழுதும் நிலைக்கு அவருக்குள் இச்சிக்கல் இருப்பதைக் காணமுடிகிறது. பாலஸ்தீனம் ஒரு உருவகமாக அவரது கவிதைக்குள் வந்தபோதிலும், கவித்துவ ஆளுமை என்பதைக் கடைசிவரை தனது கவிதைக்கான அடிப்படை இயக்கமாகக் கொண்டிருந்தார். தனது கவிதைக்குள் பாலஸ்தீன வரலாற்றுடன் அதன் நிலத்துடன் உறவுகொண்ட தொன்மங்களைக் கதையாடல்களை முன்வைத்துப் பேசியதன் மூலம் அவ்வரலாற்று நினைவை மறுஉருவாக்கம் செய்தபடியே இருந்தார்.

பாலஸ்தீன விடுதலை என்கிற தீராத தாகத்துடன் ஆக்கிரமிப்பிற்கு எதிராகப் போராடிய அவர் பாலஸ்தீன்-இஸ்ரேல் பிரச்சனை என்பது இரண்டு வரலாற்று நினைவுகளுக்கு இடையிலான போராட்டம் என்பதைப் புரிந்து கொண்டிருந்தார். அவரது கவிதைகள் தனது மண் சார்ந்த வரலாற்று நினைவை மீட்டுபவையாக இருந்தன. அதனால்தான் இஸ்ரேலியக் கவிஞரான யெக்தா அமிச்சின் கவிதைகளில் உருவமைக்கப்பட்ட நிலத்திற்கு எதிராக தனது நிலத்தைக் கவிதைக்குள் உருவமைக்க முயன்றார். பாலஸ்தீனப் பிரச்சனையின் அடிப்படையே வரலாறாகச் சொல்லப்பட்ட

நினைவுகளின் அடிப்படைதான். “இல்லம் என்பது நினைவுகளின் இடம்தான்” என்று கூறும் தர்வீஷ், “நினைவுகள் இல்லாமல் ஒரு இடத்துடன் எப்படி உறவு கொள்ள முடியும்?” என்கிறார். மேலும், “யாராலும் ஒரே ஆற்றை இருமுறை கடக்க முடியாது. ஒருவேளை நான் திரும்பினாலும் எனது குழந்தைப் பருவத்தை எப்படி அடைய முடியும்? அதனால் திரும்புதல் என்பது சாத்தியமேயில்லை, ஏனென்றால் வரலாறு நகர்ந்துகொண்டே உள்ளது. திரும்புதல் என்பது நினைவில் உள்ள இடத்திற்குச் செல்வதோ அல்லது இடத்தில் உள்ள நினைவிற்குச் செல்வதோதான்” என்கிறார். அழிவிற்குள்ளான இடம் என்பது நினைவாக மட்டுமே எஞ்சியுள்ளது என்பதால் பாலஸ்தீனம் என்கிற நிலம் ஒரு கவித்துவ-உருவகமாக அவரது கவிதைக்குள் மாறுகிறது. திரும்பவும் தனது நிலத்திற்குச் செல்லுதல் என்பது ஒருவகையில் நினைவிற்குள் பயணிப்பதுதான் என்பதையும் நிலமும், நினைவும் வேறு வேறு அல்ல என்பதுதான் அவரது கவிதையின் அசாத்திய ஆளுமை எனலாம்.

ஹெராக்ளிடிசின் புகழ்பெற்ற கூற்றான ‘யாராலும் ஒரே ஆற்றை இருமுறை கடக்க முடியாது’ என்கிற வாசகத்தை அவர் முன்வைப்பதிலிருந்து வரலாற்றின் இயக்கப்போக்கில் மாற்றம் என்பது தவிர்க்க முடியாது என்பதையும் அந்த மாற்றத்தை ஏற்பது வரலாற்றின் நிர்ப்பந்தம் என்பதையும் சொல்வதாகிறது. ஆறு ஓடிக்கொண்டிருப்பதைப் போல அதைக் கடப்பவனும் மாறிக்கொண்டிருக்கிறான். அதனால்தான் திரும்புதல் என்பது ஒரு புதிய நிகழ்வாக உள்ளதால் அதனைத் திரும்புதலாகச் சொல்ல முடியாது என்கிறார். நினைவுகள்தான் ஒரு வரலாற்றைக் கட்டியமைக்கிறது என்பதால் வரலாறு என்பதே நினைவுகளின் வரிசைத்தொடர்தான் என்பதை நுட்பமாக இக்கூற்று முன்வைப்பதை உணரலாம்.

பாலஸ்தீன வரலாறு எப்படி நினைவுகளின் கதையாடலாகக் கட்டப்பட்டது என்பதைப் புரிந்து கொள்வது இந்த நினைவுகளின் போராட்டம் என்கிற சொல்லாடலைப் புரிந்துகொள்ள ஏதுவாகும். பாலஸ்தீனத்தின் பூர்வகுடிகள் அரேபியர்களே. பழைய ஏற்பாட்டின் தொன்மக் கதையாடல்படி பல நூற்றாண்டுகளுக்கு முன்பு யூதர்களின் குடியேற்றம் அங்கு நிகழ்ந்தது. அவர்களது இறைவனான யஹோவா விற்கும், அவர்களது இறைத்தூதரான மோசஸிற்கும் இடையில் ஏற்பட்ட ஒப்பந்தத்தின் அடிப்படையில் வாக்களிக்கப்பட்ட நிலமே இஸ்ரேல் என்கிற மதம் சார்ந்த கதையாடலே இதற்கான அடிப்படையாகும். இறைவனால் ரட்சிக்கப்பட்டதாகவும்,

அவனால் அவர்களுக்கு வழங்கப்பட்ட புனித நிலமாகவும் வர்ணிக்கப்பட்ட அந்த மண் பற்றிய இந்த வரலாற்று நினைவும், தங்களது நிலத்தில் வந்து குடியேறியவர்கள் இவர்கள் என்கிற பூர்வீகம் பற்றிய பாலஸ்தீனிய அரேபியர்கள் நினைவும் மோதும் ஒரு போராட்டமே பாலஸ்தீனியப் போராட்டத்தின் அடிப்படை உளவியல் உந்து சக்தியாகும்.

யூதர்களால் எந்த பிற இனத்தையும் ஏற்க இயலாத அவர்களது தூய, புனித, கடவுளின் தேர்ந்தெடுப்புக் கதையாடலும், அதனால் உருவான உயர்ந்தவர்கள் என்கிற மனப்போக்கும், தங்களது தனித்தன்மை பற்றிய அதீத உணர்வும் யூதர்களை எந்த நாட்டு மக்களிடமும் ஒருங்கிணைந்து செயல்பட முடியாத நிலையை உருவாக்கியதை வரலாற்றில் படிக்க முடிகிறது. பிறப்பை மட்டுமே அடிப்படையாகக் கொண்டிருப்பதால் வளரமுடியாத மதமான யூத மதம், அதாவது பிற மதத்தினரை உள்ளிழுக்கும் அல்லது மதம் மாறும் தன்மையற்றது, உலக வாழ்வில் தனித்து விடப்பட்டதாக மாறிப்போனது. இத்தனிமையால் மற்ற மதங்களால் ஒடுக்குமுறைக்கும் அழிவிற்கும் உள்ளான அவர்கள், தங்களது மதத்தைக் காக்க கல்வி கற்றுத் தேர்வதை ஒரு அடிப்படை கடமையாகக் கொண்டு தங்களை அறிவாற்றல் மிக்க மதத்தினராகவும், ஒற்றுமையுள்ள ஒரு இனமாகவும் வளர்த்துக் கொண்டனர். இவ்வாறு, தங்களது அறிவாலும், வட்டி மூலதனத்தாலும் வளர்ந்த அம்மதம் எல்லா ஐரோப்பிய நாட்டு அரசுகளிடமும், ஐரோப்பிய மக்களிடமும் ஒருவித அச்சத்தையும், அம்மக்களைக் கீழ்மையாக உணரவைக்கும் ஒரு மனநிலையையும் கட்டமைத்தது.

கிறித்தவர்களுக்கும், கிறித்தவ ஐரோப்பியர்களுக்கும் அவர்களால் ஏற்பட்ட பொருளியல் மற்றும் உளவியல் நெருக்கடிகளும், கிறித்தவத்திற்கு எதிரான அவர்களது நிலைப்பாடுகளும், ஏசுவைக் கொன்ற இனத்தவர் என்பதான கருத்தாக்கமும், அவர்களது அறிவு மேலாண்மையின் வழியாக எல்லோரையும் ஆள்வதற்கான உயர் மனப்பான்மையும், ஐரோப்பாவிற்கு ஏற்படுத்திய தீராத்தலைவலியாக மாறிப் போனபோது, அவர்களை ஐரோப்பாவிலிருந்து வெளியேற்றுவதன் மூலம் தனது ஆட்சி அதிகாரத்தை நிலைநிறுத்திக்கொண்டு தன்னை அமைதி பூமியாக மாற்றிக் கொள்ளும் ஒரு அரசியல் நிலையே ஐரொப்பிய-ஆங்கில அரசுகள் இஸ்ரேலை உருவாக்கக் காரணம் எனலாம். மற்றொரு காரணம் அரபிப் பழங்குடிகளின் ஆட்சியையும், அதன் எண்ணெய்

வளத்தையும் தனது கட்டுப்பாட்டுக்குள் வைத்துக்கொள்ளும் நோக்கம். அதாவது, அரேபிய சமூகங்களைக் கட்டுப்படுத்த ஒரு அடியாளைப் போல இஸ்ரேல் அரசை உருவாக்கின ஆங்கிலோ - அமெரிக்க அரசும் அதிகார வர்க்கமும். இதற்கு அவர்களது மத நம்பிக்கைகளும் முக்கியக் காரணமாக மாறியது. ஆக, யூதர்களின் புனிதபூமி என்கிற கருத்தின் அல்லது நினைவின் அடிப்படையில் உருவான ஒரு தேசமே இஸ்ரேல். இந்த நினைவிற்கும், பூர்வீக பாலஸ்தீன அரேபியர்களின் நினைவிற்கும் இடையிலான ஒரு போராட்டமே பாலஸ்தீனப் போராட்டம் என்பதை உணர்ந்த ஒரு மதச்சார்பற்ற கவிஞராக தர்வீஷ் விளங்கினார்.

அரேபிய நாடுகளின் ஜனநாயகமற்ற தன்மை மற்றும் அவற்றின் ஒற்றுமையின்மை போன்றவையே பாலஸ்தீனப் பிரச்சனை தீராததற்கு அடிப்படைக் காரணம் என்பதை ஓரிடத்தில் கூறும் தர்வீஷ் மதங்களை மீறிய ஒரு மனிதநேயமிக்க ஜனநாயகவாதியாக இருந்தார். தர்வீஷின் கவிதைகள் அந்த வகையில் தனது வரலாற்றை மதச்சார்பற்ற முறையில் பிரதிக்குள் உருவமைப்பதன் வழியாக, தனது நிலத்தை வரைந்து வைப்பதாக மாறியது. பாலஸ்தீனத்தின் ஒவ்வொரு துகளும் அவரது கவிதைக்குள் மொழியாகத் தடம் மாற்றிப் பதிய வைக்கப்பட்டது.

1983-ஈழப் போராட்டத்திற்குப் பிறகான தமிழ் இலக்கியச் சூழலில் அறியப்பட்ட ஒடுக்குமுறைக்கு எதிரான ஆப்பிரிக்க, லத்தீன் அமெரிக்க மற்றும் அரேபிய, கவிதைகளினூடாகப் பரவலாக மொழிபெயர்க்கப்பட்டு அறியப்பட்டவர் கவிஞர் தர்வீஷ். இவரது கவிதைகள் பாலஸ்தீனம் மட்டுமின்றி உலகின் ஒடுக்கப்பட்ட மக்களின் தாய்நிலங்கள் அபகரிக்கப்பட்டு அகதிகளாக ஆக்கப்பட்ட மக்களின் உரத்த குரலாக ஒலித்தவை. ஆகவே, இவரது கவிதைகள் ஈழத் தமிழர்களின் நிலைக்கு நெருக்கமானதாகவும், உலக ஒடுக்குமுறைக்கு எதிரான குரலாகவும் அடையாளம் காணத்தக்கது.

22 வயதில் ஒரு இஸ்ரேலிய இராணுவத்தானால் தடுத்து நிறுத்தப்பட்ட சம்பவத்தை அடிப்படையாகக் கொண்டு எழுதப்பட்ட இவரது ‘அடையாள அட்டை’ என்கிற புகழ் பெற்ற கவிதை, அரபு உலகில் ஒரு மின்சார உணர்வைப் பாய்ச்சியதைப் போல பரவியது. அக் கவிதையில் உள்ள நிலம் பற்றிய சித்திரிப்பில் விளைநிலமாகத் தனது மூதாதைகளால் உருவாக்கப்பட்ட நிலம், தனது குழந்தைகளுடன் பயிரிடப்பட்டு காக்கப்பட்ட அந்த நிலம், தற்சமயம் அபகரிக்கப்படுகிறது.

நிலம் அபகரிக்கப்பட்ட அவருக்குத் தர மிஞ்சியிருப்பவை வெறும் பாறைகள்தான். இங்கு நிலம் என்பதுடன் பிணைந்துள்ள வரலாறு என்பதே பிரச்சனையாக இருப்பது சொல்லப்படுகிறது. இங்குதான் நிலமற்றவனான மனிதன் தன்னையே தனது உடற்பரப்பையே நிலமாக மாற்றிக் கண்ணிவெடியைத் தனக்குள் புதைத்துக் கொள்பவனாக மாறுகிறான். "மனித வெடிகுண்டுகளை நான் ஏற்பதில்லை ஆனால் ஏன் ஒருவன் அந்த நிலைக்குத் தள்ளப்படுகிறான் என்பதை ஆராய வேண்டும்" என்கிறார் ஓரிடத்தில் தர்வீஷ்.

மனித உடலே கண்ணிவெடிகள் புதைக்கப்பட்ட நிலமாக மாறுவதற்குக் காரணம் அவனுக்கு மறுக்கப்பட்ட அவனது நிலத்தைத் தனது உடலாகப் பதிலீடு செய்வதே. காரணங்களை தீர்க்காமல் காரியங்களை நோவதில் பலனில்லைதானே.

தர்வீஷின் மரணம் அபகரிக்கப்பட்ட அந்த நிலங்களைத் தனது கவிதை எனும் மொழிக்குள் உருவாக்கி இருத்தி வைக்கிறது. அவரது மொழி இருக்கும்வரை, அவரது கவிதைகளின் ஒரு சொல் இருக்கும்வரை பாலஸ்தீனம் இருக்கும்; அதனை அழிக்க முடியாது என்பதுதான் அவரே தந்துவிட்டு மறைந்த வாக்குமூலம். அதிகாரத்தின் முன் உண்மை மட்டும் பேசிப் பயனில்லை. உண்மையாக வாழ்ந்தும் காட்டவேண்டும் என்கிற பூஃக்கோவின் செய்தியை நினைவிற்குக் கொண்டு வருகிறது இவரது மரணம்.

அவரே கூறியதுபோல கவிதை உலகை மாற்றிவிடாது என்றாலும் ஒரு போர்க்குணமிக்க மனிதனை அதுதான் உருவாக்குகிறது. தனது கவிதைகள் தன்னை மாற்றியது என்கிறார் தர்வீஷ். கவிதைகள்தான் அதாவது கலைதான் அவரைப் போராட்டக்காரனாக்கியது. அவரது கவிதை ஒன்றில் தன்னையே ஆயுதமாக ஒப்படைக்கும் அந்தப் போர்க்குணம் அளப்பரியது. தன்னைத் தனிமனிதனாக அல்லாமல் ஒரு கூட்டமாக தனது மக்களின் ஒரு கூட்டுத் தன்னிலையின் அடையாளமாக முன்வைத்தார். அபகரிக்கப்பட்ட நிலம் என்பது என்ன என்கிற அடிப்படைக் கேள்வியுடன் துவங்கும் இவரது கவிதைகள், அடிப்படையில் நிலம் என்பது அதனுடன் பிணைக்கப்பட்ட வரலாற்று நினைவுகள்தான் என்றும் அந்த நினைவுகளின் போராட்டமே பாலஸ்தீனப் பிரச்சனைக்கான போராட்டமாக உள்ளதையும் இவரது கவிதைகள் மௌனமாகவும், உரத்தும் சொல்லியபடி இருக்கின்றன.

- 03 நவம்பர் 2008. (பெருவெளி, பிப்ரவரி 2009)

அடிக்குறிப்புகள்

1. தமிழில்: யமுனா ராஜேந்திரன்.

2. இக்கட்டுரை எழுத இணையங்களில் தேடி தகவல்கள் தந்தும், மொழிபெயர்ப்புகளில் உதவியும் அடிக்கடி நினைவூட்டி எழுதுவதற்குத் துரிதப்படுத்தி, வார்த்தை வார்த்தையாகப் படித்துத் திருத்தியும் உதவிய நண்பர் நதியலைக்கு நன்றிகள் பல.

3. இணையச் சுட்டிகளைத் தந்துதவிய நண்பர் ஹெச். பீர்முகமது அவர்களுக்கும் இச்சந்தர்ப்பத்தில் நன்றி சொல்லக் கடமைப்பட்டுள்ளேன்.

பிரம்மச்சர்யமும் ஆணுறைகளும் மண்ட்டோவின் மதம், தேசியம் மற்றும் உடல் பற்றிய வெள்ளை அறிக்கை

"நான் அறுவை சிகிச்சை செய்வதற்காக அனுமதிக்கப்படும் ஒவ்வொரு தேவ தூதர்களின் உடலிலும் ஒரே ஒரு முடிகூட இல்லாத அளவிற்கு மிகச் சுத்தமாகச் சிரைத்துவிடுகிறான்"

– சாதத் ஹஸன் மண்டோ.

I

பிரித்தானிய இந்தியாவிலிருந்து 1947-இல் இந்தியா-பாகிஸ்தான் என்ற இரண்டு புதிய நாடுகள் உருவாக்கப்பட்டபோது (பிரிவினை என்பது வகுப்புவாத நோக்கில் வரலாற்றில் கட்டமைக்கப்பட்ட ஒரு சொல்லாடல்[1] அதனைத் தவிர்ப்போம்) ஏற்பட்ட வகுப்புக் கலவரம் பற்றிய படைப்புகளில் முதலில் நினைவுகூரத்தக்க ஒரு படைப்பாளி சாதத் ஹஸன் மண்ட்டோ. அவரது 'டோபா டெக்சிங்' என்கிற கதையில் வரும் பிஷான் சிங், லாகூரில் மனநலக் காப்பகத்தில் இருந்துகொண்டு தன் கிராமமான டோபாடெக்சிங்-கிற்குத் திரும்ப வேண்டும் என்று இயற்கையான அடையாளத்தை மட்டும் வேண்டி வரலாற்றால் கட்டமைக்கப்பட்ட 'இந்தியன்', 'பாகிஸ்தானி' என்கிற அடையாளத்தை மறுத்ததைப் போல இறுதிவரை தனது அடையாள நெருக்கடியில் வாழ்ந்து மனச்சிதைவிற்கு ஆளானவர். இந்தியாவா? பாகிஸ்தானா எங்கு தன்னிச்சையாக இருக்க முடியும் என்பதே அவரது முக்கிய பிரச்சனையாக இருந்தது. பாகிஸ்தானில் அவர் வாழ்ந்த இறுதி 8 ஆண்டுகளில் முழுக்க முழுக்கத் தன்னை போதைக்குள் திணித்துக்கொள்வதன் மூலம் நிரந்தரமான மயக்கத்தில் ஆழ்ந்து தனது உடலைக் கொண்டு அவர் இவ்வுலகிற்கு எதிராக நடத்திய கலகமே அவரது மரணம்.

மண்ட்டோ குறிப்பிடத் தகுந்த, விவாதிக்கப்பட வேண்டிய ஒரு படைப்பாளி. அதிலும் கலக எழுத்துகள், புனித உடைப்புகள், விளிம்பு நிலை எழுத்துகள் பற்றி அதிகமாகச் சிலாகிக்கப்படும் தமிழ்ச்சூழலில் விரிவான ஆய்விற்கும் விவாதத்திற்கும் உட்படுத்தப்பட வேண்டியவர். சிறுகதைகளின் களத்தையும் கருவையும் சூழல்களையும் அதன் கன பரிமாணங்களோடு மிக

நுட்பமாக எழுதிச் செல்லும் விதம் தமிழின் நவீன எழுத்திற்கு ஒரு பயிற்சிக் களமாக இருக்கும்.

மண்ட்டோ பற்றி எழுதும்போது புதுமைப்பித்தன் குறித்து நினைவிற்கு வருவது தவிர்க்க முடியாதது. படைப்புத் தளத்தில் இருவரும் இரு வேறு தளங்களில் இயங்கியவர்கள் என்றபோதும், மண்ட்டோ நகர் சார்ந்த பின்புலத்தையும் பு.பி. கிராமம் சார்ந்த பின்புலத்தையும் கதைக்கான புனைவமைப்பாகக் கொண்டவர்கள். மண்ட்டோவின் சமூக அவலம் பற்றிய உயர்வும் அதிகார எதிர்ப்புணர்வும் பு.பி.யிடம் இல்லை. நிறுவன அமைப்புகளுக்கான எதிர்ப்புணர்வும், நிறுவப்பட்ட கருத்துகளை மறுதலிப்பதும், எழுத்திற்கான அர்ப்பணிப்பும் இருவரிடமும் இருந்தது. மண்ட்டோவிற்கு ஏற்பட்ட அடையாள நெருக்கடி, அந்நியமாதல் உணர்வு பு.பி.க்கு இல்லை. தமிழ்ச் சூழலில் அதற்கான வாய்ப்பு இல்லை, காரணம் சாதிய அடையாளம் ஆழமாக வேரூன்றி உள்ளதால் ‘தனிமனிதனைக்’ கண்டடைவதற்குச் சாத்தியமில்லாத சூழலே உள்ளது.

பு.பி.யின் எள்ளல் மண்ட்டோவின் சொற்சித்திரங்களில் வெளிப்படுவதைக் காணலாம். இந்த எள்ளல் பு.பி.யைப் போல் ஐரணித் தன்மை வாய்ந்தது அல்ல. இது ‘பிளாக் ஹுயூமர்’ (Black Humor) எனப்படும் பிராய்டால் முன்வைக்கப்பட்ட நனவிலி நிலையில் ஒடுக்கப்பட்டுக் கிடக்கும் அச்சம் நரம்புகளை அதிர வைக்கும் நகையுணர்வாக மாற்றீடு செய்யப்பட்டு வெளிப்படும் வடிவமாகும். சொற்சித்திரங்களில் மனதிற்குள் ஒடுக்கப்பட்ட அச்சம், அவசம் ஆகியவை நகையுணர்வாக வெளிப்படுவதுடன் வாசகனை ஒருவித இறுக்கமான மௌனத்திற்குள் ஆழ்த்திவிடுகிறது. இது சொல்லப்படும் சூழலுக்குள் உறைந்திருக்கும் வன்முறையை அதன் அவலத்தை வாசகனின் மனதில் மெலிதான நகைச்சுவையுடன் உள்ளிறக்கிவிடுகிறது. ஆயிரம் புள்ளிவிவரங்களை விடவும் ஆய்வறிக்கைகளை விடவும் இவை ஏற்படுத்தும் தாக்கம் அதிகமானது. சொற்சித்திரங்கள் ஒவ்வொன்றும் மனதை உறைய வைக்கும் உண்மைகளை நாடகத்தன்மையுடன் காட்சி அமைப்புகளாக நம் முன் விரித்து வைக்கின்றன. இது எல்லாவிதக் கலவரங்களினது கொலைகளையும் சூறையாடல்களையும் பொதுமைப்படுத்தப்பட்ட அவல நாடகமாக, எல்லாச் சூழல்களிலும் பொருந்தி நிகழக்கூடியவையாகவும் உள்ளன. இவை குறித்த ஆய்வு ஒரு புதிய இலக்கிய வகையைத் (literary genre) தமிழுக்கு அறிமுகப்படுத்தும்.

பாகிஸ்தான் சென்ற பிறகு 7 ஆண்டுகள் கழித்து மண்ட்டோவால் எழுதப்பட்டவை இவை. பாகிஸ்தானில் எந்தவித அடையாளமுமின்றி முற்றிலும் அந்நியமாக்கப்பட்ட நிலையில் மனித ஆளுமையை அல்லது கதைசொல்லியின் இருப்பை நிராகரித்து எழுதப்பட்டதால் இது பல்வேறு மொழிச் சாத்தியங்களைக் கொண்டிருக்கிறது. பத்திரிகையாளனின் குரல், வானொலி அறிக்கை, தெருமுனை உரையாடல், சின்னச் சின்னக் கதையாடல்கள், வெறும் குரல்கள் எனப் பலவித எழுத்தமைப்புகளைக் கொண்ட மண்ட்டோவின் அசாத்திய இலக்கிய ஆளுமையைக் காணமுடிகிறது. இது புரியாமல் அன்று மண்ட்டோ பிறரின் வேதனையில் இன்பம் காண்பவர் என்று கடுமையாக விமர்சிக்கப்பட்டார் என்பது வேதனை மிக்க வேறு கதை.

கலாசாரம் மற்றும் அரசியல் சார்ந்த பிம்பங்களைக் குறியீடுகளாக்கி, தனது மத தேசிய அடையாளங்களை நிராகரித்து மனித உயிர்ப்பின் வலிகளை எழுத்தாக்கி மனம் என்கிற விசித்திரக் கட்டமைப்பின் உள்ளார்ந்த அலகுகளைக் கிழித்து வெளியே போட்டு எல்லாவித புனிதங்களையும் கேள்விக்கு உட்படுத்தி ‘ப்பூ’ என்று காறித் துப்பும் மண்ட்டோ விளிம்புநிலை மனிதர்கள் என்று சமூகம் ‘அருவறுத்து’ ஒதுக்குமாறு நிர்பந்திக்கப்பட்டுள்ள விலைமாதுகள், காமத்தரகர்கள், பொறுக்கிகளை நாயகர்களாக்கிப் போலி நாகரிகக் கற்பிதங்களைக் கொண்ட மத்திய தர வர்க்கத்தை உளவியல் ஆய்விற்கு உட்படுத்தி நம்மைக் குற்ற உணர்வு கொள்ளும்படி செய்கிறார். தன்னைப் பற்றியும் தனது எழுத்தாள ‘பிரம்மா’ பிம்பங்களைப் பற்றியும் கொஞ்சமும் கவலைப்படாமல் நேர்மையாகத் தனது எழுத்தை முன்வைக்கிறார். முதல் கவிதை நூல் பிரசுரமானவுடன் தனக்கென்று கோஷ்டிகளை உருவாக்கித் தன்னையே சொறிந்து சொறிந்து அதன் புண்களைப் பளபளக்கும் வைரங்கள் என விற்றுத் திரியும் தமிழ் எழுத்தாளக் கூட்டத்திற்கு இது முற்றிலும் புதிய ஒன்று. மண்ட்டோவின் படைப்புலகிற்குள் பிரவேசிப்பதன் மூலம் முதலில் எழுத்தின் நேர்மையையும் பாசாங்கற்ற எழுத்தையும் நாம் புரிந்துகொள்ள வேண்டியது அவசியம்.

ராமானுஜத்தால் மொழிபெயர்க்கப்பட்டு வெளிவந் திருக்கும் ‘மண்ட்டோ படைப்புகள்’ என்கிற தொகுப்பில் உள்ள 21 கதைகளும் விரிவான ஆய்விற்கு உரியவை. சொல்லுதலில் ஏற்படும் இடைவெளிகளில் பல அர்த்த சாத்தியப்பாடுகளைக்

கொண்டுள்ள இக்கதைகள் சமூகத்தின் அடிப்படை முரணியக்கமான இயற்கை X கலாசாரம் மனித உடலையும் மனதையும் எப்படி உருவமைத்து இயக்குகிறது என்பதைச் சொல்லிச் செல்கிறது. கதைகளில் இடைவெளிகள், மௌனங்கள், தொடர்ச்சியின்மை திட்டமிட்டு வாசிப்பாளனைப் பங்கேற்கச் செய்யுமாறு உருவாக்கப்படுகிறது. இது நிகழ்வுகளின் நிஜத்தன்மைக்கும் புனைவிற்குமான எல்லையைச் சிதைத்து விடுகிறது. இந்த இடைவெளிகளால் திகைப்படையும் வாசகன் தனக்கான பிரதியை உற்பத்தி செய்துகொள்ள நிர்பந்திக்கப்படுகிறான். மையநோக்கு யதார்த்தவாத புனைவுகளைப் போல ஒற்றை மையங்களின் வழியாக வாசகன் குடியேற நிலப் பரப்புகளையோ அல்லது குடிமகனுக்கான அடையாள அட்டைகளையோ வழங்கும் கலாசார போலிஸ்தனத்திற்கு மாறாக, வாசிப்பாளனின் அடையாளத்தை மறுத்து புனைவிலிருந்து அவனை விலக்கித் தள்ளும் மைய விலக்குப் புனைவாக இருக்கிறது.

இக்கதைகள் இயங்கும் களம் மற்றும் அடையாளங்களின் அடிப்படையில் கீழ்க்கண்டவாறு வகைப்படுத்திக் கொள்ளலாம். 1. தின வாழ்விற்கான அடையாளங்களைத் தரும் குடும்பம், மருத்துவமனை, சிறைச்சாலை போன்ற நிறுவனங்கள் (காலித், மூன்றரையணா, ஜுபைதா, கழுவேற்றப்படுதல், ஹமீதின் குழந்தை) 2. மத அடையாளங்கள் இயங்கும் வகுப்புக் கலவரம் (திற, குருமூத்சிங்கின் கடைசி விருப்பம், கடவுள் மீது சத்தியமாக, ஷரிபான் மோஸல், சில்லிட்டுப்போன சதைப்பிண்டம், சஹாய், ஒருநாள்) 3. தேசிய அடையாளம் இயங்கும் சுதந்திரப் போராட்டம் (இது 1919-இல் நடந்தது, சுதந்திரத்திற்காக) 4. கருத்தியல் அடையாளங்களற்ற விலைமாதுகளின் இல்லங்கள் (அவமானம், கருப்பு சல்வார், குஷியா, நூறு விளக்குகளின் வெளிச்சம்) 5. சுய அடையாளங்களைக் கொண்ட தனி அறைகள் மற்றும் விடுதிகள் (ஜானகி, மம்மி).

முதல் மூன்று களங்களும் அடையாளங்களை ஒரு மனித உடலின் மேல் இருத்துவதன் மூலம் அவ்வுடலின் வன்முறையையும் அவ்வுடல் மீதான வன்முறையையும் இயக்குவதற்கான அதிகார நுண் அமைப்புகளாகச் செயல்படுபவை, இவைதான் அரசு என்கிற நிறுவனத்திற்கான இணக்கத் தன்னிலைகளை உருவாக்கும் களங்கள் ஆகும். இந்நிறுவனங்கள் வழியாகத்தான் ஒவ்வொரு தனி மனித உடல்களும் சக அமைப்பிற்குள் கரைக்கப்படுகின்றன. ஒரு தனித்த உடலானது அதிகாரத்தின் முன் ஏதுமற்றதாக அதன் அடையாள

எல்லைக்குள் தன்னை இருத்திக்கொள்வதே இதமாக, இருப்பாக உணர்கிறது. அரசானது இந்தக் கலாசார நிறுவனங்களைக் கட்டுவித்துக் காப்பதன் மூலமே தனது இயக்கத்திற்கான இறையாண்மையைப் பெறுகிறது.

எந்தவொரு உடலும் ஒற்றை அடையாளத்தில் இயங்குவதில்லை. அது தான் இயங்கும் ஒவ்வொரு களத்திலும் ஒரு அடையாளத்தைப் பெற்று இயங்குகிறது அல்லது ஒவ்வொரு களத்திலும் தனது அடையாளத்தை நங்கூரமிட்டு நிலைநிறுத்த முயல்கிறது. ஆக, ஒவ்வொரு உடலும் தனக்குள் பன்முக அடையாள சாத்தியப்பாட்டைக் கொண்டுள்ளது. சமூகக் களத்தில் இயங்கும் இப்பன்முக அடையாளங்கள் அரசின் அதிகார அமைப்புகளாலும் பல்வேறு கலாசார நிறுவனங்களாலும் கண்காணித்து ஒழுங்கமைக்கப்படுகின்றன. சமூகக் களத்தில் மிதக்கும் பன்முக அடையாளங்களுடன் இயங்கிக்கொண்டிருக்கும் உடலானது ஒரு குறிப்பிட்ட அடையாளம் மதமாகவோ தேசியமாகவோ நங்கூரம் பாய்ச்சி நிற்கும்போது அதனை முழுக்கப் பற்றிக்கொண்டு அதன் கருத்தியலில் திசைவழிப்படுத்தப்படுகிறது. இக்கருத்தியலானது தன்னை நிலைநிறுத்திக்கொள்ள தனக்கான எதிர் அடையாளக் கூற்றைக் கட்டமைக்கிறது. அதாவது கருத்தியல் தளத்தில் பிறர் என்பதாக ஒரு எதிரி உருவாக்கப்படுகிறது. தாம் X பிறர் (same X other) என்கிற அடையாளத்தைக் குறியிடுவதன் மூலம் ஒவ்வொரு உடலும் பிறர் பற்றிய அச்சத்திற்கு ஆளாக்கப்படுகிறது. இந்த இருத்தலின் பயம் உடல்களை அதீத வன்முறையின் எல்லைக்குக் கொண்டு செல்கின்றது. ஒவ்வொரு உடலின் இருப்பும் அச்சமூட்டப்பட்ட நிலையில் உடல்கள் ஒன்றுடன் ஒன்று மோதிச் சிதறுகின்றன. அவ்வுடல்களின் இயல்நிலை மறக்கடிக்கப்பட்டு மத-தேசிய அடையாளத்தின் கருத்தியல் நிலையில் செயல்படுவதால் ஒரு 'பைத்திய நிலை'க்கும் அதனால் உருவாகும் அதீதமான மூர்க்க நிலைக்கும் ஆளாக்கப்படுகிறது. கலவரத்தை அடிப்படையாகக் கொண்ட கதைகளில் வன்முறையின் செயல்பாடு இந்த அடையாள அரசியலை அடிப்படையாகக் கொண்டது தான்.

வகுப்புக் கலவரங்களின் போது நடந்த வன்முறை அரசியல், நிறுவனம், மனிதநேயம் போன்றவற்றையெல்லாம் தாண்டி மனித உடலின் உட்செறிக்கப்பட்டுள்ள வன்முறை பற்றிய தேடலாக மாறுகிறது. இந்த வன்முறை இயல்பூக்கம் சார்ந்ததா? அல்லது கலாசாரரீதியாகக் கட்டமைக்கப்பட்டதா? கலாசாரக்

காரணிகளான மதம் மற்றும் தேசிய அடையாளங்களின் அடிப்படையில் நடைபெறும் இவ்வன்முறை வரலாற்றுரீதியாகக் கட்டமைக்கப்பட்டதை உணர்ந்த மண்ட்டோ தனது மத தேசிய அடையாளத்தைத் துறந்த ஒரு நாடோடி உணர்விற்காக ஏக்கங்களுடன் சுதந்திரமான வெளிகளைத் தேடி அலைவதையே அவரது 'மம்மி', 'ஜானகி' போன்ற கதைகள் உணர்த்துகின்றன. அதனால் தான் அவரது கதைகள் கலாசாரமாகச் சொல்லப்பட்டவற்றின் வன்முறையை உணர்ந்து அதனை எதிர்ப்பதற்கான இருள்பகுதிகளை நாடிச் செல்வதாக அமைகின்றன. கலாசார உலகால் ஒடுக்கப்பட்டு மௌனிக்கப்பட்டுள்ள இயல் உலகாக விளிம்பு நிலையாளர்களால் ஆன ஒரு உலகு வெளிப்படுத்தப்படுகிறது. இந்த உலகில் உடல்கள் சிதைவதில்லை, வன்முறை இல்லை மாறாகக் கொண்டாடப்படுகின்றன.

உறவும் நேசமும் உதவிகளும் எந்த எதிர்பார்ப்பும் இன்றி இன்னும் சொல்லப் போனால் எந்தவிதப் பொதுநோக்குமின்றிப் பகிர்ந்து கொள்ளப்படுகிறது. 'மம்மி', 'ஜானகி', 'கருப்பு சல்வார்', 'மோஸல்', 'சஹாய்' போன்ற கதைகளில் வரும் பெண்கள் மனித உறவுகள் பற்றிய புதிய நோக்கைக் காட்டிச் செல்வதாக இருக்கிறார்கள். கற்பைக் காலில் போட்டு மிதித்த இவர்கள்தான் தனது சக மனிதனுக்காகத் தன்னுடைய எல்லை வரை சென்று உதவத் தயாராக இருக்கிறார்கள். இவர்களில் யாருமே ஒரு குடும்ப வாழ்க்கை பற்றிய கனவுகளோ, கற்பனைகளோ ஏன் ஏங்கவோ கூடச் செய்வதில்லை. இவர்கள் யாருக்குமே அடையாளம் என்கிற ஒன்று இருப்பதான எண்ணமோ கூட இல்லை. அடையாளம் கருத்தியலுடனும், வரலாற்றுடனும் உறவுடையது. இவர்களுக்குக் கருத்தியலோ, தத்துவப் பின்புலமோ, வரலாறோ கிடையாது. இவ்வுலகு பற்றிய 'தவறான பிரக்ஞை' இவர்களுக்கு இல்லை. அடையாளமற்ற இவர்கள்தான் சமூகத்தின் மையப்பகுதியில் இருக்கும் ஒழுங்கான நம்மைப் போன்ற மனிதர்களுக்கான அடையாளத்தைத் தருபவர்கள். இவர்கள்தான் எண்ணற்ற பெண்களின் கற்பை அடையாளப்படுத்திக் கொண்டிருக்கும் அளவுகோல்கள்.

2

'ஒரு வயது முடிவதற்குள் தனது ஒரே மகன் இறந்துவிடுவான்' என்கிற உள்மனக் குரலை முன்வைத்து நகரும் 'காலித்' என்கிற கதை மனதின் இருள் பகுதியில் ஒலிக்கும் இயல்புக்கு முரணான குரலின் உண்மையான அறிக்கையிடலாக உள்ளது. வழக்கமான

கதைக் களத்தைக் கொண்டிருந்தாலும், மையமான பிரச்சனை கதைசொல்லிக்குள் ஒலிக்கும் இந்தக் குரல்தான். மனித மனதின் தொல்மனச் சிக்கல்தான் அந்தக் குரல். இந்தக் குரல் இயற்கை சார்ந்தது. அது அடையாளமற்றதான ஒரு உடலின் இறப்பு பற்றிப் பேசுகிறது. ஆனால் கலாசாரம் அந்த அடையாளமற்ற உடலுக்கு மகன் என்கிற அடையாளத்தைத் தந்திருப்பதால் இறப்பை ஏற்க மறுக்கிறது. இங்கு குடும்பம் என்கிற அலகின் அடையாளம் நவீன சமூகம் சார்ந்தது என்றால், அடையாளமற்ற உடல்கள் புராதன சமூகம் சார்ந்தவை. இந்தப் புராதன மனம்தான் மாந்திரீகத் தன்மையுடன் குரலாக முன் அனுமானித்து உள்ளுக்குள் ஒலித்து விடுகிறது. அக்குரலுக்கு ஏற்ப குழந்தை இறந்து போவதுடன் கதை முடியவில்லை. இறந்த காலித் அந்தக் குரலை அழைத்துப் போனதாக அவன் நம்புவதுடன் கதை முடிகிறது. இந்த நம்பிக்கை மனதை இயல்பு நிலையில் வைத்துக்கொள்ள கதைசொல்லி ஏற்படுத்திக் கொண்ட ஒரு சமாதானம் அதாவது பாதுகாப்புச் செயலியக்கம் (defence mechanism) அவ்வளவே.

இங்கு கதையானது நுட்பமாகத் தந்தை, மகன் என்கிற கலாசார உணர்விற்கும், அவனது குரலான இயல்புணர்விற்கும் ஆன முரணை மகன் இறப்பதன் மூலம் தீர்த்து வைக்க முயல்கிறது. கலாசார வேட்கையை இயற்கை வேட்கை வெல்கிறது. மண்ட்டோ கதைகளின் அடிப்படைச் சட்டகம் இதுதான். இயற்கையா? கலாசாரமா? என்றால் மண்ட்டோ இயற்கையையே முதன்மைப்படுத்துகிறார். அதனால்தான் இயல்புணர்விற்கும் அதன் வேட்கைகளுக்கும் எதிரான எல்லாவற்றையும் மறுத்து ஒதுக்குவது அவரது பெரும்பாலான கதைக்களனாக மாறுகிறது. 'இயற்கைக்கு எதிராகப் போராடுவதில் வீரம் ஏதும் இல்லை' என்கிறது மற்றொரு கதையின் பாத்திரமான குலாம் அலி (சுதந்திரத்திற்காக: பக்.:253) இயற்கையுடன் இயைந்து போதல் என்பதுதான் இவரது அடிப்படை மனச்சட்டகமாக இருக்கிறது.

மூன்றரையணா திருடியதற்காகச் சிறை சென்ற பாகு கொலைக் குற்றத்திற்காகச் சிறையிலிருந்து விடுதலையான ஒருவனால் சொல்லப்படும் கதை 'மூன்றரையணா'. குற்றம் என்பதன் உள்ளடக்கம் என்ன? குற்றம் பற்றி சட்டம் வைத்திருக்கும் பார்வையில் உள்ள வறண்ட தன்மையையும் வெளிப்படுத்தும் இக்கதையில் 'எல்லோரும் ஏன் நேர்மையை நற்குணத்தோடு சம்பந்தப்படுத்துகிறார்கள்' என்கிற கேள்வி அலசப் படுகிறது, நேர்மை தனி மனிதனுடனும் நற்குணம் சமூக அறத்துடனும்

உறவுடையது. குறிப்பாக நற்குணம் சமூகக் கட்டமைப்பின் வழியாக உருவாக்கப்பட்ட கலாசாரக் கூறுடன் சம்பந்தப்பட்டது. நேர்மை ஒருவனது நடத்தை சம்பந்தப்பட்டது. அக்கதையில் ரிஸ்வி கூறுகிறான். 'ஒரு சமூகத்தில் நல்லது என்று கருதப்பட்டது மற்றொரு சமூகத்தில் கெட்டதாகக் கருதப்படுகிறது'. ஆனால் நேர்மை தனி மனித ஒழுக்கம் சார்ந்தது, இன்னும் நுட்பமாகக் கூறினால், எந்தச் சமூக அமைப்பிலும் ஒருவன் நேர்மையாக இருப்பது சாத்தியம். நற்குணத்தைத் தனி மனிதன் தேர்ந்தெடுக்க முடியாது. ஆனால் நேர்மை தனிமனித தேர்வைச் சேர்ந்தது. மண்ட்டோ தனிமனிதனின் தேர்விற்கு முக்கியத்துவம் கொடுத்ததால் இறுதிவரை தனக்கும் தனது எழுத்திற்கும் நேர்மையாக இருந்தார். அதனால்தான் நற்குண அறம் பேசும் சமூக அமைப்பை ஒடுக்குமுறைக் களமாக அவரது கதைகள் நிராகரித்தன. அவரது செயல்பாடுகள் நற்குணத்துடன் உறவுடையவையா? இல்லையா என்பது அறம் பற்றிய நமது பார்வை சார்ந்தது. அதைப் பற்றி அவர் என்றுமே கவலைப் பட்டதில்லை.

கடவுளிடம் ரிஸ்வி கேட்கிறான் 'மனிதன் உருவாக்கிய சட்டங்களை உடைத்தெறி. மனிதன் உருவாக்கிய இந்தச் சிறைச்சாலையைத் தரைமட்டமாக்கு' சிறைச்சாலை அரசு எந்திரத்தின் ஒரு ஒடுக்குமுறைக் கருவி. அது உருவாக்கப்பட்டது குற்றவாளிகளைத் திருத்துவதற்கு அல்ல, சமூகத்தில் குற்றம் பற்றிய அச்சத்தை நிலைநிறுத்தவும், குற்றவாளிகளாகக் குறியிடப்பட்ட உடல்களைப் பிரித்தெடுத்துச் சமூகத்திலிருந்து விலக்கி வைக்கவுமே. வெளிப்படையான குற்றங்களைச் செய்வதற்கான அச்சத்தைத் தருவது சிறைச்சாலை என்றால், ரகசியமாக அல்லது ஒரு உடல் தன்னிச்சையாக விரும்பும் செயலைச் செய்வதற்கான அச்சத்தை நிலைநிறுத்தவே கடவுளின் சிறைச்சாலை இருக்கிறது. மேலும் ரிஸ்வி கூறுகிறான்: 'பிறகு உன்னுடைய சிறைச்சாலைகளை ஆகாயத்தில் கட்டிக்கொள்' நீயே உன் நீதிமன்றத்தில் மனிதர்களுக்குத் தண்டனை கொடு. வேறு எதற்கு இல்லை என்றாலும் நீ கடவுள் என்பதற்காகவேனும் இதைச் செய்'; இங்கு கடவுளுக்குத் தரப்படும் வரையறை ஆழ்ந்து சிந்திக்கத் தக்கது. கடவுளின் இருப்பே மனிதர்களைக் குற்றங்களைச் செய்ய வைத்து அதைத் தண்டிப்பதில் தான் இருக்கிறது. கடவுள் எப்படிக் குற்றச் செயல்களைக் கண்காணிப்பதன் மூலம் மட்டுமே தனக்கான இருத்தலைப் பெறுகிறார் என்பது ஒரு கொலைகாரனால் சொல்லப்படுகிறது. மறுதலையாகக் கூறினால் குற்றச்செயல்கள் இல்லாத இடங்களில் கடவுள் தேவையில்லை.

மதங்கள் ஒரு கண்காணிப்பு நிறுவனமாக மாறுவது இப்படித்தான். முதலில் மறைகளில் குற்றச் செயல்களைப் பாவம் என்கிற பெயரில் அறிக்கையிடுகின்றன. பிறகு அதனைக் கண்காணிக்கும் கடவுளைப் படைத்தளிக்கின்றன. மதங்கள் 'சிறைச்சாலை கண்காணிப்புக் கோபுரம்' என்றால் கடவுள் காவல் கூண்டில் இருக்கும் காவல்காரன். அறிந்து கொள்ள முடியாத உயரத்தில் காவல் கூண்டு இருப்பதால், காவல்காரன் இல்லாதபோதும் சிறையிலிருந்து எவனும் தப்ப முயன்றுவிடாமல் நிற்கிறது கோபுரம் பற்றிய அச்சம். மதம் மனிதனின் ஆழ் மனதில் ஒரு அச்சமாக உட்கார்ந்திருப்பது இப்படித்தான். தனிமனிதனும் மதம் மற்றும் சமூக அமைப்பும் முரண்படும் இந்த எல்லைதான் மண்ட்டோவின் கதைக்களனாக இருக்கிறது. தனி மனிதனுக்கும் சமூகத்திற்கும் உள்ள முரண் அவரது கதைகளில் அதன் தீவிர எல்லைக்குக் கொண்டு செல்லப்படுகிறது.

குடும்ப 'வாரிசை' பெற்றுக் கொள்ளாத பெண் உடல் மீதான வன்முறை 'ஜுபைதா'வை பிளவாளுமை (சீஸோபெரனியா) எனும் மனச்சிதைவிற்கு ஆளாக்குகிறது. அவளது அடையாளம் சிதைந்து பிளவுபட்ட ஆளுமைக்குள் வாழத் தள்ளப்படுகிறாள். அவளது தாயின் வழியாக வாரிசு பற்றிய உணர்வு 'ஒரு குழந்தைதான் ஒரு பெண்ணின் மொத்த இருப்பின் அடையாளம்' என்று அவளுக்குள் இறக்கப்படுகிறது. அதுவே அவளை மனச்சிதைவுக்கு இட்டுச் செல்வதன் மூலம் சமூகத்தின் கண்காணிப்பு குடும்ப அமைப்பிற்குள் செயல்படுவதைப் பதிய வைத்து விடுகிறார். இக்கண்காணிப்பிலிருந்து விலகிச் செல்லும் ரகசிய வெளிகளைக் குற்றச்செயலுடன் தொடர்புடையதாகக் குறியிட்டுள்ளன. சமூக அதிகார அமைப்பு இக்குற்ற அமைப்பிலிருந்து தன்னைக் காத்துக் கொள்ள ஒரு உடல் தன்னிலிருந்தே அல்லது தன்னைச் சிதைத்துக் கொள்வதன் மூலம் இவ்வெதிர்ப்பைப் பதிய வைக்க முயல்கிறது. ஜுபைதா தனது பால் தராத முலைகளை வெட்டிக்கொள்வதன் மூலம் தனது அதீத தாய்மை உணர்வு என்கிற ஆளுமையின் வழியாகவே பெண் உடலுக்கு இச்சமூகம் தந்துள்ள தாய்மை என்கிற அடையாளத்தைச் சிதைத்து விடுகிறாள். இந்த எதிர் வன்முறை அவள்மீது சுமத்தப்பட்ட தாய்மை மற்றும் பெண்மை என்கிற பிம்பத்தின் வன்முறைக்கு எதிராக முன் வைக்கப்படுகிறது. 'ஒரு முலை இழந்த திருமா பத்தினியான கண்ணகியும் தன்மீது சுமத்தப்பட்ட அத்தனை வன்முறையும் பத்தினிப்பெண் என்கிற பிம்பத்தின் மூலம்தான் என்பதால் பெண் என்பதற்கான புற அடையாளமான தனது முலையைத் திருகி எறிவதன் மூலம்

அப்பிம்பத்தைச் சிதைக்கிறாள்.' அவளுள் ஒடுக்கப்பட்ட பாலியல் ஆற்றல் (லிபிடனல் எனர்ஜி) வீறிட்டுக் கிளம்புகிறது. மதுரையை எரிக்கும் நெருப்பாகப் பெண் தனது ஆற்றலை வெளிப்படுத்தி அழிக்கமுடியாத சக்தியாக மாறும்போது நம் சமூகம் அவளுக்குத் தரும் பிம்பம்தானே தாய் தெய்வம்.

'மரபு ரீதியாக வளர்க்கப்பட்ட' ஜுபைதாவின் கனவு ஒன்று கதையில் சுட்டப்படுகிறது. அவள் பல விதமான கனவுகளைக் காணத் தொடங்கினாள். பாலைவனத்தில் கையில் குழந்தையை ஏந்திக் கொண்டிருப்பதைப் போல் கண்டாள். திடீரென ஆகாயத்தில் இருந்து எவரோ அதைப் பிடுங்கிக் கொண்டு போனது போல, அந்தக் குழந்தை காணாமல் போகும். இக்கனவு இஸ்லாமிய அடிப்படைகளில் ஒன்றான 'ஹஜ்' என்கிற புனிதச் சடங்குடனும் மக்காவின் வரலாற்றுடனும் ஒப்புமை உடையதாக இருக்கிறது. இப்ராஹிம் நபி[ஸ] தனது மனைவி ஹாஜிரா மற்றும் மகன் இஸ்மாயிலுடன் சிரியாவிலிருந்து அல்லாவின் கட்டளைக்கிணங்க மெக்காவில் தனது மனைவியையும் மகனையும் விட்டு விட்டுச் சென்று விடுகிறார். அப்பொழுது மெக்கா பரந்த ஆளற்ற பாலைவனமாக இருந்தது. பின்னொருநாள் அல்லாவின் கட்டளைக்கிணங்க (கனவில் அவர் தனது மகனைப் பலியிடுவதாகக் காண்கிறார்) பருவ வயது வந்து விட்ட தனது மகனை அறுத்துப் பலியிட மெக்கா வந்து ஹாஜிராவிடமிருந்து மகனைப் பிரித்தெடுத்துப் போய் பலியிட முயல்கிறார். பிறகு அப்பலிச் சடங்கு அல்லாவால் தடுக்கப்பட்டு அதற்குப் பரிகாரமாக ஆட்டை அறுத்துப் பலியிட கட்டளை வருகிறது. இதுவே 'குர்பான்' எனப்படும் இஸ்லாமியச் சடங்குகளில் ஒன்றாகும். இக்கதையாடலில் குழந்தை தரப்பட்டு வானத்திலிருந்து பிடுங்கப்படுவதாக கனவு காட்டப்படுவது இச்சடங்கு அல்லது பலியிடல் நிகழ்வுடன் ஒப்பு நோக்கத்தக்கது. இதில் ஹாஜிரா என்கிற தாயின் பங்கு என்ன? அவரது உணர்விற்கான மதிப்பு எங்கே? என்பதுவே ஜுபைதாவின் வழியாக முன் வைக்கப்படுகிறது. கருணை உள்ள கடவுள் தந்த குழந்தையைக் கடவுளே பறிக்க முயன்றுவிடும் இக்கனவு அவளது மனச்சிதைவிற்கான அறிகுறியாக மாறிவிடுகிறது. சிறுகதையின் நுட்பம் கெடாமல் பாத்திரம் தனது மரபிலிருந்து இக்கனவைப் பெறுவதாகக் காட்டுவது மண்ட்டோவின் இலக்கிய ஆளுமைக்கு ஒரு சான்று.

'தயவுதாட்சண்யம் இல்லாமல் சுத்தத்தை எதிர்பார்க்கும்' ஹமீது அழுக்கடைந்த பிச்சைக்காரப் பெண்களோடு படுத்துவிட்டு

அந்த அனுபவம்தான் ரொம்ப சந்தோஷமானது எனும் பாபு ஹர் கோபால் என்கிற இருவரையும் ஒப்பிடும் 'சுத்தமான ரத்த வாரிசு' பற்றிய கதைதான் 'ஹமீதின் குழந்தை', 'காந்தி, விவேகானந்தர் மற்றும் சுபாஷ் பாபு' வின் படங்கள் மாட்டப்பட்ட மிகச் சுத்தமான வீட்டில், அலமாரி நிறைய புத்தகங்கள் அடுக்கப்பட்ட துல்லிய விவரணைகளுடன் மிக மென்மையான பாதங்கள் கொண்ட ஒரு பெண் என வாசனை மயக்கும் வர்ணனைகளுடன், மயங்கிச் செல்லும் மொழிநடையில் எடுத்துரைக்கப்படும் இக்கதையின் முற்பாதியில் ஹமீதின் சுத்தம், நேர்த்தி, ஒழுங்கு (இவ்வார்த்தைகள் ராணுவத்துறை சார்ந்த சொல்லாடல்கள் என்பதைக் கவனத்தில் கொள்வது நல்லது) என்கிற அழகியல் ரசனையில் மயங்கிச் செல்கிறது. நமது வாசிப்பு அப்பெண் குழந்தை உண்டாகியிருப்பது தெரிந்தவுடன் ஹமீதின் நடவடிக்கையில் ஏற்படும் மாற்றத்தில் கதையானது 'சுத்தம்' என்கிற மன உணர்வினைப் பிரச்சனைப்படுத்தி விடுகிறது. அதாவது சுத்தமான ரத்தத்தில் உருவாக வேண்டிய தனது குழந்தை அசுத்தத்தில் உருவாகிவிட்டது என சுத்தம் என்கிற உணர்வு அசுத்தத்தைத் தூய்மைப்படுத்துவதற்காக உடனடியான கொலை உணர்வாக மாறிவிடுகிறது. அவனது அழகியலில் உள்வயப்படுத்தப்பட்டிருக்கும் அசுத்தம் மீதான வெறுப்பு என்கிற வன்முறை வெளிப்படுகிறது.

பிராமண அழகியலுக்குள் உள்வயப்படுத்தப்பட்டுள்ள தலித்துகள் மீதான வெறுப்பு வெள்ளை அழகியலில் உள்வயப்படுத்தப்பட்டிருக்கும் கருப்பர்கள் மீதான வெறுப்பு என்கிற வன்முறையைப் போல அதிலும் பிரபலமான குற்றவாளி கூட கொலை செய்ய மறுக்கும் பச்சிளங்குழந்தையைக் கல்லால் நசுக்கிக் கொல்லும் ஒரு கொடூரமான உணர்வுக்கு ஆட்பட்டு விடுகிறான். அக்குழந்தையின் முகம் அவளுடன் வாழ்ந்து வந்த ஒருவனின் முகச்சாயலாக இருந்தவுடன் குழந்தையைக் கொல்லாமல் விட்டுவிடுகிறான். கதை நகைச்சுவையாக முடிந்தாலும் அது எழுப்பும் பிரச்சனை இதில் யார் மனித முகத்துடன் இருக்கிறார்கள்? சுத்தம் காக்கக் கொலை செய்யத் துணிந்த ஹமீதா? அசுத்தம் பற்றி அக்கறையற்று அவன் போக்கில் வாழும் பாபு ஹர் கோபாலா? பச்சிளம் குழந்தையைக் கொல்லமாட்டேன் என்கிற பிரபல குற்றவாளி கரீபா? சுத்தம் பற்றிய உணர்வுக்குக் கதை அதிகம் அழுத்தம் கொடுப்பதே, சுத்தம், தூய்மை என்கிற அழகியல் கண்ணோட்டம் வெறுப்புணர்வுடன் கொண்டிருக்கும் உறவை விளக்கத்தான். சுத்த ஆரிய இரத்தத்திற்காக எண்ணற்ற யூதர்களைக் கொன்று குவித்துக் கொலையின் அழகியலை உருவாக்கிய

ஹிட்லரின் பாசிசம் கூட தூய்மை, ஒழுங்கு ஆகியவற்றின் அடிப்படையைக் கொண்டது என்பதுதானே வரலாறு.

இந்தக் கதை எந்தவிதத்திலும் என் பலவீனத்தைப் பற்றியது இல்லை என்று துவக்கத்திலேயே கதை வேறு ஒருவரின் பலவீனத்தைப் பற்றியது என்கிற யூகத்துடன் எழுதப்பட்டுள்ள 'கழுவேற்றப்படுதல்' கதை 'உயிரை ஒரு மெல்லிய நூலில் பிடித்துத் தொங்கிக் கொண்டிருந்த' நோயாளிகளின் உடல்களை எண்களால் அடையாளமிட்டுள்ள மருத்துவமனை வழியாக ஆசையைக் கொல்வது அல்லது ஏக்கங்களை மரணம் கொள்ள வைப்பது பற்றியதாகச் சொல்லப்படுகிறது. ஒரு மனிதனைக் கொலை செய்வது பெரிய விஷயம் இல்லை. ஆனால் அவனின் இயல்பான உணர்வுகளைக் கொல்வது என்பதுதான் மிகக் கொடூரமானது. கதையின் மையத்தில் இயல்பான X இயல்பற்றதான உணர்வு என்பது அலசப்படுகிறது. பெண் உடல் மீதான ஒரு ஆணின் வேட்கையும் ஆணுடல் மீதான பெண்ணின் வேட்கையும் இயல்பானது. இந்த இயல்பைக் கதையில் வரும் பேராசிரியர் ஒருவர் தனக்கு ஒரு அடையாளத்தை அல்லது பிம்பத்தை உருவாக்கக் கொலை செய்துவிடுகிறார். (இதே கொலையை 'சுதந்திரத்திற்காக' கதையில் தேசத் தொண்டாகச் செய்கிறார்கள் குலாம் அலி - நிஷார் தம்பதியினர்) அந்த ஆசையின் மரணம் அவரது வாழ்வையே வெறுமையாக்கிவிடுகிறது. ஆனால் இறுதிவரை அந்த ஆசையை மனதிற்குள் அடக்கிப் போராடுவதிலேயே 'இயல்பான' மனிதனின் ஆசையைவிட அதிகமாக அந்த ஆசையுடன் வாழ்ந்து சாகிறார். ஒடுக்கப்பட்ட ஆசையானது பெரும் ஆவல் கொண்டதாக மாறிவிடும் என்பதுதானே மனதின் சூட்சுமம்.

'நான் பொய். மிகப்பெரிய பொய், என் வாழ்க்கை முழுக்க எனக்கு நானே பொய் சொல்லிக்கொள்வதிலும், அது உண்மை என்று நம்புவதிலும் கழிந்து விட்டது' என்கிற பேராசிரியர் நடைமுறைக்கெல்லாம் முரணான அந்தச் செயலை ஒரு தத்துவார்த்த மோசடி எனும்போது கதை அடுத்த தளத்திற்கு நகர்ந்து விடுகிறது. மேலும் அப்பழுக்கற்ற ஒழுக்கசீலனாக வைத்திருக்க நினைத்து, அதன் போக்கில் போக அது சோர்வூட்டும் புதை மணலில் கொண்டு விட்டு விடுகிறது. தன்னை மனிதர்கள் நிறைந்த இந்த உலகத்தில் ஒரு தேவனாக அனுப்பப்பட்டவன் என்று சொல்வார்கள் எனக் கூறும்போது கதையாடலின் ஆழ்தளத்தில் சலனப்படும் அமைப்பு வெளித் தெரியத் துவங்குகிறது. கதை தேவனாக அனுப்பப்பட்டவர்கள் அல்லது தீர்க்கதரிசிகள் அல்லது

சாதுக்கள் அல்லது பக்கீர் என்று தன்னை அழைத்துக்கொண்ட பாபாஜி போன்ற அரசியல் சாதுக்களை நினைவூட்டி விடுகிறது. இவர்கள் இயல்பான மனித உணர்வுகளைக் கொன்று தன்னை தேவனாக்கிக் கொண்டவர்கள். அதாவது, தேவனாக்கிக் கொள்வதற்காகத் தனக்குள் உள்ள மனிதனைக் கொன்றவர்கள். தனது வாழ்க்கையையே ஒரு சிலுவையாகச் சுமந்துகொண்டு தனது மரணத்தை நோக்கி நடந்த இவர்களைக் 'கழுவேற்ற' முயல்கிறது இக்கதை. இவர்கள் இறைவனால் ரட்சிக்கப்பட்டார்களா? தெரியாது. ஆனால், கதையில் வரும் பேராசிரியர் எனது மகளைப் போல என்று அவரால் கூறப்பட்ட ஷகினா என்கிற பெண்ணால் ரட்சிக்கப்படுகிறார். இறந்து போவதற்கு முன் அவர் மிகவும் சந்தோஷமாக இருந்தார், பரிசாக ஷகினாவுக்குக் காசநோயைத் தந்துவிட்டு. மண்ட்டோ இக்கதைக்கான கருவை அசோக்குமார் பற்றிய அலசலில் பெறுகிறார் (நினைவோடை பக்.6). அசோக்குமார் ஒரு நடிகையோடு படுக்கைக்குப் போக விரும்பினார். அவரது நடிகன் என்கிற பிம்பத்திற்காக அந்த ஆசையை அவர் தனக்குள் அமுக்கிவிடுகிறார். இதனைக் கதையாக்கும்போது மண்ட்டோ தனது அலசலில் நடிகனைத் தேவனாக்கி இருவரது பிம்ப வேட்கையையும் கழுவிலேற்றிவிடுகிறார்.

ூ

'ஷரிபான்' கதையில் அடையாள வன்முறை அதன் உச்சநிலைக்குக் கொண்டு செல்லப்படுகிறது. காசிம் என்கிற தந்தையாகத் துவங்கிய குடும்ப அடையாளம், தன் மகளின் சிதைக்கப்பட்ட நிர்வாண உடலைக் கண்டவுடன் வன்முறையாளனாக மாறி மத அடையாளத்திற்குள் சென்று பிறரான உடல்களை வெட்டிச் சாய்க்கிறது. திடீரென தடுக்கி விழும் காசிம், தான் தாக்கப்படுவதாக உணர்ந்தவுடன் உள்ளார்ந்த அச்சம் அவனைச் சுய விழிப்படையச் செய்கிறது. உடனே சுய அடையாளத்தைப் பெற்றுத் தனது குற்றச்செயல்களை உணர்ந்து தன்னைக் கொல்வதுதான் தனக்கான தண்டனை என்று கருதி தன்னைக் கொல்லும்படி கத்துகிறான். அங்கு தன்னைத் தவிர யாரும் இல்லை என்று உணர்கிறான். சாகவே விரும்பிய அவனுக்குத் தனது மகளின் நிர்வாண உடல் தோன்றுகிறது. மனதின் உள் அடுக்குகளில் உட்கார்ந்துவிட்ட இப்பிம்பங்கள் தான் இந்த வகை வன்முறையின் அச்சாணியாக மாறித் தொடரச் செய்கிறது. மீண்டும் அவன் மத அடையாளத்தால் வழிநடத்திச் செல்லப்படுகிறான். அதனால்தான் முசல்மான்கள் வசிக்கும் பகுதி அவனுக்கு எரிச்சலூட்டி வேறு திசையில் திரும்பி

ஓர் இந்திப் பெயர்ப்பலகை கொண்ட வீட்டிற்குள் நுழைய வைக்கிறது பிறரான உடலைத் தேடி. இதன் தொடர்ச்சியாக ஒரு இந்துப் பெண்ணை தனது மகளை விடவும் சிறியவளைத் சிதைத்துக் கொன்ற பிறகே அவன் சுய அடையாளத்தைப் பெறுகிறான். இங்கு நுட்பமாகக் கதையானது இந்தி-இந்து-இந்தியா என்கிற அடையாளத்தைக் காட்டிச் செல்கிறது. வன்முறையில் சிதைக்கப்பட்ட அடையாளம் எதிர் வன்முறையின் மூலம் மீட்டெடுக்கப்படுகிறது.

இக்கதையில் 'யார் நீ?' என்ற கேள்விதான் முக்கியமானது. இதுதான் ஒரு தன்னிலையை அடையாளப்படுத்தும் கேள்வி. ஒவ்வொரு வாழும் உடலுக்கு முன்பும் இந்தக் கேள்வி தொங்கிக்கொண்டிருக்கிறது. இக்கேள்விக்கு அப்பெண் தன் பெயரைச் சொல்லாமல் இந்து மத அடையாளத்தால் நங்கூரமிடப்பட்ட இந்து என்கிறாள். தன் மகளைக் கொன்ற பிறரைப் பலிவாங்குவதற்குத் தன் மகள் போன்ற ஒரு பெண்ணை அதே வகை பாலியல் வன்முறைக்கு உட்படுத்திக் கொல்கிறான். இது இஸ்லாமிய மத அடையாளத்தில் இயங்கிக்கொண்டிருக்கும் காசிம் என்கிற 'தானுக்கு' (முஸ்லிமிற்கு) 'பிறர்' (இந்து) என்கிற அடையாளத்தைக் காட்டித் தருகிறது. கொலை நடந்தபிறகு உள்ளே ஆயுதத்துடன் வரும் ஒருவன் 'யார் நீ?' என்று கேட்கிறான். 'காசிம்...!' என்று கூறும் அவன் தன்னைக் காசிமாக உணர்ந்து மத அடையாளத் தன்னிலையிலிருந்து வெளியேறுகிறான். 'நீ இங்கு என்ன செய்து கொண்டிருக்கிறாய்?' என்கிற கேள்விக்கு காசிம் போர்வையை நோக்கிக் கையை நீட்டி 'ஷரிபான்...' என்கிறான். இந்த ஒற்றைச் சொல்லில் காசிம் தனது செயல் அனைத்தும் தனக்கு எதிரானதுதான் என்பதைப் பதியவைத்து விடுவதுடன் அவனும் மனச்சிதைவிற்கு ஆளாவதைப் பிரதி சுட்டிவிடுகிறது. அவனுக்குள் மிஞ்சியிருப்பது தனது மகள்மீது நடத்தப்பட்ட வன்முறை மட்டுமே. இனி தனது மகளைத் தவிர வேறு சிந்தனையற்றவனாக ஆகி விடுகிறான்.

வந்தவன் போர்வைக்குள் ஒரு பெண்ணின் நிர்வாண உடலைக் கண்டு கையில் பிடித்திருந்த வாளைப் போட்டுவிட்டு 'பீம்லா பீம்லா' என்று கத்திக்கொண்டே ஓடுகிறான் வெளியே. இங்கே குறிப்புணர்த்தப்படும் விஷயம் ஏலவே 'இந்து' (தான்) மத அடையாளத்துடன் தன் பங்கிற்கான வன்முறையை முடித்துக் கொண்டு சுய அடையாளத்துடன் வந்தவன் தனது மகளின் சிதைந்த உடலைக் கண்டு மனச்சிதைவிற்கு ஆளாகிறான்

என்பதுதான். அப்பெண்ணின் தந்தைக்கும், காசிமிற்கும் இடையில் ஒரு உரையாடலை மௌனமான நிலையில் பிரதி உருவாக்குகிறது. இரண்டு தந்தைகளும் இழந்திருப்பது எதை? பெற்றிருப்பது எதை? என்கிற சங்கிலித் தொடர் ஒரு கட்டத்தில் குற்றவுணர்வாக மாறிவிடுகிறது. அதனால்தான் 'நான் அந்த வயதான பெண்மணியைக் கொன்றபோது, ஏதோ கொலையே செய்து விட்டது போல உணர்ந்தேன்' என்று மத அடையாளத்தின் நங்கூரத்தால் தன்னிலை மறந்து வன்முறையில் ஈடுபட்டு வெளியேறிய ஒரு சுயதன்னிலையின் குரலைக் கேட்க முடிகிறது.

காசிம் தனது மகளான ஷரிபானின் நிர்வாண உடலைப் பார்ப்பதற்கும் தன்னால் சிதைக்கப்பட்ட பிறிதொரு பெண்ணின் நிர்வாண உடலைப் பார்ப்பதற்கும் ஒரே வாக்கியங்களும் (ஒரு அடி தள்ளி அப்பெண்ணின்... முகத்தை மறைத்துக் கொண் டான்'. பக். 151 பக். 153) சூழல் விவரணைகளும் தரப்படுவதில்தான் கதையின் இறைச்சி எனப்படும் உட்குறிப்பு அடங்கியிருக்கிறது. உடல்களும் சிதைவுகளும் நிகழ்வுகளும் ஒன்றுதான். அது கட்டமைக்கப்பட்டிருக்கும் அடையாளங்களும் களங்களும் வெவ்வேறு; அது இந்தியாவோ? பாகிஸ்தானோ? அவ்வளவுதான். இந்த அடையாளங்கள் வரலாற்றின் அரசியலின், அதிகாரத்தின் ஒரு விளைவு. அதிகார வர்க்க அமைப்பானது தன்னை நிலைநிறுத்திக்கொள்ள மனித உடல்களை அடையாளங்கள் வழியாகத் தாம் X பிறர் என்கிற முரணாகக் கட்டமைக்கிறது. இம்முரண் ஒவ்வொரு வரலாற்றுக் கால கட்டத்திலும் ஒரு அடையாளத்தின் மூலம் இயக்கப்படுகிறது. அரசியலாக இந்த அடையாளங்களின் உட்செறிந்துள்ள அதிகாரத்தைப் புரிந்துகொண்டதால்தான் மண்ட்டோ முற்றிலுமாக வரலாற்றை நிராகரிக்கிறார். தனது பாத்திரங்களுக்குத் தந்த கலாச்சார அடையாளங்களைக் கதையின் இறுதிவரை கொண்டுசெல்லாமல் மறைந்து நீர்த்துப்போகச் செய்கிறார். மத-தேசிய அடையாளமற்ற மனிதர்களை மீட்டெடுக்க முனைகிறார்.

'சஹாய்' என்கிற கதையில் ''நீ கொலை செய்தது உன்னுடைய நண்பன் மும்தாஜோ அல்லது முஸ்லிம் மும்தாஜோ இல்லை. மும்தாஜ் என்ற மனிதனை அவன் ஒரு பொறுக்கி என்றால் நீ கொன்றது அந்தப் பொறுக்கித்தனத்தை இல்லை. ஒரு மனிதனைத்தான். அவன் ஒரு முஸ்லிம் என்றால், நீ அவன் மதத்தைக் கொலை செய்யவில்லை. அவனைத் தான் அழித்திருக்கிறாய்'' (சஹாய் பக். 308) இதற்கும் மேலாக ஒரு படி மேலே போய் மும்தாஜ்

கூறுகிறான் "என்னுடைய மதத்தைச் சேர்ந்தவர்கள் என்னைத் தியாகி என்று கூட சொல்லியிருக்கக்கூடும். மேலும் எனக்கு இந்த கௌரவம் தேவையில்லை. நான் தேர்வு எதுவும் எழுதித் தேர்ச்சி பெறாத இந்தப் பட்டம் எனக்கு அவசியமில்லை." மதத்திற்காக இறந்தவன் அமரத்துவம் அடைந்தவனாகக் குறியிடப்படுவது எத்தனை கேலிக்குரியது என நிராகரிக்கப்படுகிறது. "செத்தவர்கள் நாய் போலச் செத்தார்கள், கொலை செய்கிறவர்கள் எந்தக் காரணமும் இல்லாமல் அப்பாவி மக்களின் இரத்தத்தைச் சிந்தியவர்கள் ஆகிறார்கள். இந்தக் கொலைகளின் அடிப்படையாக இயங்கும் வெவ்வேறு மதக் கோட்பாடுகளான மஸாப், தின், ஈமான், தர்மா, நம்பிக்கை இவையெல்லாம் மனிதனின் உடலில் இல்லை, ஆன்மாவில் இருக்கிறது. இவற்றைக் கொலைகாரர்களின் கத்திகளாலும் வாள்களாலும் தோட்டாக்களாலும் எப்படி ஒழித்துக்கட்ட முடியும்?" (சஹாய் பக். 305) என்கிறான் மும்தாஜ். ஆன்ம மோட்சத்தை அடிப்படையாகக் கொண்ட மதங்கள் உடல்களைக் கொல்வதன் மூலம் தனது கோட்பாடுகளுக்கே எதிராக இருப்பது சுட்டிக்காட்டப்படுகிறது. கொலை ஒரு மனிதனை அவனது இரத்தமும் சதையுமான உடலை இந்த உலகிலிருந்து இல்லாது ஒழிப்பது. அதற்கு எத்தனை விளக்கம் கொடுத்தாலும் உண்மை இதுதான். இதற்கான உரிமையை யார் தந்தது? இதுதான் அடிப்படைக் கேள்வி. ஒருவன் பொறுக்கியோ, முஸ்லிமோ, இந்துவோ, இந்தியனோ, பாகிஸ்தானியோ, அது சமூகம் தந்திருக்கும் ஒரு அடையாளமே. இந்த அடையாளத்தின் மூலம் அதிகார வர்க்க அமைப்பானது தன்னை நிலைநிறுத்திக் கொள்வதற்காக, ஒவ்வொரு சமூக நெருக்கடியிலும் ஒரு அடையாளத்தின் மூலம் மனித உயிர்களைப் பலியிடுகிறது. இந்திய-பாகிஸ்தானியப் பெருமுதலாளி வர்க்கம் தனது சந்தையை எல்லைப்படுத்திக்கொள்ள பலியிட்ட உயிர்கள்தான் இவை.

சினிமாவிற்கான மொழியில் எழுதப்பட்டிருக்கும் 'திற' கதையில் விளக்கப்படும் காட்சி அமைப்புகள் ஒரு திரைக்கதைக்கான விறுவிறுப்புடன் நகர்த்தப்படுகிறது. ஷகினா என்கிற 17 வயதுச் சிறுமி கலவரத்தில் பாலியல் வன்முறைக்கு உட்படுத்தப்படுகிறாள். இக்கதையில் இரு பிரச்சனைகள் பேசப்படுகின்றன. 1. கதையின் மையமான வன்முறைக் கொடுமையிலிருந் து வாசகனின் கவனம் மாறிவிடும் என்பதால் ஷகினாவைப் பாலியல் வன்முறைக்கு உட்படுத்தியவர்கள் யார் என்பது கதைக்குள் மறைக்கப்படுகிறது. அதிகபட்ச சாத்தியப்பாடுகளாகக் கதை தரும் ஊகம் கலவரக்காரர்கள் மட்டுமின்றிச் சமூக சேவகர்களும் என்பதுதான். இதற்குக் கதையின்

ஓட்டத்தில் ஷகினா சுயப்பிரக்ஞையுடன் சமூகசேவகர்களுடன் லாரியில் வருகிறாள். அப்பொழுது அவளுக்கு உடல் பற்றிய உணர்வும் மதிப்பும் இருக்கிறது. கதையில் எட்டு சமூக சேவகர்கள் எனத் திரும்பத் திரும்பக் குறிப்பதன் மூலம் ஷகினாவின் மீதான பாலியல் வன்முறையால் அவளை நினைவற்ற நிலைக்குத் தள்ளியது யார்? என்பது ஊகமாக நமக்குச் சொல்லப்படுகிறது.
2. பெண்கள் மீதான பாலியல் வன்முறை என்பது வெறும் உடல் சார்ந்த ஒன்றல்ல. அது அதைவிடவும் அதிகமான மனச்சிதைவு நிலைக்கு அவர்களை ஆளாக்கிவிடுகிறது. ஷகினாவின் உணர்வில் ஒன்று மட்டுமே உள்ளது. அது 'திற' என்கிற கட்டளை மட்டுமே. பெண் உடல் என்பது மத, இன அடையாளங்களை மீறி ஆண்களால் அதிகாரத்தைப் பாய்ச்சி வெறி தணித்துக்கொள்ளும் ஒரு செயல்களமாக (site) அடையாளமிடப்பட்டிருப்பதைச் சொல்லிவிடுகிறது. வன்முறையில் ஈடுபட்டவர்களின் மத அடையாளமும், சமூக சேவகர்களின் மனித நேய அடையாளமும் அடிப்படையில் ஆணாதிக்க உடல் என்கிற பெண் உடலின் மீதான வன்முறையாக இயங்குவதைச் சுட்டிக்காட்டி விடுகிறது. இது ஆழ் மனதில் ஒடுக்கப்பட்ட பாலுந்தங்களின் விளைவு. மதம், சமூக சேவை என்கிற பெரும் அடையாளங்களுக்குள் இருக்கும் ஆண்-பெண் என்கிற மையமான அடையாளங்கள் இங்கு நங்கூரமிட்டு விடுவதையே இது காட்டுகிறது. இங்குதான் ராமாநுஜம் குறிப்பிடுவதைப் போல வாசகனாகிய நாம் வெட்கித் தலைகுனிய வேண்டியதாக உள்ளது. (கலாசாரக் குறியீடுகள் அற்ற நிர்வாண உடல்கள் பின்னிணைப்பு பக்.6) டாக்டருக்கு மட்டுமல்ல நமக்கும் வேர்த்துக் கொட்டி விடுகிறது, இக்கதையை வாசிக்கும்போது.

மதத்தின் அடையாள வன்முறை உக்கிரமாகக் செயல்படும் மற்றொரு கதை 'மோஸல்'. அடையாளத்திற்குள் கட்டமைக்கப்பட்டிருக்கும் சுயநலத்தை நுட்பமாக வெளிப்படுத்துகிறது. திர்லோச்சன், மோஸல் என்கிற யூதப்பெண்ணைத் திருமணம் செய்துகொள்ளத் தனது சீக்கிய மத அடையாளமான தலைமுடியையும், தாடியையும் வெட்டிக்கொள்கிறான். அவள் கிடைக்காமல் போனபிறகு, தனது சீக்கியக் காதலிக்காக மீண்டும் மத அடையாளத்தைக் காப்பாற்றிக்கொள்ள முயல்கிறான். வெறிபிடித்த முஸ்லிம்கள் சூழ்ந்திருக்கும் பகுதியில் சிறைப்பட்டுள்ள அவனது காதலியைக் காப்பாற்ற, அவன் எந்த முயற்சியுமே எடுக்கவில்லை என்பதுடன், மனதளவில் இனக்கலவரம் அவளது அண்ணன் மற்றும் பெற்றவர்களைக் கொன்றுவிட்டால் அவளைத் திருமணம் செய்து கொள்ளத் தடைகள் எல்லாம் நீங்கிவிடும் என்று நினைக்கும்

அளவிற்கு அவனது சுயநலமான காதல் வேட்கை செயல்படுகிறது. கலவரங்களில் பங்கு பெறுபவர்களும் பெறாதவர்களும் அதனைத் தனக்குதவப் பயன்படுத்திக் கொள்ள எண்ணும் மனோபாவம் இங்கு சித்திரிக்கப் படுகிறது. அவன் தனது மத அடையாளத்தின் மூலமே தனது காதலியைப் பெற முடியும் என்பதற்காக வாழ்வா? சாவா? என்கிற கலவரச்சூழலில் தப்பிக்கும் யுத்தியாகக் கூட தனது தலைப்பாகையைக் கழற்றத் தயாரற்றவனாக இருக்கிறான். அச்சூழலில் மோஸல் முற்றிலும் இந்தியக் கலாசாரக் கட்டமைப்பிற்குப் புறம்பானவளான பல ஆண்களுடன் தொடர்புகொள்ளக் கூடியவளாக இருந்தாலும், அவள் அவனது காதலியைக் காப்பாற்றுவதற்காகத் தனது உயிரை விடுகிறாள். கலவரக்காரர்களிடமிருந்து தப்பிக்க அவள் பயன்படுத்தும் உத்திகள் மிக நுட்பமாகச் சித்திரிக்கப்படுகின்றன. நான் இதையெல்லாம் அனுபவித்திருக்கிறேன் என்று மோஸல் கூறும்போது யூதர்கள் மீது ஹிட்லரால் நடத்தப்பட்ட இன அழித்தொழிப்பு நினைவிற்கு வருகிறது. மண்ட்டோவின் பெரும்பாலான கதைகளில் பெண் உடலின் நிர்வாணம் ஒரு எதிர்ப்பாக, ஆணை அலட்சியப் படுத்துவதாக, ஆண் என்கிற அடையாளத்தை அவமதிப்பதாகப் பதிய வைக்கப்படுகிறது. இக்கதையில் மோஸல் கலவரக் களத்தைத் தனது நிர்வாண உடலுக்கு மாற்றி விடுவதன் மூலம் அவர்கள் தப்பிச் செல்வதற்கான ஒரு யுக்தியாக மாறுகிறது.

மதங்கள் கலவரம் என்ற பெயரில் பிணந்தின்னும் சடங்குகளை நடத்திக் கொண்டிருந்த காலத்தில் நடந்த பாலியல் வன்முறையின் உச்சத்தை உணர்த்தும் கதை 'சில்லிட்டுப்போன சதைப் பிண்டம்' பாகிஸ்தானில் தடைசெய்யப்பட்டு மண்ட்டோவை நீதிமன்றத்திற்கு இழுத்த கதை. கருப்பிலும் இல்லாமல் வெள்ளையிலும் இல்லாமல் சாம்பல் நிற மொழியால் எழுதப்பட்டிருக்கும் இக்கதை பல தெளிவின்மைகள், மர்மங்கள் மூலம் நகர்த்தப்படுகிறது. கதையின் மையமான பிரச்சனை இயக்கமற்ற பெண்ணுடல் X இயக்கமுள்ள பெண்ணுடல், சில்லிட்ட கதை X வெப்பமான கதை, வீரியம் அற்ற தளர்ந்த ஆண்மை X எழுச்சியுற்ற பெண்மை என்கிற முரண்களாக மாற்றம் அடைந்து தளர்ச்சியடைந்த காயடிக்கப்பட்ட ஆண்மையை இயக்கமுள்ள பெண்மை அழித்தொழிப்பதாக முடிகிறது. அதீத ஆற்றல் கொண்ட ஒரு மனிதனைத் தின்னும் ராட்சசியாக உள்ள குல்வந்த் கௌர் பிணத்தைப் புணர்ந்து அதனால் ஆண்மை இழந்தவனைக் கழுத்தை அறுத்துக் கொள்கிறாள். பெண் என்ற தன்னிலை கொண்ட ஜீவியைத் தனது மத வெறியையும் அதிகாரத்தையும் செயல்படுத்தும் களமாக மாற்றி விட்ட ஆண்மை

பிறிதொரு எழுச்சி பெற்ற பெண்ணால் அழிக்கப்படுகிறது. இந்திய மரபு அடிப்படையில் பெண் உடலின்மீது கொண்ட அச்சத்தின் மேல்தான் கட்டப்பட்டுள்ளது. பெண் பெரும் சக்தி கொண்டவள் என்பதான உருவகங்களின் அடிப்படையில் தனது பதற்றத்தை மறைத்து அவளைத் தாயாகக் கொண்டாடுவதன் பின்னணி இதுதான். இக்கதையில் வரும் பருத்த முலைகளைக் கொண்ட குல்வந்த் கௌர் இத்தகைய பெரும் சக்தி பெற்றவள் என்கிறது கதையாடல்.

இச்சக்தி அவளுக்குள் செறிவடைந்துள்ள பாலியல் ஆற்றல் என்பதையும் அதன் வீரியம் மிக்க வெளிப்பாடு அதனை எதிர்கொள்ள முடியாதவனை அழித்தொழிக்கும் என்பதையும் சொல்கிறது. இவ்வாற்றலை ஒடுக்கிக்கொள்பவள் தெய்வமாகவும் வெளிப்படுத்துபவளை ராட்சசியாகவும் குறியிடப்பட்ட ஒரு சமூக அமைப்பில் ஒடுக்குபவளைப் பிண உடலாகவும் அது சில்லிட்டுப் போன சதையாகவும் வெளிப்படுத்துபவளைப் பெண் உடலாகவும் அது வெப்பமுள்ள சதையாகவும் குறியிடுகிறது இக்கதை. ஆண்மை என்பது பிணத்தை அல்லது இயக்கமற்ற உடலைப் புணர்ந்து வெற்றிகொள்வது அல்ல, இயக்கமுள்ள சக்தி கொண்ட பெண்ணை வெற்றிகொள்வது தான். இதன் மறுதலையாகக் கலவரத்தில் ஈடுபட்டவர்கள் ஆண்மையற்ற காயடிக்கப்பட்ட மனநிலையில் செயல்படுவதை இப்பிரதி சுட்டிக்காட்டுகிறது. இயக்கமற்ற நிலையில் இருத்தப்பட்டுள்ள சிறுபான்மையினரை, ஒரு பெரும்பான்மையினர் தாக்கி அழிப்பது ஆண்மை இல்லை என்பதைச் சுட்டிக் காட்டுவதாக உள்ளது.

4

‘கழுவேற்றப்படுதல்’ கதையில் கூறப்பட்ட ‘தத்துவார்த்த மோசடி’ அன்றைய அரசியலில் காந்தியால் முன்வைக்கப்பட்ட ஒரு புலனடக்க சாதனமான பிரம்மச்சர்யம் என்கிற தத்துவம்தான் இச்சாதனத்தை ஒரு மிகப்பெரிய கதையாடலில் மத தேசிய அடையாளத்துடன் இணைத்து அலசுகிறது ‘சுதந்திரத்திற்காக’ கதை. கருத்தியலை அடிப்படையாகக் கொண்ட கதைகளில் இரண்டு வகை உண்டு. 1. கதை சொல்லுதலின வழியாக ஒரு கருத்து மையத்தைக் கட்டிக்கொள்வது. இது சொல்பவனின் நினைவற்ற நிலையில் மொழிவழியாகப் பதிவுற்று விடும். 2. கருத்து மையத்திற்காக ஒரு கதையை விரிப்பது. இது சொல்பவனின் திட்டமிட்ட ஒழுங்கில் பதிய வைக்கப்படும். இக்கதை இரண்டாவது வகையைச் சேர்ந்தது. மண்ட்டோவின்

சுதந்திர இயக்கம், காந்தி குறித்த விமர்சனக் கதையாடலாக எழுதப்பட்டுள்ளதால் கதையைவிடச் சூழல் விவரணைகளும் நேர்ப்பேச்சான விமர்சனமுமாக நகர்கிறது கதை.

'இந்தியா சுதந்திரம் அடையாததற்கு மிகச் சரியாக காரணம் நம் நாட்டில் உண்மையான தலைவர்களைக் காட்டிலும் வியாபாரிகள்தான் அதிகம் இருக்கிறார்கள். இருக்கும் ஒரு சில தலைவர்களும் இயற்கை விதிகளுக்கு எதிராகப் போய்க் கொண்டிருக்கிறார்கள். அவர்கள் கண்டெடுத்த அரசியல் நம்பிக்கைகளும் உண்மைகளும் பிறப்புக் கொள்வதைத் தடுத்து விடுகின்றன. இந்த அரசியல்தான் சுதந்திரத்தின் கருவறையை அடைத்து விட்டது' என்கிற கடுமையான விமர்சனத்தின் அடிப்படையில் சுதந்திரப் போராட்டத்தை ஒரு பொழுதுபோக்காகக் குறிப்பிடும் இக்கதையாடல், இவ்விளையாட்டில் வாசிப்பாளனாகிய நாமும் அன்றிருந்தால் இழுக்கப்பட்டிருப்போம் என்பதை 'நீ வெளியே வருவாய், வேறு ஒரு கோஷம் போடுவாய் மீண்டும் கைது செய்யப்படுவாய்' எனச் சொல்கிறது. இந்திய சுதந்திரப் போராட்டம் என்பது ஒரு முதிர்ச்சியற்ற விளையாட்டு. அதனால் அது சறுக்கல்களையும் பலனற்ற விளைவையும் கொண்ட ஒன்றாக இருந்தது என்கிறது. சுதேசி இயக்கம் மக்களின் கரகோஷத்திற்காகத் தேவையில்லை என்று நினைத்துப் புடவையை எரிப்பதும் 'பிரிட்டிஷ் அடிவருடியின் மகன்' உணர்ச்சிவசப் பட்டுத் தங்கப்பொத்தான் உள்ள பட்டுச் சட்டையை நெருப்பில் போடுவதும் என்கிற அளவிலேயே இருந்தது.

பொறுக்கி என்றோ தியாகி என்றோ பெயர் எடுப்பதற்கு நீண்ட நாட்கள் தேவைப்படாத அமிர்தசரசில் காங்கிரஸ் கட்சி 'சர்வாதிகாரியாக' நியமிக்கப்பட்ட குலாம் அலி, பாபாஜியின் தலைமையில் இஸ்லாமியப் பெண்களில் முதன்முதலாகப் பர்தாவைக் கழற்றிவிட்டுக் கட்சிப் பணியாற்ற வந்த நிகார் என்பவரைத் திருமணம் செய்துகொள்கிறான். பிரம்மச்சர்யம் அதாவது மனைவியிருக்கும் போதே தனது இச்சைகளை அடக்கித் 'தன் வாழ்க்கையின் மிருக உணர்வுகளை வென்றெடுக்க வேண்டும்' என்கிற பாபாஜியின் திருமணம் குறித்த பேச்சில் வெளிப்பட்ட கருத்தில் மயங்கி இந்தியா சுதந்திரம் அடையும்வரை 'அடிமைக் குழந்தை'யைப் பெற்றெடுப்பதில்லையென்று சவால் விடுகிறான். பிறகு சுதந்திரப் போராட்டத்தில் 'விசித்திரமான சோர்வு கவிழ்ந்து கிடந்த' நிலையில் சவாலுக்காக அவனது மனைவியும் அவனும் தங்களது மிருக உணர்வை நசுக்கிப் பாலியல் உந்தங்களை

ஒடுக்கிக் கொள்கிறார்கள். இந்த வலியிலிருந்து விடுபட அவர்கள் ‘ரப்பர்’ ஆணுறைகளைப் பயன் படுத்துகிறார்கள். பிரம்மச்சர்யத்தையும் காப்பாற்றி மிருக உணர்விற்கும் தீனி போட ஒரு யுத்தி இந்த ‘உபயோகப்படுத்தப்பட்ட வாளின் உறை’. இங்கு கதையாடல் பிரம்மச்சர்யம் என்கிற இயற்கைக்கு முரணான ஒரு கருத்தியலை நவீனத் தொழில்நுட்பமான ஆணுறையைக் கொண்டு எதிர்கொள்கிறது. ஒரு இல்லறத்தில் பிரம்மச்சர்யம் பின்பற்றப்படுவதை மற்றவர்கள் குழந்தை பிறக்காததன் மூலம் மட்டுமே அறிய முடியும். உலகை ஏமாற்றிப் பிரம்மச்சர்யத்தைக் காப்பாற்றக் கண்ட தொழில்நுட்பமே ஆணுறை.

‘ஒற்றைக்கண் பார்வை’ போல பாலுறவை ஆக்கிவிடும் இந்த ஆணுறை மனிதனை ரப்பர் பொம்மைகளாக மாற்றிவிடுகிறது. ரப்பர் என்பது நவீனத் தொழில் நுட்பத்தின் வலிமையான குறியீடாக இக்கதையில் ஆளப்படுகிறது. இயற்கைக்கு எதிராகச் செயல்பட முயற்சிப்பவர்கள் யாராக இருந்தாலும் அதற்கான விலையைக் கொடுத்துதான் ஆக வேண்டும். அப்படிக் கொடுத்த விலைதான் மனித இனம் தன்னை ரப்பராக மாற்றிக்கொண்டது. இக்கதையாடலானது மூன்று முக்கியமான சொல்லாடல்களைக் கிழித்துப் போட்டு விடுகிறது. 1. இந்திய சுதந்திரம். 2. தேசியத் தலைமை 3. மதம் மற்றும் தேசிய நிறுவனங்களான ஆசிரமம், இஸ்லாமியப் பள்ளிகள், வித்யாலயங்கள், ஜமாத்கானாக்கள், தக்கியாக்கள், தர்காக்கள் பற்றிய புனைவுகள்.

ஜாலியன்வாலாபாக் கிணற்றைக் கதையில் ஒரு குறியீடாக்கி இந்தியச் சுதந்திரப் போர் எந்தப் பாடமும் படிக்கவில்லை என்பதுடன், அதன் பலனைக்கூட அது அறுவடை செய்துகொள்ளவில்லை என்கிறது. நமக்கும் சுதந்திரத்திற்கும் இடையில் ஒரு ஆணுறை போன்ற சவ்வால் ஆன மதில் உள்ளது. சுதந்திரம் பெற்றாலும் அது ஆணுறை அணிந்து பெற்ற இன்பத்தைப் போன்ற ஒரு பாசாங்கான இன்பம் அல்லது போலியானது. இதனால் இந்திய மாதாவும் எந்தத் திருப்தியும் பெற்றுவிட முடியாது. இது ஒற்றைக்கண் பார்வை போன்றது என்கிறது. தேசியத் தலைமையாகக் கதையில் வரும் பாபாஜி சிம்மாசனத்தில் அமர்ந்துகொண்டு மனித பலவீனம் பற்றி அக்கறை காட்டுவதில்லை என்பதுடன் அதைப் பற்றி அவர் அறிவதே இல்லை என்கிறது பிரதி. நற்காரியங்கள் செய்வதற்காகத் தன்னுடைய தலையைச் சிரைத்துக்கொள்வது, காவித்துணி கட்டிக் கொள்வது, உடம்பு முழுக்க சாம்பலைப் பூசிக்கொள்வது போன்று ஒருவன் தனது சொந்த விருப்பத்தில் செய்துகொள்ளும்

இந்நாடகத்தனம் தான் மக்களை திசைமாறிப் போக வைக்கிறது என்றும் இந்த நாடகத்தின் மூலம் வழங்கப்பட்ட மந்திரிக்கப்பட்ட தாயத்து மக்களை அவரது மாயப் பிடிக்குள் வைக்க மகிழ்வோடு அணிந்து கொள்ளப்பட்டது என்பதையும் சுட்டிக்காட்டி விடுகிறது. காந்தியின் ‘ஏழ்மை’யையும் ‘எளிமை’யையும் காப்பாற்ற பிர்லா போன்ற பண முதலைகள் மிக அதிகம் செலவழிக்க வேண்டி வந்தது. இந்நாடகம் தான் இந்திய தேசியத் தலைமை ஆன்மிகத்தையும் அரசியலையும் ஒன்றுபடுத்த ‘அஹிம்சையை’ ஆயுதமாக்கி நடத்திய நாடகம்.

காந்தியின் அஹிம்சை என்பது புத்த, சமணக் கோட்பாட்டில் சொல்லப்படும் அஹிம்சா. அதாவது, இம்சைக்கு எதிரானது. உயிர்களைக் கொல்லாமை என்ற பொருளில் இல்லை. இது தனக்குள் இம்சைகளை ஒழித்துக்கொள்வதன் மூலம் தன்னை இம்சிப்பவனைக் குற்ற உணர்ச்சிக்கு ஆட்படுத்துவது எதிர்ப்பை அலட்சியப்படுத்துவதன் மூலம் எதிரியை அதீத கோபத்தின் எல்லைக்குக் கொண்டுசென்று ஒரு கட்டத்தில் எதிரி தனது செயலுக்கு எதிர்விளைவைக் கெஞ்சிப் பெறும் நிலைக்கு ஆளாக்குவது. பலமுள்ளவன் முன்பு பலமற்றவன் பயன்படுத்தும் இந்த உத்தியின் மூலம் பலமுள்ளவன் தன்னையே பலவீனனாக உணர வைப்பது. இந்த மனநிலையின் நீட்சி தான் இயற்கையான உணர்வை ஒடுக்கி (பாலின்பத்தை ஒடுக்கும் பிரம்மச்சர்யம்) தன்னைத் தனது தான் என்கிற கட்டுப்பாட்டிற்குள் கொண்டுவருவது. இந்த தான் என்பதே பிறர் மூலம் அங்கீகரிக்கப் படுவதுதான். அடிப்படையில் தான், பிறர் குறித்த பிரதிபலிப்புதான் அல்லது பிறரின் வேட்கையைத்தான் பிரதிபலிக்கிறது. பிறர் உணரத்தான் எனது தானை உருவாக்குகிறேனே தவிர, நானே உணர எனது தானை உருவாக்க வேண்டிய அவசியமில்லை. தானே காந்தி தனது தானை உருவாக்கிக் கொள்ள யாரைப் பிறராக உணர்ந்தார் என்பது ஒரு முக்கியமான கேள்வி? அது சமூக-உளவியல் ஆய்விற்கு உரியது என்று சொல்லி மேற்செல்வோம். மக்களைத் திசைதிருப்பும் இந்த நாடகம் கணப்பொழுதில் காற்றில் கரைந்து காணாமல் போகின்றது. அது நிலைத்து நிற்கிறது என்றால், சிரைக்கப்பட்ட தலை, காவி உடை, சாம்பல் அப்பிய உடல்களின் பிம்பங்கள் மட்டும்தான் எனும்போது பிரதியானது தேசியத் தலைமையின் பிம்பங்களைக் கிழித்துப் போட்டு விடுகிறது. தேசிய இயக்கம் பற்றி அதன் காலத்திலேயே ஒரு சாட்சியாக முன் வைக்கப்பட்ட இக்கதையாடல் ஒரு முக்கியமான ஆவணத்தைப் போன்றது.

அடுத்து, மத நிறுவனங்கள் எல்லாம் மனிதர்களின் மிருகத்தனத்தை அழிப்பதில்லை. பாபாஜியின் ஆசிரமம் பற்றிய விவரணை அந்த நிறுவனம் குறித்துச் சொல்லப்பட்ட எல்லாவிதப் புனைவுகளையும் உடைத்தெறிந்து விடுகிறது. அது மனிதர்களின் இயற்கைக்கு முரணான நடத்தைகளுக்கு உட்படுத்தப்படும் இடம் என்பதைச் சொல்லும் பிரதியானது ஒரு படி மேலே போய் மக்களைக் காய்கறிகளாக மாற்றி, அழகுணர்வு மொத்தமாய் நெரிக்கப்பட்டு, உயிரற்ற சவங்களைப் போல உலவும் மனிதர்களைக் கொண்ட இடமாகக் காட்சியளிக்கிறது என்கிறது இக்கதையாடல். கருத்தியலுக்காகக் கட்டமைக்கப்பட்டிருப்பதால் மையத்திலிருந்து விரிந்து செல்வதும் திரும்ப அதனைக் கதையின் ஓட்டத்திற்கு இழுத்து வருவதுமான ஒரு இழுபறிப் போராட்டம் கதையின் வேகத்தைச் சிதைக்கிறது. இது இக்கதையில் கதைசொல்லியால் உணரவும் பட்டிருக்கிறது என்பது கதையின் கருத்தியல், ஒருதிட்டமிட்ட முறையில் உருவாக்கப்பட்டிருப்பதையே காட்டுகிறது. குலாம் அலி தனது பிரம்மச்சர்யத்திற்கு எதிரான கிளர்ச்சியில் பிறந்த அடிமை மகனின் கையிலிருந்து பலூனை உடைத்து அதைத் தனது இரண்டு விரல்களால் பிடித்துப் போலித்தனத்திற்கு பாசாங்கிற்கு அல்லது நவீனத் தொழில்நுட்பம் உருவாக்கியுள்ள ரப்பர்தனத்திற்கு எதிராக முடிவே இல்லாமல் புரட்சி செய்யும் பொருளைப் போல வெளியே விட்டெறிந்தான் என்பதாகக் கதையாடல், இந்திய சமூக விடுதலை ஒரு முடிவற்ற புரட்சியால்தான் சாத்தியம் என்பது சுட்டிக்காட்ட முடிகிறது.

‘இது *1919*-இல் நடந்தது’ ஜாலியன் வாலாபாக் படுகொலை உருவாவதற்கான ஒரு உள்ளூர்க் கதையாடல் பற்றியது. வரலாற்றின் பெரும் நிகழ்வுகள் ஒரு சிறு நிகழ்விலிருந்துதான் தொடங்குகின்றன. அந்நிகழ்வுகள் சாமானியர்கள் எனப்படுபவர்களால் உருவாகி அதன் இறுதி எல்லையில் ஒரு சில தலைவர்களின் பெயருடன் வரலாறாக உருமாற்றப்படுகிறது. இக்கதையில் ஒரு விலைமாதுவின் மகன் முகமது தஃபைல் தனது தாய்நாட்டிற்காகப் போராடி இறக்கிறான். அந்த மோதலில் இறந்த வெள்ளைக்காரச் சிப்பாய்களுக்காகப் பலி வாங்கவே நான்கு நாட்கள் கழித்து ஜெனரல் டயரால் ஜாலியன் வாலாபாக் படுகொலைகள் நடத்தப்படுகிறது என்கிறது இக்கதை. அவன் ஒரு ‘விலைமாதின் மகன்’ சமூகத்தில் எந்த அந்தஸ்திலும் இல்லாமல் இருந்ததால் பஞ்சாபில் இரத்தம் சிந்தி, தியாகியானவர்கள் பட்டியலில்கூட இடம்பெறாது. அப்படி ஒரு பட்டியல் தயாரிக்கப்பட்டிருக்குமா என்றுகூடத் தெரியாது. இதுதான் அனைத்து வன்முறைகளுக்கும் காரணமாக நமக்குத்

தரப்பட்டிருக்கும் வரலாறு. எழுதப்படாத எண்ணற்ற வரலாறுகள் இப்படித்தான் வாய்மொழிக் கதையாடலாக இருக்கின்றன.

இக்கதையாடலாகவே இதன் தொடர்ச்சியாகத் தரும் அடுத்த நிகழ்வில் அந் நகரத்தின் மிகவும் அழகான நாட்டியப் பெண்களான இறந்தவனின் இரு சகோதரிகள் - கலவரத்தில் கொல்லப்பட்ட மிஸ் ஷீர்வுட் என்கிற வெள்ளைக்கார பெண்மணிக்காகப் பழிவாங்க வெள்ளைக்கார சாயபுவால் பாலியல் பலாத்காரத்திற்காக நாட்டியத்திற்கென அழைக்கப்படுகிறார்கள். அன்று இரவு எல்லோராலும் 'பிரமாதம்' என்று புகழப்படும் அளவுக்கு 'மகாராணிகள்' போல அலங்கரித்துக்கொண்டு சென்ற அவர்கள் நாட்டியம் முடிந்தவுடன் ஜொலிக்கும் வண்ணமயமான ஆடைகளை அவிழ்த்துப் போட்டு, நிர்வாணமாக 'நன்றாகப் பார்த்துக் கொள்ளுங்கள். உங்களின் தோட்டாக்களால் துளைத்து எடுக்கப்பட்ட இந்த நாட்டை நேசித்த ஆன்மாவான 'தய்லாவின் சகோதரிகள்'. இந்த அழகான உடலை உங்களின் காமம் தணியும்வரை அனுபவிக்க வரிசையாக வாருங்கள். ஆனால் இதை நீங்கள் செய்வதற்குமுன் நாங்கள் உங்கள் முகத்தில் காறி உமிழ்கிறோம்' என்கிறார்கள். அவர்கள் இருவரும் சுடப்பட்டுச் சாகிறார்கள்.

இக்கதையாடலில் மண்ட்டோ வெள்ளையர்களின் படுகொலைகளுக்குப் பின்னால் உள்ள மோதல்களை ஒரு பழிவாங்கல் நிகழ்வுகளாக முதன்மைப்படுத்துகிறார். இது அவரது அதீத தனிமனிதச் சார்பின் விளைவே. விலைமாதுவின் மகன், நாட்டியப் பெண்கள் வரலாற்றின் பாத்திரமாக்கப்படுகிறார்கள். கர்பலா யுத்தத்தில் முகமது நபியின் பேரர்களான அசேன், உசேன் தங்களை இரத்த சாட்சிகளாக்கிக் கொண்டதைப் போல் இதில் தய்லா எனப்படும் முகமது தஃபைலும் அவனது சகோதரிகளும் தாங்கள் கொல்லப்படுவோம் என அறிந்தும் முன்சென்று தம்மை இரத்த சாட்சிகளாக்கிக் கொள்கிறார்கள். இக்கதை இந்தியா-பாகிஸ்தான் உருவாக்கக் கலவரங்களுக்குப் பின்னால் ஒருவரால் நினைவுகூரப்பட்டுச் சொல்லப்படுவதாக எழுதப்பட்டிருப்பதும் தாய்நாட்டிற்காக உயிரை விட்டவர்கள் என கூறப்படுவதும் இந்தியா இங்குள்ள இஸ்லாமியர்களுக்குத் தாய்நாடுதான் என்பதைக் கதையாடலாகப் பதியவைக்க முயல்வதைப் போல இருக்கிறது. இந்திய வரலாறு எழுதுதலில் இஸ்லாமியர்கள், தலித்கள் மற்றும் பெண்களின் பங்களிப்புகள் புறக்கணிக்கப்பட்டிருப்பதும், இந்திய வரலாறே வகுப்புவாதக் கண்ணோட்டத்தின் அடிப்படையில்

எழுதப்பட்டிருப்பதையும் ஆய்வாளர்கள் சுட்டிக்காட்டுவதை இப்பிரதி தனது மொழித்தடத்தின் வழியாக முன்னுணர்ந்திருக்கிறது.

5

ஆண் மற்றும் பெண்ணின் அடையாளம் அவமதிப்பிற்கு உள்ளாக்கப்படும்போது அவற்றை ஒரு ஆணுடலும் பெண்ணுடலும் எதிர்கொள்வதே 'அவமானம்' மற்றும் 'குஷியா' கதைகளாகும். ஒரே கருவைக் கொண்ட ஆணிய மற்றும் பெண்ணிய நோக்கிலான கதைகள் *(Male and Female Versions)* கதை. அதன் களம் அதை எடுத்துரைக்கும் முறை, விவரணை எல்லாம் ஆணின் கண்ணோட்டத்தில் 'குஷியா'விலும் பெண்ணின் கண்ணோட்டத் தில் 'அவமானம்' கதையிலும் முன்வைக்கப்படுகிறது. இக்கதைகளின் வழியாக அவமதிப்பு என்கிற செயல்பாடு ஆய்வு செய்யப்படுகிறது. ஒரு உடலின் அடிப்படை இயல்பூக்கங்கள் *(basic instinct)* பசி, பாலின்பம் மற்றும் தூக்கம். பசிக்காகப் பாலின்பத்தை விற்பனை செய்யும் சுகந்தியும், அதனை விற்றுக் கொடுக்கும் குஷியாவும் வெறும் இந்த இயல்பூக்கங்களை மட்டுமே கொண்டு வாழ்ந்துவிட முடியாது.

அவர்களுக்கு என்று சுய அடையாளங்கள் இருக்கின்றன. அது அடிப்படையான ஆண் மற்றும் பெண் என்கிற அடையாளம்தான். இவ்வடையாளங்களும் நிராகரிக்கப் படும்போது சுகந்தி மாதுவை அடித்துத் துரத்துவதன் மூலமும், 'குஷியா' காந்தகுமாரியை 'இஞ்சினை இயக்க... அது உயிர் பெற்றுச் சீறிப் பாய்ந்தது. காந்தா என்ன சொல்லியிருந்தாலும் அது இஞ்சினின் இரும்பு போன்ற முழக்கத்தில் மூழ்கிப் போனது' என்றவாறு பாலியல் வெறித்தணிப்புடனும் எதிர்கொள்கிறார்கள். இங்கு கதையில் ஏற்படும் இடைவெளியில் காந்தகுமாரியிடம் தனது ஆண்மையை நிரூபித்துக் கொண்ட குஷியா, பழைய வாழ்விலிருந்து விலகிப் போயிருக்கலாம் என்பதாக முடிகிறது. இரவுக்குள் டாக்சி காணாமல் போனது போல, காந்தகுமாரி கதையில் காணாமல் போய்விடுகிறாள். இவ்விரு கதையிலும் டாக்சி என்பது ஆண் மைய அதிகாரத்தின் ஒரு வலிமையான குறியீடாகி நிற்கிறது.

'கருப்பு சல்வார்', 'நூறு விளக்குகளின் வெளிச்சம்' ஆகிய கதைகள் விலைமாதர்களின் வாழ்வில் உள்ள வறுமை நிலையை மனிதநேயத்துடன் முன் வைக்கும் கதைகளாகும். இஸ்லாமிய அரசாட்சியில் ஒரு திருப்புமுனையாக அமைந்த கர்பலா யுத்தத்தில் இரத்த சாட்சிகளான அசேன், உசேன் மரணத்தை நினைவுகூர்ந்து துக்க தினமாக அனுஷ்டிக்கும் முகரம் பண்டிகைக்காகக் கருப்பு

சல்வார் எதிர்நோக்கி அதனை ஒரு ஆண் விபச்சாரகன் மூலம் பெறும் சுல்தானாவிற்கு மதத்திலும் மேல் உலகிலும் என்ன பங்கு என்பது இக்கதை எழுப்பும் முக்கியக் கேள்வியாகும். பசி, பாலுறவு, தூக்கம் என்கிற அடிப்படை இயல்பூக்கங்கள் மறுக்கப்பட்ட ஒரு வாழ்க்கை தான் விலைமாதுவின் வாழ்வு என்பதைச் சொல்லும் கதை 'நூறு விளக்குகளின் வெளிச்சம்'. இவ்வளவு வெளிச்சத்திற்குள் இருண்டு கிடக்கும் வாழ்க்கைதான் அவர்களது வாழ்க்கை.

6

மனித இனம் தன்னுடைய நிர்வாணத்தில் சலிப்புற்றுப் போய் ஆடைகள் அணிந்துகொள்ள முடிவெடுத்திருக்க வேண்டும். ஆனால் இப்போது அது அணிந்துகொண்டிருக்கும் ஆடைகளில் சலிப்புற்று நிர்வாணத்திற்குத் திரும்ப முயற்சித்துக் கொண்டிருக்கிறது. இன்றோ நாளையோ நிச்சயமாக இந்த நிர்வாணம் நம் கலாச்சாரத்தைப் பின்னுக்குத் தள்ளிவிடும் அல்லது இது வாழ்க்கையின் கொடூரமான பந்தயத்தில் இருந்து தப்பிப்பதற்கான ஒரு வழிதானா? (மம்மி-பக்.283) என்கிற கேள்விக்கான ஒரு கதையாடலாக வாழ்க்கையின் கொடூரமான பந்தயத்தில் இருந்து தப்பிக்க முயலும் உத்தியை விவரிக்கும் கதைதான் 'மம்மி'. இக்கதை மேலோட்டமாகக் காமத்தையும் போதையையும் அடிப்படையாகக் கொண்ட, மறைமுகமாகவோ மறைக்கப்பட்டதாகவோ இல்லாத ஒரு இல்லத்தில் நடைபெறும் பார்ட்டியின் கொண்டாட்ட விவரணையைக் கொண்டது. கதையின் மையமாக இருப்பவர் மம்மி எனப்படும் ஒரு வயதான பெண்மணி. மேலோட்டமாகக் கதையானது மம்மி மற்றும் பார்ட்டியைப் பற்றியதாக இருந்தாலும்

ஆழ்தளத்தில் சலனப்படும் அமைப்பு நகரத்திற்குள் கட்டமைக்கப்படும் ஒரு திறந்தவெளி சமூகம் அல்லது புராதன தாய்வழிச் சமூகத்தின் நகர்ப்புற மாதிரி. இதில் ஒரு தாய் தனக்குக் கீழ் ஒரு கூட்டத்தை வழி நடத்துகிறார். முழுக்க முழுக்க நாடோடித்தன்மையின் மகிழ்வை அடிப்படையாகக் கொண்ட ஒரு அடையாளமற்ற சமூகம் இது. இதில் நுழைபவர்கள் தங்களது அடையாளத்தை இழந்து ஒரு புனைவின் அதீத சுகத்தில் நடிப்பவர்களாக மாறிப்போகிறார்கள். 'சந்தோஷத்திற்காக அது நிலையற்றது என்றாலும்கூட' 'நடிக்கப்படுவது போல விளையாடி', சந்தோஷத்தை அனுபவிக்கிறார்கள்.

அன்பைப் பொழியும் இந்தத் தாய் நுட்பமாகப் புராதனத் தாய்மையின் அடிப்படையில் கட்டமைக்கப்பட்டிருக்கிறாள்.

இத்தாய் இன்றைய நாகரிக உலகில் சொல்லப்படும் தாய்மை குறித்த பிம்பங்களை உடைத் தெறிகிறாள். ஒரு மாற்று உலகம் இன்றைய கொடூரத்திலிருந்து தப்பிக்க முன்வைக்கப்படுகிறது. இத்தகைய தாய்கள் இன்றைய சமூகத்தின் ஓர் அச்சுறுத்தலாக இருப்பதால் அன்றைய அரசாங்கம் மம்மியைப் புனேயை விட்டு அகற்றுவதுடன் (நாடு கடத்துவதைப் போன்று) கதை முடிகிறது. இத்தாய் கட்டற்ற பாலியல் விளையாட்டுகளை அனுமதித்தபோதும், ஓரினப் புணர்ச்சியாளன் (சென்) ஒருவனையும் தனது அடையாளத்தை இழக்காமல் இருக்கும் ஒருவனையும் (ரஞ்சித் குமார்) அடையாளம் கண்டு நிராகரிக்கிறாள். கதையாடல் நுட்பமாக இன்றைய வன்முறை நிறைந்த நாகரிகச் சமூகத்திற்கு மாற்றாக ஒரு மாற்று சமூக அமைப்பைக் கட்டமைக்க முயல்கிறது. இன்றைய சமூகத்தின் அடிப்படை அலகாகக் குடும்பம் இருப்பதால் அதனை நிராகரித்துவிட்டு வேறொரு வெளியை உருவாக்க முயல்கிறது. ‘நான் கோரமான வெளித்தோற்றத்துக்குப் பார்வையாளனாக இருந்து கொண்டிருக்கிறேன். ஆனால் அது அதன் தேவையைப் பூர்த்தி செய்துகொண்டிருந்தது’ என இந்த மாற்றும் அதன் திறந்த வெளியும் சரியா? தவறா? என்பது குறித்துப் பிரதிக்குள் ஏற்படும் தடுமாற்றமும் வெளிப்படுத்தப்படுகிறது.

காதல் என்பது இரண்டு மனங்களின் இசை, ஒரு வேதிவினை இத்யாதி என மனங்களின் அடிப்படையில் தரப்படும் இலக்கணங்களைக் கிழித்துப் போடும் கதைதான். ஒருவனுக்கு ஒருத்தி என்கிற ஏக பத்தினிக் கதையாடல் நாயகி பெயரைக் கொண்ட ‘ஜானகி’. காதல் என்பது அடிப்படையில் உடல் ஈர்ப்பில்தான் உருவாகிறது. ஜானகி மூன்று நபர்களுடன் உடலுறவு வைத்துக்கொள்கிறாள். மூவர் மீதும் அவள் காதல் கொள்கிறாள். அவளைத் தனிச்சொத்தாக்கிக் கொள்ள அவளுடன் உறவு கொள்பவர்கள்தான் கருதுகிறார்கள் என்பதுடன், அதற்காகவே இருவர் அவளை நிராகரிக்கவும் செய்கிறார்கள்.

குடும்பம் என்கிற அமைப்பும், ஒருவனுக்கு ஒருத்தி என்பதும் காக்கப்படுவது பெண்களால் அல்ல ஆண்களால்தான். ஆண்தான் தனிச் சொத்தை உருவாக்கினான், அதைக் காக்கக் குடும்பத்தை உருவாக்கினான். குடும்பங்களைக் காக்க அரசை உருவாக்கினான். எனவே காதல் என்பதுடன் ஒருவனுக்கு ஒருத்தி என்கிற திருமண பந்தத்தை இணைத்துவிட்டான். உண்மையான காதல் எங்கு சாத்தியம்? வாய்ப்புள்ள போதும் ஒருவனுடன் ஒருத்தி வாழ்வதுதான் காதல்.

ஆன்ம காதல் என்பது சொத்து மற்றும் வாரிசு போன்ற பாதுகாப்பு மற்றும் இன்சூரன்ஸ் ஏற்பாடுகளுடன் உறவு கொண்டதாக உள்ளது. இக்கதையாடலானது காதலை ஆன்ம தளத்திலிருந்து விடுவித்து உடல் தளத்திற்கு நகர்த்தி விடுகிறது. ஒரு ஆண் ஒன்றுக்கு மேற்பட்ட பெண்களுடன் உறவுகொள்வதை அனுமதிக்கும் சமூகம், பெண்ணை மட்டும் அனுமதிப்பதில்லை என்பதுடன் புனித உடல் என்பது பெண் உடலாக மட்டுமே கருதப்படுகிறது. இந்தப் புனிதம் உடைபடுகிறது இக்கதையில்.

7

ராமாநுஜத்தின் மொழிபெயர்ப்பில் சாதத் ஹசன் மண்ட்டோ என்கிற உருதுப் படைப்பாளியின் கதைகள், சொற்சித்திரங்கள், நினைவோடைகள் மற்றும் அவரது எழுத்துகள் பற்றிய அறிமுகக் கட்டுரைகள் என முழுப் பரிமாணத்தையும் வெளிப்படுத்தும் நோக்கில் தொகுக்கப்பட்டுள்ள ‘மண்ட்டோ படைப்புகள்’ என்கிற நூலை அடிப்படையாகக் கொண்டு இக்கட்டுரை எழுதப்பட்டுள்ளது. மொழிபெயர்ப்பு என்கிற உணர்வை ஏற்படுத்தாமல் இயல்பான தமிழில் வெளிவந்திருப்பது ஆறுதலான விஷயம். ராமாநுஜத்தின் கடினமான உழைப்பும், மண்ட்டோவைச் சரியாக அறிமுகப்படுத்த (பின்னிணைப்பில் உள்ள அவரது கட்டுரை ஒன்று போதும், மண்ட்டோவை அவரது தளத்தில் உள்வாங்கிக்கொள்ள) அவர் எடுத்துக்கொண்ட பொறுப்புணர்ச்சியும் பாராட்டத் தக்கது.

‘டோபா டெக்சிங்’ மற்றும் ‘டிக்வாலில் ஒரு நாய்’ (பாகிஸ்தான் - இந்திய எல்லையில் மாட்டிக்கொண்டு இருபுறமும் துரத்தப்படும் ஒரு நாயைக் குறியீடாக்கிக் காஷ்மீர்ப் பிரச்சனையின் அவலத்தைச் சொல்லும் கதை) இத்தொகுப்பில் இல்லை என்பது ஒரு குறைதான் என்றாலும் மண்ட்டோவின் வகுப்புக் கலவரத்திற்கு அப்பாலான முழுப்பரிமாணத்தையும் வெளிப்படுத்தும் நோக்கில் பல மாறுபட்ட கதைகள் இதில் தொகுக்கப்பட்டுள்ளன.

இந் நூல் வளர்ந்து வரும் வகுப்புவாத அரசியலையும் அதன் வன்முறையையும் அம்பலப்படுத்தும் நோக்கில் மிக முக்கியத்துவம் வாய்ந்த ஒரு காலகட்டத்தில் தமிழில் வந்திருக்கிறது. வகுப்புவாதம் மற்றும் வன்முறை குறித்த ஒரு விசாரணையை இது தமிழில் தொடங்கி வைக்க வேண்டும். மதம், தேசியம் ஆகியவை எவ்வாறு இந்தியத் துணைக்கண்டத்தில் இயங்கிய உடல்களை வன்முறை கொண்டு சிதைப்பதன் மூலம் இந்தியன்-பாகிஸ்தானி என்கிற உடல்களாகக் கட்டமைக்கின்றன என்பதையும் குறிப்பாகப் பெண் உடலை வரைதோலாகக் கொண்டு கலாசார வரலாறு எழுதப்படுவதையும் நுட்பமாகச் சொல்கிறது.

மனித உடலுக்குள் ஒரு ஆன்மா இருக்கிறது. அந்த ஆன்மாவைச் சுமப்பதுதான் உடல் என்கிற உடல் குறித்த இந்தியத் தத்துவங்களின் அடிப்படையை முற்றிலுமாக நிராகரிக்கின்றன மண்ட்டோவின் கதைகள். உடல் தான் மனிதன், ஆன்மா, உயிர் எல்லாம். பசிக்கும், பெண் தேடும், தூக்கம் வரும், போதையில் உலகை மறந்து சுற்றும், வதைபடும், இதப்படுத்திக் கொள்ளும் உடலுக்கு அப்பால் எதுவும் இல்லை. இந்த உடலில்தான் காதல் வருகிறது. கண்ணீர் வருகிறது. சிரிப்பு வருகிறது. உலகில் நிகழும் அனைத்து வன்முறைகளை ஏற்பதும் செலுத்துவதும் இந்த உடல்தான். ஆனால் உடலை நிராகரிப்பதன் மூலமே ஆன்ம விடுதலை என்று பேசுவதும், உடல் குறித்த சிந்தனைகள் புனிதமற்றதாக நிராகரிக்கப்படுவதும், ஆன்மா என்கிற ஒரு கருத்தியல் வெளியை உயர்த்திப் பிடித்து ஒரு ஆணுக்கும் பெண்ணுக்கும் இடையில் உடலுக்கு அப்பாலும் உறவு சாத்தியம் என்பதான பொய்மையையும் கிழித்துப் போடுகின்றன.

மதம் என்பதும் தேசியம் என்பதும் ஒரு அடையாளமே ஒழிய அவற்றால் மனித விடுதலை சாத்தியமில்லை. அந்த அடையாளங்கள் மனிதர்களைப் பிரித்துத் தனது கருத்தியலுக்கு ஏற்ப வகைப்படுத்துவதன் மூலம் நாடுகளை உருவாக்க எண்ணற்ற உடல்களைக் கொன்றொழிக்கின்றன.

இந்திய- பாகிஸ்தான் உருவாக்கக் கலவரங்கள் ஒரு ஒழுங்கமைக்கப்பட்ட நிறுவனமயமான வன்முறைகள் அல்ல. அந்தக் கலவரங்களுக்குள் இயங்கிய மனித தன்னிலை மற்றும் மத, இன அடையாளம் அது வெளிப்படுத்திய மனித மனத்தின் உள்ளார்ந்துள்ள பாசிச மனப்போக்கு ஆகியவற்றை அதன் உண்மையான நோக்கில் பதிய வைக்கின்றன இக்கதைகள். இக்கலவரங்களில் ஏற்படுத்தப்பட்ட பயம், அச்சம், பதற்றம் ஆகியவை ஒரு கொடுங்கனவாக மனித மனதின் ஆழத்தில் உறைந்து போய் விட்ட கொடூரம் ஆகியவை எந்தச் சார்புமின்றி ஒரு நேர்மையான அறிக்கையாக முன் வைக்கப்பட்டுள்ளது.

நிலையான குடிகளைக் கொண்ட மக்கள் கூட்டம் மட்டுமே வரலாற்றின் மூலமாகத் தனது நிலத்தை வரைந்து வைத்துக் கொள்ளக்கூடிய தேவை இருக்கிறது. நாடோடிகளுக்கு வரலாறு கிடையாது. அதனால் வாழ்க்கையின் நேற்று பற்றியோ, நாளை பற்றியோ கவலையும் கிடையாது. அதனால்தான் வரலாறோ கடந்த கால ஏக்கமோ மண்ட்டோ கதைகளில் காணக் கிடைப்பதில்லை. அடையாளமற்ற நாடோடி வாழ்க்கையாக மாறி இருக்கும் இந்நூற்றாண்டை அகதிகளின் நூற்றாண்டு என்றால்

மிகையாகாது. புலம் பெயர்ந்துபோன ஒரு மனிதனின் நாடோடி உணர்வு எல்லாக் கலாசார விழுமியங்களையும் தூக்கிப் போட்டு உடைப்பதன் மூலம் மட்டுமே நிலையான குடிமக்களை எதிர்க்க முடியும். மண்ட்டோ தனது கதைகளில் அதைத்தான் செய்கிறார். அவரது வேரை ஆதிக்க வர்க்கம் அறுக்கும்போது தனது ஆற்றலின் மூலம் ஆதிக்க வர்க்க வேர்களை அறுத்து ஆட்டம் காணச் செய்ய முனையும் ஒரு யுத்தக்களமாக விரிகின்றன அவரது கதைகள்.

-(நிழல், 14.12.2005)

அடிக்குறிப்புகள்:

1. இந்தியா மௌரிய, குப்த, மொகலாய மற்றும் பிரித்தானிய அரசுகளின் கீழ் பல நில எல்லைகளைக் கொண்டதாக இருந்து வந்திருப்பதே வரலாறு. இந்தியா என்கிற தேசம் உருவானது 1947 ஆகஸ்டு 15ல் தான். இதனைப் பிரிவினை என்று சொல்வது இந்து-இந்தியா-இந்தி பெருமித உணர்வைக் கட்டமைத்து வகுப்புவாதத்தைக் காப்பாற்றி வருவதற்கே.

2. நபி-இறைத்தூதரைக் குறிக்கும் உருதுச்சொல். பைபிளில் ஆபிரஹாம் என்று குறிக்கப்படுபவர். இவரது மகனான இஸ்மாயில் தான் மக்கா - என்கிற நகரத்தை உருவாக்கியவர். இவர்தான் காஃபா எனப்படும் இஸ்லாமியப் புனித இடத்தை ஆலயமாகக் கட்டியவர் என்கிறது குர்-ஆன்.

ரப்பர்கள், பென்சில்களால் மாஜிக் சிலேட்டில் வரையப்பட்ட சரித்திரத்தின் நிழல்கள்

I

ஒரு சரித்திரம் பற்றிய விமர்சனம் அல்லது உரை என்பது அதன் உள்ளோடும் நினைவுகளின் பதிவுறுத்தலில் உருவாகும் இயங்கியல் பற்றியதாக அல்லது நினைவகங்களின் அரசியல் பற்றியதாகவே அமைகிறது என்கிற நமது எடுகோளை அடிப்படையாகக் கொண்டு தமிழவனின் 'சரித்திரத்தில் படிந்த நிழல்களை' வாசிக்க அல்லது உரை எழுத அல்லது நமது சரித்திரத்துடனான உறவில் உருவாகியுள்ள சுவடுகளைத் தேட முயல்வோம். இதன் முன்னுரையில் கதைசொல்லியும், பின்னுரை யில் நண்பர் சண்முகமும் முன்வைத்துள்ள பார்வைச் சட்டகத்தைக் கவனத்தில் கொண்டு, நிகழ்காலப் பாத்திரங்களுடனான ஒப்பிடலைத் தவிர்ப்போம்.

வரலாறு என்பது ஒவ்வொரு இனமும் அதற்கான உரை கூறும் முறைகளால், நினைவுகளில் இருந்து அழித்து எழுதப்படும் ஒரு கதையாடல். அழித்தெழுதப்பட்ட பிரதியில் அழிக்கப்பட்டவற்றின் சுவடுகள் பதிவுற்று 'அரசல் புரசலாய்' வெளித் தெரிவதும் அதனை மேல் உள்ள பிரதியை ஊடுருவி வாசித்து, வெளிக் கொணர்வதன் மூலம் அக்கால வரலாற்றுக் கதையாடலின் உள் ஓடும் நினைவுகளின் சுவடுகளைக் கண்டடையலாம். அதே நேரத்தில், சமகால கதையாடலின் அர்த்தமாகும் அரசியலையும் புரிந்து கொள்ளலாம். இதுவே, பிரதிக்குள் ஒடுக்கப்பட்ட வரலாற்றுத் தன்னிலைகளை வெளிப்படுத்தும் செயலாகும்.

இதன் மறுதலையாக, நிகழ்கால வரலாற்றை அழித்து அதன் சுவடுகள் பற்றிய உரையையும் சேர்த்து வரலாறு எழுதப்படும் வரைத்தோலின் எழுத்துச் சுவடை முன் பின்னாக மாற்றி, நிகழ்வுகள் பற்றிய தனது நினைவுகளைப் புதைத்து வைத்தல் என்பதாக வரலாறு எழுதுதலை நிகழ்த்தலாம். அதாவது தேர்வு அடிப்படையில் உள் மறைந்த சுவடை மேலாக எழுதிச் செல்லல், இதன் அடியில் ஒரு சரித்திரம் சலனமடைவதும், அது சில வேளை நிகழ்காலச் சரித்திரத்துடன் இணைத்தளத்தில்

செல்வதும் நிகழ்கிறது. இவ்வாறு அழித்தெழுதப்பட்ட பிரதிகளாக உருக்கொள்ளுதலே வரலாறு எழுதுதலாக அல்லது வரலாற்றின் கதையாடலாக அமைகிறது. இவ்வகை நவீன எழுத்துமுறை கொண்ட ஒரு புனைவாக நம் முன் கிடக்கும் பிரதியே தமிழவனின் 'சரித்திரத்தில் படிந்த நிழல்கள்'.

ஆதாரங்களை நம்பும் அல்லது அதன் அடிப்படையில் உருவாக்கப்பட்ட இதுநாள் வரையிலான அங்கீகரிக்கப்பட்ட சரித்திரங்கள் என்பவை, அந்தந்தச் சமூக நினைவுகளுக்கு ஏற்ப, மறு உரை எழுதப்பட்ட ஒரு உருமாறும் வரலாறு என்பதும், வரலாற்று மொழி என்பதன் தன்மையே, உருமாறுவதுதான் என்பதுமே, இத்தகைய சரித்திரம் பற்றிய கண்ணோட்டத்தின் அடிப்படையாக இருக்கிறது. அதனாலேயே 'ஆதாரங்களின் அடிப்படையில் அறிவதை விட, யூகங்களின் அடிப்படையில் அறிபவர்களுக்குச் சரித்திரம் மிகத் தெளிவாக விளங்கும்'- என்பதாக அறிமுகம் ஒன்று வைக்கப்பட்டுள்ளது. இவ்வாறு சரித்திரம் என்பதாக நம்பப்பட்டு வந்த வரலாற்றின் உண்மைத்துவத்தை அல்லது சுயத்துவத்தை மறுத்து, சரித்திரம் என்பது ஒரு கருத்தியல் பின்னணியைக் கொண்ட புனைவு வெளியாக இருப்பதை நிகழ்த்த முயல்கிறது இந்நாவல்.

2

நமது பழகிய வரலாறு பற்றிய பார்வை, உணர்வுகளின் அர்த்த சாத்தியங்களைக் கொண்ட, அறிவுவாதத்தை அறியாத இயற்கையுடன் ஒரு பிணைப்பை உடலியல் அடிப்படையில், தங்களது யதார்த்தமற்ற மாயத்தன்மை கொண்ட பார்வை மூலம் உருவாக்கிக் கொண்ட மூன்றாம் உலக மக்களது பார்வை அல்ல, மாறாக இது மேற்குலகம் அளித்த ஒரு வரிசைமுறை அல்லது ஒழுங்காகும். ஆனால் மதமும் புராணமும் கதைகளும் நாட்டார் வழக்காறுகளும் நாட்டுப்புற நம்பிக்கைகளும் தொல்குடிகளின் சடங்குகளும் கொண்டு சலனப்படும் சிதறலான கூறுகளே வரலாறாக அமைந்துள்ளதால், இன்றைய சமூகத்தில் ஆதிநிலை கதை சொல்லும் மரபில் சரித்திரத்தை முரணாகவும், சிதறலாகவும் திரும்ப எழுதும் இம்முயற்சி என்பது ஒரு குறிப்பிடத்தக்கச் செயல்பாடு என்பதைக் கவனப்படுத்திக் கொள்வோம்.

புழங்கி வரும் சரித்திரக் கதையாடலின் பொதுமைப்படுத்தல்களின் வன்முறை, எண்ணற்ற தனித்த சரித்திரக் கதையாடல்களை மறுத்து விடுகிறது. இதன் எதிர் நிலையில் ஒரு தனித்த உடலானது தனது இருத்தலில் நிகழ்வுகளை, தனது அடையாளத்தை ஒரு தனிக்

கதையாடலாக்கிக் கொள்கிறது. இவ்வகையில், ஒவ்வொரு தனி உடலும் சமூகக் கூட்டு உடலுள் ஆன தன் விளையாட்டுகளைச் சரித்திரமாக வடித்துக்கொள்ள முடியும். அல்லது தனது பார்வை நிலையில் சரித்திரத்தை எழுதிக்கொள்ள முடியும். இதனையே நாம் பிரதியாக்க அரசியல் என்கிறோம். இப்படிப் பிரதிய உடற்சலனமாக ஆக்கப்பட்ட எண்ணற்ற கதைகள், கதையாடல்கள் கொண்ட ஒரு சிதறலான சரித்திரமாக ஒரு இனத்தின் சரித்திரம் என்பது புனைவாக்கப்படுகிறது. அல்லது 'தேசம் உருவானது கதைகள் உருவாவதன் மூலமே' (பக். 185) என்கிற சொல்வோன் கூற்றைப் போலவே, இன உருவாக்கம் என்பதும் கதையாடல்கள் வழியான தேச உருவாக்கத்தின் வழியே நடைபெறுகிறது. தெகிமோலா என்கிற இனம் எவ்வாறு கதைகளின் மூலமே கட்டமைக்கப்படுகிறது என்பதுவே, இந்நாவலின் மையமான செயல்பாடாக உள்ளது.

தெகிமோலா இனத்தின் மனோவியல் கட்டமைப்பைப் பற்றிய கதை சொல்லியின் பார்வைகளே நாவலின் நனவிலி தளப்படிவுகளாக உள்ளது. அதாவது, இரண்டக மனம், தனது தனித்த வாழ்வின் கதைகளைவிடத் தன்னை ஆள்பவரின் கதையுடன் தன்னை இணைத்துக்கொள்வதில் உள்ள ஆர்வம், மாயத்தன்மைகளில் உள்ள வேட்கை, ஆச்சர்யங்களினை உருவாக்கி, மிக எளிமையாக அதற்குள் இருத்திவிட முடியும் என்கிற பிம்பவேட்கை, தொழில்நுட்பத்திற்கு அடிமையாதல், நம்ப இயலாதவற்றை மட்டுமே நம்புதல், இனம் வருங்கால நினைவுகளில் இருந்து அழிந்துபோய்விடுமோ என்கிற பயத்தில், வரலாறு எழுதுதலையே வாழ்க்கையாகக் கொள்ளுதல், நிகழ்வுகள் எதையும் தன் வரலாறாக்க முனைதல், 'தெரிந்து கொள்வதையெல்லாம் பேச முடியாது என்கிற ரகசியம் காக்கும் மனோபாவம்' (பக்-43), தனது தனித்த உடல் இருப்பை மாய பிம்பங்களின் இருப்புடன் கரைத்து அதன் சுகத்தைத் தன் சுகமாக உணரும் மனப்போக்கு, அதிகாரத்தைச் செலுத்தவும் வெளியிடவும் ஆன ஊடகமாகத் தன்னுடலை ஆக்கிக் கொள்ளுதல் ஆகியவற்றைக் கூறலாம். இந்த உணர்வுகளின் காட்சிப் படிமங்களே, தெகிமோலா சரித்திரத்தின் பல கிளைகளில் பரவி இருக்கும் குறுக்கும் மறுக்குமான கதையாடலாக உள்ளது நாவலில்.

ஆனால் இத்தேசம் அல்லது இவ்வினம் என்பது தமிழ்ச் சமூகத்தின் இணைதளத்தில் மட்டுமே செயல்படும்போது நாவலின் உள்ளார்ந்து பரவிக் கிடக்கும் நினைவுகளின் இழைகள் விவாதத்திற்கு உரியதாக உள்ளது. நாவலின் 'உலக வறுமை' (பக். 168) சோவியத் பற்றிய செய்திகள், கம்யூனிச எதிர்ப்பு, ராமர்

கோவில் பிரச்சனை, ஈழப் போராளிகளின் உட்கட்சிப் பிரச்சனை (பக்.185) சர்க்கஸ் என்பதாக வரும் ஐரோப்பியப் பண்பாட்டு நுழைவு ஆகியவற்றை விலக்கிப் பார்த்தால் நாவல் முழுவதும் குறிப்பாக தமிழ்ச் சமூகத்தின் திராவிட அரசியலையும், உலக அரசியலில் கம்யூனிசம், மார்க்சியத் தலைவர்களைப் பற்றியும் (கிரீடதாரிகள்), சோவியத் புரட்சி, இந்திய மா.லெ.புரட்சிகர இயக்கங்கள் (இதற்காய் நாவலின் மலை மீது ஒனி என்கிற மன உலகப் பிறப்பு மகன் ஒருவன் படைக்கப்பட்டுள்ளான்) ஆகியன பற்றியும் ஒரு வலதுசாரிப் பார்வையில் படிமப்படுத்தும் போக்கு உள்ளது.

தமிழ்ச் சமூகத்தின் கனவுப்போக்கு என்பது விமர்சிக்கப்பட வேண்டிய ஒன்றுதான் என்றபோதிலும், இப்போக்கைத் திராவிட அமைப்புகள் மட்டுமல்ல, காங்கிரசின் மலிவான தேசிய அரசியலும், இந்துத்துவம் பேசும் மத வெறி அமைப்புகளும்கூட உருவாக்கி உள்ளன. முந்தைய தனது 'ஏற்கனவே சொல்லப்பட்ட மனிதர்கள்' நாவலில் காங்கிரஸ் விற்பனை செய்த கனவுகளையும், ஒரு தலித்திய எழுச்சியின் குறியீட்டை நினைவுபடுத்தும் கருப்பு ஜனங்களின் எழுச்சியையும் எழுதிய தமிழவன், இத்தெகிமோலா இனச் சரித்திரத்தில் ஒரு உரைகூறும் சொல்வோன் கூற்றாகவோ கேட்போன் கூற்றாகவோ கூட இவற்றை முன் வைக்கவில்லை என்பது நாவலின் அடிப்படை நனவிலி தளத்தில் செயல்படும் ஒரு தேசியக் கனவை நினைவூட்டுவதாக உள்ளது.

இது பின்நவீனத்துவம் கூறும், மையமற்ற அல்லது ஒரு மாற்றைக் காட்டிச் செல்லாத மொழி அமைப்பை உருவாக்கும் எழுத்துமுறையிலிருந்து விலகிச் செல்வதாக உள்ளது. நாவல் இங்கு அறியாமலே மாற்று இனம், மாற்று அரசியல் என்பதான மையம் ஒன்றை யூகிக்கச் சொல்லிச் செல்லும் போக்கு அதன் எதிர் நிலை அர்த்தமாக்கலில் அமைந்துள்ளது. அதனினும் பார்க்க, இவ்வாறு கட்டப்படும் இனத்திலும் அரசியலிலும் மேற்கத்திய அறிவு வாதம் மற்றும் நாகரிகத்தின் சாயல் தென்படுவது, நாவலின் அரசியலினைக் கேள்விக்கு உட்படுத்துவதாக அமைகிறது.

௩

கதைசொல்லி கூற முனைவது தனது நினைவகத்தின் சரித்திரத்தை அல்லது சரித்திரம் குறித்த தனது நினைவுகளையும் தன்னுடன் வினைபட்டு நிற்கும் கூட்டு நினைவுகளையுமே. எனவே தெகிமோலா என்கிற எழுத்துரு இனத்தின் சரித்திரம் என்பது கதைசொல்லியின் சரித்திரக் கதையாடல் குறித்த நினைவுகள்

அல்லது அவரது நினைவக உருவாக்க அரசியலை உள்தளமாகக் கொண்டு உருவாகியுள்ளது என்பதை நாம் கவனத்தில் இருத்த வேண்டி உள்ளது.

சரித்திரம் என்பது பல கூட்டு உடல்களின் நிகழ்வாக அமையும்போது, தவிர்க்க இயலாமல் கூட்டு நினைவகங்களை நம்பிய அல்லது கூட்டு நினைவுகளின் தொகுப்பில் எழுதப்படுதலாக அமைகிறது. இக்கூட்டு நினைவுகளில் அழுத்தம் பெறும் ஒவ்வொரு தனித்த உடலும் தனக்கான சரித்திரத்தை, தனது வம்சாவழியியலில் அல்லது தனது மொழியின் சாத்தியப்பாடுகளில் ஆன தன் நினைவுகளில் கொண்டிருக்கிறது. (நினைவகம் என்பதே பழக்கப்படுத்தப்பட்ட புலன் உறுப்புகளால் மூளையில் பதிவுறுத்தப்பட்ட வேதிமச் சங்கேத எழுதலுக்கு ஆளான மொழிச்செயல் ஆகும்) இப்படியாக, ஒரு உடலில் பதிவுறுகிற 'இன நினைவு' என்பது ஒரு வரலாற்று வகைத் திணையாகிறது (அல்லது இவ்வாறாக ஒரு இனம் தனக்கான உடலைக் கட்டமைத்துக் கொள்கிறது).

ஒருவகையில், இந்த நினைவக சரித்திர அடையாளம் தான் இதமாக அல்லது வதையாக அமைந்து மகிழ்வின், வேட்கையின் வினை வடிவமாக ஒரு உடலிருப்பிற்குள் நிகழ்கிறது. இந்த இன நினைவு என்பது பாசிசமாதலின் ஊற்றுக் கண்ணைக் கொண்டது என்பதால், இது விமர்சிக்கப்பட வேண்டிய ஒன்றுதான் என்றாலும், அதனை ஒரு குறிப்பிட்ட இனத்தின் பண்பாக மட்டுமே வரையப்படும் முயற்சி ஒரு தவறான பதிவுறுத்தலை உருவாக்கிவிடும் அபாயம் உள்ளது.

ஒவ்வொரு இன ஆதிக்க அமைப்பும், தன்னைத் தள நகர்த்திக்கொள்ள இந்த நினைவை மீட்டு உயர்த்திப் பிடித்து அதன் உன்னதங்களைப் பேசுவதை நாம் முற்றாக எதிர் நிலைப்படுத்திவிட முடியாது. ஆனால், நாவலின் போக்கில் இந்த எதிர்நிலைப்படுத்துதல் இழையோடுகிறது. தனது சொந்த இனத்தின் மீதும் பண்பாட்டின் மீதும் பரிவுணர்ச்சி என்பதும் அதற்குள் ஒரு விடுவிக்கப்பட்ட நிலப்பரப்பைக் கண்டு சொல்வதும், இன்று நிலவி வரும் பண்பாட்டு ஏகாதிபத்தியமாக்கலினை எதிர்ப்பதற்கு ஒரு குறைந்தபட்ச நிலைப்பாடாக உள்ளது என்பதால் இந்நாவலின், இன உணர்வுகளை ஒருவித நையாண்டிக்கு ஆளாக்கும், எழுத்துமுறையுடன் உடன்பட முடியாமல் இருக்கிறது. இருப்பினும் நாவல் நெடுகிலும் பிரதிமயமாதல் என்கிற அரசியல் குறித்த நாவலின் பார்வை, இதனைச் சமன்படுத்த முயல்கிறது.

4

ஒவ்வொரு உடலும் சரித்திரத்தின் வேட்கையில் இயங்குவதன் பின்னணி அதன் இன நினைவு சார்ந்த வாழ்வியக்கத்தைக் கொண்டு அமைவதால், சரித்திரத்தில் இடம்பெறுதலுக்கான வாழ்தலாகப் பரிணமிக்கும் ஒரு தனித்த உடலின் வாழ்க்கை, தனது இருப்பை இழந்து, தன்னுடலைப் பிரதிகளாக்கிக் கொள்வதன் மூலம் சமூக வன்முறைக்குள் அலைவுறுதல் என்பதாக வாழ்ந்து சாகும் அவலமே எண்ணற்ற உடல்களின் சரித்திரமாக அமைந்து போகிறது. இந்த சரித்திர அவலத்தை ஈடுகட்ட உடல்களை அதிகார அமைப்பு தனது நீண்ட கரங்களால் அரவணைப்பதாகவும் சமூகத்தின் மிகப் பெரும் அடைய முடியாத குறிநிலை பிம்ப உடல்களை உருவாக்கி, அதற்கான கதையாடல் வெளிகளை, மகிழ்வின் குறியீட்டுத்தனமான இலட்சிய வேட்கைகளையும் கட்டமைத்து ஒரு வரலாற்றை நிகழ்த்துகிறது.

இந்த நிகழ்வே, தெகிமோலா நாயகர்களான பச்சைராஜன், பாக்கியத்தாய், சொல்லின் பொருள் என்கிற பிம்பங்களாக வலம் வருகின்றனர். இதனையே 'நூல்களில் சொல்லப்பட்டது போல் வாழ முயன்று துன்புற்றுக் கொண்டிருக்கும் நாம் இந்தப் பாத்திரங்கள் மூலம் எவ்வளவோ பாடங்களைப் படிக்க முடியும்' (பக்-9) என்பதாக, இந்நாவலின் முன்னுரையை, நாம் வாசிக்க முடிகிறது.

ஆனால் இந்த அவலத்திலிருந்து தப்பி, ஆதிக்கம் பெற்று அதிகாரத்தைக் கைப்பற்றும் உடல்களே சரித்திரத்தின் சக்கரங்களை இயக்குபவர்களாக பிம்பப்படுத்தப்படுகிறார்கள். அதிகாரத்துவ எழுத்து முறைகளால், இந்த எழுத்து முறை பிம்பங்களின் கால/இட பரிமாணங்களுக்கு உள்ளான இயக்கமே இதுவரையிலான வரலாறு என்பதாக முன்வைத்துள்ளது. இந்த வரலாற்று எழுத்துமுறையின் இணை தளத்தில் உருவாக்கப்படும் மற்றொரு வரலாறாக உள்ள இந்நாவல், தனது எழுத்துமுறையில் கிண்டலடிப்பதை உணர்வு பூர்வமாகக் கொண்டிருப்பதால், நாவலின் வாசிப்பில் நகைச்சுவை உணர்வையும் அதே நேரத்தில் ஒரு வித இன உறுத்தல் உணர்வையும் உருவாக்குகிறது. இன்றைய தேவை சரித்திரங்களை மறுத்து, மறுதலிப்பது மட்டுமல்ல; நுண் அளவிலான சிறு இனங்கள், தொல்குடிகள், ரகசிய சமூகங்கள் ஆகியவற்றின் இயங்கியல் தர்க்கங்களைக் கண்டடைந்து அதன் கருத்தியல் நிலப்பரப்புகளை அங்கீகரிப்பதுமாகும் என்பதைச் சொல்லிச் செல்வோம்.

5

பச்சைராஜன் பச்சையாக இருக்கிறானா? ஒற்றைக் கண்ணா? ஒரே நேரத்தில் இவருடன் பேச முடியுமா? பாக்கியத் தாய் கண்ணை மூடிப் பார்க்கிறாளா போன்ற எண்ணற்ற அற்புதம் மற்றும் ஆச்சர்யம் ஊட்டும் காட்சிப் படிமங்கள், கதையாடல்கள் ஆகியவற்றின் தர்க்க அடிப்படைகளைவிட, அவற்றை மனம் போன போக்கில் உருவாக்கும் வரலாறு எழுதுதலில் நடைபெறும் அரசியல் அடிப்படைகளே இங்கு புனைவாக்கப் பட்டுள்ளன. இந்த பிம்பமாக்கல் அரசியலில் வரலாற்றாளனான கதைசொல்லி, சொல்லின் பொருள் போன்ற அறிவுஜீவி மட்டுமின்றி வெகுஜனங்களின் முக்கியத்துவமற்றதான நிகழ்வுகள், மிகச் சாதாரண மனிதர்கள் (பார்பர், சர்க்கஸ் கோமாளி, துறைத்தலைவர், பணிப் பெண்கள்... இப்படியாக) எவ்வாறு வரலாறு எழுதுதல் அரசியலுக்குள் நுழைந்து சமூக நனவிலித் தளத்தில் பிம்பமாக்கலை நிகழ்த்துகிறார்கள் என்பதை நாவல் வெளிப்படுத்த முயன்றுள்ளது.

6

சரித்திரத்தின் கால/இட பிம்ப நகர்வின் அடிப்படையைக் கொண்ட இதுநாள் வரையிலான பார்வை ஆதிக்க வர்க்கத்தின் அல்லது அதிகாரத்தின் பார்வை. இப்பார்வை, பிம்ப வெளிக்குள் சமூக உடல்களை ஈர்க்கிறது. இதன் அமில நீட்சியாகவே அதிகாரம் மாபெரும் இதமாக, சுகமாக, அனுபவமாக எல்லோராலும் விரும்பி ஏற்கப்படுகிறது. இதன் தீவிர வடிவமே, ஒவ்வொருவருக்குள்ளும் புதைந்து கிடக்கும் வன்முறை மற்றும் அதிகார வெறியின் மனோவியல் கட்டமைப்பாகும். இதனை நாவலின் பார்பரும், கருணாகரத் தொண்டமானும், பல பிம்பங்களின் வழியாக வலம் வரும் குறிகளாக மாறி அதிகாரத்துடன் ஒரு அடையாளத்தை உருவாக்க முனைவதில் காணலாம். இறுதியில் ஒருவன் பாலுறுப்பு சிதைக்கப்பட்டு, தற்கொலை செய்துகொள்கிறான். மற்றொருவன் ஆட்சியைப் பிடித்து 'மக்கள் ஆட்சி' எனப்படும் பிறிதொரு கனவை முழுமைப்படுத்துகிறான்.

இப்படியாக அடையாளங்களால் ஆன பொதுமைப்படுத்தப்பட்ட எல்லாவற்றையும் கால - இட அடிப்படையில் பதிய வைக்கும் வரலாறு என்பது, ஆதார அடிப்படையிலான பகுத்தறிவின் யதார்த்தக் கட்டமைப்பில் உருவான ஒரு கள்ளமற்ற வரலாறாகப் பெரும்பான்மை மக்களால் நம்பப்படுவதும், அதன் அடிப்படையில் இன்றுவரை அதிகார முறைகளும் அமைப்புகளும் உருவாகி நம்மை ஆள்வதும், பின் அதனை மறத்தலுமான வடிவ

மாற்றங்களாக நிகழ்ந்து வருகிறது. இந்நிகழ்வுகள் நாவலின் பாத்திரங்கள் பழகிய கால-இடப் பரிமாணங்களைப் பலவிதமாக மாற்றிக்கொள்வதன் மூலம் விமர்சனத்திற்கு உள்ளாக்கப்படுகிறது. காலத்தைப் பனிக்காலம், கோடைக்காலம் என்கிற தட்பவெப்பப் பிரிவுகள் அடிப்படையிலான ஆதிநிலைப் பார்வை முதல் சீட்டுக்கட்டுகளை அடுக்குவதைப் போல அடுக்குதல், சதுரங்கக் காய்களாக நகர்த்துதல், எதிர்காலத்திற்குள்ளும், நிகழ் மற்றும் இறந்த காலத்திற்குள்ளும் பிரவேசித்தல், ஒரே நேரத்தில் இரண்டு இடங்களில் பிரசன்னமாதல், தூரமும் வயதும் ஒன்றாக இருத்தல் என்பதாகவும் செயல்படுவதால் உருவாகும் கால-இடப் பரிமாணச் சிதைவின் மூலம் வரலாற்றின் அடிப்படை வெளிகள் இங்கு சிதைக்கப்படுகின்றன.

இக்கால-இடப் பரிமாணச் சிதைவை நவீன விஞ்ஞானச் சார்பியல் கோட்பாடு ஐன்ஸ்டினின் ‘இரட்டையர் மாதிரி’ (Twin Paradigm) (30 ஆண்டுகள் ஆகியும் 3 வயதுடன் இருப்பவள்) மற்றும் Virtual reality (சொல்லின் பொருளுக்கு உருவான பெண் பக்.122, காலத்தைத் தூரம் ஆக்கிரமிக்கும் விதி) ஆகியன மூலம் அறிவுவாத விஞ்ஞான தர்க்க அடிப்படையில் நிரூபிக்கவும் முடியும். இதனை ஒரு உத்தியாகவே, நாவல் நெடுகிலும் தமிழவன் பயன்படுத்துவதாக நினைக்கத் தோன்றுகிறது. நவீன விஞ்ஞானம் கூறும் காலம், வெளி மற்றும் பிரபஞ்ச இயக்கம் பற்றிய கோட்பாடுகள் நமது கற்பனைக்கு அப்பாற்பட்ட ‘புனைவுகளின் எல்லைகளைத் தாண்டிய மாபெரும் புனைவுகளாக’ இருப்பதை இவை நினைவூட்டுகின்றன.

இத்துடன் ராடார் சிக்னல் (பக்.126), டி.வி.யின் வரிக்கண்ணோட்ட முறை (பக்-91). வீடியோ ரிவர்ஸ் டெக்னிக் (பக்-93), சினிமாவின் புகைமூட்டம் குவிந்து ஆவி உருவாகும் முறை (பக்-102) போன்ற பல உத்திகள் நாவலில் பயன்படுத்தப்பட்டுள்ளது. வரலாறு என்பது சமகாலத் தொழில் நுட்பம் வழியாகவும்கூட எழுதப்படலாம் என்பதான ஒரு குறுக்கீட்டு உரையைத் தருவதுடன், விஞ்ஞானப் புனைவை, வரலாற்றுப் புனைவுடன் இணைப்பதன் மூலம் விஞ்ஞானம் குறித்த பகுத்தறிவு தர்க்கத்தை உடைப்பது ஒரு முக்கிய விஷயமாகும்.

7

சமூகத்தில் அரைபடும் உடல் தொகுதிகளைக் கொண்ட எந்த ஒரு இனத்தின் வரலாற்றிற்கும் பல எழுத்துச் சாத்தியங்கள் இருக்கிறது. ஆனால், அங்கீகரிக்கப்பட்ட வரலாறு எழுதுமுறை

அல்லது பகுத்தறிவின் தர்க்கரீதியான எழுதுமுறை இத்தகைய பல சாத்தியங்களை மறுத்து ஒற்றைக் காலப் பரிமாண அல்லது இடப் பரிமாண வரிசை முறை கொண்ட எழுத்துமுறையை முன்வைக்கிறது. அதாவது, காலனிய அரசுகள் தங்களது காலனி நாடுகளின் இலக்கிய வடிவங்களை எள்ளி நகையாடி, 'யதார்த்தவாத'த்தை இலக்கியக் கோட்பாடாக நமது சமூகத்தில் முன் வைத்துச் சென்றுள்ளன. இதனை மறுக்கும் நமது சுய எழுத்து முறையைக் கொண்ட நவீன எழுத்தானது, மிகவும் கறாராகத் தங்களது காலனிய கட்டுத்தளைகளில் இருந்து விடுபட வேண்டும் என்பதும் உணர்வுப் பூர்வமாக இந்த விடுபடுதலை நிகழ்த்தி எழுத்தாக்க வேண்டும் என்பதும் அவசியமானதாகும். ஆனாலும், இந்நாவலின் நனவிலித் தளத்தில் செயல்படும் அரசியல், எழுத்துமுறையில் செயல்படும் நையாண்டி ஒரு குறிப்பிட்ட இனத்தின் மீதானதாக (பக்.18, 22, 50, 100, 123) இருப்பதால் ஒரு வகை அந்நியப்பட்ட பார்வையினை வெளிப்படுத்துவதாக உள்ளது.

யதார்த்தவாத வரலாற்றின் கதையாடலே/நாயகி பிம்ப வட்டம் என்பதாக மாறிப் போயிருப்பதால், இவ்வகைக் கதையாடலை நகைப்புக்கு உள்ளாக்குவதே பச்சைராஜன் - பாக்கியத்தாய் அரசு பரிபாலனமும், தெகிமோலாக்களின் இருப்பும் என்றாலும், குறிப்பாய் தெகிமோலாக்களை மையப்படுத்துவதால் ஒரு சரியான உலக வரலாற்றிற்கான சாத்தியம் இருப்பது போலவும், பகுத்தறிவான நல்ல மக்கள் வேண்டும் என்பதான பழகிய 'உட்டோப்பியன்' பார்வையையும், ஒரு தனித்த இனத்தின் வரலாற்றின் மீதும், பண்பாட்டின் மீதும், அரசியல் மீதும் ஏன்? வாழ்வின் மீதும்கூடக் கடுமையான விமர்சனத்தை வைப்பதன் மூலம் பிற இனச்செயல்களை அங்கீகரிக்கும் போக்கும் கதையாடலின் வாசிப்பில் நிகழ்ந்து விடும் தவிர்க்க இயலாத விபத்துகளாக உள்ளன. இது காலனிய எதிர் மேலாண்மை அழகியலைக் கொண்டு, காலனியக் கருத்துருவத்தை உள்தளமாக இயக்கமடையச் செய்வதாக ஆகிவிடக் கூடாது. இருப்பினும், பின்னுரை தேசமற்ற மக்களே தேவை என்பதாக முடிவதில் சற்றே ஆறுதல் அடைய முடிகிறது.

8

நமது சமூகங்களின் மொழியியல், உளவியல், அரசியல், இறையியல் நம்பிக்கைகள் மற்றும் இறையாண்மை குறித்த ஒரு அழித்தெழுதப்பட்ட வரலாறாகப் புனையப்பட்ட பிரதியே

இந்நாவல். நம் சமூகத்தின் இறையியல் நம்பிக்கைகளை ஊகங்களாகக் கொண்டு உருவாகியுள்ள புராணக் கதையாடல்களை வாசித்த ஒருவருக்கு இப்பிரதியின் மொழியியல் விளையாட்டுகளில் பின்னலாகி உள்ள படிமங்களின் தர்க்கம், இயல்பற்றதாகத் தெரியாது.

காரணம், அறுபதாயிரம் மனைவிகளைக் கொண்ட தசரதன், பிள்ளைப்பேற்றுக்காய், அஸ்வமேத யாகம் செய்து முனிவரிடம் அருள் வாங்கி, புணராமல் தெய்வத்தைப் பிள்ளையாகப் பெற்றான். ராமன் நீல நிறத்துடன் இருந்தான். அவனுக்கு லவ, குசா என்று காட்டில் வளர்ந்த அவனால் அறிய முடியாத இரு மகன்கள். பார்வதி தனது உடல் அழுக்கைத் திரட்டி ஒரு கடவுள் பிள்ளையை உருவாக்கினால், சிவனின் நெற்றிக்கண் ஆறு குழந்தைகளைப் பெற்றது.

இப்படி விலா எலும்பு முதல், தண்ணீரில் மிதந்த விந்து, குளிக்கையில் நுழைந்ததும், தண்ணீர் கேட்ட சூரியனைப் பார்த்தும் கர்ப்பமுற்றவர்கள் பெற்ற அற்புதக் குழந்தைகள், சிவனும், திருமாலும் புணர்ந்து பெற்ற ஐயப்பன் எனும் கன்னிசாமி, ஈரானின் ஆதிநிலை பாதாளலோகத்தைக் காக்கும் கடவுளான யாமா, பின் எமனாக எருமை ஏறி இந்தியாவில் அலைவதும், என்றும் 16 வயதான காலத்தைக் கட்டுப்படுத்திய மார்க்கண்டேயன், முலைப்பாலில் ஞானம் பெற்று 5 வயதில் யாப்பியல் கவிதைகளைப் பாடிய ஞானசம்பந்தர், பரிகளை நரியாக்கியவர், நெருப்பில் உயிர் பிழைத்தவர் என்பதாக நமது புராணங்களின் கடவுளர்களின், தொண்டர்களின் கதையாடல்கள் கட்டமைத்துள்ள ஒரு இறையியல் உளவியலின் பின்னணி எப்படி இரண்டக மனமாகி, நவீன புராணமயமாக்கலின் அரசியலில் வெளிப்பட்டு இன்றுவரை நவீன அன்னை மேரிகளையும் ஆதிபராசக்திகளையும் உருவாக்கி நம்மை ஆள்வதில் அடையும் பெருமித உணர்வின் நுட்பமான வினைகளின் காரணியாக உள்ளது என்கிற மதவாத இறையியல் வரலாறு, பழகிய நமது வாய்மொழி கதை சொல்லும் மரபில் புராணங்கள், நாட்டுப்புற இலக்கியங்கள், இனச் சமூக உருவாக்கத்தை நிகழ்த்திய அற்புதக் கதைகள் மற்றும் மாயங்கள், மந்திரங்கள் ஆகியவற்றின் சித்திரிப்புகளாகச் சொல்லப்பட்ட சரித்திரமாக உள்ளது இப்புனைவில்.

மொத்தப் புனைவிலும் அவ்வினம் பற்றிய கடவுள் கொள்கைகள் ஒன்றிரண்டு இடங்களைத் தவிர்த்து வெளிப்படவில்லை. ஆனாலும், நாவலின் உள்ளார்ந்த தளம் கடுமையாக

விமர்சிப்பது இந்த இறையியல் தளத்தைதான். சட்டவாதத்தின் மீதான நம்பிக்கைகள், அதன் அடிப்படையில் உருவமைந்த இறையாண்மை, அரசையும் அதன் சட்டம் என்கிற பிரதியையும் வேதங்களையும் பிரமாணங்களையும் நம்பும் வழிபாட்டு மனோவியல் ஆகியனவற்றின் சமூகக் கதையாடல்களாக உள்ளன

இப்புனைவின் பல்வேறு சம்பந்தப்பட்ட நிகழ்வுகள். சட்டம் கையில் ஆணையுடன் அலைதல், சட்டம் யார் இயற்றுவது, அரசியின் மொழியைப் புரிந்ததாக இஷ்டம்போல் நடைமுறைப் படுத்தப்படும் சட்டம், பணிப்பெண்கள் சதி, பாக்கியத்தாயின் கால் மூட்டிற்கு மேலான பரு அறுவைச் சிகிச்சைக்கான சட்டத்திற்கு உட்பட்ட திட்டம் என்பதான நுண்தளத்தில் உருவமைக்கும் இறையாண்மை பற்றிய இறை நம்பிக்கை இப்படிக் கதையாடல்கள் மூலம் கட்டமைக்கப்படும் வரலாற்று நிகழ்வுகளாக இதனை வாசிக்க முடிகிறது.

பாபிலோனியப் பழங்கதை ஒன்றில் 'தியமதி சரித்திரம்' என்கிற தாய் தெய்வக் கடவுளின் புராணக் கதை ஒன்றில் தியமதி என்கிற தாய் எதிரிக் கடவுளர்களின் சதிக்காளாகி உப்பிப்போய் விடும் நிகழ்வை பாக்கியத்தாய் உப்பிப்போகும் நிகழ்வுடன் இணை தளத்தில் வைத்துப் பார்க்க முடியும். எமனுக்குச் சவால் விட்ட முப்பிறவித் தலைவர்கள் கதையும், இறந்தவர்களுக்கு மன உலகப் பிறப்பு தந்து சிலையாக, நினைவாக நிறுத்தி வைத்து வழிபடும் நம்பிக்கையும் நமக்கு அந்நியமானதல்ல.

இன்றுவரை இந்திய அரசியலைத் தீர்மானிக்கும் ராமாயணம் என்கிற பிரதியும், அப்பிரதியாகிப் போன மக்களும் கொண்ட ஒரு சமூகத்திற்கு இந்நாவலின் தர்க்கம் புரிபடாத ஒன்றல்ல. கடவுளின் பிரதி பிம்பங்கள் மற்றும் புராணங்களை உற்பவித்த கதை எந்திரங்கள் ஆகியவற்றின்மீது எழுதப்பட்டுள்ள ஒரு நிகழ்கால வரலாற்றுப் பிரதியாக இயக்கம் கொள்கிறது. இந்நாவலின் உள்ளார்ந்து ஊடுருவிக் கூடு பாயும் குறியீட்டு மொழியாக உள்ள கதைகள்.

இந்த வாசிப்பின் அடிப்படையில் நாம் விக்கிரமாதித்தனையும், வேதாளத்தையும்கூடக் குறியீட்டு நிலையிலான ஒரு முக்கிய வரலாற்றுப் பாத்திரமாக ஆக்கி அக்கால சமூக வரலாற்றுக் கதையாடல்களை வாசிக்க முடியும். பாவிக், ஈகோ, ருஷ்தி (பின்னுரையில் சொல்லப்படுபவை) போன்றவர்களின் நாவல்களை வாசிக்கும் வாய்ப்பற்ற நமக்கு உருவாகும் இத்தகைய பார்வை இப்புனைவின் ஒரு குறிப்பிடத் தகுந்த செயல் என்றே கூறலாம்.

9

நம் சமூகத்தின் பாலியலுடன் தொடர்புபடுத்தப்பட்டுள்ள நம்பிக்கைகள், புராணங்கள் மற்றும் சடங்குகள் ஆகியவற்றை இந்த விசித்திர உளவியலின் அடிப்படைக் காரணமாக்கி, அதனைத் தீர்க்க முன் வைக்கும் 'ஒரு மாயாஜாலக்காரனின் அகப்பையால் அள்ளி எறியப்பட வேண்டிய நினைவுகள்' (பக். 32) என்கிற நினைவகங்களை மாற்ற வேண்டிய தேவை பற்றிய பேச்சானது, பாலியல் அரசியல் சொல்லாடல்களில் முக்கியத்துவம் வாய்ந்த ஒன்றாகும்.

இன்றுவரை நமது பாலியல் வரலாறு, மதங்களின் பிடிப்புகளால் ஒடுக்கிப் பெருக்கப்பட்ட ஒரு சொல்லாடல் களமாகவே இயக்கமடைவதையும் அதனை சிதைக்காமல், அல்லது உட்செறிந்து போன பாலியல் குறித்த நமது நினைவுகளை மாற்றிப் புலன்களை வேதிமங்களின் பழகிய கதையாடல் வெளியிலிருந்து விடுவிக்காமல், ஒடுக்கப்பட்டுக் கிடக்கும் நமது உடல்வெளிகளை விடுவிக்கவோ விரிவுபடுத்தவோ முடியாது.

இந்தச் சமூகவியல் காரணத்தின் மீதே பிரதியின் குறியீட்டுத் தளம் நின்று கொண்டிருப்பதை பச்சைராஜன் - சல்கல்பராணி, சொல்லின் பொருள், காலத்தை வென்றவள், பாக்கியத்தாய்-கருணாகரத் தொண்டமான், மொழித் துறைத் தலைவர் - கிராமத்து ஆய்வு மாணவி, உதடுகளைத் தொட்டதால் கற்பிழந்து போதல், கன்னித்தாய் பற்றிய படிமங்கள், காலத்தை வென்றவளைக் காதலிக்கும் ஸ்டூடியோ சிப்பந்தி கொலை வரையிலான கதைகளின் உணர்வு நிலைப் படிமங்கள் காட்சிப்படுத்துகின்றன.

சொல்லின் பொருள் தன்னால் படைக்கப்பட்ட காலத்தை வென்றவள் மீது கொண்ட பாலியல் வேட்கையே அவனைக் கடைசியில் துப்பாக்கியாக மாறி சுட்டு விடுகிறது. எந்த நிலையிலும் அவளை அவன் பாலியல் ரீதியாக உறவுகொள்ள முடியாதபடி கால-தூர சார்பியல் உறவில் அவள் படைக்கப்பட்டுள்ளதால், அவர்களுக்கு இடையிலான தூரமே, அவர்களை உறவாட முடியாமல் செய்துவிடுகிறது. பாலியல்ரீதியாக உடல்களைத் தூரப்படுத்தி உள்ள மதம் மற்றும் சாதிகளின் தீண்டாமை இறுக்கங்கள், சடங்குகள், ஆசாரங்கள் என இதனைப் பாலியல் மத உறவின் பின்னலாக்கமாகப் பார்க்கும் சாத்தியத்தைத் தருகின்றன. இவ்வாறாக, புனைவின் பல தளங்களில் விரித்து வைக்கப்பட்டுள்ள கதைகளைப் பாலியல் குறித்த வரலாற்றுக் கதையாடலின் துவக்கமாக வாசிக்க முடியும்.

10

மொழியியல் குறித்த வரலாறு என்பதாக 'தமரிகே' என்று அழைப்பதில் துவங்கி, மொழித் துறை, பழமை உற்பத்தித் துறை, சொல்லின் பொருள் கவிதை வாசிப்பு, பாக்கியத்தாய் உற்பத்தி செய்த மொழி (இது சட்டச் சொல்லாடல்களின் வளைவுப் போக்கையும், தேவைக்கேற்ப அர்த்தமாக்கும் வாதத்தன்மையையும் குறிநிலைப்படுத்துகிறது) பச்சைராஜனின் நூலக விஜயம், மரங்கள் ஜெர்மன் பேசுதல், புரட்சியாளர்கள் எதிரியை உருவாக்கும் முறை, பார்பர் கூறும் ஒலிகளைப் பதிப்பித்த நூல், முன்னும் பின்னுமாக வாசிக்க முடிந்த நூல் இப்படியாக இயக்கமடைவதைப் பார்க்கலாம். இங்கு மொழியியலின் வரலாறு என்பதன் அரசியல் முக்கியத்துவம் எப்படி அரசின் இறையாண்மை முதல் சாதாரண வாழ்க்கை வரை கட்டமைக்கிறது என்பதான ஒரு வாசித்தலைத் தருகிறது. சமகால மொழியியல் ஆய்வுகள் வரை கூறப்படும் இவ்வரலாறு, ஒரு புறம் மொழிப்பற்றைக் கிண்டலடித்த போதிலும், பிறிதொரு வகையில் அதன் அரசியலையும், மொழியை நீர்த்துப் போகச் செய்யும் அரசு சார்பான துறைகளையும் ஒரு சேரத் தாக்குவதாக அமைகிறது.

வார்த்தைகள் - நினைவு என்கிற தளமே நாவலின் முக்கியமான கதையாடல்களைப் பின்னிச் செல்லும் ஒன்றாக உள்ளது. வார்த்தைகளால் பிறப்பு, போர் முதல் பலவற்றையும் சாதிக்கும் நிகழ்வுகளும் அவை பற்றிய நினைவுகளுமாகப் பல கதையாடல்கள் உள்ளன. நினைவுகள் இறந்த காலமாகவும், கனவுகள் எதிர்காலமாகவும் கொண்ட நிகழ்கால வாழ்வை இழந்துபோன இந்த இனம், நினைவுகள் பற்றிய கனவுகளிலும், கனவுகளின் நினைவுகளிலும் திரும்ப அந்நினைவே பிறிதொரு கனவாக வடிவமைவதும், அதுவே ஒரு நினைவாக மாறிச் சரித்திரத்திற்குள் நுழைவதும் ஆன ஒரு தொடர் ஊடாட்டம் என்பது நினைவு - வார்த்தை - கனவு என்கிற முப்பட்டகத்தின் வழியாக வெளியேறும் வார்த்தைக் கூட்டமாக நாவலை மொழி அடிப்படையில் வாசிக்கும் ஒரு தளத்தை உருவாக்குகின்றன.

11

நாவலின் வெள்ளை உடை அணிந்த படித்த இளைஞன் வருகை, தாழ்த்தப்பட்ட ஸ்டுடியோ சிப்பந்தியின் காதல் கதை, மொழித் துறைத் தலைவர் - ஆய்வு மாணவி காதலால், அவர் மனைவியின் தற்கொலை முயற்சி, நகரின் முச்சந்தியில் வரையப்பட்ட ஸ்வஸ்திகா சின்னம் என்கிற குத்துக்கோட்டிலான கதையாடல்கள் வாசிப்பவனின் நினைவுகளைச் சம கால எழுத்துடன் இணைத்துச்

செல்லும் முயற்சியாக, வாசகனின் தளத்தை உறுதிப்படுத்தும் உத்தியாகச் செயல்பட முனைகின்றன.

நாவலின் முக்கியப் பாத்திரங்கள் அனைவருமே அதிகாரத்தின் ஒரே குறியாடலை நிகழ்த்தும் வெவ்வேறு குறிகளாக உள்ளனர். பச்சைராஜனின் பிரதிபிம்பம் கருணாகரத் தொண்டமான், அவனது நிழலில் நுழைந்த அம்மிக்குழவி அல்லது மலைமீது ஒளி, இவன் பாக்கியத்தாயின் வார்த்தையில் பிறந்தவன், அவனது தம்பியான சொல்லின் பொருளின் நினைவுகளில் வாழ்பவன், கோமாளி = ஆண்மையற்ற தொண்டமான் என்பதாக மொத்தக் கதையாடலாக நோக்கும்போது, அதிகாரத்தின் சமிக்ஞை பரப்பிற்குள் அலைவுறும் இக்குறியீட்டுக் கூட்டத்தில் விலகி நின்ற பார்பர், அதிகாரத்துடன் மொழி விளையாட்டை நிகழ்த்துவதன் மூலம், இறுதியில் அதன் குறிவயப் பரப்பிற்குள் நுழைந்து ஆட்சியைப் பிடிக்கிறான் என்பதாகச் சரித்திரம் முற்றுப் பெறுவது, இன்றைய அதிகாரத்தின் குறிமயமாதலே அதிகபட்ச வர்க்கப் போர் என்பதை நினைவூட்டுவதாகிறது. இந்த வர்க்கப் போரிலிருந்து விடுபட்ட ஒரு தேசமற்ற, அடையாளமற்ற மக்கள் கூட்டம் பற்றிய சொல்வோன் கூற்றுடன் கதை முடிவது, ஒரு நவீன அரசியல் உள்ளடக்கத்திற்குத் தவிர்க்க இயலாமல் நாவலின் தளம் நகர்த்தப்படுவதாகும்.

இப்புனைவை 'விரித்துப் பொளுரைக்கப்' புகும் ஒரு உரையானது, நாவலின் பக்கங்களைவிட அதிகமாகிவிடும், வழக்கமாக வரலாற்று உரை நூல்களின் விதியைக் கொண்டதாகிவிடும் என்பதால், இந்நாவல் குறித்த நமது பலதரப்பட்ட பேச்சை இங்கு நிறுத்திவிடுவோம். நண்பர் சண்முகம் பின்னுரையில் கூறுவதைப் போல இந்நாவலை நாம் எங்கிருந்து வேண்டுமானாலும் வாசிக்கலாம். எப்படி வேண்டுமானாலும் வரலாற்றுக் காரணிகளை மாற்றி வேறுபட்ட பல வரலாற்றை உருவாக்கிக் கொள்ளலாம்.

எதைப் பற்றி எல்லாம் பேச வேண்டும், எதைப் பற்றி எல்லாம் பேசவில்லை என்கிற எடைக்கு எடை சமாச்சாரமாகத் தள்ளிப் பார்த்தால் இந்த வகை முயற்சிகளின் ஆரம்ப நிலையில் உருவாகும் பிரச்சனைப்பாடுகள் என்பதாகப் பாவித்து, இந்நாவலின் முயற்சி மற்றொரு எழுத்துமுறை என்கிற நமது பழகிய யதார்த்தப் புனைவு உருவாக்கிய புலன்வெளியில் இருந்து விலகிய ஒரு தேர்வுப் பரப்பை விரிவு படுத்துவதால், நாவலுக்குள் பயணப்படுவது ஒரு பயிற்சியாக அமையும்.

நாவல் முதலில் சமகாலச் சரித்திரத்தின் உள்ளார்ந்து கிடக்கும் உளவியல் அமைப்பைப் பென்சிலால் எழுதிப் பிறகு, எழுத்தில் நமக்கு மரபான வாய்மொழிக் கதை சொல்லும் முறைகளின் புராணங்கள், நம்பிக்கைகள், நாட்டார் கதைகள், அற்புதக் கதைகள் என்பதான ரப்பர் கொண்டு அழித்து மீண்டும் எழுதப்பட்ட ஒரு மாஜிக்கல் சிலேட்டாக மிஞ்சியுள்ளது. நமது எடுகோள்படி, கதைசொல்லியின் நினைவக அரசியல் என்பது விமர்சனத்திற்கு உரியது என்பதைச் சொல்லி வந்திருக்கிறோம். ஆயினும் ஒரு மாஜிக் சிலேட்டின் மேல் உள்ள காகிதத்தில் எழுதிப் பார்த்துப் பின் அதனைத் தூக்கிப் பார்த்தால், உள்ளே நாம் பார்ப்பது வெறும் சிலேட்டையும், எழுதப்பட்ட சுவட்டின் கோடுகளையும் மட்டுமே. இந்த வெறுமை நாவல் உருவாக்க விரும்பிய மௌனமா? அல்லது சரித்திரம் நமக்கு ஏற்படுத்தி உள்ள இயலாமையின் வெளிப்பாடா என்பதை இதனையும் சேர்த்து வாசிக்கும் பிறிதொரு வாசிப்பின் மூலமே வெளிப்படுத்த முடியும். அந்த வாசிப்பை நிகழ்த்தும் மற்றொரு வாசகனின் வரவிற்காய் ஐங்கரனுக்குக் காப்பு வைத்து நாமும் முடிப்போம்.

குறிப்பு:

இக்கட்டுரை தமிழவன் நாவல் வெளிவந்தபோது 90–களில் எழுதி நானும் அ.ஜ. கானும் சவுதி அரேபிய தலைநகர் ரியாத்தில் நகலச்சு இதழாக நடத்திய 'காலக்குறி' இதழில் வெளிவந்தது. அவ்விதழை தஞ்சை தமிழ் பல்கலைக்கழகத்தில் பேரா. து. மூர்த்தி அவர்கள் தமிழவனிடம் காட்டியுள்ளார். அதனை படித்துவிட்டு தமிழவன் எழுதிய கடிதப் பரிவர்த்தனை அடுத்த காலக்குறி இதழில் வெளியிட்டோம். அவையே கீழே பதிவுகளாகத் தரப்பட்டுள்ளது.

பதிவுகள்

என் நாவல் பற்றிய உங்கள் விமர்சனம் முதலில் எனக்கு ஆச்சரியமாகத்தான் இருந்தது. உதாரணம் Super natural elements போன்ற உத்திகளுக்கு நீங்கள் நம் புராண - உலக புராண Examples தரும் இடம். இரண்டாவது TV Reverse உத்தி Etc. நாவல் கதையாடலாய் ஆகியிருப்பதை விளக்குவது. உங்கள் கட்டுரையைப் படித்த பிறகுதான் காலத்தை வென்றவள் கதையாடல் அப்படி Form ஆகி என் மனதுக்குள் ஊறி வெளிப்பட்டிருக்க முடியும் என்று நினைத்தபோது ஆச்சரியமாக இருந்தது. எழுத்து Process ஒரு Concious and Unconcious விளிம்பு நிலை Writtings தான். Unconcious நிலை தொடப்படும்போது ஒரு Creative Space பிறக்கிறது.

அடுத்து உங்கள் குற்றச்சாட்டுகளுக்கு வருகிறேன், இந்துத்துவ வெறி நாவலில் முன்வைக்கப்படவில்லை என்கிறீர்கள் (பக். 33) 1992 டிசம்பர் 6 ஆம் தேதி பற்றி, 154-ஆம் பக்கத்தில் பாபர் மசூதி உடைப்பு பற்றி நான் குறிப்பிடுவதை எப்படி மறந்தீர்கள் என்று புரியவில்லை. போகட்டும், 121-ம் பக்கத்தில் கடைசி வரி என்ன சொல்கிறது? அப்புறம் 33ஆம் (காலக்குறி) பக்கத்தில் 'ஆகியன ஒரு வலதுசாரிப் பார்வையில் படிமப்படுத்தும் போக்கு உள்ளது' எனச் சில சம்பவங்களைத் தொகுத்துத் தருகிறீர்கள். இது எப்படி? வேதனையாகவிருக்கிறது. பழகிப்போன மனத்தடத்தை அசைக்க மாட்டேன் என்கிற மனோநிலை இது. 'இன்றைய அதிகாரத்தின் குறிவயமாதலே அதிகபட்ச வர்க்கப் போர்' என்ற Fascinating தமிழ் வாக்கியத்தை எழுதும் உங்களிடமிருந்தா? I will explain. நான் Binaryகளை ஈழப்போராளிச் செய்யும் சாமானியர்கள் கொலையையும் State புரியும் கொலையையும் என் நாவலில் Juxtapose செய்துள்ளேன் (பக்.120). சொல்வோன் கேட்போன் கூற்றில் அதுபோல் வன்முறை பற்றிய Post-Modern அணுகுமுறை என்ன என்ற விசாரிப்புக்கான ஒரு தேட்டம் தான் அது. இதுபோல் வன்முறைக்கு ஆளாகுபவனே வன்முறையாளனாவது, Proletariant-யே Dictator ஆக மாறுவது என நிறைய Binaryகளை நாவலில் கதையாடல் உத்தியாய் நிரவியுள்ளேன், இந்த ஆழமான கேள்விக்கு எளிமையான பதில்களை இதுவரை 'புரட்சி' என்ற பெயரிலும் சமூக மாற்றம் என்ற பெயரிலும் தந்துள்ளார்கள் என்பதை சோவியத் குலைதல் மூலம் பெறுகிறோம்.

அடுத்த விஷயம்: தமிழ்ச் சமூகத்தை விமர்சிப்பது என்பது அதன் மீதான அக்கறையிலிருந்துதான் என்பது 'தமிழவன்' என்று தன் பெயரைத் தன் 16-ஆம் வயதில் வைத்துக்கொண்டு ஒரு கிராமத்திலிருந்து வந்த இளைஞன். 40 வயதுக்கப்புறம் எழுதிய நாவல் என்னும் மனக்கனவின் பிம்பத்துக்குள் காண்பது கஷ்டமாகப்படலாமா? இது ஒரு எளிமைப்படுத்தலாகப் படுகிறதா உங்களுக்கு? மற்றபடி நிறைய ஆச்சரியமான கண்டுபிடிப்புகள் உங்கள் கட்டுரையில் உண்டு.

– தமிழவன், பெங்களூர்.

மதிப்பிற்குரிய தமிழவன் 'குற்றச்சாட்டுகள்' என்கிற வார்த்தையைத் திரும்பப் பெறுவார் என்று நம்புகிறேன். காரணம் - விமர்சனம், மதிப்புரை - போன்ற மதவாத இறையியல் நீதித்துவப் பணிகளில் நம்பிக்கையற்றுப் போன நிலையிலேயே நமது எழுத்தியக்கத்தை உருவாக்க முயல்கிறோம். முன்வைக்கப்பட்டுள்ள

கருத்துகள் எனது பார்வைகள் மட்டுமே. அதில் தவறுகள் இருக்கலாம். ஆனால் நாவலின் மொத்தக் கதையாடலுடன் 'இந்துத்துவா அரசியல்' கொள்ளும் உறவு மிகக் குறைவானதே. நமது சமூக உருவாக்கத்தில் 'இந்துத்துவா' என்பதை ஒரு மதத்திற்கான கருத்தாகக்கூடப் பார்க்க முடியாது என்று எண்ணுகிறேன். காரணம் இந்து மதம் எப்படி வரலாற்றில் திணிக்கப்பட்டதோ அதே போல்தான் 'இந்துத்துவா' என்கிற கருத்தாக்கமும், இந்துவும் இந்துத்துவாவும் ஒரு பரந்த நிலப்பரப்பிற்குள் வாழ்ந்த எண்ணற்ற இனங்களை ஒருங்கிணைத்துக் கொண்ட சாராம்சவாத பெருங்கலாசார பாசிசமாகும். இப்பாசிசம் தனித்த ஒவ்வொரு இனக் கட்டமைப்பையும் குலைப்பதற்கு எதிரானதாகவே இன எழுச்சி என்பது நிகழ்கிறது. ஆக ஒரு இனக் கட்டமைப்பு நம் சமூகத்திலானதைப் புனைவிற்கு உட்படுத்துவதில் இப்பார்வை ஆழமாகப் பதியப்பட்டிருக்க வேண்டும் என்பதே என் கருத்து. பிரதியை நமக்கு ஏற்பப் பேசவைக்க முயல்வது மற்றொரு அதிகார வெறியாகும். ஆக பிரதி என்ன பேசுகிறது என்பதையோ அல்லது பேசுவதாக நாம் நினைப்பதையோ எழுதுகிறோம். 'இந்துத்துவா' வெறும் சம்பவங்களில் வெளிப்படவில்லை அதன் தளம் நமது இனக் கட்டமைப்பில் சிதைக்கப்பட்டும், மறைக்கப்பட்டும் கிடக்கும் பகுதியில் இருக்கிறது. இனம் குறித்த பேச்சில் உருவமைக்கப்படும் சொல்லாடல்கள் விழிப்புணர்வுடன் கையாளப்பட வேண்டியவை என்பதே.

வலதுசாரிப் பார்வையில் படிமப்படுத்தும் போக்கு என்பதிலும் குறிப்பிடுவது ஒரு முரணின் இரு தர்க்கங்களைப் பேசாமல் ஒன்றைப் பற்றிப் பேசுவது என்பதையே. இடதுசாரி இயக்கங்கள் மீதான விமர்சனத்தில் நியாயங்கள் இருக்கலாம். ஆனால் இன்று பிரதானமாக முன் நிற்பது வலதுசாரி அரசியலே. அது குறித்து நாவலின் விமர்சனப் பார்வை என்பது இன்னமும் ஆழமாக வேண்டும் என்பதே. இப்படிமங்கள் சாதாரண சொல் வழக்கில் மிக எளிமையாகப் புகக் கூடியவை. அத்தகைய சொல் வழக்கிற்கு இவை வரும்போது நிச்சயமாக அது வலதுசாரி அரசியலுக்குச் சாதகமாகவே அமையும். உதாரணம் கிரீடதாரிகள் பற்றிய படிமங்கள்.

தமிழ்ச் சமூகத்தின் மீதான தமிழவனின் அக்கறையில் நமக்கு எள்ளளவும் சந்தேகம் இல்லை. நீண்ட நாட்களாய்ச் சிறு பத்திரிகைகள் மட்டுமே என்கிற நிலையில் தமிழவன் சீரிய பணிகளை ஆற்றி வருபவர். நவீனத் தமிழ் விமர்சனத்தில்

முக்கியமான, முன்னணி எழுத்தாளர், 'கண்ணீர்ப்பூக்கள்' காலக் கவிதைகளில் திளைத்த என்னைச் சீரிய மற்றும் சிறுபத்திரிகை இலக்கிய உலகிற்குள் கொண்டு வந்தது தமிழவனின் 'நான்கு கட்டுரைகள்.' அது முதல் தமிழில் அவரது எழுத்துகளில் ஆழ்ந்த ஈடுபாடும், கவனமும் கொண்டு அவரது ஸ்ட்ரக்சுரலிசம் மூலம் நவீனக் கோட்பாடுகள் குறித்து அறிமுகமாகி வந்தவன் என்ற முறையில் தமிழவனின் எழுத்தியக்கத்தின் மீது எனக்கு ஆழ்ந்த அவதானிப்புகள் உண்டு.

மற்றபடி தமிழவன் முன்வைத்துள்ள எதிர்வினைகள் கவனத்தில் கொள்ளப்பட வேண்டியவை என்பதுடன் இன்னும் அந்நாவல் மீதான ஆழ்ந்த வாசிப்பை அவை கோருகின்றன. இந்நாவல் ஒரு முக்கியமான இடைவெளியைத் தமிழில் நிரப்பி இருப்பதாக நான் நம்புகிறேன்.

– ஜமாலன், ரியாத்

இருள் வெளிகளில் சுயம் அழிக்கும் மின்துகள்களின் ஒளிப்பாய்வு – பெண்ணுடலின் உயிர்வரலாறு பற்றிய புனைவுகள்

'ஆக்கமும் அழிவும்' வெகு வெளியில் இல்லை எனும் பொழுது அனைத்தும் நாம் அறிந்த அனைத்தும் மனித வெளிக்குள்ளான மொழியியல் சிக்கல்கள் – மனிதன் – மனிதனையன்றி வேறெதைப் பற்றியும் பேசவில்லை – மனிதனுக்கான மனித வெளி பற்றிய ஆய்வு செய். – பக்–135

"நிஜத்தில் நீ ஆய்வு செய்வது காலம் வெளி பற்றியல்ல, ஸ்நேகனே தாபங்கள் பற்றி. மனிதன் இழப்பதற்கும் பெறுவதற்கும் மனிதனைத் தவிர ஏதுமில்லை" – பக். 135

அறிமுக உரை:

எல்லாவற்றையும் புரிந்துகொள்ள முயல்தலும் ஒவ்வொன்றிலும் தெளிவடைய முயல்வதும் - சூக்குமம் அல்லது மர்மப்படுத்துதல் என்கிற மதவாத வினையின் மற்றொரு விளைவாகும். இறையியலின் அடிப்படை அது முன்வைத்திருக்கும் முற்றொருமை பற்றிய சூக்குமச் சொல்லாடல்களை, அதாவது அரூபமாக்கப்பட்ட இறையியல் பிரதிகளை ஸ்தூல மெய்மையென நம்பி, எல்லாவற்றிற்கும் ஒரு காரணம், அர்த்தம் இருந்தே தீரும் என்கிற காரணவாத முற்றொருமையால், அனைத்து உடல்களையும் மர்மத்தை உடைக்கும் வினையாக அதனைப் புரிந்துகொள்ளும் செயல்நோக்கித் திருப்பி விடுவதன் மூலம், ஒரு தனித்த உடலின் இருப்பை அழித்துத் தனது இறையியல் மர்ம விளையாட்டு ஆடுகளத்திற்குள் இழுத்து, அதனையே வாழ்தலாக நம்பி இயங்கச் செய்யும் ஒருவித அறவியல், அதிகார, மொழி விளையாட்டேயாகும். ஆகையினால் அர்த்தமாக்கலுக்கும் காரணவாதத்திற்கும் எதிராகப் புரிதலின்மையும் தெளிவின்மையையும் உற்பவிக்கும் அரூபமான மொழி அல்லது அகவயப்பட்ட மொழி என்பதுகூட ஒரு இறையியல் எதிர்நிலைப்பாடாக இயக்கம் அடையக்கூடும். இவ்வகையில் ஸ்தூல பிம்பங்களை அழித்து அரூபமாக்கப்பட்ட குழம்பிய மொழியால் உற்பத்தி செய்யப்படும் பிம்பங்கள், குறியீட்டுத் திரள்கள், உருவகங்கள் ஆகியவற்றை ஒரு அதிகாரத்துவ எதிர்ச் செயல்பாடாகவே பார்க்க வேண்டியுள்ளது.

பலவிதத் தடைகள், விலக்கப்பட்டவை மூலம் கட்டமைக்கப்பட்ட அதிகாரத்துவமும் வன்முறையும் வெறியும், மூர்க்கமும் நிறைந்த ஒரு சமூகத்தில், அதன் கட்டமைப்பைக் குலைக்கக்கூடிய வினைகளைக் கொண்ட ஒரு பிரதியானது, அரூபமாக்கலின் மூலம் மொழிக்குள் புதைக்கப்படுவது தவிர்க்க இயலாது. அதுவரையிலான தமிழ் எழுத்துச் சரித்திரத்தில் முதன்முறையாக உள்ள, இந்த அரூபமாக்கலின் அரசியல் உணர்வுடன், பழகிய புலனறிவிற்கும் கற்பனைகளுக்கும் கனவுகளுக்கும், நினைவுகளின் வரிசை ஒழுங்கிற்கும் எதிராக ரமேஷ்-பிரேம் இணைந்து எழுதி மொழிக்குள் புதைக்கப்பட்டுள்ள இப்புனைவு வெளிவந்திருக்கிறது. இந்நாவல் புரியவில்லை. மொழிநடை பழகிய தோரணையில் இல்லை. ஒழுங்கற்றுக் குழப்பமாக அணுக முடியாமல் இருக்கிறது என்பதான வாய்வழி விமர்சனங்களில் உள்ள உண்மையின் பின்னணி என்பது மேலே கூறிய தெளிவு குறித்த நம்பிக்கையை அடிப்படையாகக் கொண்டவையா? என்பது யோசிக்க வேண்டிய ஒன்று.

இப்புனைவில் பலவற்றைப் புரிந்து கொள்வதும், அணுகுவதும் மிகவும் கடினமான ஒன்றுதான். இதனை ஏன் முழுமையாகப் புரியவைக்க முயல வேண்டும் என்கிற கேள்வியைத் தவிர்க்க முடியவில்லை. இந்த எழுத்தும்கூட முற்றிலுமான புரிதல் அடிப்படையிலோ அல்லது புனைவை முற்றாக உள்வாங்கி உருவானதாகவோ பார்க்க வேண்டியதில்லை. இந்நாவலைப் பல முறை படித்தும், அங்கும் இங்குமாகக் குறித்துக் கொண்டும், அக்குறிப்புகள் வழி மீண்டும் பயணப்பட்டும், ஒருவித மையமற்ற, எதிர்பார்ப்பற்ற அகழ்வாய்வைப் போல உள் நுழைந்ததில் நினைவுகளில் படிவுகளாக எஞ்சியவற்றை இங்கு முறைப்படுத்தி எழுத முயல்வதே இந்த எழுத்து. புதிய எழுத்துகளைப் புரிந்து, உடைத்து வாசிக்கும் தளத்தை உருவாக்குவதில் வரும் பிரச்சனைகளை மனதில் கொண்டு விளக்கங்களை, என் ஆற்றல் மட்டத்திற்கு ஏற்ப அமைக்க முயல்வதால் இவ்வகை எழுத்துகள் மிக நீண்டதாகவும், சலிப்பூட்டு வதாகவும் அமைந்து விடுகின்றன எனத் தோன்றுகிறது.

இந்நாவலின் பல பகுதிகள், படிமங்கள், குறியீட்டுத் திரள்கள், உள் மறைந்துவரும் உலகளாவிய கலக எழுத்து பற்றிய குறிப்புகள், விஞ்ஞானக் கருதுகோள்கள், புதிய நிலையில் புனையப்பட்ட உருவகங்கள் இப்படியாக எனக்குள் பதியப்படாத, பரிச்சயப்படாத, புரிந்துகொள்ள முடியாதவை நிறைய உள்ளன. வலிமையான

கலக உள்ளடக்கங்களையும் அதற்கான வினை வடிவங்களையும் பெண்ணியம் குறித்த புதிய அறிதல் அடிப்படைகளையும் மூர்க்கமான பாலியல் உருவங்களையும் மௌனப்படுத்தப்பட்ட வரலாற்று நிகழ்வுகளையும், பொருளின் இருத்தல் இயக்க அடிப்படையில் பெயரிடும் தன்மை, புதிய மொழியாக்கங்கள் மனித வதை மற்றும் உண்மையான மனித நேயம் என்பது என்ன? என்பது பற்றியும் விஞ்ஞானப் புனைவுகளின் தர்க்கங்களையும் கொண்டு பின்னலாக்கப்பட்டிருப்பதான எனது பார்வையைப் பதிய வைக்கும் ஆர்வமாகவே இதனை எழுதுகிறேன். ஆக இப்பிரதியுடன் தன்னுருவாக்க வினையாக இதனைக் கொள்ளலாம்.

கதை வடிவம் பற்றிய உரைக் குறிப்புகள்

இப்பிரதி 3 பகுதிகளைக் கொண்டது. அதில் என்னால் உள்ளே நுழைவதற்கு வழியாகத் திறந்த பகுதி மூன்றாவது பகுதியின் சில பிரிவுகளே. அந்த நிலப்பரப்பில் மட்டுமே வாசிக்கும் என்னை இடப்படுத்திக் கொள்ள முடிந்தது. காரணம், அதில் ரகசிய சமூகம் ஒன்றின் (தலைமறைவு புரட்சிகர இயக்கங்களை ஒத்த) இயக்கமும் அதில் அரைபடும் உடல் ஒன்றின் அனுபவமும்,அதன் சிந்தனை மாற்றமும் ஆன குறியீட்டுத் திரள் மொழியிலிருப்பதான கதை வடிவம் கிடைத்தது. மற்ற இரண்டின் முதல் பகுதியில் பிரபஞ்சம், கிரக சஞ்சாரங்கள் பற்றியான ஆதிநிலைப் படிமங்கள். உயிர்-வரலாற்றுத் துவக்கம் என்கிற புள்ளியைப் பற்றி, ஓரளவு விஞ்ஞான பிரபஞ்சக் கோட்பாடுகள் பற்றிய சொல்லாக்கப் புனைவுகள் என்பதாக அங்கும் இங்குமாக அலைந்தும், இரண்டாவது பரப்பில் ஒரு விதமான உரைகூறும் தன்மை இருப்பதாகப் புலப்பட அதன் மூலம், கலக உடல்கள் பற்றிய ஒரு வரலாறு புனைவு நிலையில் பதியப்படுகிறது என்பதாகவும் அதிலும் குறிப்பாக மதவாதம், இறையியல் ஆகியவற்றால் மனச்சிதைவிற்கு ஆளான உடலின் வாதையும், மதம் குறிப்பாகக் கிறித்துவ இறையியல் என்பது கடுமையாக புனைவு வெளிக்குள் வைத்து அழிக்க முயல்வதுமாகத் தோன்றியது.

கதைகூறல் என்பதில் அரூபமான மொழியமைப்பையும் கதையாடலில் ஒரு ரகசிய இயக்கத்தையும் அதன் ஆய்வுப் போக்குகள், அவற்றின் அரசியல் மாற்றங்கள், அதிகாரத்துவ வன்முறை எந்திரங்களாலும் கருத்தியல் மற்றும் இயந்திரமான மனித எந்திரங்களாலும் கடுமையான அடக்குமுறைக்கு ஆளாகிச் சிதைவதும், இச்சிதைவினால் தங்களது கலகப் பிரதிகளையும் ஆய்வுகளையும் ரகசியமாக அடுத்த தலைமுறைகளுக்காக அல்லது

உயிர்ப்புள்ள மனிதர்களுக்காக மொழிக்குள் புதைக்க முயல்வதுமாகச் செல்கிறது. இக்குழுவின் அரசியல் நிலைப்பாடுகள், விவாதங்கள், போதைப் பழக்கங்கள், செய்முறையாகப் பயிற்சிகள், பாலியல், குழுவிற்குள் நிகழும் அந்நிய நபர்களின் ஆய்வுமுறைகளால் உருவாகும் மாற்றங்கள் ஆகியவற்றால் கதை கூறல், பலகுரல் தன்மையாக நகர்கிறது நாவலின் நனவுள் வெளி.

ஒன்றுக்குள் ஒன்றாய் அடுக்கப்பட்டு இயங்கும் பல நகர்வெளிகளைக் கொண்ட ஒரு நகர். அதன் நிர்மாணங்களைப் பாதுகாக்கும் ஆயுத உருக்கலும், அங்கீகரிக்கப்பட்டு இயங்கும் இயந்திர உருக்கலும், நகரின் நாகரிகக் குழுவான நிறம் பூசிய உருக்கலும், இன்றைய அதிகார அமைப்பைக் குறிநிலைப்படுத்தும் நகர் மாதிரிகள் மொழியால் வரையப்படுகிறது. இருள் நகர், நவ நகர், அணுநகர் என்கிற கருத்தியல் நிலப்படங்களாக ஒவ்வொரு நகர் உருவும் ஒருவிதப் பண்புகளையும் பாலியல் வினைகளையும் உணர்வலைகளையும் கொண்டு அடையாளம் இடப்பட்டுள்ளன.

இவ்வுருக்களின் வசிப்பிடங்கள் அல்லது விளையாடும் இடங்கள், சிதைந்த அறைகள், புதர் வெளி, பாறைத்தளம், நிலவறை சிதைவுக்கூடம் என்பதாக நகரின் பல தளங்களிலும், புற வெளியிலும் உருவமைக்கப்பட்டுள்ளது. திருமணம், குடும்பம், ஒழுங்கமைக்கப்பட்ட வாழ்க்கை என்கிற நிறுவன வடிவங்களின் வன்முறையிலிருந்து விலகி, அதனை விமர்சிப்பதான சுவடுகளைக்கூட காட்டிச் செல்லாமல் முற்றாக மறுதலித்துவிட்டு, இவ்வமைப்பிற்கு வெளியே இயங்கும் ஒரு விலக்கப்பட்ட வெளியில் அல்லது ரகசியமாக உருவாக்கிக்கொண்ட வெளியில் நிலவும் ஒடுக்குமுறை, இருத்தலியல் வன்முறை என்பதையும் அதில் நிலவும் வதைகளையும் நுட்பமாக உணர்த்திச் செல்கிறது. ஒருவகையில் இதுவே நிறுவன அமைப்புகள் பற்றிய விமர்சனமாக அமைந்துள்ளது.

நாவல் எந்த ஒரு மையத்திலும் தன்னை இடப்படுத்திக்கொள்ளாத நிலையில் தொடர்ந்து பாலியல்ரீதியான ஒரு அமைப்பியக்கத்தை நகர்த்திக் கொண்டிருக்கிறது. நாவல் யதார்த்த பாணி நேர்க்கோட்டு எழுத்தில் அமையும் பட்சத்தில், பல பகுதிகள் இதன் ‘போர்னோ’ மற்றும் ரகசியக் குழுக்களின் பாலியல் சுரண்டல் என்கிற தன்மையில் சிறப்பாக வெளிப்பட்டிருக்கும். ‘போர்னோ’ எழுத்துகளுடன் பரிச்சயம் உள்ளவர்களுக்குத் தெரியும். கதையைவிடக் கதைகூறலே வாசக உணர்வுகளை நிமிண்டக்கூடியவை என்பது. அத்தன்மையில் அமைந்த பல கதை கூறல்கள் இதில் வெளிப்பட்டுள்ளது. சில

பகுதிகள் உருவாக்கும் காமவெளி என்பது நரம்புகளில் அதிர்வைத் தரக்கூடியது.

கதையின் உள்ளமைவு பற்றிய உரைக்குறிப்புகள்

புராதன சமூகம், மத உருவாக்கத்திற்குப் பிறகான மத்திய காலம், முதலாளித்துவம், புரட்சி என்பதான சமூகம் பற்றிய ஒரு கதையாடலாகவும் இம்மூன்று பகுதிகளும்கூட மூன்று விதத் தள அடுக்குகளாகப் புனைவின் பல பகுதிகளிலும் குழம்பிய நிலையில் படிந்து கிடக்கிறது. இந்த யூக அடிப்படையிலான வாசிப்பில், முதல் பகுதியில் மொழிரீதியாக நாம் எதிர்கொள்ளும் சிக்கல்கள், உருவகங்கள், அதற்குள் நிகழும் வினைகள், வாழ்க்கை மற்றும் பாலியல் உறவுகள் என்பவையும், பிரபஞ்சத் தோற்றம் அதனுடன் ஆன மனித உடலின் பிணைவுகள், பிளவுகள் பற்றியுமான தேடல்கள் என்பதாக ஒரு தொல்குடிப் புனைவு பிரபஞ்சவியல் பற்றிய பார்வைகள், ஒரு உடல் பிறிதொரு உடலை எதிர்கொள்வது, பெயரிடுதல் என்கிற மொழியியலைப் பற்றிய சிக்கல் மட்டும் அல்ல, பெயரிண்மையின் சிக்கலும்கூட (பக். 30) என்பதாக இருப்பதால், அதன் ஆதிநிலை மொழியமைப்பு என்பது அரூபமாக்கலின் உச்சநிலையில் நிற்பதைக் காண முடிகிறது.

இப்பகுதியில் 3 முக்கிய உருக்கள் - நான், நீ (இந்த நானும் நீயும் ஆங்காங்கே தோன்றிக் குழம்பி மறையும் ஆதீதன் ஆத்மார்த்தி என்பதாக யூகிக்க முடிகிறது) மற்றும் அகால யாத்ரீகன் - வினைபடுகின்றன. இதில் நான் - பெண்குரல் - நீ மற்றும் அகால யாத்ரீகன் - ஆண் குரல் இவற்றின் தோற்றம் என்பதெல்லாம் ஒளி ஆண்டுகளின் கணக்கீட்டில் அதாவது காலத் தோற்றத்துடன் உறவுப் படுத்தப்படுகின்றன. ஒரு வகையில் குரல் என்பதற்குத் துவக்கமான அகாலம் என்பது முதல் கணக்கிட வேண்டி வருவதால் இந்த உயிர்-வரலாறு (bio-fiction) நுண்ணுயிர்களில் இருந்து தொடங்குகிறது.

இதில் நான்/நீ என்கிற பெயரற்ற எதிரிடை உருக்களுக்கு இடையில் மற்றொரு உருவாக நுழையும் அகால யாத்ரீகனே, இவ்வுருக்களின் பெயரின்மை என்கிற சிக்கலை உணர்த்துகிறான். (காலம் பற்றிய நினைவே பெயர் குறித்த சிக்கலை உருவாக்குகிறது என்பதாகக் கொள்ளலாம்) இவன் வேற்றுக் கிரகத்து சமிக்ஞைகளையும் மொழியையும் கொண்டவன். அதாவது புராதன சமூகத்தில் ஒரு இனக்குழுவிற்கு அந்நியப்பட்ட எந்த ஒன்றும் அதாவது அவர்களது மொழிக்குள் வராதவை, வேற்றுக்கிரகம் பற்றிய யூகங்களையே தரும். அதாவது ஒரு வெள்ளையன் கடல்வழியாக

ஒரு கருப்பனுடன் இணைக்கப்படாதவரை, இருவருக்கும் தங்களது நிலப்பரப்பு என்பது ஒரு கிரகமாகவும் மற்றொரு நிலப்பரப்பு என்பது அந்நியக்கிரகமாகவும் மட்டுமே புனைவாகிறது. ஆக, உலக இணைப்பு என்பதன் பின்னணியில் உள்ள ஓரமைப்பாக்க வன்முறை என்பதன் வாதை இங்கு எழுத்தாகிறது. அதையே அம்மூன்று கலக உருக்களும் வினைபடுதலில் கொள்ளும் பாலியல் மற்றும் மொழி சார்ந்த வன்முறை என்பதாக வாசிக்க முடிகிறது, (மற்றொரு கோணத்தில் இம்மூன்றையும் 3 அடிப்படைத் துகள்கள் என்பதாக வைத்து வேறு ஒரு விஞ்ஞானக் கதையாடலாகவும் வாசிக்கலாம்).

இதில் நீ(அதீதன்) எனப்படும் உரு ஒரு விஞ்ஞான ஆய்வாளன், நான்(ஆத்மார்த்தி) எனப்படுவது வாழ்தலின் தாபங்களில் தவிக்கும் உரு, கால யாத்ரீகன் ‘ஓடு போர்த்தி நீந்தும் பெயர்கள்’ பற்றி வேற்றுக் கிரக சந்தேகங்களை ஆய்வு செய்பவன். இவற்றில் நீயும், அகால யாத்ரீகனும் ஒரே அமைப்பிற்குள் நிலவ முடியாது என்கிறது பவ்லியின் ‘தவிர்த்தல் விதி’ (Theory of Exclusion) இவ்விதியடிப்படையில் புனைவில் பல உருக்கள் வித்தியாசத்தை ஒத்திப்போடும் ஒரு இருத்தலினைத் தேடி அலைவுறுவதும், தன்னைத் துகள் நிலைக்குத் கொண்டுசென்று அனுப்பிளவும், பிணைவும் நடைபெற்று, அதன்மூலம் தனக்கான கால வெளியைப் பெற்று ஒரு தனிமமாக, அமைப்பிற்குள் இருத்திக் கொள்ள முனைவதும், அத்தனிமங்கள் அங்கீகரிக்கப்பட்ட வினைபடுதல்கள் மூலம் (நிர்ணயிக்கப்பட்ட வாழ்க்கை முறைகளால்) தங்களது தனித்தன்மை இழந்து அமிலங்களாகவும், காரங்களாகவும், உப்பாகவும் மாறிச் சமூகப் பொதுவினைக்கான ஆற்றலாக மாறுவதும், மறுப்பவை அழிந்து படுவதுமான உரு உயிர்-வேதிமப் புனைவு (Bio-Chemical Fiction) என்பதாகப் புனைவின் பல அடுக்குகளில் நிகழும் வேதி வினைகள், அணு-உட்கரு வினைகள் ஆகியவற்றை அறிந்து கொள்ளமுடிகிறது. விஞ்ஞானத்தைப் புனைவமைப்பிற்குள் இருத்தி அதன் மூலம் மனிதனைப் பற்றிய தேடுதலாகவும், இருத்தல் குறித்த பிரச்சனைப்பாடுகளாகவும் மாற்றும் இச்செயல் குறிப்பிடத் தகுந்த ஒன்றாகும். இதனைப் புரிந்து கொள்ள நாவலின் முதல் பகுதியில் வரும் (பக்.19-21) ஒரு புணர்ச்சி நிலையைக் கீழ்க்கண்ட ஒரு வேதிச் சமன்பாடாக எழுத முடியும்.

புணர்ச்சி

நான்+நீ+அகாலயாத்ரீகன் ===> உலோகப்புகை+நீர்க்கேவல்+ நிழலிருப்பு
(பெண்)+(ஆண்)+(நீயின் மாற்றுத் தன்னிலை) ===> (ஆண் விளைவு) + (பெண் விளைவு) +(பிம்பங்கள்)

இது வேதி வினைகளின் ஒரு பொதுச் சமன்பாடாகும். ஒவ்வொரு தனித்த தனிமமும், இணைதிறனுக்கு ஏற்ற மற்ற தனிமத்துடன் இணைந்து புதிய மூலக்கூறுகளை உருவாக்குகிறது. ஆக புணர்ச்சி என்பது ஒரு தளத்தில் உடல்களிடையே நடைபெறும் மொழியற்ற மூலக்கூறு வினையாகும். ஆனால் இது ஆணாதிக்கச் சமூகத்தில் மொழியடிப்படையில் நிகழ்கிறது. பிம்பங்களின் அடிப்படையில் என்பதே அவலம். அதாவது ஒரு ஆணுடல் தன்னை Ego மற்றும் Alter Ego என்பதாகப் பிளவுபடுத்திக்கொண்டு, புணர்வது என்பதாகவும், வினையைச் சமநிலைப்படுத்தி பிம்பங்களைச் (நிழல் இருப்புகளை) சுமப்பதாகவும், ஒரு பெண்ணுடல் இவ்வகைப் புணர்ச்சியின் விளைவால் முழுமையற்றுப் போவதால், இது பெண்கள் மீதான வன்முறை என இக்குறியீட்டுத் திரளை உடைத்து வாசிக்கலாம். பெரும்பாலான உடலியல் வினைகள் என்பது வேதிமங்களின் வினைகளை உருவகப்படுத்துவதாகவே (புணர்ச்சிக்குப் பின் உருக்கள் திடநிலை குழைந்த ஆவியாக, நீர்மமாக, கூழ்மமாக மாறிப்போதல் அல்லது படிகமாதல்) நாவல் நெடுகிலும் புனையப்பட்டுள்ளது. இது நிலவி வரும் விரைப்பும், தணிப்பும் என்கிற ஆணியப் புணர்ச்சி அமைப்பை எதிர்ப்பதாக உள்ளது. எனவே, இப்புனைவு நெடுகிலும் வரும் புணர்ச்சி குறித்த உருவகங்கள், பாலியல் குறித்த பெண்ணிய அரசியல் சொல்லாடல்களாகவே (Feminist Poltical Discourse) இருப்பதை உணர முடிகிறது.

இப்புனைவு பெண்குரலால் கட்டமைக்கப்பட்டு, பெண்ணிய அரசியல் நாவல் என்பதாக முற்றுப்பெறாத பெண்ணிய உணர்வுகளைக் குறிநிலைப்படுத்தும் (பக்.26). 'நமக்குள் என்றுமே ஆசுவாசமானது' நான் நிழல் உருவுகளுடனான மயக்கம், நீ வேற்று உருக்களுடன் ஆன மூர்க்க கிரியை, அகால யாத்ரீகன் - காந்த பிம்பத்துடன் ஆன பரிச்சயம் என்கிற முழுமையடையா கலவியால் கலைந்து கிடக்கும்பெண் உருவின் நிழல் புணர்ச்சிகள் (பக்.29) பிணங்கள் புணருவதான உருவம் (விபச்சாரிகம்) ஆகியவை. உடைந்த வாக்கியங்கள், புதிய சொல்லாக்கங்கள், விரைப்பு நிலையற்ற தணிப்பு நோக்கிய சொல்லாடல்கள், ஆணிய அர்த்தமாக்கலைக் கொண்ட பெயரிடலை ஏற்காத, பெண்ணிய நோக்கிலான இயக்கவியல் பெயர்கள் ஆகியன கொண்டு ஒரு பெண்ணிய பிரபஞ்சவியலைக் கட்டமைக்க முயல்கிறது. இப்பிரபஞ்சவியலின் அடிப்படை வினையாகப் படிகமாதல் Crystalization என்பதை நாவல் பல தளங்களில் முன்வைப்பதாக எண்ணத் தோன்றுகிறது. பிரதியைப் படிகமாகவும், மனிதனை

எழுத்துருவாகவும் பார்ப்பது பெண்ணிய மொழிக்கான சாத்தியத்தை உருவாக்க முயல்வதாகும்.

ஆணிய அறிதல் முறையை மறுத்து ஒதுக்கி ஒரு பெண்ணின் மனோவியல் பிரபஞ்சத்தின் சிதைவு நிலை என்பதுவே இங்கு எழுத்தாகியுள்ளது என்று கூறலாம். நாவலின் புரியாமை என்பதும், அரூபத் தன்மையும் ஒடுக்கப்பட்ட பெண்ணியச் சிதைவுகளின் உடைசல்களை, குழப்பங்களை, உருவழிக்கப்பட்ட பெண் உடலின் சிதைந்து கிடக்கும் கூறுகளை, குறிநிலைப்படுத்துவதாக எண்ணத் தோன்றுகிறது. ஒருவேளை ஆணிய மொழிப் புனைவிற்குள் ஏற்படுத்தும் முரண் தர்க்கமாக இப்புரியாமை என்பது நமது மொழியமைவு குறித்த ஆய்வாகப் போய் முடியலாம்.

கதைச் சுருக்கம்

நாவலின் முதல் பகுதி - மூன்று உருக்களுக்கிடையில் நடைபெறும் பல பரிமாண ஊடாட்டங்கள், இழைவுகள் என்பதாகவும் இம்மூன்று உருக்களும் ஒற்றை உடலிருப்பிற்குள் அடையாள மற்றும் பெயர் குறித்த சிக்கல்களாகவும் உள்ளது. இது வேற்று கிரகங்கள் பற்றியும், நகர்வெளிகள் பற்றியுமான யூகங்களை முன் வைத்து மூன்றாவது பகுதிக்குப் புனைவை நகர்த்திச் செல்கிறது. இப்பகுதி அதீதமான புராதனத் தன்மையையும், பிரபஞ்ச விகசிப்பினைத் தேடும் ஒரு பெண் உடலமைவிற்குள் ஊடாடும் நிழல்கள், பிம்பங்கள் அவற்றினை உருவழித்து இருப்பின் இதத்தைப் பெறத் தவிக்கும் அவலமும் அவ்வுடலிற்குள்ளான பல உருக்களின் சலனமும் உருமாற்றமுமாக இயங்குகிறது.

பகுதி இரண்டு, மதவியல் பின்னணிகளையும் அதை எதிர்த்த கலக நிகழ்வுகளையும் உருவகப்படுத்த முயல்வதாக எண்ணத் தோன்றுகிறது. இப்பகுதி சகோதர உறவில் நிலவும் Incest என்பதாகத் துவங்க வேற்று நகர் ஒன்றின் மனச் சிதைவிற்கு ஆளான ஆய்வாளன் ஒருவனின் குறிப்புகளின் மொழிபெயர்ப்பாக மூன்று வித வேறுபட்ட உரைகளும், அதன் அடிப்படையில் தொகுக்கப்பட்ட குறிப்புகளுமாக உள்ளது. இதில் வரலாற்றின் அடிப்படைப் புனைவாக்கமும், மதங்களின் ஒற்றை மூலங்களும் அவற்றிற்கிடையிலான வித்தியாசங்களும் அழிக்கப்பட்ட நிலையில் ஆதி வேதங்கள் (இவை புராதன உடலிருப்பின் வாதைகள், பெயர்ச்சிக்கல்கள் என்கிற மொழியமைப்பாக ஊகிக்கலாம்) எப்படி பலவித உரைகளாக ஒவ்வொரு இனக்குழுவாலும் வாசிக்கப்பட்டுப் பலவித மத உருவாக்கங்கள் நிகழ்ந்தது என்பதை ஊகிப்பதாகவும், மொழியமைப்பில் மதங்களைக் கடுமையாக

அழிக்கும் எதிர்நிலை உத்தியுமாக உள்ளது. இப்பகுதியில் பயன்படுத்தப்படும் symbols அர்த்தமின்மையை உருவாக்கும் குறிகளாகப் பயன்படுத்தப்படுகின்றன என ஊகிக்கலாம்.

இதில் மொழிபெயர்க்கப்பட்ட செத்துப் பிறந்த கணங்கள் 4 பகுதிகளையும் 3 பின்னிணைப்புகளையும் கொண்ட ஒரு புதிய வேதமாகவும், அதனை எழுதியவன் ஒரு மனச்சிதைவாளனாகவும் அதற்கான உரைகளில் பல வித புதிய சித்தாத்தங்களின் பிறப்பும் வரலாறும் உருவாக்கப்படுகிறது.

இதன் முதல் பகுதியின் மொழியமைப்பு வேதங்களைப் போல சூட்சுமத்தன்மை வாய்ந்ததாகப் புனையப்பட்டுள்ளது, (பக்.54 'ஆதியிலே வார்த்தை இருந்தது', 'அந்த வார்த்தை மாம்சமானது', பக்.55 'வெற்றே உனது நாமம் மகிமை உடையதாகுக' பக்.66 'எனது மாம்சத்தைப் புசிப்பவர்களுக்குப் பசியில்லை, உதிரத்தை அருந் துபவருக்குத் தாகமில்லை' (மாம்சத்தைப் புசித்தல், உதிரம் அருந்துதல் என்பது ஒரு வகை மூர்க்க உடலுறவு ஆகும்) பக்.70 'நானே புள்ளியாகவும், சூன்யமாகவும் இருக்கிறேன்' சிலுவை என்கிற மதக் குறியீடு பற்றியும், அதனை அர்த்தப்படுத்தும் உருவிற்கும், விபச்சாரி எனப்படும் ஒரு பெண் உடலுக்கும் இடையிலான மூர்க்கப் பிணைவுகள் பற்றியுமான ஒரு கதையாடலாக உள்ளது. அவ்வுடலின் உயிர்த்தெழல் பலவித பிம்பங்களாகும். குறிப்பாய்ப் பெண் பிம்பங்களின் இயக்கங்களாலும் நிகழ்வதான ஒரு தோற்றப்பாட்டை உருவாக்குகிறது. பெண் பிம்பங்கள் எச்சில்களால் உரிபடும் திரைகள் போன்ற பல உருவகங்கள் பெண்ணிய பிம்ப ஆற்றலின் விளைவாகப் படிக்க முடிகிறது.

இரண்டாம் பகுதி மூலங்களைத் தேடுதல், பாலியல் வினை, எழுத்து பற்றிய பல உருவகங்களை உருவாக்குகிறது. மூன்றாம் பகுதி ஒரு ஆய்வுக்கூடம் படைப்புகள் பற்றியும், நான்காம் பகுதி சிதைந்த பிரதிகளாக அந்த வேற்று நகர் ஆய்வாளனின் மனச்சிதைவின் உச்சமாகப் புனையப்பட்டுள்ளது, மதங்களின் ஆழ்ந்த நம்பிக்கைகளில் துவங்கி, அதிலிருந்து பாலியல் தேடுகை, பிறகு ஆய்வுகள் என்பதான அறிவுத் தாபம் ஆகியவற்றின் இறுதி விளைவாக மனச்சிதைவு என்கிற நிலையாக ஒரு ஆதிக்க எதிர்ப்பு கலக உடல் என்பதன் நிகழ்கால வரலாறாக உள்ளது. குறிப்பாய் இப்பகுதியின் மூன்று மொழிபெயர்ப்புக் குறிப்புகளும் வேற்று நகர் எனப்படும் நம் சூழலுக்கு அப்பால் நிகழ்த்தப்பட்ட கலக உடல்கள், வரலாறு பற்றிய வரைபடக் குறிப்புகளாக இருக்கிறது. ஒரு விஞ்ஞான ஆய்வாளன், தீவிர இறையியலாளன், புரட்சியாளன்

ஆகியோரின் கலக நடவடிக்கைப்பற்றிய குறிப்பும், அவர்களது மனச்சிதைவுப் படைப்புகளின் தொகுப்புமாக இருக்கிறது என்பதையும் யூகிக்கலாம்.

பின் இணைப்பு 1-இல் ஒரு பெண்ணின் (தமக்கை) பாலியல் உந்தங்களும், நுகர்வுப் பொருளாக மாற்றப்பட்ட அவள் உடலின் இயல்வாதைகளும், பெயர் தேடும் தவிப்பும் வெளிப்படும் ஒரு கவிதையும் (பக்.:90-91) 2-இல் ஒரு எழுத்தாளனின் விகசிப்பும், வதைகளும், 3-இல் பலவிதக் குறிப்புகளும் தொகுப்பாக எழுதப்பட்டுள்ளன. அதில் வெளிப்படும் பல அரசியல்கள், பதியப்படும் பல சப்தவெளிகள், கேட்கும் பல குரல்கள் என்பதாக நினைவகத்தின் சுவடுகள் அடையாளமாகின்றன. அதில் மதங்களின் எதிர்ப்பு, பிரபஞ்சவியல் பற்றிய பார்வை, பாலியல் குறித்த பெருக்கப்பட்ட சொல்லாடல் ஆகியவை வலிமையாகவும், கடுமையாகவும் கிண்டலடிக்கப்படுவதும், எதிர்த்துச் சிதைக்கப்படுவதும் குறிப்பிடத் தகுந்த ஒன்றாகும்.

நாவலின் அணுக முடிந்த 18 பிரிவுகளாக உள்ள மூன்றாம் பகுதி கொஞ்சம் விரிவாகப் பேசப்பட வேண்டிய ஒன்று. இதில்தான் இந்நாவலை அணுகுவதற்கான ஒரு பார்வை கிடைத்தது. இப்பகுதி நாவலின் கதையாடல் வரைபடத்தின் வெளிக்கோடுகளைத் தருகிறது. உண்மையில், நாவல்வெளியில் தளம் அமைக்க முயலும் உருக்களின் தோற்றம் இங்கிருந்தே வளரத் துவங்குவதாகப் படுகிறது. நாவல் நெடுகிலும் நான் எனும் குரல் ஒரு அடையாளமற்ற பெயர்ச்சொல்லாகும். இதில் அதீதன், ஆத்மார்த்தி என்கிற இரு குரல்கள் தவிர்த்த ஒரு சில குரல்களை அடையாளப்படுத்துவது சிக்கலான செயலாக உள்ளது. எனவே, இதில் வரும் கதையாடல்களை இங்கு எனக்கான பிரதியாக்கத்திற்காக ஓர் வரிசையில் காட்சிப்படுத்திக்கொள்கிறேன்.

இப்பகுதி இரண்டு தலைமுறைகளைக் கொண்டிருக்கிறது. புரட்சிகரக் குழுவைச் சேர்ந்த தலைமுறையும் - கலகக் குழுவைச் சேர்ந்த தலைமுறைகளுமாக வரும் பகுதிகள் வரிசை கலைந்த நிலையில் குழம்பிக் கிடக்கின்றன. தலைமறைவு புரட்சிகர இயக்கத்தில் 'கூரியராக' (செய்தி கடத்துபவர்) பணியாற்றும் ஒரு பெண், எதேச்சையாகச் சிறையிலிருந்து தப்பிய ஒரு கலகக்காரனைச் சந்திக்கிறாள். அவனுக்குத் தனது அறையில் அடைக்கலம் தருகிறாள். அவன் தனது ஆய்வுக் குறிப்புகளை அவளிடம் தந்து பத்திரப்படுத்துகிறான். அவள் தனது தோழி ஒருத்தியின் அறையில் இரகசியமாக நடைபெறும் புரட்சிகரக்

குழு ஒன்றின் கூட்டத்திற்கு அழைத்துச் செல்கிறாள். அங்கு புரட்சிகர நடவடிக்கை ஒன்றைச் செயல்படுத்துவதற்கான விவாதம் நடைபெறுகிறது. அவ்விவாதத்தில் புதியவனான கலகக்காரன் பல்வேறு கருத்துகளை முன்வைக்கிறான். அக்குழுவின் அடிப்படைப் பார்வையில் முரண்படுவதால் அதனை ஏற்க மறுக்கின்றனர். அவன் வெளியேறி விடுகிறான். அவன் குறித்துப் பல கருத்துகள் அங்கு பேசப்படுகின்றன. அதன்பின் சுவரொட்டி இயக்கம் நடத்துவதாக முடிவு செய்யப்பட்டு அதற்கான திட்டம் தயாரிக்கப் படுகிறது.

சுவரொட்டி இயக்கம் அக்குழுவிற்கு அரசின் நெருக்கடிகளை அதிகப்படுத்துகிறது. தீவிரமான புரட்சிகரக் குழுவினர் வேட்டையாடி அழிக்கப்படுகின்றனர். அவர்களது ஆய்வுகளைப் பதுக்கி அடுத்த தலைமுறைக்காகக் காப்பாற்றுகிறாள். அதன்பின் தனிமைப்பட்டுப் போன அவள் தனது சக நண்பர்களுடன் கூடத் தங்க இயலாமல் அலையத் துவங்குகிறாள். அவளுக்குள், புரட்சிகரக் குழுவிற்குள் நிகழும் பாலியல் சுரண்டல்களைப் பார்க்கவும் உட்படவும், நிர்ப்பந்திக்கப்பட்டுப் போனதையும், ஆனால் அதை முற்றிலும் மறுதலிப்பதான நடைமுறையில் உள்ள முரணும், கலகக்காரன் கூறிய கருத்துகளும் சிந்தனை முறையை மாற்றியமைக்கின்றன.

உடல் குறித்தும், அதன் வாதை குறித்தும் அடைந்த பிரக்ஞையில் அவள் ஒரு கலகக்கார ஆணுருவுடன் தீவிரமான புணர்ச்சியில் ஈடுபடுகிறாள். அவர்கள் இருவருமாகச் சேர்ந்து சமூக இயக்கத்திற்கு எதிராகப் பாலியல் கலகம் ஒன்றை நிகழ்த்த முயல்கிறார்கள்.

அவர்களது மூர்க்கமான உடலுறவுகள் பல நிலைகளில் நடைபெற்று இறுதியில் அவள் கர்ப்பமுறுகிறாள். அவளுடன் முயங்கிக் கிடந்த ஆணுருவானது, பிரிந்து சென்றுவிடுகிறது. பிறகு அது அரசு அடக்குமுறைக்கு ஆளாகி அழிந்துவிட்டதாக நம்புகிறாள். நகரை அடைந்த அவள் மீண்டும் கடுமையான கண்காணிப்பு நிலவுவதால் தலைமறைவாகச் சுற்றுகிறாள். தனிமைப்பட்டுப் போன அவளுக்கு, வெட்டப்பட்ட நிலையில் உள்ள இரு கைகள் (சேகுவேரா) சுவரொட்டி ஒன்றின் படம் புரட்சி, சமூக மாற்றம் குறித்த உணர்வுகளைக் கிளர்கிறது. மனம் பிறழ்ந்த நிலையில் அதனைப் பார்த்து ஓடத் துவங்கும் அவள் போலிசால் சுற்றி வளைக்கப்பட்டுக் கடுமையாக வதைக்கப்பட்டு, உயிருடன் மண்ணிற்குள் புதைக்கப்படுகிறாள். அவளது கருக்கோளத்தின்

உயிர்த் துடிப்புடன் முதல் பகுதியும், புரட்சிகரத் தலைமுறை பற்றிய பகுதிகளும் முடிவு மிகவும் அரூபமான நிலைக்கு மாறிச் செல்கிறது.

அவளது உருவில் தரித்ததாக யூகிக்க முடிந்த மற்றொரு பெண் உரு, போதைப் பழக்கமுள்ள விளிம்பு நிலைக் குழுக்களால் வளர்க்கப்பட்டு, பிறகு அக்குழுக்கள் சிதைக்கப்பட்டு, அவள் அனாதையாக நகருக்குள் இருள் பகுதிகளில் போதை தேடி அலைகிறாள். அந்நகர் குறித்த ஆய்விற்காக அலையும் பிறிதொரு பெண் உருவானது அவளை ஒரு குழுப்புணர்ச்சியில் சந்திக்கிறது. பிறகு இரு உருக்களும் ஒன்றாக இயங்கத் துவங்கி ஒரே அறையில் அதீத போதை, புணர்ச்சி என இருக்கின்றன. அந்நகர் குறித்த தனது ஆய்வுக் குறிப்புகளை விவாதித்தும், அதில் தங்களது உயிர்த்தல் வாதையை நீக்க இயலாமல் முற்றிலுமாக உருவழிப்பைச் சாத்தியமாக்கத் தனது உடலிற்குள்ளான கலகத்தை போதைக்குமிழ்கள், அதீத புணர்ச்சி, வன்முறை மூலம் நிகழ்த்தி ஒருங்கிணைக்கின்றன. போதைக்குமிழ்கள் தேடி நகர் முழுவதும் சுற்றுகின்றன. அவ்வுருக்கள், இறுதியில் ஒரு சிறுமி மூலம் சிதைந்த கூடம் ஒன்றில் போதைப்பொருள் தேடி அடைகிறது ஆய்வு செய்யும் பெண் உரு. அங்கு மனித வாதையின் மூலகச் சமைவுகள் அனைத்தும் படிந்த இறுகிய முகத்துடன் சேகுவேரா அமர்ந்திருப்பதைப் பார்க்கிறது. அவ்வுரு கலகம் என்பதன் உயிர்ப்புகளின் ஒரு மாதிரியாக சேகுவேரா-வை முன்வைத்து முடிகிறது நாவல்.

முடிவுரை

புரட்சிக்குழு முதல் கலகக் குழுக்கள் வரை அனைத்தையும் ஒருவித விமர்சனத்திற்கு உட்படுத்தும் இந்நாவல் மனித வாதை, உயிர்த்தலுக்கான முயற்சி என்பதாக மிக மூர்க்கமான மொழியமைப்புடன் இயங்கிச் செல்கிறது. இரகசியக் குழுக்களின் (நிலவறை உருவுகள்) உள்ளியக்கம், இருள்நகர் எனப்படும் விளிம்பு நிலையாளர்கள் இயங்கும் பகுதிகள் ஆகியவை ஒரு கலக அரசியலின் உள்ளடக்கங்களைக் காட்டிச் செல்வதாக அமைந்துள்ளது.

ஆய்வுக் குறிப்புகளாகத் தொகுக்கப்பட்டுள்ள (பக்-136-141) பகுதிகள் இந்நாவலின் அரசியலைத் தெளிவாகச் சொல்வதாக அமைகிறது. ‘பாமரர்கள்’ எவ்வாறு ஆற்றல் அழிக்கப்பட்டு இச் சமூகத்தை கட்டியெழுப்புகிறார்கள் என்றும், எத்தனை உயிர்கள் அழிக்கப்பட்டு இன்றைய வாழ்வின் வண்ணங்கள்

உருவாக்கப்படுகின்றன என்றும், இச்சமூகம் என்பது உயர்வர்க்கம் (நிறம் பூசிய உருக்கள்), ஆயுத உருக்கள் (போலிஸ், ராணுவ-அதிகாரவர்க்க கூலிப்படைகள்) ஆகியவற்றிற்கானதாக இயங்குகிறது என்பதையும், சினிமா, டி.வி, அழகுப்போட்டி, திருவிழா... போன்ற எண்ணற்ற நிகழ்வுகள் ஏற்படுத்தும் தாக்கங்கள் பற்றிய உருவகங்களும் நிறைந்து காணப்படுகிறது. மார்க்ஸ், ஏங்கெல்ஸ் ஆகியோரின் மூலதன ஆய்வு பற்றி வரும் குறிப்புகள் (பக்.138) மிகச்சிறந்த முறையில் உருவகப்படுத்தப்படுகிறது.

இவ்வாறாக, நாவல் அதன் பலவித கோணங்களில் - மிகவும் தெளிவாகவும், பிரக்ஞைபூர்வமாகவும் செயல்பட்டிருப்பதை அவதானிக்க முடிகிறது. மிகவும் மலைப்பூட்டும் எழுத்து முறையும், உருவகங்களும், உணர்வூட்டும் படிமங்களும், சமூக அக்கறையும், மனித வாதை, உயிர்த்தல், மனித உடலழிப்பிற்கு எதிரான கலகம், மனித உடலை நேசிக்கும் முறை, கோபம், மூர்க்கம், அக்கறை என்கிற பலவித உணர்வின் நிறக் குழம்புகளாய் கலங்கிக்கிடப்பவை, நாவலின் மனிதார்த்த பொதுத் தன்மைகளை மிக நுட்பமாக விரிவாக்கி உள்ளன.

சாதாரண நேர்ப்பேச்சு மொழியில் சாத்தியமற்ற ஒரு கதையாடலையும் நினைவுள் தளத்தையும் கொண்டிருப்பதால் நாவல் அடிப்படையான '*Obscurity*' என்பதைக் கொண்டிருக்கிறது. இதன் எழுத்தின் இயங்கும் வன்முறை ஓர் எதிர் வன்முறையாக செயல்படக்கூடியதுதானா? என்பது இதனுடன் சேர்த்து எழுப்பப்பட வேண்டிய முக்கிய கேள்வியாகும்.

இன்றைய ஆணிய வாழ்தல் முறையை அடித்துச் சிதைத்து, அழித்து அதை துகள் நிலைக்கு நகர்த்தும் நாவல், பெண்ணிய வாழ்தல் குறித்து மௌனித்திருப்பதாகவே தோன்றுகிறது. அதுகுறித்து மாற்று எதையும் யூகிக்க முடியாத நிலையே இருப்பதாக எண்ணத் தோன்றுகிறது.

விஞ்ஞானமும், புனைவும் கலந்த எழுத்தியக்கமும், பெண்ணியமும், விளிம்பு நிலை வாழ்தலும் கொண்ட மனம்பிறழ்ந்த நிகழ்வுகளும், உருவாக்கும் ஒரு பரிச்சயமற்ற உலகிற்கு முன்பாக இதனை உள்வாங்கும் சூழலும், அதன் அடிப்படைப் புரிதலும் கட்டியமைக்கப்பட வேண்டியதன் கவனத்தை இதன் ஆசிரியர்கள் நிராகரித்திருப்பதாகவே தோன்றுகிறது. நாவலுக்கு முன்பாக அடிப்படையான விஷயங்களும், அதன் விஞ்ஞான புனைவியக்கமும் இங்கு பரவலாக பேசப்பட்டு புரிந்தேற்கக் கூடிய ஒரு சூழலையும் அல்லது நிலைமையையும் உருவாக்க வேண்டும்

என்பது அவசியமான ஒன்று என்பதை கவனப்படுத்தத்தான் வேண்டும்.

இதில் எழுதப்பட்ட மனிதர்கள் எந்த அளவிற்கு நமக்கு பரிச்சயமற்ற இருள் நகரவாசிகளோ அதைப்போலவே இதை புதைக்கப்பட்டுள்ள பிரதி பேசும் உயிர்த்தலின் கலக நிலையும் நமக்கு பரிச்சயமற்ற ஒரு உலகையே காட்டிச் செல்கிறது. இனி, மொழி மனிதனை பேசும் புனைவாக இயங்க முடியாது என்பது போல இருக்கிறது. கதையாடல் என்பதற்கு பாத்திரமும், மனிதர்களும் தேவை என்பதும்கூட வெளியேற்றப்பட்டுவிட்ட நிலையில், மனிதனை துகள் நிலைக்கு இறக்கி அவற்றின் இயக்கமாக புனைவுகள் உருவாகும் நிலையை முன்வைக்கிறது. 'மனிதன்' என்கிற சமீபத்திய மறுமலர்ச்சிக் கால கண்டுபிடிப்பை முற்றாக நிராகரித்துவிட்டு, நாவல் உரு என்கிற அடுத்த நிலையை எடுத்திருப்பது பல உருவுகளின் பிளவுகளாகவும், பிணைவுகளாகவும், எழுதப்படும் மனிதர்களை உருவகப்படுத்தி காட்டுவதாக உள்ளது. பொருளுக்கு அணுவைப்போல மனிதனுக்கு உருக்களோ?

ஆச்சர்யமாகத்தான் இருக்கிறது. தமிழில் இப்படி ஒரு நாவல் அரூபத்தின் உச்சத்தில் நின்று திடமான உயிர்த்தலைப்பற்றி பேசியபடி....

– காலக்குறி, ஜன.'96

பனுவலியல் அராஜகத்திற்கு எதிராக சாருநிவேதிதாவின் புதிய நாவல்

The main threat to existentialism is non-availability of good quality condoms

– பக். 158

நவீன அணுகுமுறைகளும், சிந்தனைகளும், புரிதல்களும் ஊடுருவிக் கொண்டிருக்கும் இன்றைய தமிழ்ச்சூழலின் விசித்திரத்தில் 'எக்ஸிஸ் டென்ஷியலிஸமும் பேன்ஸி பனியனும்' பற்றிப் பேசப் போகிறோம். மனிதனும், சூழலும் சூழல் சார்ந்த இருப்புகளும் குறிகளாலும், சமிக்ஞைகளாலும் கட்டப்பட்டுள்ளதாக அறிவித்துக் கொண்டிருக்கும் நவீன அணுகுமுறையைக் கொண்ட ஒரு மதிப்பிடலைச் செய்ய முனைவோம்.

நாவல் பற்றிய முழுமையான மதிப்பிடலைச் செய்யவில்லை, மரபான அணுகுமுறைகளைக் கொண்டு அணுகும்போது ஏற்படும் விபத்துகளைத் தவிர்க்கும் பொருட்டு சிலவற்றில் மட்டும் நம் கவனத்தைத் தக்க வைத்துக் கொள்கிறோம்.

தன்னை ஒரு எக்ஸிஸ்டென்ஷியலிஸ்டாகக் கருதிக் கொள்ளும் சூர்யா, களச்செயலில் ஈடுபட்ட மார்க்சியவாதி பாலா, அழகியல் சார்ந்த இலக்கியம் பண்ணும் நீரஜா, உடல் வலுவுடன் ஒப்பிடத் தகுந்த பிலாய்.. ஆகிய பிம்பங்களின் ஊடாட்டத்துடன் ஆரம்பித்து தன் இருத்தல் குறித்து சிந்திக்கும் முகமாக நாவலை எழுதுகிறான். அவன் எழுதிய பகுதிகளையும், எரித்துவிட்டதால் நினைவு கூர்ந்த பகுதிகளையும் தொகுக்கிறான் கிளிங்கோவிட்ஸ். எனவே, நாவல் பலவித எழுத்து முறைகளையும், மையங்களையும், சம்பவங்களையும் தனக்கேயுரிய எழுதுதல் மூலம் கட்டமைத்துக்கொண்டு செல்வதால் அடிப்படையில் நாவல் ஒழுங்கமைவின்மையைக் கொண்டமைந்து விடுகிறது.

1. பனுவலியல் அமைப்பில் செயல்படும் அரசியல்

எழுதுதலால் கட்டமைக்கப்படும் பனுவலின் உற்பத்திக்குத் தேவையான மூலப்பொருள் 'மொழி' என்பதில் இரு கருத்துகள் இருக்க முடியாது. பரிணாம ரீதியாக மனித உடலின் வளர்ச்சியில், மைய நரம்பு மண்டலம், மூளை அமைப்பு ஆகியவற்றின்

தகவமைப்பிற்கு ஒரு முதன்நிலை அவசியமாக (initial condition) மொழி என்னும் தொழில்நுட்பமே செயல்பட்டுள்ளது[1]. இத்தொழில்நுட்பமே இன்றைய மனிதனைக் கட்டமைத்துள்ளது. எனவே. மொழியின் செயல்பாடுகளால், உருவான குறிகளாலும், பிம்பங்களாலும் ஆன இம்மனிதனைக் கட்டவிழ்ப்பது (deconstruct) மொழிவழிச் சாத்தியமே. இச்சாத்தியப்பாட்டினைக் கொண்ட இதே தொழில்நுட்பம் மனிதனை அதிகாரத்திற்கு அடிமையாக்கிய முதல் வடிவமாகும். மனிதர்கள் மொழியால் கட்டமைக்கப்பட்டு ஒழுங்கமைவுகளுக்கு உட்படும்போது மொழியின் உள்ளார்ந்த வன்முறையினூடாக அதன் அதிகாரத்திற்கு உட்படுத்துகிறார்கள். இச்செயல்பாடு முன்னுரையில் பிரேமால் தெளிவுபடுத்தப்பட்டுள்ளது.

ஒழுங்கமைவுகள் வழி அதிகாரம் செயல்படுவதால், அதிகாரத்தை எதிர்த்துச் செயல்படும் மொழியைக் கொண்டு கட்டப்படும் நாவல் இயல்பில் ஒழுங்கமைவு அற்றதாகவே இருக்கும். இது ஒரு அரசியல் செயல்பாடாகும்.

இன்று வளர்ச்சியடைந்த, வளர்ந்து கொண்டிருக்கிற பல்வேறு சமூகங்கள் மேலும், மேலும் நிறுவனமயமாக்கப்படுவதன் மூலம் மையப்படுத்தப்பட்ட அதிகார அமைப்புகள் உருவாகி, முற்றிலும் ஜனநாயகத்தை விட்டொழித்து காட்டுமிராண்டித்தனமாக வன்முறைகளும், ஒடுக்குமுறைகளும் கட்டவிழ்க்கப்படுவதை அறிவோம். அதிகாரத்தை மையப்படுத்துதல் பாசிசத்திற்குக் கொண்டு செல்லும். இத்தகைய பாசிசப் போக்கின் நிலைக்களனாக இன்றைய மொழி அமைப்புகள் கட்டமைக்கப்பட்டு வருகின்றன. மொழியின் புலத்திற்குள் இயங்கும் சொல்லாடல்கள் மையப்படுத்துதலின் விளைவாக உருவாகி வரும் அதிகாரப் போக்குகளை உள்முரணாகக் கொண்டு கட்டமைக்கப் படுகின்றது. நாவல், கவிதை, கதை, விஞ்ஞானம், தத்துவம் எனப் பல்வேறு ஊடகங்களிலும் மையப்படுத்துதல் என்பது ஓர் உத்தியாக அதிகாரத்தை மனமுவந்து ஏற்றுக்கொள்வதற்கான பாசிச மன இயல்புகளாக உருவாகி வருகின்றது. இன்று உற்பத்தி செய்யப்படும் சொல்லாடல்களினைக் கொண்ட மையப்படுத்தப்பட்ட பனுவல்களில் ஒருவகை பனுவலியல் அராஜகம் (textual anarchism) செயல்படுவதை இதனூடாக அவதானிக்கலாம். இந்த வகை மரபான எழுத்துமுறைகள், உற்பத்தி செய்த சொல்லாடல்களின் வழியே செயல்படும் அதிகாரங்களை ஏற்க, எழுத்தாளனையும், வாசகனையும்

நிர்பந்திக்கிறது. மையத்துவ அதிகாரத்தை ஏற்கும் வாசகனை முன் அனுமானித்துப் பின்னப்படும் பனுவல்கள் தங்களது அதிகாரத்துவப் பரவலை இயல்பானதாக ஆக்குவதன் மூலம் வாசகனைக் காயடித்து மொண்ணையாக்குகின்றன. நுட்பமான மன அமைப்புகளில் பின்னப்படும் இவ்வதிகாரச் செயல்பாடானது பாசிசத்திற்கான மனப்பக்குவத்தை ஏற்படுத்துகிறது. பாசிசமயம் என்பதே இன்றைய சமூக நடவடிக்கைகளின் அமைப்பாக்க உத்தியாகச் செயல்படுகிறது.

இன்று பின்னப்பட்டு வரும் பனுவல்களின் மையங்கள் பெரும்பாலும் தந்தைவழிச் சமூக அதிகாரத்தைக் கொண்டியங்குவதை வாசித்தறிய முடியும். தந்தைவழிச் சமூக அதிகாரம் என்பது அப்பாவை சட்டமியற்றும் உரிமையுள்ள தலைமை அதிகாரியாகக் கொண்டு கட்டப்படும் குடும்பங்களைக் கொண்ட அமைப்பாகும். இக்குடும்ப அமைப்புகளே அதிகாரத்தை நிலைப்படுத்தும் கருவிகளாகச் செயல்படுகின்றன. இவ்வதிகாரமானது குடும்ப நபர்களின் பாலியல் வேட்கைகளை ஒழுங்குபடுத்திக் கண்காணிப்புக்கு உட்படுத்துவதன் மூலம் தங்களை நிலைநிறுத்திக் கொள்கின்றன. ஒரு குடும்ப அமைப்பினுள் செயல்படும் ஒழுக்கவிதிகள், சுத்தம்Xஅசுத்தம், புனிதம்Xதீட்டு, உடல்Xமனம், ஆத்மலயம்Xமிருகஇச்சை போன்ற இரட்டை முரண்களைக் கொண்டு உடல்களைத் தீவிர கண்காணிப்புக்கு உட்படுத்துகின்றன. இக் கண்காணிப்புகளின் வன்முறையிலிருந்து விலகிச் செல்லும் ஒருவன் இந்தவகை ஒழுக்கவியல் ஒழுங்கமைவுகளை எதிர்ப்பதன் மூலம் மட்டற்ற சுதந்திரத்தையும், தனது இருப்பையும் உணரவும், நிலைநிறுத்தவும் முயல்கிறான். எனவே, தான் சார்ந் த சூழல்களின் பிம்பங்கள், குறியமைப்புகள் இவற்றின் ஆற்றலுக்கு உட்படாத இருட்பகுதிகளில் தனது பாலின்ப வேட்கைகளை நிறைவு செய்து கொள்கிறான். இத்தகைய நிறைவினூடாக அதிகாரத்தின் களங்களை எதிர்த்தியங்குபவனாகவும் அமைப்பாக்கப்பட்ட பிம்பங்களுக்கும், குறிகளுக்கும் எதிராக வன்முறை சார்ந்த சொல்லாடலை உற்பத்தி செய்பவனாகவும், இயங்குபவனாகவும் இருக்கிறான். இத்தகைய வர்க்கம்சாரா ஓரப்பகுதிகளை நோக்கி நகரும் மனிதன் விடுதலைக்கான குரலை முன்னெடுப்பவனாகவும், அதிகாரங்களை எதிர்த்து இயங்குபவனாகவும் இருக்கிறான்.

நாவலின் பெரும்பகுதி இத்தகைய வர்க்கம்சாரா பிரிவினரின் (lumpen) தோற்றம், வளர்ச்சி வாழ்நிலை பற்றி கூறுகிறது. இத்தகையவர்களால் நிறுவனமயமாக்கப்பட்ட அமைப்பு

குலைவுகளுக்கு உள்ளாகிவிடாமல், சமநிலையைக் காக்கவென பல்வேறு உத்திகளைக் கையாள்கிறது. அவ்வுத்திகளினால் பின்னப்பட்ட குறிகளையும், பிம்பங்களையும் சுமந்து திரியும் இன்றைய மனிதன், அத்தகைய ஒழுங்கமைக்கப்பட்ட சட்டகத்தினுள் வைத்துப் பதனப்படுத்தப்படுகிறான். மனிதனின் உயிராதாரமான உடல், உடல் சார்ந்த உணர்வுகள் மற்றும் அவனது இருத்தலைச் சிதைப்பதன் மூலம் சமூகம் தனது சமநிலையைத் தற்காத்துக் கொள்கிறது. மனிதனின் உயிராற்றல்கள் (bio-power) சாகடிக்கப்பட்ட நிலையில் ஒருவகை காயடித்தலைச் செய்யும் மொழியமைப்பாக இன்றைய இலக்கிய அமைப்புகள் நிலவி வருகின்றன. எனவே, ஒழுங்கமைவுக்குள்ளான மொழியை சிதைக்கும் இலக்கிய வடிவம் அடிப்படையில் மனித இருப்பின் யத்தனத்திற்கான ஒருவகை அரசியல் தன்மையைக் கொண்டு இயங்குகிறது.

இப்புரிதலினூடாக இப்பனுவல் கூறும் உண்மைகளைக் கணக்கில் கொள்ள வேண்டும். அவை 1. எதிர் அழகியல் மதிப்பீடுகள் 2. பாலியல் அரசியல் 3. மாயை அழிப்பு ஆகியனவாகும். இன்றைய அழகியல் மதிப்பீடுகளுக்கு எதிராகச் செயல்பட ஆரம்பிக்கும் பிரதி, இலக்கிய, தத்துவார்த்த, அறிவுஜீவி பிம்பங்களை மாயை அழிப்புக்கு உட்படுத்துகிறது. இதற்கான பின்புலங்களைப் பாலியல் சார்ந்த நடவடிக்கைகள் மூலம் மேலெழுப்பிக் கொண்டு வந்து போட்டுவிடுகிறது.

2. பனுவலில் சுட்டப்படும் எதிர் அழகிய மதிப்பீடுகள்

அழகியல் என்பது முதலாளித்துவ சமூகத்தினால் கட்டமைக்கப்பட்ட ஆதிக்கநிலை சார்ந்த கருத்துருவமாகும். அழகியல் என்பதை உடைத்துப் பார்த்தால் அது எல்லாவற்றிலும் ஒரு ஒழுங்கை, லயத்தைத் தேடுவதாக அமையும்.

மனிதனின் நனவிலி மனப்புலம் கட்டமைக்கப்பட்ட குழந்தை நிலையில் தனது உடலமைப்பையும், சூழலையும் ஒழுங்கமைக்கப் பட்டதாக உணர ஆரம்பிப்பதில் ஒழுங்கு, லயம் பற்றிய கண்ணோட்டங்கள் உருவாகி விடுகின்றன. எனவே, மனிதன் இருத்தலின்போது எதிர்கொள்ளும் எந்த ஒன்றையும் ஒரு ஒழுங்கமைவுக்கு உட்படுத்த முனைவதன் மூலம் அதைத் தனது இருத்தலுக்குள் நிலைப்படுத்துகிறான். இந்நிலைப்படுத்தல் மொழிவழிச் சாத்தியமாகிறது. ஒழுங்கு, லயம் போன்ற கருத்தமைப்புகள் மனித மனத்தைக் கட்டமைத்த மொழியின் ஒழுங்கு, லயம் போன்ற செயல் அமைப்புகளே

ஆகும். எனவே, அழகியல் ஒழுங்கை நாடுவதாகவும், ஒழுங்கு நிறுவனமயமாக்கப்பட்ட அல்லது கட்டமைக்கப்பட்ட அதிகாரப் பரவலினை உட்கொண்டு இயங்கும் கருத்துருவத்தை (idelogy) அடைவதாகவும், கருத்துருவம் முதலாளித்துவ சமூக அதிகாரத்தையும் சுரண்டலையும் நிலை நிறுத்துவதாகவும் இருக்கிறது. எனவே, அழகியல் என்பதே பூர்ஷ்வா மாயை, அதிகாரத்தை மறைக்கும் ஒருவகை மனவயப்பட்ட நிலையாகும். அழகியல் எனப்படும் மென்மை சார்ந்த ஒழுங்குணர்வு, வன்முறைக்கு எதிரான அதிகாரத்தின் ஒழுங்கமைக்கப்பட்ட வன்முறையாகும். எனவே, அழகியலுக்கு எதிராக நிறுத்தப்படும் எதிர்-அழகியல் சொல்லாடல்களை உற்பத்தி செய்வதன் மூலம் பழைய வகைப்பட்ட மென்மை சார்ந்த சொல்லாடலைச் செயலிழக்கச் செய்ய முடியும். அவ்வகையில் மூக்கை நோண்டுதல் தொடங்கி, பீச்சந்து, காய்ந்து கிடக்கும் மலக்கிடங்கு, எனப் பல எதிர்-அழகியல் மதிப்பீடுகளைக் கொண்ட சொல்லாடல்கள் பனுவலில் பேசப்பட்டுள்ளன. தமிழில் இயங்கி வரும் பல்வேறு இலக்கியப் பனுவல்கள் மென்மை சார்ந்த அழகியல் உணர்வுகளைக் கட்டமைத்து தங்களது ஆதிக்க உணர்வை நிலைநிறுத்துகின்றன. இந்நிலையில் இப்பிரதி உருவாக்கும் எதிர்-அழகியல் கவனத்தில் இருத்த வேண்டியது.

எதிர்-அழகியலைக் கண்டு முகஞ்சுளிப்பவர்களைக் கொஞ்சம் கவனிக்கலாம். இவர்கள் மேற்குறித்த செயல்களின் பௌதீக இருப்பின் மூலமே மனிதர்கள் உயிர் வாழ்கிறார்கள் என்பதை உணர்வதில்லை. அடிப்படையான மனிதனின் பௌதீக இருப்பிற்கு எதிராக கற்பனை வயப்பட்ட கருத்துருவ இருத்தலை நிலைநிறுத்தும் அழகியலில் மயங்கித் திளைப்பவர்கள் ஆதிக்கத்தினை எதிர்த்து ஒன்றும் செய்ய முடியாதவர்களாகவும் இருப்பார்கள். இவர்களை முழுமையாகப் புரிந்துகொள்ள மூன்றே மூன்று உதாரணங்களை மட்டும் சுட்டலாம்.

அ. சோப்பு விளம்பரம் ஒன்றின் வாசகம் "அழுக்குகளை மென்மையாகக் கழுவிக் களைகிறது". இவ்வாசகம் ஏற்படுத்தும் சமூகத்தின் சலனமின்மை பற்றிய கருத்தும், மென்மை சார்ந்த உணர்வும், 'நகத்தில் அழுக்கில்லாமல், மூக்கை கழுவி சுத்தம் செய்ய மறைவிடம் தேடுதல் குறித்த உணர்வும்' அடிப்படையில் ஒன்றே. இரண்டும் மனித இருப்பில் சிதைக்கப்பட்ட யதார்த்தத்தின் வன்முறையை மறைத்து சமூகத்தின் ஒழுங்கை அள்ளிப் பருகச் சொல்லி சமநிலையைக் காக்கின்றன.

ஆ. தமிழ்ப் பத்திரிக்கை ஒன்று வெளியிட்டுள்ள புகைப்படம் - இன்றைய உதவிப் பிரதமர் தேவிலால் திரும்பி நின்றுகொண்டு மூத்திரம் பெய்யும் புகைப்படம். அதில் காணப்படும் வாசகம் 'Devilal do you want him to be the next Prime Minister?' (இந்தியா டுடே டிசம்பர்-20, 1989. பக்.36) பிரதமர்களும், அமைச்சர்களும் மூத்திரம் பெய்தல் என்ற மனித இருப்பிற்கு அப்பாற்பட்ட தெய்வீகப்பிறவிகள் என்ற மாயையை ஏற்படுத்தும் வெகுஜன அரசியல்வாதிகளுக்கும், அழகியல் வாதிகளுக்கும் என்ன வித்தியாசம்?

இ. வாத்ஸ்யாயனரின் காமசூத்திரம் பகுதி-3, அத்தியாயம் 4-இல் பேசப்படும் விஷயங்கள் (ஸ்லோகம்-3, சூத்திரம் 1-39). ஒரு குடிமகனின் வாழ்வில் கடைப்பிடிக்க வேண்டிய சுத்தம், பழக்கங்கள், கொண்டாட்டங்கள் மற்றும் வசிப்பிட அறை அமைப்பு ஆகியன. இப்பகுதி கற்பனார்த்தம் கொண்ட அழகுணர்வு பற்றிய உச்சபட்ச எல்லைகள் எனக் கூறலாம். அந்நூலில் அழகு பற்றிய குறிப்புகளுடன், இன்றைய அழகு பற்றிய உணர்வுகள் பிரமாதமாக வேறுபட்டு விட்டதாகக் கூற முடியாது. (பார்க்க: Vatsyayna's Kamasutra - A Universal Publications, Delhi-1973 pg;.41-49)

3. பனுவலில் எதிர்கொள்ளப்படும் பாலியல் அரசியல்(2)

நாவலின் பகுதி இரண்டில் நாவலை எழுதும் சூர்யாவின் எரிக்கப்பட்ட பகுதிகள் என கிளிங்கோவிட்ஸால் நினைவு கூறப்படும் பகுதிகள் (பக். 100-148) சூர்யா என்ற நவீன எக்ஸிஸ்டென்ஷியலிச மற்றும் அறிவார்ந்த சிந்தனையாளனின் பால்ய கால இருட் பகுதிகள் (regime of silence) வெளிக்கொண்டு வரப்படுகின்றன. அவற்றைப் பட்டியலிடுவோம்:

1. ஓரினப் புணர்ச்சி: தனபால்-சூர்யாவுக்கு இடையில் நடைபெறுவது. 2. சுய மைதுனம் 3. வாய்வழிப் பாலுறவு: செட்டியாரிடம் 15 வயது பெண், சூர்யாவிடம் பூசாரி. 4. உடலுறவு: நிறைய முறையற்ற, 'தேவடியாள்களு'டன், உறவினர்களிடையேயான 5. தூக்கத்தில் ஸ்கலிதமாதல் 6. யோனியில் முத்தமிடல் 7. துர்க்கையின் தலையில் மூத்திரம் பெய்தல்.

இவ்வுறவுகள் எல்லாம் சூர்யா என்ற அறிவுஜீவியின் நனவிலி மனப்புலத்தைக் கட்டமைக்கிறது. இளம் சூர்யாவின் உலகம்

வர்க்கம் சாரா ஓரப்பிரிவினரின் வாழ்க்கையும், இருத்தலுமே ஆகும். நாவலின் முதல் மற்றும் இரண்டாம் பகுதி இத்தகைய 'லும்பன்' பகுதியினரின் தோற்றம், வளர்ச்சி, இருத்தல் பற்றியே பேசப்படுகிறது. சூர்யாவின் அப்பா கிருஷ்ணசாமி என்கிற தெலுங்கு பேசும் நாயுடுவின் எட்டு சகோதர, சகோதரிகளும் (கடைசிச் சகோதரியைத் தவிர) வீட்டை விட்டு சூர்யாவின் தாத்தாவால் விரட்டப்படுகிறார்கள். சமூகத்தின் பொருளியல் கொடூரங்களை எதிர்கொள்ள முடியாமல் சிதைவுற்ற வாழ்க்கை முறையை ஏற்று வாழ்ந்துவிட்டுப் போகிறார்கள், சூர்யாவின் அம்மா பார்வதியின் 9 சகோதர, சகோதரிகளும். அதே பொருளியல் கொடூரங்களுடன் போராடி, குடும்பம் சிதைந்து 'லும்பன்' வாழ்க்கையை நோக்கி நகர்த்தப் படுகிறார்கள்.

அடியாட்கள், குற்றவாளிகள், பாலியல் வேட்கையாளர்கள், பாலியல் பிறழ்ந்தவர்கள், போதை மருந்துக் கடத்துபவர்கள், உட்கொள்பவர்கள் ஆகியவர்களாகச் சிதைக்கப்படுகிறார்கள். இவர்களும் சேர்ந்துதான் அக்காலத்தைய சமூக வரலாற்றை எழுதுகிறார்கள். இச்சிதைவுக்கு நாம் அனைவருமே காரணம்தான். இது ஏதோ சமூக அவலம் என்று புறக்கணிக்கக் கூடியதல்ல. ஏனென்றால், இச் சிதைவுகளினால் சமூக அமைப்பு உடைந்து விடாமல் சமநிலையைக் காப்பவர்கள் நாம் எல்லோரும்தான். இத்தகையவர்களை அவலத்திற்குரியவர்களாகவும், குற்றவாளிகளாகவும் இடம்மாற்றம் செய்வதன் மூலம் சீரழிவிற்கான குற்ற உணர்விலிருந்து விடுபட்டு விடுகிறோம் நாம்[3]. இதன் பின் புலத்தில்தான் பாலியலின் அரசியல் செயல்படுகிறது என்பதை அறிந்துகொள்ள வேண்டும், பாலியல் என்பதும் அரசமைப்பின் அதிகாரத்தினைக் கொண்ட கட்டமைக்கப்பட்ட ஒரு கருவி என் பதை உணரவேண் டும். பாலியலுக்கும், மதத்திற்கும் உள்ள எதிர்மறை உறவை உடைத்து வாசிப்பதன் மூலம் இதைப் புரிந்து கொள்ளலாம்.

மதமும், பாலியலும் இரட்டைமுரண் எதிர் அமைப்புகளைக் கொண்ட அதிகாரம் செலுத்தும் கருவிகளாகச் செயல்படுகின்றன. அதிகாரத்துடன் மதம் நேர்மறையான உறவையும், பாலியல் எதிர்மறையான உறவையும் கொண்டிருக்கின்றன. மதம் நேரடியான அறமதிப்பீடுகளைக் கொண்டு, பாவத்தை அறிக்கையிடல், கடவுளிடம் பாவமன்னிப்புக் கோரல், பரிகாரம் செய்வதன் மூலம் கடவுளை சாந்தப்படுத்துதல் போன்றவற்றின் மூலம் மனிதனின் குற்றம் சார்ந்த நேரடியான அதிகாரத்தை நிலைநிறுத்துகிறது.

பாலியல் எதிர்மறையான அறமதிப்பீடுகளைக் கொண்டியங்குவதால் மனிதனின் குற்றம் சார்ந்த உணர்வுகளை ஒடுக்கிப் பதுக்குவதன் மூலம் அதிகாரத்தை நிலைநிறுத்துகிறது. மதம் பாலியலுக்கு எதிராகக் கட்டப்பட்டு நிலைநிறுத்தப்படுவதால் ஆதிக்கத்தின் மையக் கண்ணியாக பல நூற்றாண்டுகள் இருந்து வந்துள்ளது. மதத்தின் ஆதிக்கத்தை எதிர்க்கும் மனிதன் பாலியல் பிறழ்ச்சிகள் மூலம் அதை சாதிக்க முனைகிறான்.

நாவலில் சூர்யா சுயமைதுனம் செய்யத் தேர்ந்த இடங்கள் இருண்ட பிள்ளையார் கோவில், பேய்கள் நடமாடுவதாக நம்பப்படும் சுடுகாடு, புனிதமானதாகக் கருதப்படும் துளசிங்கப்பெருமாள்கோவில். இவை மதம், மரணம் மற்றும் புனிதம் பற்றிய கருத்துத் திணிவுகளுக்கு எதிரானது என்பதைக் காட்டுகிறது. 'அச்சம்' மற்றும் 'குற்றம்' பற்றிய உணர்வுகள் மனித மனத்திற்குள் கட்டப்பட்ட ஆதிநிலை உணர்வுகள் என்பதும், அது சமூகத்தின் மையத்தில் செயல்படும் குற்ற உணர்வு, அச்சம் அகியவற்றின் வெளிப்படலே என்பதையும் சுட்டுகிறது.

சூர்யாவின் தங்கை ஆர்த்தி பேய் பிடித்து, மந்திரிக்கப்பட்டுள்ள நிலையில் தூய்மை காக்கவேண்டும் எனக் கூறப்பட்டபோது சூர்யாவுக்கு இரவு ஸ்கலிதமாகிறது. ஒன்றைச் செய்யக்கூடாது என எதிர்மறை ஒடுக்குதல்கள் அதைச் செய்யும் தூண்டுதலை நனவிலி மனப்புலத்தில் ஏற்படுத்தி அதற்கு எதிராக இயங்க வைத்துவிடுகிறது.

பேய்களுக்குப் பயப்படும் சூர்யா துர்க்கையின் தலையில் மூத்திரம் பெய்கிறான். துர்க்கைக்கும், பேய்களுக்கும் இடையிலான நுட்பமான வித்தியாசம் முக்கியமானது. பேயின் ஒரு தெய்வீக வடிவமாகவே துர்க்கை புரிந்துகொள்ளப்பட்டிருக்கிறது. பேய் அமானுஷ்யத் தன்மை கொண்டதாகவும், துர்க்கை தெய்வத்தன்மைக் கொண்டதாகவும் ஒரு முரண்நிலை நிலவுகிறது. பேயும், தெய்வமும் ஒரு நாணயத்தின் இரண்டு பக்கங்கள், ஆனால் ஒரே நாணயத்தில்தான் இருக்கின்றன. இப்படி ஒரு சமநிலை மதத்தால் காக்கப்படுவதனால், பேய்க்குப் பயம் உள்ளவன், துர்க்கையிடம் பயம் இல்லாதவனாக இருக்கிறான். ஏதோ ஒருவகையில் மதத்தின் அதிகாரத்திற்குள் பயம் சார்ந்த உணர்வுகள் மூலம் மனிதர்களை இருத்தி வைக்க முடிகிறது.

பூசாரி என்ற புனித பிம்பம் (பார்ப்பான்) சூர்யாவிடம் தொண்டையில் முடி வளர்வதாகக் கூறி வாய்வழிப் பாலுறவு கொள்கிறான். வயதான செட்டியார் சூர்யாவின் பாலியல் ஆலோசகராய்

உள்ளார். தாய் உறவுடையவர், மகன் உறவுடையவரிடமும், தந்தை உறவுடையவர் மகள் உறவுடையவரிடமும், முறையற்ற உடலுறவுகள் நிறைய பேசப்படுகின்றன. இவை எல்லாம் சேர்ந்து கட்டமைக்கப்பட்டவன்தான் இன்றைய அறிவுஜீவி சூர்யா. இப்படிப் பதுக்கப்பட்ட மௌனங்களை உடைத்துப் பேச வைப்பதன் மூலம், மனிதன் பாலியல் ஒடுக்குதல்களிலிருந்து விடுபட்டு விடுதலைக்குரிய போராளியாகிறான். ஆதிக்கத்தின் சகல துறைகளையும் எதிர்த்துக் கலகம் செய்பவனாகக் கட்டமைக்கப் படுகிறான். பாலியல் வேட்கை, பிறழ்ச்சி பற்றிய உண்மையான அறிக்கையிடல்கள் (confessions) சொல்லாடல்களை வெளிப்படுத்துவதன் மூலமே இன்றைய ஆற்றல் வாய்ந்த ஆதிக்க வெறி பிடித்த வாழ்க்கையை உடைத்தெறிய முடியும்.

இத்தகைய நிகழ்வுகளே இல்லை என்பது போல மௌனித்து இருப்பவர்கள் அதிகாரத்தின் முகமூடிகளை அணிந்துகொண்டு மனித உடல்களை அடக்கியாள்வதில் இன்பம் அடைபவர்கள். இவர்களே நாளைய பாசிசத்தின் கருத்துருவத் தூண்கள். இத்தகைய நிகழ்வுகளின் இருப்புகள் சமூகத்தின் அடித்தளத்தில் சலனமுறுவதை அனைவரும் அறிந்தே உள்ளனர். அவ்வகையில் இந்நாவல் பெரும் பாய்ச்சலைச் சாதித்துள்ளது.

இந்நாவலை எதிர்கொண்டு முகஞ்சுளிக்கும் ‘முற்போக்காளர்களை’க் கொஞ்சம் கவனிப்போம். இந்நாவலின் பாலியல் கட்டுமானங்கள், மதவாதிகள், ஒழுக்கவாதிகள், அழகியல்வாதிகள் ஆகியோரை ஒரு சேரத் தாக்குகிறது. இதைப் புரிந்துகொள்ள முடியாத முற்போக்காளர்கள் தாங்களும் பாலியலைப் பொறுத்தவரை அதே மதவாதிகள், நல்லொழுக்கவாதிகள் ஆதிக்கத்திலிருந்து விடுபடவில்லை என்பதைப் புரிந்துகொள்வதில்லை.

இப்படிப் பாலியல் பற்றி நாம் பேசுவதால் ‘இவர்கள் அனைவரும் பாலியல் வக்கிர உணர்வுகள் உடையவர்கள்’ என்ற மலினமான கருத்திற்குச் செல்பவர்கள் ஏற்படுத்தும் மாயையை அழிப்பதே நாவலின் அடுத்தமைந்த தளமாகும். இன்று அதிகாரப் பரவலைச் செய்யும் கருத்துருவ எந்திரங்களுடன் துணைக்கருவிகளாய்ச் செயல்படுபவர்களே இந்த இணைக் கலாசார மாயையை ஏற்படுத்தும், சிறு பத்திரிகையாளன், இலக்கியவாதி, நாவலாசிரியன் etc... etc... ஆவார்கள். இவர்கள் ஏற்படுத்தும் மாயையை அழிப்பதில் நாவல் கவனம் செலுத்தும் தளத்திற்கு செல்வோம்.

4. பனுவலின் மாயை அழிப்புக் கூறுகள்

நாவலின் முகவுரை மற்றும் 3, 4, 15-ஆம் பகுதிகள் இத்தகைய கட்டமைப்புகளைக் கொண்டியங்குகின்றன. நடுத்தர வர்க்க அறிவுஜீவிகளான சூர்யா ஒரு எக்ஸிஸ்டென்ஷியல், மார்க்சிய, அழகியல் சார்ந்த கருத்தமைப்புகளின் உலகில் சஞ்சரிப்பவன்.

சூர்யாவின் நாவலில் எரிக்கப்பட்டதாகக் கூறப்படும் பகுதிகள் முழுமையும் பாலுணர்வு எழுச்சிகளைப் பற்றிக் கூறுவது. தனது பாலுணர்வு சார்ந்த வேட்கைகளைப் பற்றிய அறிக்கையிடலை வெளிப்படுத்தி தனது பிம்பங்களைக் கிழித்தெறியத் தயாரற்று எரித்து விடுகிறான். இன்றைய இலக்கியப் பிரதிகளின் பிம்பங்களுக்கு அடியில் சலனமுறும் இத்தகைய பதுக்கப்பட்ட பகுதிகளைச் சுட்டுவதே இந்நிகழ்வு. எனவே ‘சூர்யா’ என்ற குறி, பிம்பம் முழுமையும் மாயை அழிப்புக்கு உட்படுத்தப்படுவது கிளிங்கோவிட்ஸால்.

மாயை அழிப்பு என்பது அங்கீகரிக்கப்பட்ட ஆதிக்க நிலை பிம்பங்களுக்கு எதிராக, பிம்பங்களின் அடித்தளத்தில் சலனமுற்று, அவற்றை உருவாக்கிய நிகழ்ச்சிகளை முன் வைப்பதன் மூலம் நடைபெறுகிறது. துகள்களும், எதிர்த் துகள்களும் ஒன்றை ஒன்று சந்திக்கும்போது மோதி பிணைவுற்று அழிந்து போவதைப்போல[(4)].

சூர்யாவின் ஆதிக்கநிலை சார்ந்த பிம்பங்களைக் கட்டமைப்பவை: சார்த்தரின் critique-ஐ, 5-நாள் லீவு போட்டுப் படிப்பதும், தமிழ்வீறு என்ற பெயரில் ‘கதிரொளி’ நடத்துவது, சேகுவேராவின் ‘பொலிவியன் டைரியை’ உலகில் சிறந்த இலக்கியம் என்ற ரீதியில் அங்கீகரிப்பது, ஒரு நாளைக்கு 5 படம் வீதம் 15 நாளைக்கு 70 படங்கள் பார்ப்பது இப்படி இதுவும் நிஜம், இதற்கு எதிராக கிளிங்கோவிட்ஸால் நினைவு கூரப்படும் சூர்யாவின் பால்யகால பாலியல் நடவடிக்கையும் நிஜம், இவை ஒன்றை ஒன்று எதிரிடும் போது சூர்யாவின் இன்றைய குறி, பிம்பம் ஆகியன உடைபட்டுச் சிதறுகின்றன. இதில் வெளிப்படும் ஆற்றல் புதிய சூர்யா என்ற கலகக்காரனைக் கட்டமைக்கிறது. இச்சிதறலைப் பின்னிச் செல்வதே எழுத்து. இவ்வெழுத்து இன்றைய ஆதிக்க மாயைகளுக்கு எதிரான கலகமாகும்.

நாவலின் பல தளங்களில் இவ் எதிர்வைப்புகள் நடைபெறுகின்றன. சிறுவயதில் விஜயலட்சுமி என்ற சக பள்ளி மாணவியின் ‘அல்குலை’ விலகும் அவளது தொடை துணிகள் வழியே பார்க்கப் பிரயத்தனப்படும் சூர்யா நகர்ப்புற நடுத்தர

வர்க்கப் பண்பாட்டை அடியொற்றி மறுகட்டமைப்புக்கு உட்படும்போது டெல்லியில் பஸ்ஸில் பிரயாணமாகும் பெண்களின் அக்குள் ரோமத்தைப் பார்க்கும்போது யோனியின் ஞாபகம் வர குமட்டுகிறான். மனதிற்குள் பதுக்கப்பட்ட நனவிலி மனக் கட்டமைப்பின் முரண்பாடு இதுதான். நடுத்தர வர்க்கத்தின் பாலியல் வேட்கைகள் ஒடுக்கப்படுவதன் வழி செயல்படும் பாலியல் கருவிகளின் செயல்ரீதியான வெற்றி இது.

கமலநாதன் எழுதிய விமர்சனக் கூறுகள் கொண்ட கடிதத்தை கிளிங்கோவிட்ஸிடம் சூர்யா காட்டவில்லை. இது சூர்யா அணிய விரும்பிய பிம்பத்தைப் பற்றிய உணர்த்தலாகும். அடுத்து மிஸ்ரா, கிரண், ஆதி போன்றவர்களிடம் தனது பிம்பத்தை அடையாளம் காண முனையும் சூர்யா அவனிடம் அடையாளம் காண முனையும் பாலா, நீரஜா போன்ற வர்களின் செயலை உடைக்கிறான். பிம்பங்களும், அவற்றின் ஊடுருவல் மட்டுமே இன்றைய இணைக் கலாசார இலக்கியங்கள் காட்டும் போலி உலகமாகும். தனது பாலியல் வாழ்க்கையை எரித்து விட்ட சூர்யா, கிரணிடம் ஏற்படும் உறவில் தந்தையின் நிலையும், உடலுறவு நிலையும் ஒருசேர ஏற்படுத்திக் கொள்ளும்போது மீண்டும் அதே பகுதிகளால் கட்டமைக்கப்பட்ட இறுக்கங்களிலிருந்து (fixation) மீள முடியாதவனாகிறான்.

அருண், குரு, சூர்யா மூவரும் ரயிலில் கிடைத்த பெண்ணை அனுபவிக்க முனையும்போது கிரணுடன் வேறொரு ஆடவனை உறவு ஏற்படுத்திக் கொள்ள சூர்யா அனுமதிப்பதில்லை. இதுபோன்ற முரண்கள் நாவலின் நுட்பமான அமைப்பாக்கத்தில் செயல்படுகிறது. நிர்வாணமான வேறொரு ஆணைப் பார்த்தவுடன் உறைந்து போகும் சூர்யா (கிரணிடம்) தனபாலுடன் ஓரினச் சேர்க்கையில் ஈடுபட்டவன். ஆதி என்ற இருட்குகையிலும், நிலவறையில் இருந்து கொண்டிருந்தவனிடம் சூர்யாவின் உறவு பற்றிய கரோலின் போர்ச்சோவின் செய்திகளும், கிரணுடன், சூர்யா பிணக்கு ஏற்படுத்திக் கொண்டதாகக் கூறப்படும் பகுதிகளும், இரண்டுவித interpretation-ஐ தருகின்றன. இதில் எது உண்மை என்பதைவிட, கிரணிடம் ஏற்பட்டதாகக் கூறப்படும் பிணக்கிற்கு இருவகைப் புனைவாக்கங்கள் சுட்டப்படுவதே முக்கியமானது.

கிரணின் சம்பவங்களை விளக்கும் மூன்றாம் பகுதி இன்று உற்பத்தியாகித் தமிழ் படிப்போர் சரித்திரத்தை ஆக்கிரமித்து வரும் Pocket Novel-களின் எழுத்து முறையைக் கொண்டமைக்கப்பட்டிருப்பது நிகழ்வினைப் பற்றிய மற்றொரு

பரிமாணத்தை தருகிறது. கிரணுடன் சூர்யா ஏற்படுத்திக்கொண்ட உறவு, ஒரு மர்ம நாவலின் கற்பனார்த்த குணம் படிந்த புனைவியல் எதார்த்தத்தை (fictional reality) நுட்பமான எழுத்துமுறைகளின் வித்தியாசம் நமக்கு உணர்த்தி விடுகிறது.

இப்படி நிறையச் சம்பவங்களை இணைகளாக்கி எதிரெதிரே மோதவிடுவதன் மூலம் நாவல் தனது இறுக்கமான கட்டமைப்பிலிருந்து உடைபட்டுச் சிதறலடைகிறது. இச் சிதறலே இன்றைய ஆதிக்க குணம் படிந்த மாயையை அழிக்கும் செயலாகும்.

பகுதி நான்கு இன்றைய அறிவார்ந்த இலக்கிய உலகின் மாயையை அழித்துவிடக் கூடிய எழுத்தாகும். பாலியல் வேட்கைகளே பின்னால் கற்பனார்த்தம் கொண்ட புனைவாக்கத்தினைக் கட்டமைக்கின்றன என்பதையும், இலக்கியவாதிகள் ஏற்படுத்தும் இணைக் கலாசார மாயை வெறும் பிம்ப வேட்கையும் ஊடாட்டமுமே ஆகும் என்பதையும் பாலா, நீரஜா போன்றவர்களின் பொய் உலகம் அழிக்கப்பட வேண்டியது என்பதையும் நாவல் நமக்கு உணர்த்துகிறது. இதுவே இந்நாவலின் செயல் மையமாகும்.

நாவலின் முழுமையிலும் புதிய நாவல்களுக்கே உரித்தான பலகுரல் தன்மைகளும் சிதைவுகளும், சிதறல்களும் உள்வாங்கப்படவில்லை. சில இடங்களில் வழக்கமான நாவல் தன்மைகள் ஏற்பட்டு விடுகிறது. இது இத்தகைய ஊடகங்களைக் கையாள்வதில் மேலதிக கவனம் தேவை என்பதை உணர்த்துகிறது. சாருநிவேதிதாவின் இம் முயற்சி நமது ‘விசித்திர’ சூழலில் உள்வாங்கப்படுமா என்ற கேள்வியுடன் நிறுத்திக் கொள்வோம்.

– பறை 1990.

அடிக்குறிப்புகள்:

1. இக்கருத்து மூலக்கூறு உயிரியலில் (*Molecular Biology*) 1965-ல் நோபல் பரிசு பெற்ற பிரெஞ்சு விஞ்ஞானி *JACQUES MONOD* - என்பவரின் கருத்தாகும். மொழியைத் தொழில்நுட்பமாக ஏற்காவிட்டாலும் மொழி வெறும் உற்பத்திப் பொருள் மட்டுமல்ல என்ற கருத்தை உடையவர்: Language was not only the product but one of the initial conditions of the evolution" page 124. Chance and Necessity (1989. IVth impression) Collins Fontana Paperbacks.

2. பாலியல் அரசியல் (sexual politics) பற்றி தமிழில் முதன்நிலை அறிமுகமற்ற சூழலில் இந்நாவலும் இக்கட்டுரையும் வெளிவருகிறது. பாலியலுக்கும், அரசியலுக்கும் இடையிலான உறவு பற்றியும், பாலியல் ஒரு விஞ்ஞானம் என்றரீதியில் பல ஆய்வுகளுக்கு உட்பட்டிருப்பது பற்றியும் நிறைய பேசலாம். ஆனால், கட்டுரையின் எல்லைக்கு வெளியே இருப்பதால் அது குறித்து மேலதிக விளக்கம் இல்லை. பிராய்டு தொடங்கி இன்றைய பெண்ணிலைவாதிகள் வரை

பாலியல் அரசியல் பற்றிய கருத்துகளை ஆராய்ந்துள்ளனர். இங்கு பாலியலுக்கும், அதிகாரத்திற்கும் இடையிலான உறவு பற்றிய கருத்துகள் பெரும்பாலும் மிஷேல் ஃபூக்கோவினுடையவை.

3. 1960-களில் ஜெர்மனில் வெளிவந்த ஹ்யூபட் ஃபிக்ட் எழுதிய 'டீ பலேட்டா' என்ற நாவல் குறித்து 'மார்ஷல் ரைஷ்-ரானிக்கி' எழுதியுள்ள விமர்சனம் ஒன்று ஜெர்மானிய புத்திலக்கியம் என்ற நூலில் வெளிவந்துள்ளது. (1981 தென்மொழிகள் புத்தக நிறுவனம், சென்னை) அந்நாவலில் நாயகன் யக்சி கூறுகிறான் "அதிகாரத்தைத் தவறாகப் பயன்படுத்தியதாலும், கொலை, பொய்மை, கொள்ளை, சிததிரவதை, கூட்டாகக் கொன்று குவித்தல், பொய்ச்சான்று புகலுதல், நீதிபதி பொறுப்பைப் தவறாகப் பயன்படுத்துதல், ஆசிரியர் பொறுப்பைத் தவறாகப் பயன்படுத்துதல் ஆகியவற்றில் ஈடுபடுவதாலும் குற்றவாளி வர்க்கத்தில் சேராமல் தப்பித்துக் கொண்டவர்களை மனதில் கொண்டு பார்த்தால், குற்றவாளி வர்க்கத்தில் சேர்ந்திருப்பதே பெரும் கௌரவம் என்று தோன்றக்கூடும்" (பக்.384)

4. துகள் பௌதீகத்தில் எலக்ட்ரான், எதிர்மின்னணுத்துகள் (-e), பாசிட்ரான் நேர்மின்னணு எலக்ட்ரான் (+e). இந்தத் துகள்களும் எதிர்த் துகள்களும் ஒன்றை ஒன்று சந்தித்தால் மோதிப் பிணைவுற்று பெரும் ஆற்றலை வெளிப்படுத்தும். இவ்வாற்றல் 'புலக்குவாண்'டுகள்' எனப்படும். இப்படி நாம் வாழும் உலகிற்கு எதிர்-உலகு (anti-world) இருக்கலாம் என பௌதிகவாதிகள் நம்புகின்றனர்.

வானம் பொய்த்துவிட்டது என்பதைப் போல மார்க்சியம் பொய்த்து விட்டது என்கிற தவளைக் கூச்சலில் எனக்கு நம்பிக்கை இல்லை. பொருளாதார ஏற்றத் தாழ்வுகளும், ஒடுக்குமுறையும் இருக்கும்வரை மார்க்சியத்தின் இருப்பு என்பது தவிர்க்க முடியாதது. உண்மையில் சோவியத், சீனா முதல் சீஸோ– லிங்க்விஸ்டிக் வரை அல்தூஸர் முதல் பூஃக்கோ, தெல்யூஸ் கொத்தாரி வரை மார்க் சியத்தின் மீது நம் பிக் கை கொண்டு அதிலிருந்து வளர்ச்சியடைந்தவர்கள்தான். பன்னாட்டு முதலாளியமாக வளர்ந்துள்ள ஏகாதிபத்தியம் ஏற்படுத்தியிருக்கும் அரைக்காலனியப் பண்பாட்டுச் சூழலில் நாம் பழைய வகையில், இன்றைய பிரச்சனைகளை எதிர்கொள்ள முடியாது. அதனால்தான் பாலியல் சொல்லாடல்கள், தேசிய இனப் பிரச்சனைகள், பெண்ணியம், பாலினமாக்கல் பற்றியெல்லாம் பண்பாட்டுத் தளத்தில் மார்க்சிய நோக்கிலிருந்து பேசவேண்டியுள்ளது.

அரசியல்

வரலாற்றை மறுப்பதும் அதற்குப் பொறுப்பேற்பதிலிருந்து விலகுவதும், செயலின்மையை வலியுறுத்துவதும், அல்லது செயலற்ற போக்கிற்குத் தள்ளுவதும், ஸ்தூலமற்ற மொழியில் பேசுவதும், தர்க்கச் சுகத்தில் திளைப்பதும், வர்க்கப் போராட்டத்தை மறுப்பதும் எனப் பின்நவீனத்துவத்தை ஒருவகை அத்வைதமாகக் காணும் மரபு மார்க்சியர்கள்கூட மாவோவின் பன்–முரண்பாடு என்கிற அமைப்பியலாளர்களின், குறிப்பாக அல்தூஸரின் கருத்தாக்கத்தை அடிப்படையாகக் கொள்கிறார்கள். பின் நவீனத்துவம் என்கிற 'பிராண்டை' தவிர்த்துப் பார்த்தால், தெல்யூஸ்–கொத்தாரி போன்றவர்கள் முன்வைக்கும், மொழி என்பது ஒரு சமூக நிறுவனம். அது ஒருவகை குழுப் பேச்சாக (collective utterance தமிழில் குழுப்பேச்சு என்று சொல்லலாமா? தெரியவில்லை. speech என்பதற்குப் பேச்சு என்றால் utterance என்பதை எப்படிச் சொல்வது? utterance என்பதைப் பேச்சின் ஒருவகை வன்முறையான வெளிப்பாடாகக் கொள்ளலாம்.) வெளிப்படுகிறது. பேச்சு எல்லாம் முழக்கம் (slogan) என்கிறார்கள், அதாவது அரசியலற்ற, வன்முறையற்ற, திணிப்பற்ற பேச்சு சாத்தியமில்லை என்கிறார்கள். பேச்சின் அடிப்படைச் செயல்களில் ஒன்று அதன் territorilization தான் என்றும், இலக்கியங்கள் எப்படி இந்த 'இடமாக்கலை' நிகழ்த்துகின்றன என்றெல்லாம் செல்கிறது இவர்களது ஆய்வு. இடமாக்கலும், நாடும் அரசியலின் அடிப்படை. இதையெல்லாம், லெனினின் முழக்கம் பற்றிய வரையறைகள், வர்க்க நலனில் வெளிப்படும் பேச்சு ஆகியவற்றுடன் இணைத்துப் பார்க்க முடியும். 'ஒவ்வொரு சொல்லுக்கும் செயலுக்கும் பின்னால் அதற்கான வர்க்கத்தின் முத்திரை குத்தப்பட்டிருக்கிறது' என்பதை இந்நோக்கில் வளர்த்தெடுக்க வேண்டும்.

பயங்கரவாதம் என்கிற 'பக்க'வாதம் – வரலாறு நிகழ்த்தும் வன்முறை விளையாட்டுகள்

"வெடிகுண்டைக் கீழிருந்து எறிந்தால் கேடு

வெடிகுண்டை மேலிருந்து வீசுவது நலம்

சொல்லத் தேவையில்லை,

பயங்கரவாதம், முக்காடை

யார் அணிந்திருக்கிறார்கள் என்பதைப் பொறுத்ததே."

– R. Woddis, 'Ethics for Everyman'

இவ்வாக்கியங்களில் முதல் வாக்கியம் அரசு எதிர்ப்பு பயங்கரவாதத்தையும் இரண்டாவது வாக்கியம் அரசு பயங்கரவாதத்தையும் சித்திரிக்கிறது. இரண்டிலும் பாதிக்கப்படுவது பொதுமக்களும், பொதுவாழ்க்கையும்தான். குறிப்பாக செப்டம்பர் 11 முதல் வாக்கியத்தையும், அக்டோபர் 7 (முதன் முதலாக அமெரிக்க-பிரித்தானியப் படைகள் ஆப்கானில் குண்டு போட்ட நாள்) இரண்டாம் வாக்கியத்தையும் குறிக்கிறது. குடிமக்கள் வாழும் சமூகத்தில் ஒருவன் கீழே வெடிகுண்டை வைக்கிறான் என்றால் மற்றொருவனோ விமானத்தின் மூலம் வெடிகுண்டுகளைப் போடுகிறான். 'வெடிகுண்டுகளின் வரலாறு' (A History of Bombing) என்கிற நூலில் ஸ்வென் லிங்க்விஸ்ட் (Sven Lingqvist) என்பவர் வெடிகுண்டுகளை மக்கள் மீது வீசும் விமானக் குண்டுவீச்சுப் போர்முறை முதல் உலகப் போரில் 1911, நவம்பர் 1-ல் இத்தாலியால், வட-ஆப்பிரிக்காவில் திரிப்போலி என்கிற நகரின் மீது முதன்முதலாகப் பயன்படுத்தப்பட்டது என்கிறார். பண்டைய முடியாட்சி முறைகளில் ஒருவகை போர் தருமம் செயல்பட்டது. போர் மக்கள் வசிக்காத பகுதியிலேயே நடத்தப்பட்டது. ஆனால் நவீன சமூகம் போர்முறையை மக்கள் வசிக்கும் பகுதிகளில் விமானம் மூலம் குண்டுகள் வீசி ஒரு பதற்றத்தை, பயங்கரத்தை உருவாக்கும் போர்முறையாக மாற்றியுள்ளது. அதாவது, போர் என்பதன் புவியியல் இன்று மக்களின் வசிப்பிடப் பரப்பிலானதாக மாற்றப்பட்டுள்ளது. அல்லது போர் என்பது ஒவ்வொரு தனிமனிதனின் வாழ்வில் அவனைச் சுற்றி எந்நேரமும் நிகழும் ஒரு வன்முறையாக வலம் வந்தபடி உள்ளது.

'ஏரியல் பாம்பிங்' எனப்படும் இந்த விமானத் தாக்குதல் நாகரிகமற்ற சமூகங்களாகக் கருதப்படும் அடிமைகள் மற்றும் காட்டுமிராண்டிகள் என்பதாக அடையாளமிடப்பட்ட ஒரு சமூகத்தின் மீது வீசுவதாகவே துவங்கியது என்கிறார் இவ்வாய்வாளர். அதாவது, நாகரிகமற்றவர்கள் என்பதாக ஒரு மனிதக் கூட்டத்தை மனித இனமாக மதிக்காத ஒரு மனோவியல் இதற்குள் இருக்கிறது. அதாவது மேற்றிசை உலகு உருவாக்கிய நாகரிகம்/அநாகரிகம் என்கிற கருத்தியலின் உள்ளமைவே இப்போர்முறையின் தோற்றத்திற்கான காரணம் எனலாம். இந்த நவீனப் போர்முறை அரசு பயங்கரவாதமாக அறிமுகமாகி இன்று அது அரசு எதிர்ப்பாளர்களின் கைகளுக்குப் போனதையே 9/11 என்கிற இரட்டைக் கோபுரத் தாக்குதல் எடுத்துக்காட்டியுள்ளது. உலக பயங்கரவாதத்தின் உச்சக்கட்ட நிகழ்வான செப்டம்பர் 11, 2001 உலகை மாற்றியமைத்த முக்கியநாளாக அறிவிக்கப்பட்டு 'உலக பயங்கரவாதத்திற்கு எதிரான நீண்ட நெடிய போர்' என்கிற ஆக்ரமிப்புப் போர்முறை கட்டமைக்கப்பட்டது.

உலகமயமாதலின் ஒரு சின்னமாக விளங்கிய இரட்டைக் கோபுரத்தைத் தகர்த்ததின் மூலம் 'பயங்கரவாதம்' உலகளாவியதாக தன்னை அறிவித்துக் கொண்டது. மதஅடிப்படைவாதம் உலகமயமாதலின் ஒரு பக்கவிளைவுதான் என்பதையும் வெளிப்படுத்தியது. உண்மையில், இவ்விமானத் தாக்குதல் செய்தவர்களைக் கண்டுபிடித்துத் தண்டிப்பதற்கு பதிலாக, அவர்கள் பதுங்கியிருப்பதாகச் சொல்லி ஒரு நாட்டையே ஆக்ரமிக்கும் இப்போரானது ஒரு புதியவகை அரசியல் முறையாக அறிமுகமாகியது. அதாவது சர்வதேசியம் என்கிற அமைப்பிற்குள் இத்தகைய ஒரு 'புதியவகை ஜனநாயகக் காப்புறுதிப் போர்' நடத்தப்பட வேண்டிய அவசியம் வலியுறுத்தப்பட்டது. ஜனநாயகம் என்கிற பெயரில் நடைபெற்றுவரும் நவீன-தேச-அரசுகளின் உடலாக உள்ளிருத்தப் பட்டிருக்கும் ஒரு பேரரசனின் வெளிப்பாடே இப்போர் எனலாம். பழைய வகைப்பட்ட முடியாட்சி முறையும் நவீன-தேச-அரசும் ஒரே வகை அரசியலை மற்றும் அரசுத் தத்துவத்தையும் (state philosophy) கொண்டவை என்பதை உணர்த்திய ஒரு நிகழ்வாகும். இவ்வாறாக, உலகில் ஒரு புதிய வகை காலனிய அடக்குமுறைக்கான அரசுத் தத்துவம் உருவாக்கப்பட்டது.

9/11 நிகழ்வு நடந்த 9-ஆம் நாள் அமெரிக்க அதிபர் ஜார்ஜ் புஷ் அறிவித்தார் 'ஒவ்வொரு நாடும் உடனடியாக முடிவெடுக்க வேண்டும். நீங்கள் எங்கள் பக்கமா? அல்லது பயங்கரவாதிகள்

பக்கமா?' என்று. இன்றைய உலக அரசியல் போக்கை இவ்வாக்கியம் தெளிவாக முன்வைக்கிறது. அமெரிக்காவை ஆதரிக்காத எல்லோரும் பயங்கரவாதிகள் என்பதுதான் அது. அமெரிக்க எதிர்ப்பு என்பதன் ஒரு வடிவமே பயங்கரவாதம் என்பதை இவ்வாக்கியத்தின் துணைப்பிரதியாக வாசிக்கலாம். இதனுடன் புஷ் முஸ்லிம்களை 'நல்ல' முஸ்லிம்கள் என்றும் 'கெட்ட' முஸ்லிம்கள் என்றும் குறிப்பிட்டார். 'நல்ல' முஸ்லிம்கள் அமெரிக்க ஆதரவான முஸ்லிம்கள், 'கெட்ட' முஸ்லிம்கள் அமெரிக்க எதிர்ப்பாளர்கள் என்பதாக புஷ் இதில் குறிப்பிடுவதைச் சுட்டிக் காட்டுகிறார் ஆப்பிரிக்க சமூக விஞ்ஞான ஆய்வாளரான மஹ்மூது மம்தானி. இப்படி 'நல்ல' 'கெட்ட' முஸ்லிம்கள் என்கிற பிரிவினையானது தலைமீது விழும் குண்டின் அடிப்படையில்தான் தீர்மானிக்கப்படுகிறது. ஒரேநாளில் நீங்கள் அமெரிக்கா பற்றிய நிலைப்பாட்டின் அடிப்படையில் 'நல்ல' முஸ்லிமா? 'கெட்ட' முஸ்லிமா என்பதைத் தீர்மானித்துக் கொள்ளலாம். இந்த நல்ல, கெட்ட சொல்லாடலானது இந்தியாவில் வசிக்கும் முஸ்லிம்களின் ஒவ்வொரு நிலைப்பாட்டின் அடிப்படையிலும் தினசரி தீர்மானமாகும் ஒன்றாக இன்றைய அரசியல் மாற்றப்பட்டுள்ளது.

இவ்வாறாக, பயங்கரவாதம் இன்று உலகமயமாகியுள்ளது. 'உலக பயங்கரவாதம்' என்கிற சொல்லின் உள்ளார்ந்த அமைதியில் 'இஸ்லாமிய பயங்கரவாதம்' என்பது உட்செறிக்கப்பட்டு கேள்வியற்ற நிலையில் ஏற்றுக்கொள்ளச் செய்யப்பட்டுள்ளது. அதனால்தான் ஆப்கான் மீதான போரை புஷ் ஒரு சிலுவைப்போர் என்றார். இதன் மூலம் உலக முஸ்லிம்களை ஒரு புதிய ஒருபடித்தான பிம்பமாக (stereotype) வரையறுத்து அறிவிக்கப்பட்டது. அதாவது இஸ்லாமியர்கள் அனைவரையும் 'அடிப்படைவாதிகள்' என்பதான ஒரு வரையறைக்குள் கொண்டு சென்று, முஸ்லிம்களின் ஜனநாயக உரையாடலுக்கான வெளிகள் இல்லாமல் செய்யப்பட்டது.

அடிப்படைவாதம் குறித்து மம்தானி ஒரு முக்கியமான கருத்தாக்கத்தை முன்வைக்கிறார். அரசியல் இஸ்லாம், குறிப்பாக முற்போக்கான அரசியல் இஸ்லாம், இன்னும் குறிப்பாக, முற்போக்கு அரசியல் இஸ்லாமின் பயங்கரவாதப் பிரிவு, பழமைவாத மதத்திலிருந்து உருவானது அல்ல. மாறாக, அது நவீன சமூகத்தின் மதச்சார்பின்மை என்கிற அறிவுப் போக்கிலிருந்தே உருவானது என்கிறார். நவீனத்துவம் இல்லாமல் அடிப்படைவாதம் இல்லை என்கிறார். குறிப்பாகச் சொன்னால் நவீனத்துவம்தான் அடிப்படைவாதத்தைத் தோற்றுவித்தது. காரணம் அடிப்படைவாதம் என்பது இரண்டு மதங்களுக்கிடையிலான

போராட்டம் அல்ல, தனது மதத்திற்குள்ளேயே நடத்தும் போராட்டமாகும். ஆக, நவீனத்துவத்தின் 'மற்றமையாகவே' அடிப்படைவாதம் கட்டமைக்கப் பட்டது எனலாம். தாராளவாத மதத்திற்கும் பழமைவாத மதத்திற்கும் இடையிலான போராட்டமே அடிப்படைவாதத்தின் அடிப்படையாகும் என்கிறார் மம்தானி. அதாவது பண்டைய மதங்கள் தாராளவாதப் போக்கைக் கையாண்டு அரசு அதிகாரத்தில் பங்கு பெற்றிருந்தன. நவீன தேசியக் கருத்தியலைக் கொண்ட சமூகங்களில்தான் இந்த அதிகாரப் போக்கு மதச்சார்பின்மையால் கேள்விக்கு உட்படுத்தப்பட்டது. தனது அதிகாரத்தைத் தக்கவைக்க மதங்கள், நவீன கருத்தியலான இனவாதத்தின் இடத்தில், பண்டைய கருத்தியலான மதவாதத்தை முன்வைத்தன. இதிலிருந்து உலக அதிகாரத்தைப் பெறவும், தான் சார்ந்த மதங்களின் 'பொற்காலக் கனவுகளை' மீட்டெடுக்கவும் உருவானதே அடிப்படைவாதம் என்பதை உணரலாம்.

"மனிதன் உயர்ந்த மதிப்பீட்டைக் கொண்ட ஒரு நோக்கத்திற்காக வாழ்க்கையைவிட மரணத்தையே விரும்புகிறான்" என்கிற ஹெகலின் நவீன மனிதன் பற்றிய கருத்தாக்கத்துடன் "மனிதன் அந்த உயர்ந்த மதிப்பீட்டிற்காக பிறரை கொல்வபவனாகவும் இருக்கிறான்" என்பதையும் சேர்த்துக் கொள்ள வேண்டும் என்கிறார் மம்தானி. உயர்ந்த மதிப்பீடுகளை மதங்கள் வழங்குவதால் அடிப்படைவாதியாகி 'அமரனாக' தனது வாழ்வை ஆக்கிக்கொள்ளும் இந்தப் போக்கு நவீனகாலத்தின் விளைவே தவிர நவீனத்திற்கு முந்தையகால தொடர்ச்சி அல்ல. அதாவது, பின்லாடன் நவீன கருத்தியலின் பிறப்பே ஒழிய இஸ்லாமிய மதக்கருத்தியலின் பிறப்பல்ல. அவர் ஒரு இறையியலாளர் (theologian) அல்ல அரசியல் யுத்த தந்திரி (political strategist) என்கிறார் மம்தானி. ஆக, இஸ்லாமிய பயங்கரவாதம் ஒரு உலக நிகழ்வாக மாற்றப்பட்டதில் அமெரிக்கா மற்றும் பின்லாடனின் பங்கு என்பது நவீன பின்காலனியச் சமூகங்களின் மெலெழும்பிய ஒரு அரசியல் போக்கு எனலாம்.

இஸ்ரேலுக்கு எதிரான பாலஸ்தீன விடுதலைப் போராட்டம்தான் அரசியல் இஸ்லாமை உலகிற்கு அறிவித்தது. அதன்பின் நடந்த உலகளாவிய பல குண்டுவெடிப்புகள் துவங்கி இந்தியாவில் நடந்த செப்டம்பர் 13, 2008 தில்லி குண்டுவெடிப்புகள் வரை 'இஸ்லாமிய பயங்கரவாதம்' ஒரு முக்கிய சொல்லாடல் களமாக மாறியுள்ளது. குறிப்பாக 2008-ல் இந்தியாவின் முக்கிய நகரங்களில் நிகழ்ந்த குண்டுவெடிப்பு என்கிற தொடர் நிகழ்வுகள்

பெரும் பதற்றத்தையும், பொதுவெளிகளில் மக்கள் சரளமாகப் புழங்குவதற்கான பயத்தையும் உருவாக்கி உள்ளது. ஆக, பயங்கரவாதம் என்பது ஒரு தினவாழ்வின் நிகழ்விற்குத் தள்ளப்பட்டு ஒரு பதற்றமாக, அச்சமாக மாறியுள்ளது. குறிப்பாக இந்தியாவில் பயங்கரவாத நடவடிக்கை என்பது முஸ்லிம்களைத் தனிமைப்படுத்தும் ஒரு அரசியல் நிகழ்வாக மாறியுள்ளது. இந்நிகழ்வுகளை ஒட்டி எழுந்த பல்வேறு அறிக்கைகள், கருத்தாக்கங்கள், கார்ட்டூன்கள், இந்திய சினிமாக்கள், தெருமுனைப் பேச்சுகள், திருவிழாக் கொண்டாட்டங்கள், டீக்கடை பெஞ்சுகள், ஒளி, ஒலி, மொழி ஊடகங்களின் வெளிப்பாடுகள், குறும்படங்கள், குறுந்தகடுகள், புலனாய்வுத் தகவல்கள், தொலைக்காட்சி விளம்பரங்கள், நெடுந்தொடர்கள் - இந்திய முஸ்லிம்களை ஒரு புதிய வகை ஒருபடித்தான பிம்பத்திற்குள் வைத்து வரையறுக்கும் பேச்சுக் களமாக மாறிப் போயிருக்கிறது. குண்டு வெடிப்புகளின் குற்றவியல் பின்னணிகளைக் கண்டடைவதை விட அரசும், ஊடகங்களும் முஸ்லிம்களை ஒருபடித்தான பயங்கரவாத பிம்பத்திற்குள் திணிப்பதில் தான் அதிகம் கவனம் செலுத்துகின்றன என்பது மிகைக் கூற்றாகாது.

இதுவரையில் இந்தியாவில் நடந்த பல குண்டுவெடிப்புச் சம்பவங்கள் குறித்து முறையான விசாரணைகள், கண்டுபிடிப்புகள், கைதுகள், அதை ஒட்டிய தண்டனைகள் என எதுவும் ‘குறைந்தபட்சம் ஒரு நாடக நிகழ்வாகக் கூட’ நடத்தப்படவில்லை என்பதுடன் இத்தகைய குண்டுவெடிப்பு சம்பவங்கள் ஏற்படுத்தும் பரபரப்பு அதைச் செய்தவர்களைக் கண்டடைவதிலும், அதன் பின்னணியில் உள்ளவர்களை அல்லது இயக்கங்களைக் கண்டுபிடித்து, உண்மையை வெளிக்கொண்டு வருவதிலும் காட்டப்படுவதில்லை. பொதுவாக இத்தகைய குண்டுவெடிப்புகள் ஒரு அரசு எதிர்ப்பு நிகழ்வுகளாகக்கூட நிகழ்வதில்லை.

பெரும்பாலும் பொதுவாழ்வில் ஒரு பயத்தை ஏற்படுத்தும் வண்ணமே நிகழ்த்தப்படுகிறது. அடிப்படையில் இத்தகைய பயங்கரவாதங்கள் அரசை எதிர்ப்பதற்கோ அல்லது பாதிக்கப்பட்ட தான் சார்ந்த மக்களின் நலத்தை முன்னெடுப்பதாகவோ நடைபெறுவதில்லை. ஒரு மனநோய்க்கூறாக இவை நிகழ்த்தப்படுகிறது. பொதுமக்களைக் கொன்றொழிப்பதன் மூலம் தங்களது நோக்கத்திற்கு எதிராக யாரைக் காப்பதாக அறிவித்து இவை செய்யப்படுகிறதோ அம்மக்களைத் தனிமைப்படுத்தும் செயலாகவே நடைபெறுகிறது.

தற்தைபோதைய நிலையில், இத்தகைய குண்டுவெடிப்புகளில் தனித்தன்மைகள் எல்லாம் அழிந்து, அனைத்துமே ‘இஸ்லாமிய பயங்கரவாதம்’ என்கிற பெயரில் அழைக்கப்படுவதுடன், அரசே ஒருவகையில் இந்நிலையை ஊக்குவிப்பதாகவே அமைகிறது. *‘Some Bombs Get Defused’* என்கிற தலைப்பில் ஸ்மிதா குப்தா என்பவரால் ‘அவுட்லுக் இந்தியா’-வில் செப்டம்பர் 29, 2008 இதழில் எழுதப்பட்டுள்ள கட்டுரையில் அரசால் கண்டு கொள்ளாமலும், ஊடகங்களால் பரவலாக்கப்படாமலும் விடுபட்ட இந்து மதவாத அமைப்புகளின் குண்டுவெடிப்பு நிகழ்வுகள் பல சுட்டிக்காட்டப்பட்டுள்ளன. அந்நிகழ்வுகளில் ஒருசில நிகழ்வுகள் இந்துத்துவவாதிகள் இஸ்லாமிய வேடத்தில் குண்டுவைப்பதற்கான திட்டங்களைக் கொண்டதாக இருந்ததையும் சுட்டிக் காட்டியுள்ளார் ஸ்மிதா. கான்பூரில் ஆகஸ்ட் 2008-ல் குண்டு தயாரிப்பதற்கான முயற்சியில் ஈடுபட்ட இரண்டு பஜ்ரங்தள் உறுப்பினர்கள் அக்குண்டுகள் வெடிக்கப்பட்டு இறந்து போனதைச் சுட்டிக்காட்டுகிறார். இதே நிகழ்வை தில்லி குண்டுவெடிப்பிற்குப் பொறுப்பேற்றுக் கொண்ட ‘இந்திய முஜாகிதீன்’ என்கிற அமைப்பு தனது மின்-அஞ்சலில் சுட்டிக்காட்டி, இதற்கு சரியான நீதி வழங்கப்படவில்லை என்பதாகவும், அதனால் தாங்களே நீதி வழங்குவதாகவும், தனது குண்டு வெடிப்பிற்குக் காரணம் காட்டுகிறது. ஆக, இக்குண்டு வெடிப்புகளின் பின்புலங்கள் மதச்சாய்வற்ற முறையில் புலனாய்வு நிறுவனங்கள் கண்டுபிடித்து வெளிப்படுத்துவது இத்தகைய மத பயங்கரவாத அமைப்புகளிடமிருந்து பொதுமக்களினைப் பாதுகாப்பதற்கும், அச்சமற்ற ஒரு வாழ்வை அளிப்பதற்கும் அவசியமானதாகும்.

பிரச்சனை யார் வைக்கிறார்கள்? என்பதல்ல இவை ஏற்படுத்தும் பாதிப்புகள் எத்தன்மை வாய்ந்தவை என்பதுதான். மத பயங்கரவாதிகள், அரசு, அதிகாரிகள், காவல்துறை, ஊடகங்கள், மதவாத அறிவுஜீவிகள், இராணுவம் என ஒரு பெரும்படையே இன்று மதவாத அடையாளம் கொண்ட ஒரு அமைப்பாக மாறி குடியாண்மை (சிவில்) வாழ்வை முற்றிலுமாகச் சீர்குலைத்துவிட்ட நிலையே காணப்படுகிறது. ஒருகட்டத்தில் இத்தகைய குண்டுவெடிப்புகளின் பயங்கரங்கள் யாரால் செய்யப்படுகிறது என்கிற ஆய்வுகள் முற்றிலுமாகக் கைவிடப்பட்ட நிலையில் நேரடியாக இஸ்லாமிய அமைப்புகளின் பெயர்களும், அதற்கு ஆதாரமாகக் காட்டப்படும் மின்-அஞ்சல் உள்ளிட்ட மற்ற தகவல்கள் ஆகியன எல்லாம் சேர்ந்து என்ன நடக்கிறது என்பதே புரியாத ஒரு குழப்பமான நிலையே நீடிக்கிறது. இங்குதான் நாம்

இந்த நிகழ்வுகளின் பின்னணிகளும் இதனைக் கையாள்பவர்கள், இதனை ஆதரிப்பவர்கள், எதிர்ப்பவர்கள் மற்றும் பொதுவானதாகக் கருதப்படும் அரசு எந்திரம் மற்றும் புலனாய்வு அமைப்புகள் என எல்லாம் நிகழ்த்தும் ஒருவித செயல்போக்கின் விளைவுகள் மற்றும் நோக்கங்களைப் புரிந்துகொள்ள வேண்டியுள்ளது.

பயங்கரவாதம் ஒரு அரசியலற்ற நடுநிலைச் சொல்லாடலாக ஊடகங்கள் மற்றும் அரசின் ஆய்வறிக்கைகள், செய்திகள் வழியாகக் கட்டமைக்கப் படுகிறது. ஒருகாலத்தில் உள்நாட்டுக் கலகமாக, விடுதலைப்போராக, புரட்சியாக, தீவிரவாதமாகக் கருதப்பட்ட இத்தகைய எதிர்நடவடிக்கைகள் இன்று பயங்கரவாதம் என்கிற ஒற்றைச் சொல்லாக பாவிக்கப்படுகிறது. இந்தச் சொற்கள் ஒவ்வொன்றிலும் அரசின் ஒடுக்குமுறை வடிவங்கள் மற்றும் தொழில்நுட்ப மாற்றங்களுக்கு ஏற்ப, அரசு எதிர்ப்பு போராட்ட வழிமுறைகளும் அந்தந்த கால தொழில்நுட்பத்திற்கு ஏற்ப மாறுபாடுகள் அடைந்து வந்துள்ளது.

இன்றைய அரசுகள் மற்றும் அரசியலுக்கான வளர்ச்சியடைந்த சொல்லாடலாக உள்ள ஜனநாயகம் என்பதன் அடிப்படை வடிவங்களிலும் ஏற்பட்ட மாறுதல்கள் இந்த எதிர்வடிவங்களிலும் மாறுபாடுகளை ஏற்படுத்தி வந்துள்ளன. எதேச்சதிகார முடியாட்சிகளில் நிகழ்ந்த உள்நாட்டுக் கலகங்கள் தேசிய அரசுகளின் தோற்றத்தில் விடுதலைப் போர்களாக வடிவமடைந்து பின் அரசைத் தூக்கி எறியும் புரட்சிகளாக மாறி அதன் பின் ஜனநாயக அரசுகளின் உரிமைகள் மறுக்கப்பட்டவர்களால் தீவிரவாதமாகி இன்று அரசு மற்றும் மக்கள் எதிர்ப்பு என்கிற பயங்கரவாதமாக மாறியுள்ளது.

இதன் மற்றொருபுறம் ஜனநாயக அமைப்புகளை முற்றிலுமாக மறுத்து ஒதுக்கும் ஒருவகை இணை அரசுகளாக அதாவது மக்களை ஒடுக்கும் தொழில்நுட்பங்களைக் கொண்ட எதிர் - அதிகார அமைப்புகளாக இவை மாறியுள்ளன. அரசு மக்களை எப்படி பார்வையாளர்களாக வைத்துக் கொள்கிறதோ, அதேபோல இத்தகைய இயக்கங்களும் மக்களை ஒரு பார்வையாளர்களாகவே வைத்துக் கொண்டுள்ளன. காரணமற்ற முறையில் தங்களது உடலும், உயிரும் சிதைக்கப்படும் அரசின் ஒடுக்குமுறைகளில் அல்லது இத்தகைய பங்கரவாத குண்டுவெடிப்புகளில் பாதிக்கப் படுபவர்களாக மட்டுமே மக்கள் பங்கேற்பு என்பது உள்ளது. அதிகாரம் இந்த இரு எதிர்நடவடிக்கைகள் வழியாக இறுகி மக்களின் குரல்வளையை நெரிப்பதாக மாறியுள்ளது. குறிப்பாக

சிறுபான்மை இனத்தினரைத் தனிமைப்படுத்தும் ஒரு மதவாதக் கருத்தியலை ஏற்றுக்கொண்ட ஒரு அமைப்பாக இன்றைய இந்திய அரசும், அரசியலும் மாறியுள்ளது. அரசு எந்திரத்தின் உறுப்பமைவுகளை இயக்கி வழிநடத்தும் கருத்தியலாக மதவாதம் உள்ளது. இதன் ஒரு வெளிப்பாடே பயங்கரவாதம் குறித்துப் பெருக்கப்படும் சொல்லாடல்களில் பரப்பப்படுகிறது.

உண்மையில் மதத்தை நம்பிக்கையாகக் கொண்ட பாமர மக்களுக்கிடையில் வேறுபாடுகளோ, வெறுப்போ, பிரச்சனைகளோ இல்லை. பிரச்சனைகளின் மையம் மதத்தை ஒரு கருத்தியலாக முன்வைக்கும் அரசியல் மதவாத அமைப்புகளே. உண்மையில் இந்த அமைப்புகள் மதத்தைக் காப்பதற்கானவை அல்ல, அடிப்படையில் இவை மதங்களை பயங்கரவாதம் என்கிற அழிவுப்பாதை நோக்கியே அழைத்துச் செல்கின்றன. தனது குரல் நசுக்கப்பட்ட, தனது ஜனநாயகத்தை மீட்டெடுக்க முடியாத இந்தியப் பெரும் சிறுபான்மையினரான முஸ்லிம்களில், உரிமைக்கான போராக ஆயுதம் தாங்கிய முஸ்லிம்களாக ஒரு சிறு பிரிவினர் மாற்றப்பட்டுள்ளனர். மற்ற பாமர முஸ்லிம்களின் வாழ்விற்காகத் தங்களது வாழ்வைப் பணயம் வைப்பதாகச் சொல்லும் இந்தப் பிரிவினர், நேற்று பாதிப்பிற்கு உள்ளானவர்களாகவும், இன்றைய வன்முறையாளர்களாகவும் மாறியுள்ளனர். அல்ஜீரிய விடுதலைப்போராளியான பிரான்ஸ் ஃபனான் கூறியது போல ‘இத்தகைய வன்முறைகளின் நோக்கம் பிறரைக் கொல்வதல்ல, தங்களது சொந்த வாழ்வை தனது சொந்தப் பொறுப்பில் பணயம் வைப்பதே’. ஆனால், ஒரு பிரசார தந்திரமாக, பொதுமக்கள் அல்லது பொது இடங்களின் மீதான இவர்களது தாக்குதல் என்பது அரசைத் தண்டிப்பதற்கு பதிலாக மக்களைத் தண்டிப்பதாக மாறுகிறது. இத்தகையவர்களைக் குறிவைத்துப் பிடிக்க முடியாத அரசு, ஒரு மீனைப் பிடிக்க தொட்டித் தண்ணீரையும் திறந்துவிட்டு எல்லா மீன்களையும் பாதிப்பிற்குள்ளாகும் நிலையே உள்ளது.

பொதுவாக, பயங்கரவாதம் என்பது இரண்டு வடிவங்களைக் கொண்டது. 1. அரசு எதிர்ப்பாக உருவாகும் பயங்கரவாதங்கள். கலகக்காரர்கள், புரட்சியாளர்கள், தீவிரவாதிகள், விடுதலைப்போராளிகள் இப்படி பல பெயர்களால் அழைக்கப்பட்டவர்களும் இன்று பயங்கரவாதி என்கிற ஒற்றைச் சொல்லுக்குள் அடக்கப்பட்டுவிட்டார்கள். 2. சில அரசுகளே தங்களது ஆட்சியை நிலை நிறுத்திக் கொள்ளவும் பிற நாடுகளின் போராளிக் குழுக்களைப் பயன்படுத்தித் தனக்கு எதிரான

அரசுகளுக்கு நெருக்கடிகளைத் தருவதுமாக பயங்கரவாதத்தைப் பயன்படுத்துவது. அதாவது அரச பயங்கரவாதம். இன்று இஸ்லாம் பயங்கரவாதத்தைத் தலைமை ஏற்று நடத்தும் முஜாகிதீன்கள் அமெரிக்க அரசால் வளர்க்கப்பட்ட பயங்கரவாதிகள் என்பது பேசிப் பேசி சலித்துப்போன ஒன்றே. அமெரிக்க முன்னாள் ஜனாதிபதி ரொனால்ட் ரீகன்தான் பெப்சி, கொக்ககோலா, ஆயுதங்கள், உயிர்க்கொல்லி எய்ட்ஸ் போன்ற அமெரிக்கப் பண்டங்களுடன் முதன்முதலாக சுதந்திரம், விடுதலை, ஜனநாயகம் போன்ற கருத்தியல் பண்டங்களையும் (*ideological commodities*) உலக நாடுகளுக்கு ஏற்றுமதி செய்தார். அடிப்படையில் ரீகன் அமெரிக்க அரசின் கருத்தியலாக கிறித்துவத்தை மாற்ற முயன்றதன் ஒரு விளைவே இது. அவரது ஆட்சியில்தான் ஆப்பிரிக்க, தென்அமெரிக்க மற்றும் ஆசிய நாடுகளில் விடுதலைப் போராளிகள் என்ற பெயரில் பல குழுக்கள் உருவாக்கப்பட்டு இந்தக் கருத்தியல் பண்டங்களை விநியோகிக்க முயன்றன. இக்குழுக்களே பயங்கரவாதக் குழுக்களாக மாறின. ஆக, உலக பயங்கரவாதத்திற்கான முகவராக இருந்த அமெரிக்காதான் இன்று உலக பயங்கரவாதத்திற்கு எதிரான போராளியாகத் தன்னைக் காட்டிக் கொள்கிறது.

குறிப்பாக, பயங்கரவாதம் என்பது ஒரு குறிப்பிட்டவகை அடையாளமிட்ட மக்களின் பெயரால் நடத்தப்படும் மக்களை உள்ளடக்காத குழுக்களின் நடவடிக்கையே. சமீபத்திய இந்தியாவில் நடைபெற்ற குண்டுவெடிப்புகளை எடுத்துக்கொண்டால் அவை எந்த சிறுபான்மையினருக்கு, குறிப்பாக முஸ்லிம்களுக்கு ஆதரவாக வைக்கப்பட்டதான அறிவிப்புகளுடன் நிகழ்த்தப்பட்டாலும் அடிப்படையில் அது அரசையும், முஸ்லிம் எதிர்ப்பு அரசியல் குழுக்களையும் வளர்ப்பதாகவே மாறியுள்ளது கண்கூடு. இந்திய முஸ்லிம்களையும் பிரதிநிதித்துவப்படுத்துகிற ஒரு ஜனநாயக அரசியல் அமைப்போ, அரசியல் தலைவரோ அற்ற நிலையில் முஸ்லிம்களின் குரல்களைத் தாங்களே பிரதிபலிப்பதாகவும், தாங்களே முஸ்லிம்களின் பிரதிநிதி என்பதான ஒரு பொய்த்தோற்றத்தையும் இவை உருவாக்குகின்றன. உண்மையில் இவை முஸ்லிம்களின் அரசியலுக்கு எதிரான ஒரு அரசியலை வளர்ப்பதாகவும், முஸ்லிம்களின் அரசியல் வெளிகளை முற்றிலுமாக அழிப்பதுமாக உள்ளது.

இன்றைக்கான அரசியல் செயல்படும், மனத்தளம் ஒரு புதிய பரிமாணத்தை அடைந்துள்ளது. நேர்மறையான அரசியல்

போக்குகளுக்கு பதிலாக எதிர்மறையான அரசியல் போக்குகளே இன்றைய அரசியல் அமைப்புகளை வளர்ப்பதாக உள்ளது. அதாவது தன் அடையாள அரசியலின் ஒரு பாரதூரமான விளைவு தனது வரையறைக்கு வெளியில் தள்ளப்படும் 'பிற' என்பவையே, மையத்தைக் கட்டுவதாக இருப்பதே. அல்லது தன் அடையாள அரசியல் பிறவற்றை அம்பலப்படுத்தும் செயல்கள் மையத்துவ அரசியலால் ஏற்புடையவையாக மாறுகிறது. சான்றாக, அமெரிக்கத் தேர்தலில் ஜார்ஜ் புஷ்ஷின் வெற்றிக்குத் தேர்தலின் முன்பாக வெளியிடப்பட்ட பின்லாடனின் 'எச்சரிக்கை' ஒளிப்படம் ஒரு முக்கிய பங்காற்றியதைப் போல, சென்ற குஜராத் தேர்தலுக்கு முன்பாக வெளியிடப்பட்ட தெஹல்கா அம்பலப்படுத்தல்கள் மோடியின் வெற்றிக்கு ஒரு பங்களிப்பைச் செய்ததைப் போல, தன் அடையாள அரசியல் என்பது எதிர்மறைச் சொல்லாடல்களில் கட்டப்படும் மற்றமைத் தளத்திலான நிகழ்வாக மாறியுள்ளது.

இறுதியில் 'தர்மம் வெல்லப் பாடுபடும் நன்மை பயக்கும்' நாயகர்களை விட, சதிகளில் ஈடுபடும் வில்லன்களே இன்று பெருமைக்கு உரிய எதிர் நாயகர்களாக மாறிவிட்ட ஒரு அவலநிலை இது. நன்மைகள் பற்றிய கனவுகளுடன், தீமைகள் ஆளும் ஒரு எதிர்மன உலகில் நாம் வாழ்கிறோம் என்பதுதான் இன்றைய அரசியலின் பேரவலம் எனலாம். விதிகளைவிட எதிர்விதிகள் ஆதிக்கம் செய்யும் ஒரு சமூக அமைப்பாக உள்ளது. அதனால்தான் பயங்கரவாதம் என்பது எதிர்விதிக்கான தளத்தில் செயல்படுவதால் வெற்றியடைவதாகவும், அதனால் உருவாகும் வெறுப்பின் அரசியல் என்பதே இன்றைய மையமான அரசியலாகவும் இந்தியாவில் உருவாகி வருகிறது. வேறுவிதமாகச் சொன்னால் இன்றைய இந்திய அரசியலின் அதிகார விருப்புறுதிக்கு இந்த பயங்கரவாதம் தேவைப்படுகிறது என்பதுதான். விருப்பின் அரசியலுக்கு மாற்றாக வெறுப்பின் அரசியல் வளர்ந்து இந்திய சமூக அமைப்பு ஒரு பாசிச நிலைநோக்கி நகர்வதாக உள்ளது.

உண்மையில், இஸ்லாமியத் தீவிரவாதம் அல்லது இவ்வகை பயங்கரவாதங்கள், அரசியலற்று, இஸ்லாமிய ஜனநாயக அமைப்போ தலைவர்களோ அற்ற நிலையில், தனக்கும் தனது மக்களுக்கும் குழி தோண்டும் வேலையையே செய்கிறது. இன்று இஸ்லாமியர்கள் மத்தியில் உருவாகியிருக்கும் பயம் மற்றும் பதற்றத்தையும், தாங்கள் தனிமைப் படுத்தப்பட்டுள்ளதான கையறுநிலையையும் உருவாக்குவதில் அரசைவிட ஒருபடி மேலாக இத்தகைய தீவிரவாதக் குழுக்கள் புதுப் புது பெயர்களால் உருவாக்கிக்

கொண்டே உள்ளன. சென்ற பிஜேபி ஆட்சியில் இத்தகைய பயங்கரவாத குண்டு வெடிப்புகள் ஒப்பீட்டளவில் குறைவாகவும் கட்டுப்படுத்தப்பட்டும் இருந்ததான தோற்றம், இஸ்லாமிய மக்களிடம் ஒரு எதிர்மறையான அரசியல் சார்புநிலையை அல்லது ஓட்டுவங்கி அரசியலில் எதிர்நிலை எடுப்பதற்கான போக்கையே துரிதப்படுத்துகிறது. இந்தவகைச் சொல்லாடல்களின் துணைப்பிரதியான ஒரு வாசிப்பு, அமைதியாக வாழ மதவாத சக்திகளுக்கு ஓட்டளிக்கும் வெறுப்பின் அரசியலாக உருவாகி வருகிறது. இந்திய ஜனநாயகத்தின் ஒரு கடினமான காலகட்டத்தைக் கட்டியங் கூறுபவையாக இத்தகைய நிகழ்வுகள் நடைபெற்று வருகின்றன என்றால் மிகையாகாது. குஜராத் சோதனைச்சாலை கலவரங்களுக்குப் பின்னும் மோடி சிரித்துக்கொண்டே ஓட்டுக் கேட்க முடிவது அதனால்தான்.

உண்மையில் நம்மைச் சுற்றி என்ன நடக்கிறது? யாரை நம்புவது? யாரிடம் சொல்வது? யாரை பின்பற்றுவது என்பதையே அறிய முடியாத நிலை உருவாகி உள்ளது. இத்தகைய குண்டு வெடிப்புகளில் அரசும் ஊடகமும் சொல்லி வரும் வாசகங்கள் பொதுவாக மாற்றப்படாத ஒரே வகையான வாக்கியங்களே. சில வேளைகளில் குண்டு வெடித்துக் கொண்டிருக்கும்போதே, இஸ்லாமிய பயங்கரவாதிகள் குண்டு வைத்து விட்டதான பிரசாரங்கள் குண்டை விட வேகமாகப் பரப்பப்படுகிறது. இத்தகைய குண்டு வெடிப்புகள் குறித்த முறையான விசாரணைகளோ, கைதுகளோ, தண்டனைகளோ தர இயலவில்லையா? அல்லது விருப்பமில்லையா? என்பதைப் புரிந்து கொள்ளமுடியாத ஒரு மர்மப்படுத்தப்பட்ட நிலையே நீடிக்கிறது. உண்மையில் இந்தியாவின் ‘குடிமகன்களாக’ உள்ள எல்லா மதத்தினரும் இன்னும் குறிப்பாக சிறுபான்மையினரும் விரும்புவது ஒன்றுதான், அரசு இத்தகைய நடவடிக்கைகளை முறையாகக் கண்காணித்து விசாரித்து தண்டனை வழங்கவேண்டும் என்பதுதான். குடிமக்களின் பாதுகாப்பிற்கான உத்தரவாதத்தை அரசால் ஏன் வழங்க இயவில்லை என்பது ஒரு புதிராக உள்ளது. இங்குதான் அதிகாரத்தின் விளையாட்டைப் புரிந்துகொள்ள வேண்டியுள்ளது. பயங்கரவாதம் என்பதை அரசு ஒரு பொதுச்சொல்லாடலாக மாற்றுவதையும் அதன் வழியாகத் தனது அதிகாரத்தைப் பரவலாக்கிக் கொள்வதையும், தனது வன்முறைசார் நிறுவனங்களான காவல்துறை, நீதித்துறை மற்றும் இராணுவத்தை நியாயப்படுத்துவதையும், தனது அதிகார இறையாண்மையை உறுதி செய்து கொள்வதையும் புரிந்து கொள்ள வேண்டியுள்ளது.

மற்றொருபுறம் இத்தகைய பயங்கரவாத நடவடிக்கைகள் 4 முக்கிய விளைவுகளை ஏற்படுத்துகிறது. 1. முஸ்லிம்களை அரசானது தனிமைப் படுத்துவதற்கும் நேரடியாக அவர்கள் மீது ஒடுக்குமுறைகளைச் செய்வதற்குமான நியாயம் வழங்கப்படுகிறது. 2. இந்திய முஸ்லிம்களுக்கான உரிமைகளைக் கோருவதற்கான ஒரு ஜனநாயக வெளி மறுக்கப்படுகிறது 3. எந்த மதக் கருத்தியலும் அற்ற அப்பாவியான முஸ்லிம்களும் இதனுடன் சேர்ந்து பாதிக்கப்படுகிறார்கள். 4. முக்கியமாக முஸ்லிம் எதிர்ப்பு மதவாத அமைப்புகள் சொல்லும் இஸ்லாம் மதமே அடிப்படையில் ஜனநாயக விரோதமான சகிப்புத்தன்மையற்ற ஒன்று என்கிற கருத்திற்கான நடைமுறைச் சான்றை வழங்குவதாக உள்ளது.

ஆக, யாருக்கு ஆதரவாக இந்த பயங்கரவாதங்களைச் செய்வதாக சொல்லப்படுகிறதோ அவர்களுக்கு எதிரானதாகவே இவை யதார்த்தத்தில் செயல்படுகின்றன. உண்மையில் இந்தியாவில் வளர்ந்து வரும் மதவாத 'இந்துத்துவா' பாசிசத்திற்குத் துணை போவதாகவே இத்தகைய நிகழ்வுகளின் விளைவுகள் அமைகின்றன. ஒருபுறம் இந்துத்துவா அமைப்புகள் கிறித்துவ சிறுபான்மையினராக உள்ள மாநிலங்களில் கிறித்துவர்களைக் குறிவைத்துத் தாக்குவதும், முஸ்லிம்கள் சிறுபான்மையாக உள்ள மாநிலங்களில் முஸ்லிம்களைக் தாக்குவதுமான நடவடிக்கைகளில் இறங்குவதும், அதனைக் கண்டிப்பதற்கான ஒரு ஜனநாயக தளமும் அற்ற நிலையே இன்றைய இந்திய அரசியல் போக்காக உள்ளது. குண்டுவெடித்து இறப்பதைவிடக் கொடுமையான மனிதத் தன்மையற்ற முறையில் கிறித்துவர்களும், முஸ்லிம்களும் உயிருடன் கொளுத்தப்படும் ஒரு கொடூரம் 'அஹிம்சையை உலகுக்கு ஒரு அரசியல் நெறியாக, அறநெறியாக அறிவித்த புண்ணிய பூமியில்தான்' நிகழ்கிறது. பெரும்பான்மை மக்களின் பாதுகாப்பு என்பது முற்றிலுமாக அழிக்கப்பட்டு, அவர்களது தினவாழ்வைப் பதற்றத்திற்குள்ளும், பயங்கரத்திற்குள்ளும் வைப்பதன் மூலம், அவர்களையும் மத துவேஷத்திற்குள் ஆளாக்கும் ஒரு அரசியல் போக்கை விரைவுபடுத்தும் நடவடிக்கையாகவே இவை உள்ளன. அடிப்படையில் மதவாத பாசிச அமைப்புகளின் வளர்ச்சிக்கு ஒரு திட்டமிட்ட செயல்திட்டம் போன்று அமைந்துள்ளன இத்தகைய நடவடிக்கைகள்.

இவற்றின் வழியாகத் திரும்ப திரும்ப, இஸ்லாம் அடிப்படையில் ஜனநாயகமற்ற மதம் என்கிற கருத்தியல் பிரசாரம் செய்யப்படுகிறது. முகலாய மன்னர்கள் எதேச்சதிகாரிகள்

எனவும், அவர்கள் இந்திய மக்களைக் கொடுமைப்படுத்தினார்கள் என்பதான ஒரு வரலாற்றுக் கதையாடல் திரும்பத் திரும்பச் சொல்லப்படுகிறது. குறிப்பாக கஜினி முகமது இந்தியாவின் மீது படையெடுத்து கோவில்களைக் கொள்ளை அடித்தான் என்கிற வரலாற்று நிகழ்வு ஒன்று 'ஆறா மனப் புண்ணாக' திரும்ப திரும்பச் சொல்லப்படுகிறது. கஜினி முகமது இஸ்லாமின் வழிகாட்டுதல் அடிப்படையிலோ அல்லது இஸ்லாத்தைப் பரப்பும் நோக்கிலோ, இந்தக் கொள்ளைகளை நிகழ்த்தவில்லை. அதாவது இதனை ஒரு மத ரீதியான படையெடுப்பாகப் பார்க்க முடியுமா? என்பதுதான். ராஜராஜசோழன் இலங்கை மீது படையெடுத்தை இலங்கை மீதான இந்து மேலாண்மைக்கான முயற்சியாகவோ, அல்லது அவனது சைவநெறி பரவலாக்கத்திற்கானதாகவோ, அதாவது ஒரு மத அடிப்படையிலான படையெடுப்பாகவோ புரிந்து கொள்ளமுடியுமா? கஜினி முகமது ஒரு மன்னன் என்கிற அடிப்படையில் தனது ஆதிக்கத்திற்கான போரைத்தான் நடத்தினான். போர்களின் அடிப்படை பொருளைக் கொள்ளை அடிப்பதுதானே? தற்போது பெட்ரோலைக் கொள்ளை அடிக்க அமெரிக்கா ஈராக் மற்றும் ஆப்கான் மீது போர் தொடுத்ததைப் போல. அதனால் கஜினியை முஸ்லிம்களின் ஏகப்பிரதிநிதியாகக் கொள்வது என்பது ஒரு வரலாற்று நிகழ்வைத் தொன்மமாக மாற்றிக் கட்டப்படும் கதையாடலே. இதுபற்றி ரொமிலா தாப்பர் முன்வைக்கும் வரலாற்றுத் தகவல்கள் வரலாற்று உருவாக்கத்தில் இந்த வகைக் கதையாடலின் (narrations) அரசியலை அவை நிகழ்த்தும் வன்முறையை வெளிப்படுத்துகிறது. (இப்பகுதியை எனது 'உடலரசியல்' நூலிலிருந்து பொருத்தப்பாடு கருதி அப்படியே தருகிறேன்.)

'இப்படையெடுப்பு குறித்து 5-வகை கதையாடல்கள் உள்ளன என்கிறார் தாப்பர்.

1. துருக்கிய-பார்சிய கதையாடல்*:* தென்மேற்கு ஆசிய வரலாற்றில் அரேபிய-பார்சிய அதிகார உருவாக்கம், இஸ்லாத்துடன் உள்ள உறவை அடிப்படையாகக் கொண்டே உருவாகிறது. கஜினி முகம்மதுவின் சோமநாதபுர படையெடுப்பு, பார்சிய கதையாடலில், கஜினியை ஒரு 'இஸ்லாமிய வீரனாக' *(Champion of Isalm)* காட்டுவதன் மூலம், அரேபிய இஸ்லாமின் மீது ஆதிக்கம் வகிக்கும் வாய்ப்பை அளிக்கிறது. அதாவது, குரானில் சொல்லப்பட்ட அரேபிய சமூகத்திற்கு முந்தைய லாட் *(Lat)*, உஸ்ஸா *(Uzza)* மற்றும் மனாத் *(Manat)* என்கிற மூன்று

கடவுள் சிலைகள் உடைக்கப்பட வேண்டியவையாக இஸ்லாமை உருவாக்கிய தூதர் முகம்மதால் முன்வைக்கப்பட்டன. அவற்றில் இரண்டு முகம்மது காலத்திலேயே, அவரால் உடைக்கப்பட்டது. பிறிதொன்றான மனாத் (சோமனாத் என்பதை Su-Manat மனாத்தின் இடம் என்கிற அரபிச் சொல்லாகக் கூறப்படுகிறது.) சோமநாதபுரத்தில் இருப்பதாக நம்பப்பட்டு அதனை உடைக்கும் ஒரு புனிதப் போராக வர்ணிக்கப்படுகிறது. இதன் மூலம் பார்சி-துருக்கிய ஆதிக்கம் இஸ்லாத்திற்குள் நிறுவப்படுவதற்கான முயற்சியை உணரலாம். தென்மேற்கு ஆசியாவில், அரேபிய, துருக்கிய, பாரசீக வரலாறு என்பது இஸ்லாமின் வளர்ச்சி/வீழ்ச்சியுடன் தொடர்பு கொண்டதாக இருந்ததை, அவ்வரலாற்றைப் படிப்பவர்கள் காண முடியும்.

2. ஜைன-சைவ முரண்பாட்டின் அடிப்படையில் உருவாக்கப் பட்டுள்ள கதையாடல். சிவனை விட மகாவீரர் சக்தி வாய்ந்தவர் என்பதால் அவரது சிலைகள் உடைக்கப்படவில்லை என்பதைப் போல இப்பிரச்சனையை சைவ/ஜைன முரணாக விளக்குகின்றன.

3. சமஸ்கிருத கல்வெட்டுகள் சோமநாதபுரம் கோவில் தாக்கி அழிக்கப்பட்டதைப் பற்றி அதிகமாகவும், முக்கியத்துவம் கொடுத்தும் குறிப்புகளைக் கொண்டிருக்கவில்லை. 12-ஆம் நூற்றாண்டில் அக்கோவிலுக்குச் செல்லும் யாத்ரிகர்களைத் தாக்குவதும், திருடுவதும் அருகில் இருந்த இந்து மன்னர்களால் தொடர்ந்து நிகழ்த்தப்பட்டு வந்துள்ளது. சோமநாத புரத்தில் மசூதி ஒன்று கட்டப்படுவதற்காக, அங்கு குடியேறி இருந்த அரேபிய முஸ்லிம்களுக்கு நிலம் ஒன்று விற்கப்பட்டதற்கான பத்திரம் அன்றே அரபி-சமஸ்கிருதத்தில் வெளியிடப்பட்டுள்ளது. அடுத்து, சோமநாதபுரத்தின் மீது படையெடுத்த துருக்கிய சுல்தான்களுக்கு எதிராக, சோமநாதபுரத்தைச் சேர்ந்த அரேபிய முஸ்லிம்களும் போராடி உள்ளனர். அப்போராட்டத்தில் இறந்து போன பரீத் என்கிற முஸ்லிமின் நினைவாக ஒரு கல்வெட்டு வெளியிடப் பட்டுள்ளது.

4. பிரிட்டிஷ் House of Commence-ல் இப்பிரச்சனை இந்து-முஸ்லிம் பிரச்சனையாக விவாதிக்கப்பட்டு, இந்துக்களின் உணர்வுக்கு மதிப்பளிப்பதாகக் கூறிக் கொள்ளையடிக்கப்பட்டதாக நம்பப்பட்ட இண்டு சோமநாத புரம் வாயிற் கதவுகளை, ஆங்கிலேயப் படை பாரசீகத்திலிருந்து மீட்டு வந்தது. ஆனால், அவ்விரண்டு கதவுகளும், எகிப்திய வேலைப்பாடுகளைக் கொண்டிருப்பதால் இந்தியாவிலிருந்து கொள்ளை அடிக்கப்

பட்டதில்லை என நிரூபணம் ஆனவுடன், அதனை ஆக்ராவில் ஒரு கோட்டைக்குள் தூக்கிப் போட்டுவிட்டனர். ஆங்கிலேய ஏகாதிபத்தியமே முதன்முதலாக இப் பிரச்சனையின் வகுப்புவாத விதையை ஊன்றி, நீருற்றி வளர்த்தது.

5. கே.எம்.முன்ஷி என்பவரால் முன்வைக்கப்பட்ட 'இந்துக்களின் ஆழ் மனதிற்குள்ளான அவமான உணர்வு' துடைத்தெறியப்பட வேண்டும் என்பதான வகுப்புவாதக் கதையாடல். *(Somanatha and Mahmud- Romila Thapar - Frontline April 23,1999)*

ஆக, ஒரு வரலாற்று நிகழ்வு என்பது பல்வேறு கதையாடல் மூலம் அரசியல் நிகழ்வுகளாக மாற்றப்பட்டு, மக்களினத்தின் வாழ்வுடன் பங்கு பெறுவதாகிறது. ஒவ்வொரு சமூகமும், வரலாற்றை வாசிப்பதன் மூலம், தனது கால அரசியல் வரலாறாக அதனை மாற்றிவிடுகிறது. கஜினி முகமதுவின் சோமநாதபுர படையெடுப்பு இந்திய வகுப்புவாத சக்திகளின் கையில் நிகழ்கால வரலாறாக மாற்றப்பட்டுள்ளது. அது முன்ஷி கூறியதைப் போல 'இந்துக்களின் ஆழ்மனதில் ஒருவகை அவமான உணர்வாக' இறக்கப்பட்டதாகக் கூறி அதனைக் கிளறிவிடுவதாக இன்றைக்கான அரசியல் நிகழ்வுகள் வரலாற்றை உருவாக்கிக் கொண்டுள்ளன. இந் நீண்ட பகுதியில் உள்ள ஒரு முக்கிய குறிப்பு கஜினி முகமதுவை எதிர்த்துச் சண்டையிட்ட ஒரு இஸ்லாமியரும் குறிப்பிடப்படுவதுதான். ஆக, கஜினி படையெடுப்பு வழக்கமான ஓர் ஆக்கிரமிப்புப் போரே தவிர அதில் இஸ்லாமின் மதரீதியான பங்கு என்ன என்பது அதை முன்வைப்பவர்களுக்கே வெளிச்சம்.

இறுதி முகலாய மன்னரான பகதூர் ஷா-வின் ஜனநாயகப் பண்புகள் நண்பர் ராமானுஜத்தால் கட்டுரை ஒன்றில் விளக்கப்பட்டுள்ளது. (பார்ப்பனிய இந்திய தேசியம் உருவாக்கத்தின் தொடக்கப்புள்ளி: 1857, ராமானுஜம், தீராநதி) இந்தியாவை ஆண்ட பேரரசர்களில் ஒருவரான அக்பர் மிகப்பெரிய ஜனநாயகப் பணபுகளைக் கொண்டவராக மாற்று மதங்களை அங்கீகரித்து அதற்கு முழு வழிபாட்டு உரிமைகளையும் அனுமதித்தவராகவும், ஒருபடி மேலாக அவரே ராஜபுத்திரப் பெண்களைத் திருமணம் செய்துகொண்ட மதச்சார்பற்ற மன்னராகவும் இருந்துள்ளார். முஸ்லிம் மன்னர்களை ஜனநாயகப் பண்புகளைக் கொண்டவர்களாகச் சுட்டிக்காட்டுவது நமது நோக்கமில்லை. ஒருவருக்கு ஜனநாயகப் பண்பையோ, சகிப்புத் தன்மையையோ ஊட்ட மதங்கள் மட்டுமே அடிப்படைக் காரணங்களாகி விடாது. கிறித்துவரான ஹிட்லர், முசோலினி போன்றவர்கள் பாசிஸ்டுகளாக ஆனதற்கு கிறித்துவத்தைக்

குறைகூற முடியாது. பிற மத வெறுப்பு எல்லா மதங்களினதும் அடிப்படையாக உள்ளது. இந்துமதம் என்று சொல்லப்படும் ஆரிய வேதமதம், பழமையான மதம் என்பதால் தன்னைப் பிற மதத்துடன் ஒப்பிட்டு மத வெறுப்பை விதைப்பதற்கான வாய்ப்பற்ற காலத்தில் அது நிறுவனமானதே காரணம் எனலாம். அதே மதம் வரலாற்றில் பௌத்தத்தை அழித்ததை வைத்து அதனை அதன் பொதுப்பண்பாக வரையறுக்க முடியுமா?

ஆக, அடிப்படையில், மதங்கள் எல்லாமே ஜனநாயகத் தன்மை அற்றவைதான். காரணம், அவை ஒரு குறிப்பிட்ட மனிதர்களைத் தனது மத அடையாளத்திற்குள் வரையறுப்பதும், தனது மதமே, நிலைப்பாடே உயர்ந்தது என்று சொல்வதும் அடிப்படையில் அவற்றில் பிற மத நிராகரிப்பு இருப்பதையே காட்டுகிறது. தவிரவும், இன்று நவீன தேசியப்பார்வை கொண்ட ஒரு சொல்லாடல் களத்தில் மதங்களின் ஜனநாயகம் பற்றிப் பேச முடியாது. காரணம், ஜனநாயகம் முதலாளித்துவ காலத்தில் உருவாகிவந்த பகுத்தறிவுக் கருத்தியல் அடிப்படையைக் கொண்ட ஒரு அரசியல் சொல்லாடலாகும். அது இன்றைக்கான அரசியல் பார்வையே ஒழிய அதைக்கொண்டு பண்டைய மதங்களை நாம் அறுதியிட முடியாது. ஜனநாயகம் என்பதன் அடிப்படை படிநிலை அமைப்பாகும். மேற்கத்தியம் பின்பற்றும் கிறித்தவ மதத்தில், இந்தப் படிநிலை அமைப்பு இருப்பதால் பெரும்பான்மை, சிறுபான்மை என்கிற ஜனநாயகக் கருத்தியல் அவசியமானதாகும். இஸ்லாமில் இந்தப் படிநிலை அமைப்போ அல்லது உலகம் முழுவதற்குமான ஒரு தலைமையை ஏற்றுக்கொள்ளும் தன்மையோ இல்லை. அயத்துல்லா கோமேனிக்குப் பிறகே உலகத் தலைவர் என்பதான கருத்தாக்கம் இஸ்லாமிற்குள் நுழைந்ததை மம்தானி சுட்டிக் காட்டுகிறார். அதனால், அம்மதத்திற்குள் ஜனநாயகம் என்கிற பண்பிற்குப் பகரமாகச் சமத்துவம் என்கிற பண்புநிலை இருப்பதைக் காண முடியும்.

சான்றாக, வேதமதங்களில் நிலவிய சமத்துவமின்மை அன்றைய சமூக வளர்ச்சியில் ஒரு குறிப்பிடத்தக்க சமூகப் பணியை ஆற்றியிருக்கலாம், ஆனால் இன்று அது என்னவாக இயக்கம் கொள்கிறது என்பதே அதன் தன்மையைத் தீர்மானிக்கிறது. இஸ்லாம் ஒரு முடியாட்சி முறையை மட்டும் கொண்ட அரசு மதமல்ல. அதில் ‘உம்மா’ என்கிற ஒரு ‘சகோதரத்துவ’ அரசாட்சி முறை உள்ளது. அது ஒருவகை வணிக ஜனநாயகத்தை அல்லது உரிமைகளைக் கொண்டது. அது சரியானது என்பதோ

அதுவே உலகை உய்விக்கும் வழி என்பதோ அல்ல இங்கு நாம் சொல்ல வருவது. இஸ்லாம் தனது மத அடிப்படைகளில் ஒன்றாக சகிப்புத்தன்மையின்மையையும் ஜனநாயக மறுப்பையும் கொண்டதாக இல்லை என்பதே. ஆக, ஜனநாயகம் என்கிற பண்பை பண்டைய மத அமைப்புகளில் தேடுவது, நவீன அறிவியலைப் புனித மறைகளில் தேடுவதைப் போலத்தான்.

சான்றாக, இன்றைய சவூதி அரேபிய இஸ்லாமிய முடியாட்சியை எடுத்துக் கொள்வோம். அந்நாட்டின் அரசாட்சி முறையை இஸ்லாமிய அரசாட்சிமுறை என்று கூறிவிட முடியாது. ஆனால், தனது ஆளுகை தொழில்நுட்பத்திற்கு இஸ்லாமிய நவீன தேசியக் கருத்தியலைக் கொண்ட வகாபியிசத்தை ஆளும் கருத்தியலாகக் கொண்டிருக்கிறது. இங்கு நாம் கூற வருவது இந்து மதம் என்பதை எப்படி ஒற்றையான அல்லது ஒருபடித்தானதாக வரையறுக்க முடியாதோ அப்படியே இஸ்லாமையும் வரையறுக்க முடியாது. அது ஒவ்வொரு தேசியத்திலும் ஊன்றப்பட்டு அந்த தேசியத்தின் பெரும்பான்மை மதங்களின் பாதிப்புகளில் திருத்தி தன்னைத் தகவமைத்துக் கொண்டதால்தான் அது பல தேசிய இனங்களின் பண்பாட்டிலும் தனது இருப்பைக் கொண்டிருக்க முடிகிறது. இந்து, பௌத்த மத பாதிப்பைக் கொண்ட இந்தோனேசியாவில் உள்ள இஸ்லாமும், இந்துமத பாதிப்பைக் கொண்ட இந்தியாவில் உள்ள இஸ்லாமும், பார்சி மத பாதிப்பைக் கொண்ட ஈரானில் உள்ள இஸ்லாமும், நவீன வகாபிசத்தின் ஓரமைவாக்க மதத்தன்மை கொண்ட அரேபியாவில் உள்ள இஸ்லாமும் ஒன்றல்ல. இஸ்லாம் பல பண்பாடுகளைக் கொண்ட மதம். அதனை ஒருபடித்தான ஒற்றைப் பண்பாட்டைக் கொண்டதாகச் சுருக்க முடியாது.

குறிப்பாகத் தமிழகத்திற்குள்ளேயே உருது பேசும் முஸ்லிமும் தமிழ் பேசும் முஸ்லிமும் ஒருபடித்தானவர்கள் அல்ல. இன்னும் குறிப்பாகத், தஞ்சை மாவட்ட முஸ்லிம்களின் பண்பாடும் நம்பிக்கைகளும், தென்னாற்காடு முஸ்லிம்களின் பண்பாடும் நம்பிக்கைகளும் வெவ்வேறானவை. பிரச்சனை இன்று இஸ்லாமிய வகாபிச தீவிரவாத அமைப்புகள் ஒருபடித்தான இஸ்லாமைக் கட்ட முயல்வதைப் போலவே இந்து தீவிரவாத அமைப்புகள் ஒருபடித்தான இந்து மதத்தைக் கட்ட முயல்கின்றன. இவை வரலாற்றின் வழியாகப் பெறப்படும் ஓரமைவாக்கக் கருத்தியலின் வன்முறை சார்ந்த பிரச்சனையே ஒழிய, அடிப்படையில் இரு மதங்களுக்கிடையிலான பிரச்சனை அல்ல. பிரச்சனையின் அடிப்படை இவை தேசியக் கருத்தியல் போன்ற ஒற்றை

அடையாளத்தைத் திணிக்க முயலும் நவீன அரசியல்வாதத்தின் விளைவே. இது ஒருவகை நவீனத்துவத்தின், தேசியத்தின், உலகமயமாக்கலின் ஒருபடித்தான அரசியல் கருத்தியலின் விளைவாகும். மதங்களுக்கும் ஜனநாயகத்திற்கும் உள்ள உறவு என்பது நேரெதிரானது என்பதைவிட, இன்றைய ஜனநாயக சொல்லாடலைக் கொண்டு பண்டைய மதங்களின் தன்மைகளை வரையறுக்க முடியாது என்பதே முக்கியம்.

உண்மையில் முகலாயர்கள் இஸ்லாமைவிட தாங்கள் பிறந்து வளர்ந்த நாடுகளின் குடியாண்மைக் கலாசாரத்தில் வளர்ந்தவர்களே. இன்னும் குறிப்பாகச் சொன்னால், முகமது நபியால் உருவாக்கப்பட்டு, அதன்பின் வந்த 5 கலீபாக்களால் பரவலாக்கப்பட்ட இஸ்லாமிய முடியரசு என்பது தனது ஆளுகைக்கு உட்பட்ட எல்லா நாடுகளையும் இஸ்லாமிய நாடுகளாக மாற்றவில்லை. மேலும், அவை மாற்று மத நம்பிக்கைகளை ஒழித்ததாகக் கூற முடியுமா? வழக்கமாக இந்திய முஸ்லிம்களை முகலாய வரலாற்றுடன் இணைத்து அவர்களை வரையறுப்பது என்பது இந்திய தேசிய நீரோட்டத்திலிருந்து அவர்களைத் தனிமைப்படுத்தி வெறுப்பை விதைக்கும் வேலையே. நுட்பமாக இந்திய முஸ்லிம்களை தேசியத்திற்கு வெளியில் நிறுத்தும் முயற்சியே. முகலாயர்கள் இஸ்லாத்தைத் தங்கள் மதமாக ஏற்றுக் கொண்டவர்கள் என்பதால் அவர்களது ஆட்சிமுறையை ஒரு மதவாத ஆட்சி முறையாகப் பார்க்க முடியுமா? அது மதவாத ஆட்சிமுறை என்றால் பெரும்பான்மையான இந்து மக்கள் அதை எதிர்த்துப் போராடாமல், முகலாயர்கள் இந்த நாட்டை விட்டு வெளியேற ஆங்கிலேயர்கள் வரவேண்டிய நிலைக்கு ஆளானது எப்படி? முகலாயர்கள் பல நூற்றாண்டுகள் இந்நாட்டை ஆண்டபோது அவர்கள் முற்றிலுமாகத் தங்கள் அதிகாரத்தைப் பயன்படுத்தி முஸ்லிம் மதத்தைப் பரப்பியிருக்க முடியும். அதேபோல் கிறித்துவ பிரித்தானியர்கள் ஆண்டபோது இந்தியாவில் கிறித்துவத்தை முழுமையாகப் பரப்பியிருக்க முடியும். அப்படி ஒன்று வரலாற்றில் நிகழுவது சாத்தியமில்லை. காரணம் அன்று மதம் என்பது மனிதவாழ்வின் ஒரு அங்கமாக இருந்ததே ஒழிய, அரசியலாக இல்லை. ஆனால், இன்று மதம் என்பது மனித வாழ்வில் அங்கமாக இல்லை அரசியலாக உள்ளது.

சுருக்கமாகக் கூறுவது இதுதான், மதங்கள் ஜனநாயகத்திற்கும் இன்றைய புதியவகை அரசியல் அமைப்பிற்கும் தகவமைத்துக் கொள்ள முடியாதவை. சமூகத்தைப் பின்னோக்கிய ‘உன்னத

கற்பிதங்களுக்கு' இழுப்பவை. அவை இன்றைய மனிதன் முகங்கொள்ளும் பிரச்சனைகளுக்கு எந்தவிதத் தீர்வையும் தராதவை. அதனால் மதத்தின் பெயரால் செய்யப்படும் எல்லா அரசியல் நிலைப்பாடுகளும் நிராகரிக்கப்பட வேண்டியவை. பயங்கரவாதம் என்பது மதங்களின் வரலாற்றுத் தன்மையால் ஒரு வன்முறையை நிகழ்த்தும் உரிமை பெற்றதாகத் தங்களைக் கருதிக் கொள்கின்றன. அரசும் இந்த வரலாற்றைப் பெருக்கியபடி இருப்பதில்தான் தனது அதிகாரத்தைத் தக்க வைக்கிறது. ஆக, பயங்கரவாதம் அதிகாரத்தின் ஒர நுண்விளையாட்டே. அதிலிருந்து தப்பிப் பிழைப்பதே இன்றைக்கான ஜனநாயக அரசியலுக்கான அடிப்படையாகும். இந்திய முஸ்லிம்கள் ஒரு ஜனநாயக அமைப்பைக் கண்டடைந்து அதை வலுப்படுத்துவது மட்டுமே இந்த பாசிச அவலச் சூழலில் அவர்களைக் காத்தருளுவதாக இருக்குமே ஒழிய, புனித ஜிகாத்துகள் மேலும் அவர்களைக் கொன்றொழிப்பதற்கும், தனிமைப்படுத்தி அடக்கி ஒடுக்குவதற்குமே தள்ளிச் செல்லும். ‘அரசியல், ரத்தம் சிந்தாத யுத்தம். யுத்தம், ரத்தம் சிந்தும் அரசியல்' என்றார் மாவோ. இன்றைக்கான இஸ்லாமிய மற்றும் சிறுபான்மையினருக்குத் தேவை அரசியல் அதாவது ரத்தம் சிந்தாத ஒரு யுத்தம். பயங்கரவாதம் எனும் இரத்தம் சிந்தும் அரசியல் அல்ல.

– 15 அக்டோபர், 2008, தீராநதி, ஜனவரி 2009

காசில்லாதவனையும் 'கலைப்பிரியமுள்ள கனவானாக' ஆக்கும் கிரிக்கெட்

1932-ஆம் ஆண்டு இந்திய வரலாற்றில் ஒரு முக்கியமான ஆண்டாகும். தலித்களின் அரசியல் தன்னுணர்வை உருவாக்கிய டாக்டர் பாபாசாகெப் அம்பேத்கர் கலந்துகொண்ட, 1931-ல் லண்டனில் நடந்த, இரண்டாவது வட்டமேசை மாநாட்டில் பிரித்தானிய காலனிய அரசு 'தீண்டத் தகாதவர்களாக' ஒதுக்கப்பட்டவர்களுக்கு தனித்தொகுதி தருவதற்கு ஒப்புக்கொண்டது. 1932-ல் புனாவின் எரவாடா சிறையில் இருந்த மகாத்மா காந்தி இத் தனித்தொகுதி முறையை எதிர்த்து சாகும்வரை உண்ணாவிரதம் அறிவிக்கிறார். இறுதியில் காந்தியின் உயிரைக் காப்பாற்றியது அன்று ஏற்பட்ட புனா-ஒப்பந்தத்தில் கையெழுத்திட்ட மூவரின் கையொப்பமே. அந்த மூவரில் ஒருவர் அம்பேத்கர், மற்றொருவர் எம்.சி.ராஜா, மூன்றாமவர் பி. பாலு. முதல் இருவரும் தலித் சமூக அரசியல் பணிகளில் நாடறிந்த தலைவர்கள். ஆனால், பல்வன்கர் பாலு எனப்படும் பி. பாலு எந்த சமூகப் பணிகளிலும், அரசியல் பணிகளிலும் அடையாளப்படுத்தப் படாதவர். வரலாற்றில் யார் என்று சொல்லப்படாமல் விடுபட்டவரான இவர் ஒரு மிகச் சிறந்த கிரிக்கெட் வீரர். "தாழ்த்தப்பட்ட ஒருவர் கிரிக்கெட் பந்துவீச் சாளராகப் புகழ் அடைந்திருப்பதற்காக நான் பெருமை அடைகிறேன்" என்று அம்பேத்கரால் புகழப்பட்டவர்.

33 'ஃபர்ஸ்ட் கிளாஸ்' ஆட்டங்களில் 179 விக்கெட்களைப் பெற்று இந்திய மக்களிடம் கிரிக்கெட்டில் நாயக அந்தஸ்து பெற்ற இவர், சாமர் என்கிற சக்கிலிய இனத்தைச் சேர்ந்த தாழ்த்தப்பட்டவர். 'இந்து கிரிக்கெட்'- அணியின் முதுகெலும்பாக இருந்து, பிரித்தானிய காலனிய அணியைத் தோற்கடித்தவர். இந்திய மக்களிடம் காலனிய எதிர்ப்பிற்கான மனோபலத்தைத் தந்தவர். வெள்ளையர்களை வீழ்த்த முடியும் என்று காட்டியவர். இவரது வெற்றியை அன்றைய பத்திரிகைகள் காந்தியின் சுயராஜ்யக் கொள்கையின் வெற்றியாக விவரித்தன. தாழ்த்தப்பட்டவர்களை ஒன்றிணைக்காமல் இந்திய

விடுதலை சாத்தியமில்லை என்பதற்கு ஒரு சான்றாக இந்த வெற்றி கொண்டாடப்பட்டது. இவரால் வெற்றியடைந்த 'இந்து அணி' எனப்படும் உயர்சாதி பார்ப்பனர்களைக் கொண்ட கிரிக்கெட் அணி, முதன்முறையாக இந்திய மண்ணில் பெற்ற வெற்றி இது. அந்த வெற்றிக்குக் காரணமான பாலு இந்த இடத்தை அடைந்த கதைதான் இந்து உயர்சாதி தீண்டாமை வெறி உருவாக்கிய சோக வரலாறாகும்.

1875-ல் தார்வாட் என்ற ஊரில் பிறந்தார் பாலு. அவரது குடும்பம் புனாவிற்கு இடம் பெயர்ந்த பிறகு அவரது இளமை வாழ்க்கை புனாவில் தொடர்ந்தது. அவரது தந்தை காலனிய அரசின் இராணுவத்தில் துப்பாக்கிகளையும் அதன் காட்ரிட்ஜ்களையும் சுத்தம் செய்யும் பணியைச் செய்து வந்தார். உயர்சாதியினர் தீட்டாகக் கருதி செய்ய மறுத்ததால், தனது ஒதுக்கப்பட்ட சாதிய பின்புலத்தால் பாலுவின் தந்தை இப்பணியைச் செய்து வந்தார். வெள்ளைக்காரர்களால் விளையாடப்படும் கிரிக்கெட்டில் தோலால் செய்யப்பட்ட பந்தை எடுத்துப்போடும் அந்தத் 'தீட்டா'-ன பணியை பாலு செய்து வந்தபோதுதான் கிரிக்கெட் பந்துவீச்சில் அவர் சிறந்த பயிற்சியைப் பெற முடிந்தது. ட்ரோஸ் என்கிற ஆங்கில அதிகாரிதான் பாலுவிற்குப் பந்துவீச்சைக் கற்றுக் கொடுத்தார். இவரது பந்துவீச்சில் பயிற்சி பெற்றவரே ஜே. கிரீக் என்கிற புகழ்பெற்ற ஆங்கில பேட்ஸ்மென். ஆங்கிலேய கிரிக்கெட் வீரர்கள் பாலுவிற்கு இந்தப் பயிற்சிகளைத் தந்தாலும் அவரைத் தங்களுடன் விளையாட அனுமதிக்கவில்லை, காரணம் காலனிய மேட்டிமைத்தனமே.

பிரித்தானிய கிரிக்கெட் வீரர்களின் பயிற்சிகளில் பந்து வீச்சாளராக இருந்ததால், பரவலாக எல்லா கிரிக்கெட் அணிகளிடமும் ரசிகர்களிடமும் புகழடைந்தார். அவரைத் தங்களது அணியில் சேர்த்துக் கொள்ள பார்ப்பன உயர்சாதி அணி தயாராக இல்லை என்றாலும், சில தெலுங்கு ஆட்டக்காரர்கள் தாங்கள் வெற்றிபெற அவர் அவசியம் என்ற வகையில் பேசி அவரைச் சேர்த்துக் கொண்டனர். ஆனாலும், கிரிக்கெட் ஆட்டத்தின் ஒரு சடங்கான தேநீர் இடைவேளையின் போது அவர் ஆட்ட மைதானத்திற்கு வெளியே போய்விட வேண்டும். உயர்சாதி கிரிக்கெட் வீரர்களுடன் அவர் சேர்ந்து நிற்கக் கூடாது. அருந்திவிட்டு உடனே எறிந்து விடும் வண்ணம் அவருக்கு மட்கலயத்தில் உணவும் தேநீரும் தரப்பட்டது. அதாவது இன்றும் சில இடங்களில் வழங்கி வரும் இரட்டைக் குவளை முறையைப் போல. ஒரு நட்சத்திர ஆட்ட நாயகனுக்கே சாதியம் முன்வைக்கும் நிலை இதுதான்.

அதன்பின் புனே அணியிலிருந்து, பம்பாய் அணிக்கு அவரும், அவரது தம்பிகளான சிவ்ராம், கண்பத் மற்றும் விதால் ஆகியோரும் சேர்த்துக் கொள்ளப்பட்டனர். பாலு சகோதரர்கள் என்கிற இந்த நான்கு 'தாழ்த்தப்பட்ட' இளைஞர்களும் இந்திய கிரிக்கெட்டின் புகழ் பெற்ற ஆட்டக்காரர்கள் ஆவார்கள். 1906-ஆம் ஆண்டு நடந்த பிரித்தானியருக்கு எதிரான கிரிக்கெட் போட்டியில் இச்சகோதரர்கள் முக்கிய பங்காற்றி இந்திய அணியை வெற்றிக்குக் கொண்டு சென்றனர். 'இந்தியன் சோஷியல் ரிஃபார்மர்'- என்கிற இதழ் இந்த வெற்றியை இந்திய தேசிய ஒற்றுமைக்கான சாதியத்தை மீறிய சமவாய்ப்பின் அவசியத்தை வலியுறுத்தும் ஒன்றாக எழுதியது. இதன் மற்றொரு விளைவாக இந்திய தேசியம் எனும் வளர்ந்து வரும் கருத்தாக்கத்தின் ஒரு உதாரணமாக இது கொள்ளப்பட்டது. இந்திய தேசியத்தின் கட்டமைப்பில் மட்டுமல்ல அதை இன்றுவரை காத்துவரும் பணியையும் செய்கிறது கிரிக்கெட். ஆனாலும், அன்றும் சாதி இந்துக்கள் தீண்டத்தகாதவர்களின் தலைமையில் ஆடுவதற்கு மட்டும் தயாரில்லை. இன்று திறமைதான் முக்கியம் என்று பேசும் உயர்சாதி பார்ப்பனர்கள், அன்று இத்தனை திறமை இருந்தும் பாலுவை கேப்டனாக நியமிக்கத் தயாராயில்லை. மற்ற ஆட்டங்களைவிட கிரிக்கெட்டிற்கு கேப்டனின் தலைமைப் பொறுப்பு மிகவும் முக்கியமானது. அப்பொறுப்பைத் தந்து தாழ்த்தப்பட்ட ஒருவரின் தலைமையின்கீழ் விளையாடத் தயாராக இல்லை.

1910 முதல் 1920 வரை ஒவ்வொரு ஆண்டும் பாலுவை கேப்டனாக நியமிக்க கோரி போராட்டம் நடந்தது. ஆனால் புதிதாகச் சேர்ந்த உயர்சாதி பார்ப்பனர்களுக்குக்கூட அந்த வாய்ப்பு வழங்கப்பட்டதே ஒழிய அனுபவம் மிக்க திறமையான தாழ்த்தப்பட்ட ஆட்டக்காரர்களுக்குத் தரப்படவில்லை. ஒரு இளம் பார்ப்பனருக்கு கேப்டன் பதவி வழங்கப்பட்டதை ஒட்டி எதிர்ப்பு தெரிவித்து பாலு சகோதரர்கள் கிரிக்கெட்டை விட்டு வெளியேறினார்கள். சாதியரீதியான பாகுபாடு நிலவுவதையும் விளையாட்டுக்கான திறமைகள் பார்க்கப்படுவதில்லை என்பதையும் கண்டித்து ஒரு அறிக்கை வெளியிட்டார்கள். வெகுமக்களிடம் ஓரளவு அவர்களுக்கு ஆதரவு பெருகியது. அதன்பின் 1920-ல் காந்தி இந்திய தேசியத்தின் தலைவராக ஆனபோது அவரது தீண்டாமை எதிர்ப்பின் விளைவாக திரும்பவும் பாலு சகோதரர்கள் கிரிக்கெட் அணியில் சேர்க்கப்பட்டு பாலுவிற்கு முதலில் உதவி கேப்டன் பதவியும், அவருக்குப் பின் அவரது தம்பி விதால் கேப்டனாகவும் நியமிக்கப்பட்டார். இச்சகோதரர்களின் திறமையான நிர்வாகத்தால்

கிரிக்கெட் அணி தொடர் வெற்றிகளைப் பெற்று வந்தது. இந்த கிரிக்கெட் வெற்றிகள் காந்தியின் சுயராஜ்யக் கொள்கையின் நடப்பு உதாரணங்களாகக் கொள்ளப்பட்டன. தாழ்த்தப்பட்ட சமூகத்தினருக்கு சம அந்தஸ்து தந்தால் இந்தியா வெற்றி கொள்வது நிச்சயம் என்பதை இவை மெய்ப்பிப்பதாக பத்திரிகைகளில் எழுதப்பட்டது. பொதுமக்கள் ஒவ்வொரு கிரிக்கெட் வெற்றிக்குப் பிறகு ''கேப்டன் விதால் வாழ்க! இந்துக்களே சாதி ஏற்றத்தாழ்வை மறப்போம்! மகாத்மா காந்திக்கு ஜே!'' என்றும் கோஷமிட்டுக் கொண்டாடினர்.

இது நமக்குச் சொல்லும் செய்தி கிரிக்கெட் அதன் ஆடுகளத்தையும் தாண்டி மக்களின் பொதுவெளியில் கட்டமைக்கும் மன அமைப்பையே. அதிகாரம் நிரம்பிய காலனிய ஏகாதிபத்திய வெள்ளையின அணியை எதிர்த்துக் கிடைத்த இந்த வெற்றி மக்களின் மனத்தளத்தில் ஏற்படுத்தியிருக்கும் நம்பிக்கை என்பது எண்ணிப் பார்க்கத்தக்கது. பாலு சகோதரர்களின் கதை என்பது இந்திய கிரிக்கெட் மற்றும் தாழ்த்தப்பட்ட மக்களின் வரலாற்றில் ஒரு மைல்கல் மட்டுமல்ல; இந்திய தேசிய கட்டமைப்பின் வெகுசன உளவியலைக் கட்டமைத்த ஒரு முன்மாதிரியும்கூட.

ஆனால் இத்தகைய வரலாற்றின் குறிப்பிடத்தகுந்த வீரரான பாலு இந்து மகாசபையின் ஆதரவாளராக மாற்றப்பட்டு பின்னாளில் இந்து மகாசபை மற்றும் காங்கிரஸின் கருத்தியலுக்கு பலியாகி புனா ஒப்பந்தம் ஏற்பட வழிவகை செய்து அம்பேத்கருக்கு எதிராக மாறினார். 1933-ல் நடந்த தேர்தலில் இந்துமகாசபை பம்பாய் நகராட்சிக்கு இவரை வேட்பாளராக அறிவித்தது. ஆனால் எதிர்த்து நின்ற உயர்சாதி வேட்பாளரிடம் தோற்றுப் போனார். இந்தியத் தேர்தலில் இந்து மகாசபையானலும் சரி எந்த மகாசபையானாலும் சரி சாதி என்பது ஒரு தீர்மானகரமான காரணிதானே? அதன்பின் அம்பேத்கருக்கு எதிராக இவரை ஒரு தலித் உட்கட்சி தலைவராக காங்கிரஸ் பயன்படுத்தத் துவங்கியது. 1937-ல் தாழ்த்தப்பட்டவர்களுக்கான தனித்தொகுதியான பம்பாய் சட்டமன்றத் தொகுதியில் அம்பேத்கருக்கு எதிராக காங்கிரஸால் இவர் நிறுத்தப்பட்டார். அதில் அம்பேத்கரால் தோற்கடிக்கப்பட்டார். எந்த உயர்சாதியால் எந்த மதத்தால் புறக்கணிக்கப்பட்டாரோ அவர்களுக்கே இறுதியில் ஆயுதமாகப் பயன்பட்டார் என்கிற இவரது வரலாற்றில் உள்ள அந்த முரண், இன்றுவரையில் திரும்பத் திரும்ப நிகழும் ஒரு தீர்க்க இயலாத முரணாக நிலவி வருவது கண்கூடு.

18-ஆம் நூற்றாண்டின் மத்தியில்தான் கிரிக்கெட் இந்தியாவிற்கு பிரித்தானிய மாலுமிகளாலும், படைவீரர்களாலும் அறிமுகப்படுத்தப் பட்டது. முதல் இந்திய அணி பம்பாயில் பொருளியல் ஆதிக்கம் வகித்துவந்த படித்த மேட்டிமை வர்க்கத்தைச் சேர்ந்த பார்சிகளால் உருவாக்கப்பட்டது. பார்சிகள் தங்களை பிரித்தானியக் குடியேறிகளுடன் அடையாளப்படுத்திக் கொள்ளவும் தங்களது உயர் வர்க்க அடையாளத்தைக் காக்கவும் முதன்முதலாக கிரிக்கெட்டைப் பயன்படுத்தினர். பார்சிகளுக்கு இயல்பிலேயே இந்திய மண்ணில் ‘வந்தேறிகள்’ என்ற ஒரு அடையாள நெருக்கடி இருந்து வந்ததால் அவர்கள் இந்தப் புதிய அடையாளத்தைக் கட்டமைக்க முயன்றனர். 30-க்கும் மேற்பட்ட பார்சி கிளப்புகள் ரோமானியக் கடவுளின் பெயரால் 1850-60-களில் உருவாக்கப்பட்டது. இதில் வெளிப்படையாகவே தெரிவது பிரித்தானிய அடையாளத்தைப் பெறுவதற்கான முயற்சியே. பார்சிகள் கிரிக்கெட் வழியாக ஆங்கிலேய உடைகளை உடுத்தத் துவங்கினர். அதன்பின் இந்துக்கள் தங்களுக்கான அணிகளையும், முஸ்லிம்கள் தங்களுக்கான அணிகளையும் உருவாக்கினர். குஜராத்தி, மராத்தி, தெலுங்கு போன்ற இனரீதியான அணிகளும் உருவாயின. ஆக, கிரிக்கெட் என்பதன் தொடக்கமே வகுப்புவாதத் தன்மை கொண்டதாக இருந்தது. இவர்களை அணிகளாக மோதவிடுவதன் மூலம் சமூகத்திற்குள் ஒரு வகுப்புப் பதற்றத்திற்கான மனநிலையை பிரித்தானிய காலனிய அரசாலும், மத அமைப்புகளாலும் கட்டமைக்க முடிந்தது.

இது 1930-க்குப் பிறகு உச்சநிலையை அடைந்தது. இந்து அணி, பார்சி அணி, சீக்கிய அணி, முஸ்லிம் அணி, கிறித்துவ அணி என்பதாகப் பிரிந்து இந்து-முஸ்லிம் மக்களிடையே இரு தேசக் கோட்பாட்டிற்கு வலு சேர்ப்பதாக இந்திய வகுப்புவாத சக்திகளின் கருத்தியலுக்குள் ஆட்பட்டது. இன்று இந்திய முதன்மை லீக் (IPL) ஆட்டத்தில் ஒரு அடிமை வியாபாரத்தைப் போல ஏலம் எடுக்கப்பட்ட ஆட்டக்காரர்களால் கலவையாக அமைக்கப்பட்ட சென்னை அணி, மும்பாய் அணி என்கிற பிராந்திய பெயர் கொண்ட அணிகள் எப்படி வெறும் பெயரைக் கொண்டே பிராந்திய வெறியை ஊட்டுகின்றனவோ அதைப்போல ஒவ்வொரு கிரிக்கெட் வெற்றிக்குப் பிறகும் வகுப்புவாத அணிகளால் வகுப்புப் பதற்றங்களை உருவாக்கி வகுப்புவாத உணர்வை ஆறாமல் காக்க முடிந்தது. இன்னொருபுறம் இது ஒரு குறிப்பிட்ட வகுப்பினரை தேச அளவில் ஒருங்கிணைந்த அடையாளத்திற்குள் கொண்டு வந்தது. இன்று இந்தியா ஆடும்போது எல்லோரும் இந்தியக்

குடிமகன் என்கிற உணர்வு மீள்கட்டமைப்பு செய்யப்படுவதைப் போல, வகுப்பு ரீதியான அடையாளத்தை உருவாக்கி வகுப்பு ஒருங்கிணைப்பை ஏற்படுத்தியது. இது மத துருவ மயமாதலுக்கு ஒரு காரணமாக அமைந்தது.

கிரிக்கெட்டை பிரித்தானிய ஏகாதிபத்தியம் அறிமுகப்படுத்தியதே குடியேறிகளுக்கும், குடிமக்களுக்கும் இடையில் ஒரு ஒற்றுமையை உருவாக்கவும், ஒரு கலப்பின அடையாளத்தைப் பேணவும்தான். இவ்வாறு ஒரு கலப்பின வர்க்கமாக இந்திய மத்தியதர வர்க்கத்தின் தோற்றத்திற்கான ஒரு பண்பாட்டு அடையாளமாக கிரிக்கெட் இருந்தது. இன்று இந்த அடையாளம் மத்தியதர வர்க்கம் தாண்டி அடிமட்ட அளவிலான மக்களிடமும் இறக்கப்பட்டுள்ளது. ஒரு தேசிய உணர்வாக அறியப் படுகிறது. கிரிக்கெட் இந்தியாவில் அறிமுகப்படுத்தப்பட்டபோது அது கனவான்களின் ஆட்டமாகத்தான் அறிமுகமானது. இந்திய மக்களைக் காலனிய குடிமக்களாகக் கட்டமைத்ததில் மெக்காலேயின் கல்விக்குப் பிறகு ஒரு கணிசமான பாத்திரத்தை கிரிக்கெட் ஆற்றியது. பிரித்தானிய ஏகாதிபத்தியம் தனது எல்லாக் காலனி நாடுகளிலும் கிரிக்கெட்டை அறிமுகப்படுத்தியதன் நோக்கம் காலனிய உடலைக் கட்டமைக்கும் ஒரு எந்திரமாக அது இருந்ததுதான். சான்றாக பிரித்தானிய காலனிய நாடான ஆஸ்திரேலியாவில் ‘ஆங்கிலத்தனம்’ (englishness)) என்கிற ஒரு குணாம்சத்தை கிரிக்கெட்தான் கட்டமைத்தது. கிரிக்கெட் பிரித்தானிய காலனிய எஜமானர்களைப் ‘போலச் செய்யும்’ (mimic) ஒரு பண்பைக் காலனியக் குடிமக்களிடம் உருவாக்கியது. அல்லது பிரித்தானியப் பண்பாட்டைத் தனது காலனி நாடுகளில் விதைத்தது. கிரிக்கெட்டின் உடை இந்திய உடையமைப்பில் பாரிய மாற்றத்தை ஏற்படுத்தியது.

இன்றுவரை கிரிக்கெட் இந்தக் காலனியச் சேவையை மிகச் சிறப்பாகச் செய்து வருவது கண்கூடு. இன்றைய கிரிக்கெட் ஆட்டத்திலும் காலனிய மேலாண்மை என்பது ஒரு குறிப்பிடத்தக்கக் காரணியாக உள்ளது. சான்றாக, ஒரு பார்ப்பனக் குடும்பத்தால் தத்தெடுக்கப்பட்டு வளர்க்கப்பட்டவரும், இந்திய கிரிக்கெட்டைப் பரவலாக்கியவரும், உலக அளவில் பெயர் வாங்கித் தந்தவருமான சுனில் கவாஸ்கர் இந்தியா இங்கிலாந்துடன் ஆடும்போது அவர்களுக்கு உயர்தரமான ஓய்வு அறையும், உணவுகளும், இந்தியர்களுக்கு மோசமான ஓய்வு அறையும், உணவுகளும் தந்த காலனிய எஜமான மனோபாவத்தை எதிர்த்துக் கேள்விக் கேட்டு இந்திய ஆட்டக்காரர்களுக்கு சம அந்தஸ்தை ஏற்படுத்திக்

கொடுத்தவர் என்பது காலனிய மேலாண்மை மனநிலையின் தற்கால நீட்சியையே காட்டுகிறது. காலனியத்தின் ஆதிக்க மனோபாவத்தை எதிர்த்து முதன்முதலாகக் குரல் எழுப்பியவர் என்ற பெருமை கவாஸ்கருக்கு உண்டு. அதேபோல் இந்தியா இங்கிலாந்து ஆடும் ஆட்டங்களில், இந்தியா பெறும் வெற்றியை இங்கிலாந்து மக்களால் ஏற்க முடியாத மனநிலை வெளிப்படுவதைக் காணலாம். காலனிய மேலாண்மையின் எச்சமாக இன்றும் கிரிக்கெட்டில் நிலவி வரும் இந்த மனப்போக்கு கவனிக்கத்தக்கது.

கிரிக்கெட்டின் அடிப்படையே காலனிய ஆளும் தன்னிலைகளும், ஆளப்படும் தன்னிலைகளும் ஒருங்கிணைவதற்கான ஒரு புள்ளியை உருவாக்கி ஆளப்படும் தன்னிலைக்குள், ஆளும் தன்னிலையை உயர்ந்ததாகக் கட்டமைக்கும் படிநிலைப் பண்புதான். அது ஒரு சக்திவாய்ந்த ஒன்றிணைக்கும் விசையாகவும், மேட்டிமையின் குறியீடாகவும் இருந்தது. இந்தியாவை ஒரு தேசமாகக் கட்டமைக்கும் முக்கிய காரணியாக இன்று செயல்படுவது கிரிக்கெட்தான். இந்திய தேசியம் என்பது கிரிக்கெட்டின் ஆடுகளப் பரப்பு தவிர வெறொன்று மில்லை. இந்திய உடல்கள் கிரிக்கெட்டைக் காண்பதன் மூலம் கலைப் பிரியர்களாகவும், பேசுவதன் மூலம் கனவான்களாகவும் குறியிடப்படுகிறது. ஒரு கிரிக்கெட் வரலாற்றாளர் கூறியது போல கிரிக்கெட் எல்லா வர்க்கப் பார்வையாளர்களையும் 'கலைப்பிரியரான கனவான்களாக குறியிட்டது.' (*'the mark of an amateur gentleman' from any class*). அந்த கனவான்களின் ஒரு உச்சக்கட்ட கொண்டாட்டமே இன்றைய கிரிக்கெட்டில் வெளிப்படுகிறது.

கிரிக்கெட் சாதிய மேலாண்மை - சில குறிப்புகள்

'இந்திய விளையாட்டான கிரிக்கெட் விபத்தாக பிரிட்டனின் விளையாட்டாகி விட்டது' என்று கூறும் உளவியல் அறிஞரான ஆஷிஸ் நந்தி தனது பேட்டி ஒன்றில் இந்திய மக்கள் கிரிக்கெட்டை விரும்ப 3 காரணங்களைச் சுட்டிக் காட்டுகிறார். 1. முற்றிலும் நவீனமயமாகாத இந்தியாவில் கிரிக்கெட்டின் கொண்டாட்ட மனநிலை என்பது தொழிற்சமூகத்திற்கு முந்தைய அதாவது நவீன சமூகத்திற்கு முந்தைய மதிப்பீட்டைக் கொண்டதாக உள்ளது. 2. கிரிக்கெட் யாராலும் கட்டுப்படுத்த முடியாத பல்வேறு காரணிகளை, எண்ணற்ற மாறிலிகளையும் கொண்டுள்ளது. 3. எதிர்பாராத திருப்பங்களைக் கொண்டதாக உள்ளது. எண்ணற்ற மக்களால் கருத்து சொல்லக்கூடியதாக, அதாவது விதி அல்லது தலையெழுத்து போன்ற மர்மத்தன்மையைக் கொண்டதாக

உள்ளது. உண்மையில் கிரிக்கெட் விளையாடுபவர் எதிர் அணியுடன் விளையாடுவதில்லை, தனது விதியுடன் அல்லது தலையெழுத்துடன்தான் விளையாடுகிறார் என்கிறார் நந்தி. இந்தக் காரணங்களின் அடிப்படையாக இருப்பது இந்திய மக்களின் கூட்டு மனநிலைக் கொண்டாட்டத்தைக் கிரிக்கெட் மீளுருவாக்கம் செய்வதே. பண்டைய நிலவுடமை மதிப்பீடுகளான விதி அல்லது தலையெழுத்துப் போன்ற எதிர்பாராத நமக்கு வெளியே உள்ள சக்தியால் தீர்மானிப்பது போன்ற ஒரு மர்மத்தன்மை இதில் நிலவுகிறது.

ஆஷிஸ் நந்தியின் மேற்கண்ட கருத்து கிரிக்கெட் என்பது ஒரு விளையாட்டாக நிகழ்ந்ததைச் சொல்கிறது. ஆனால், தற்காலத்தில் கிரிக்கெட் விளையாட்டு என்கிற நிலையைத் தாண்டி ஆணாதிக்க தேசிய அரசியலைக் கட்டமைக்கும் ஒரு ஊடகப் புனைவு வெளியால் ஆடப்படுகிறது. 90-களுக்குப் பிறகு கிரிக்கெட் கேட்கும் வெளியிலிருந்து (வானொலியிலிருந்து) பார்க்கும் வெளிக்கு (தொலைக்காட்சிக்கு) மாற்றப்பட்டது. இம்மாற்றம் இந்திய அணி கபில்தேவ் தலைமையில் கோப்பையை வென்ற 1983-ல் துவங்கியது. 90-களுக்குப் பிறகு செயற்கைக்கோள் மற்றும் கேபிள் நெட்வொர்க் ஆகியவற்றால் இந்தியாவெங்கும் விரிக்கப்பட்டது,

சில வருடங்களுக்கு முன்பு கிரிக்கெட் ஒரு சூதாட்டம் என்று உலகமே அறிந்து பரபரப்பானது. சூதாட்டத்தின் முன் ஆடுபவரின் தேசபக்தி சுருண்டு படுத்து விட்டதுடன் பார்த்தவர்களின் தேசபக்தியும்கூட கேலிக்குட்படுத்தப்பட்டதாக உணரப்பட்டது. இந்தச் சூதாட்டம் கிரிக்கெட் தோன்றி ஒரு பார்வையாளர் ஆட்டமாக மாறிய 1920-களிலேயே ஒரு கருப்புச் சந்தைக்கான பொருளாதாரத்தைக் கொண்டதாக மாறியது. அன்றே பந்தயம் மற்றும் அனுமதிச்சீட்டில் போலி அனுமதிச்சீட்டுகளை வழங்குதல் என்பதாக ஒரு சூதாட்டக்களமாக மாறியது. அக்காலத்திலேயே மரங்களில் ஏறியும், ஒரு சிறிய இடைவெளிகூட இல்லாமல் அமர்ந்தும் பார்க்கும் அளவிற்கு ஒரு வெகுமக்கள் விளையாட்டாக மாற்றப்பட்டது. குறிப்பாக 90-களுக்குப் பிறகு இந்த ஆட்டம் பெரும் வளர்ச்சி கண்டது. நகர மக்களின் பார்வைத் தளங்களிலிருந்து கிராம மக்களின் பார்வைத் தளத்திற்கு விரிவடைந்தது. இன்று அது ஒரு 'கார்ப்பரேட்' நிறுவனமாக வளர்ந்து விட்டது. உலகக் கோப்பைக் கிரிக்கெட் ஜுரம் 4 ஆண்டுகளுக்கு ஒருமுறை பரவி வந்தது. அதற்கு இடையில் 2 ஆண்டுகளுக்கு ஒரு முறையாக 20க்கு 20 உலகக்கோப்பை நடத்தப்படுகிறது.

கிரிக்கெட்டில் உருவாக்கப்படும் ‘தேசபக்தி’ போன்ற உணர்வுகள் உண்மையில் ஒருவகை தேசவெறியையே கட்டமைக்கின்றன. இந்த தேசவெறி இன்றைய அரசியல் சூழலுக்கான தேவையை நிறைவு செய்கிறது. இன்னும் குறிப்பாகக் கூறினால் ஒருவன் தன்னை இந்தியனாக உணர்வதற்கான வெளியாக இது கட்டமைக்கப்பட்டுள்ளது. தேசபக்தி போர்க்காலச் சூழலிலேயே ஒரு குடிமகனுக்கு வெறியாக மாறும். கிரிக்கெட் ஒரு போராக அதிலும் தொலைக்காட்சி கட்டமைக்கும் ஊடகவெளியில் நிகழும் ஒன்றாக மாறி உள்ளது. உளவியல்ரீதியாக ஒரு போர்ப்பதற்றமே இதனால் பரவலாக்கப்படுகிறது. அதனால்தான் இந்தியாவின் தோல்வியை ஒரு விளையாட்டாக எடுத்துக் கொள்ளாது, தனது நாட்டை இழந்த ஒருவரின் கையறு மனநிலையாகக் குடிமகனின் மனம் பதற்றமடைகிறது.

இவ்வாறாக, ஒரு எண்மவெளிப் போராக (digitalized war) மாற்றப்பட்டுள்ள கிரிக்கெட் என்கிற விளையாட்டை ஏன் இந்திய அரசும், ஊடகங்களும், ‘கார்ப்பரேட்’ நிறுவனங்களும் பிரதானப்படுத்துகின்றன என்பதற்கு முன்வைக்கப்படும் ஒரே வாதம் கிரிக்கெட்டை எல்லோரும் பார்க்கிறார்கள், விரும்புகிறார்கள் என்பதுதான். இதனைக் கொஞ்சம் தெளிவுபடுத்திக் கொள்வோம்.

உண்மையில் எல்லோரும் பார்க்கிறார்கள், விரும்புகிறார்கள் என்பதற்கு எந்தப் புள்ளிவிவரங்களும் கிடையாது. பாப்புலராக உள்ளது என்பதன் பொருள் பெரும்பான்மையினர் ஏற்றுக்கொண்டு விட்டார்கள் என்பதல்ல. இது தகவல் தொழில்நுட்ப காலம். இங்கு ஆதிக்கம் செய்வது தொலைக்காட்சி. பெர்னாட்ஷாவின் புகழ் பெற்ற இந்த வாசகம் நமக்குத் தெரியும் ‘11 முட்டாள்கள் விளையாடுவதை 11,000 முட்டாள்கள் பார்க்கிறார்கள்.’ அவர் இதோடு இணைந்து மற்றொன்றையும் சொன்னார். அது தொலைக்காட்சி என்பது ‘முட்டாள்கள் பெட்டி (idiot box)’ என்பதுதான்.

தொலைக்காட்சிதான் கிரிக்கெட்டைப் பெரிய விளையாட்டாக மாற்றி அதன் விளையாட்டுத்தனத்தை எல்லாம் வியாபார உத்தியாக்கி இதனை ஒரு அரசியல் சார்ந்ததாக கட்டமைத்துள்ளது. இக்கட்டமைப்பிற்கு அடிப்படையாக அமைந்தது அதன் சாதியச் சார்பு, பொருளாதார ஆதிக்கம், வெகுசன உளவியலில் ஆதிக்கக் கருத்தியலைக் கட்டமைத்தல் ஆகியனவாகும். கிரிக்கெட் துவங்கியதிலிருந்து இன்றுவரை ஆதிக்கம் செலுத்தும் சாதி பார்ப்பனர்கள்தான். இந்திய ஊடக உலகம் 80-சதவீதம்

பார்ப்பனர்கள் மற்றும் உயர்சாதிகள் (அதாவது நவ பார்ப்பனர்கள்) கையில் உள்ளது. இதுவே கிரிக்கெட்டை இன்று ஒரு ஆதிக்க விளையாட்டாகக் கட்டமைத்துள்ளது.

மற்ற விளையாட்டுகளைப் போல உடற்பயிற்சிக்காகக் கிரிக்கெட் ஆடப்படுவதில்லை. கிரிக்கெட்டே ஒரு ஸாப்ட் கேம் (மென் விளையாட்டு) எனப் பெயர் பெற்றது. "கிரிக்கெட் உடலைத் தொட்டு விளையாடாத ஒரு விளையாட்டாகும் என்பதால், இது பார்ப்பனர்களைக் கவரும் விளையாட்டாக உள்ளது. மேலும், இதற்கு மிகையான உடல் வலு அவசியமில்லை" என்கிறார் இந்திய கிரிக்கெட் வரலாற்று ஆய்வாளரான ராமச்சந்திர குஹா. ஆக, இந்திய சமூகத்தில் சிறுபான்மையாக உள்ள உடல் உழைப்பற்ற உயர்சாதிகள் எப்படி பெரும்பான்மையாக உள்ள பிறர் மீது அதிகாரத்தைக் கைப்பற்றி ஆதிக்கம் செலுத்துகிறார்களோ அது அப்படியே கிரிக்கெட் அணியிலும் அதைவிடக் கூடுதலாகப் பிரதிபலிக்கிறது. இங்கு எழும் கேள்வி விளையாட்டை சாதி அடிப்படையில் பார்க்கலாமா? திறமைக்கு முக்கியத்துவம் கொடுப்பதுவே விளையாட்டுக்குத் தேவை என்பதுவே.

இதில் 'திறமை' என்கிற வழக்கமாகப் பயன்படுத்தப்படும் பார்ப்பன மற்றும் உயர்சாதி மேலாதிக்கக் கருத்தியலே செயல்படுகிறது. மற்ற விளையாட்டுகளில் திறமையானவர்கள் இருந்தாலும் அது கிரிக்கெட்டின் அளவிற்குப் பிரபலமானதாக இல்லை. அதற்கு அரசும் எந்தவித முக்கியத்துவமும் தந்து ஊக்கப்படுத்தி முன்னேற்றுவதும் இல்லை. இந்தத் 'திறமை' என்பது ஒரு சார்பியலான கருத்தாக்கமே. மேலும் இது சமூக மதிப்பீட்டின் அடிப்படையில்தான் தீர்மானிக்கப்படுகிறது. தவிரவும் 'திறமை'யானவர்கள் கண்டடைவதற்கான முயற்சிகள் கிரிக்கெட்டில் கடந்த 50 ஆண்டுகளாக நடைபெற்று வருவதன் விளைவுதான் இன்றுவரை அணியின் பெரும்பான்மையினர் ஒரு குறிப்பிட்ட சாதியை அதுவும் பார்ப்பன மற்றும் உயர்சாதியைச் சேர்ந்தவராகவுமே இருக்கின்றனர்.

கிரிக்கெட் என்கிற விளையாட்டு அமைப்பே இந்தவகை உயர்சாதியின் 'திறமை' என்கிற கருத்தியல் ஆதிக்கத்திற்குள் சிக்கியிருப்பதையே இது காட்டுகிறது. இங்கு அசாருதீன் மற்றும் கபில்தேவ் போன்ற சிலரைச் சுட்டிக்காட்டக்கூடும். இவை ஒரு தவிர்க்க இயலா நிகழ்வுகளாக விதிவிலக்காக அமைந்தவையே. பெரும்பான்மை இன்றும்கூட உயர்சாதி மற்றும் பார்ப்பனர்கள் ஆதிக்கத்தில் இருப்பதையே பார்க்கிறோம். இது

ஒருபுறம் இருக்க கிரிக்கெட் என்கிற ஆட்டம் மற்றும் அதன் அடிப்படையில் இயங்கும் கோட்பாடு? இன்று அது இந்திய மக்களை ஆட்கொண்டிருக்கும் விதம் ஆகியவையே இங்கு நாம் அவதானிக்க வேண்டியதாக உள்ளது.

கிரிக்கெட் விளையாட்டு என்கிற நிலையைக் கடந்துவிட்டது; அது ஒரு காட்சிகாண் மகிழ்வின் அரசியலாக மாறிவிட்டது. அதன் அடிப்படை இன்று மக்களை மந்தைகளாக மாற்றுவதுதான். இல்லாவிட்டால் சிறப்பு யாகம், பூஜை செய்வதும், தீக்குளிப்பதும், 'ஹார்ட் அட்டாக்' வந்து சாவதும் எதனால்? தோல்வி அடைந்தால் கிரிக்கெட் விளையாடுபவர்களின் வீட்டை அடிப்பதும், வெற்றிபெற்றால் யானை மீதேறிக் கொண்டாடுவதும் எதனால்? சமூக நல்லிணக்கத்திற்காகப் பாடுபடும் லலிதா ராமதாஸ் என்பரால் சுட்டிக்காட்டப்படும் கருத்தாக்கம் கிரிக்கெட்டின் அரசியலை நமக்கு அம்பலப்படுத்துவதாக உள்ளது.

2003ல் தென் ஆப்ரிக்காவில் நடந்த உலகக்கோப்பை கிரிக்கெட் போட்டியில் மார்ச், 1 2003ல் இந்தியாவும் பாகிஸ்தானும் ஆட இருந்தது. பிப்ரவரி 27, 2003ல் கோத்ரா ரயில் எரிப்பும் அதை ஒட்டிய கலவரமும் நடந்து ஓராண்டாகிறது. இறந்துபோன அப்பாவி முஸ்லிம்கள் பற்றியோ அவர்களது இறப்பு பற்றியோ எந்தப் பத்திரிகையும் எழுதவில்லை, அதற்கு பதிலாக குஜராத் தினசரி ஒன்று நாளை நடக்க உள்ள உலகக் கோப்பை கிரிக்கெட் ஆட்டத்தில் விளையாடும் இந்திய வீரர்கள் கையில் மட்டைக்குப் பதிலாக கலாஷ்னிகோவ் துப்பாக்கியுடன் பாகிஸ்தான் வீரர்களை எதிர்கொள்வது போன்ற கணிப்பொறியில் வடிவமைக்கப்பட்ட படத்தை வெளியிட்டு மத மற்றும் தேச வெறியைத் தூண்டுகிறது. இதுதான் ஊடகங்கள் கிரிக்கெட்டை முன்வைத்து நடத்த விரும்பும் அரசியல்.

இது ஒருவகை பைத்திய நிலைக்கு மக்களை ஆழ்த்துகிறது. இதனால் பிற விளையாட்டுகள் வளர்ச்சியற்றதாக மாறி உள்ளன. சமீபத்தில் உலக அளவில் ஒரு போட்டியில் வெற்றி பெற்ற இந்திய ஹாக்கி அணி அரசால் கண்டு கொள்ளப்படவில்லை என்பதால் அனைவரும் உண்ணாவிரதம் இருந்தனர். அதன்பின் அரசு அவர்களுக்குச் சில உதவிகளைச் செய்தது. நாளையே மீடியாக்கள் கிரிகெட்டிற்கு பதிலாக கில்லியைத் தொடர்ந்து காட்டத் துவங்கினால் அதையும் வாயைப் பிளந்து பார்த்துவிட்டு, இப்படித்தான் அதன் கட்டமைப்பு விதியால் வெறி கொண்டு திரிவோம். ஆக, இன்று மீடியாக்கள்தான் உண்மைகளை உருவாக்கி

மக்களை அதில் மூழ்கடித்துக் கொண்டுள்ளன. 20 வருடங்களுக்கு முன்பாகக் கிரிக்கெட் இத்தனை பிரபலம் அடையவில்லையே ஏன்? காரணம், தொலைக்காட்சிகள் இந்த அளவிற்குப் பரவலாக ஆகவில்லை. இலவசப் பாடப்புத்தகங்களுக்குச் சமமாக இலவசத் தொலைக்காட்சிகள் தரும் நிலைக்கு அரசானது இன்று தள்ளப்பட்டிருக்கிறது என்றால் தொலைக்காட்சியின் ஆதிக்கத்தை உணரலாம். தொலைக்காட்சிகள் இன்றைய சராசரி வாழ்வை மாற்றி அதனால் முன்வைக்கப்படும் ஒளிர்திரை வாழ்விற்கு சமூகத்தைத் தள்ளி உள்ளது. எது உண்மை? எது பொய்? என்பதெல்லாம் அவற்றால்தான் கட்டமைக்கப்படுகிறது.

கிரிக்கெட் கடந்த 20 ஆண்டு காலமாக இப்படித்தான் ஒரு இந்திய மக்களின் பார்வையின்ப விளையாட்டாகவும், ஒரு உலக விளையாட்டாகவும் மாற்றப்பட்டுள்ளது. இன்றும்கூட உலகை ஆளும் விளையாட்டு அல்லது உலக நாடுகள் அதிகம் பங்கு பெற்றுள்ள விளையாட்டு கால்பந்துதான். கிரிக்கெட் ஒரு உலக விளையாட்டு என்பதும் உலகக் கோப்பைக்கான விளையாட்டு என்பதும் நமது எண்ணிக்கை சார்ந்த ‘அதிக’ நாடுகள் கணக்கின்படி உலக விளையாட்டே அல்ல. எண்ணிக்கையில் அதிகமாகப் பார்க்கப்படுவதும்கூட கால்பந்துதான். இருப்பினும் மினி தொடங்கி மெகா வரை பல உலகக்கோப்பைக்கான ஆட்டங்கள் கிரிக்கெட்டில் நடத்தப்படுகின்றன.

கிரிக்கெட் மிடில்-ஸ்டெம்ப் ஆண்குறி - சில குறிப்புகள்.

கிரிக்கெட் இன்று ஒரு சின்ன இடம் கிடைத்தால்கூட கற்பனையாக ஆடு களத்தை உருவாக்கி விளையாடப்படும் ஒன்றாக மாறி உள்ளது. பள்ளிகளில் துவங்கி தெருக்கள் ஏன்? சிறிய திண்ணைகளில்கூட விளையாடப்படுகிறது. இங்கு பரவலாகக் கிரிக்கெட்டை மக்கள் விரும்பி ஏற்க காரணம் என்ன? என்பது குறித்துக் கிரிக்கெட்டை பிராய்டிய உளவியலில் ஆய்வு செய்த ஆய்வாளர் தி.கு. இரவிச்சந்திரன் சில விளக்கங்களை அளிக்கிறார்.

பிராய்டிய உளவியல் என்பது இன்றைய அதிகார அமைப்புகளுக்கான ஆதிக்கத் தன்னிலையைக் கட்டமைப்பதற்கான தொழில்நுட்பச் சொல்லாடலாக மாறியுள்ளது மற்றும் அதன் இடிபல் உறவு குறித்த சொல்லாடல் இன்று விமர்சனத்திற்கு உள்ளாக்கப்பட்டுள்ளது என்றபோதிலும் கிரிக்கெட்டுடன் தொடர்புடைய ஆர்வமூட்டும் அவரது கருத்துகளை இங்கு தருகிறேன்.

அதாவது ‘கிரிக்கெட் எட்டாம் நூற்றாண்டில் இந்தியாவில் நடந்து வந்த ஒருவகை மட்டைப் பந்து விளையாட்டு கடல்கடந்து பிரான்ஸ் வழியாக இங்கிலாந்தை அடைந்திருக்கலாம். காரணம் cricket என்பது பிரெஞ்சு சொல்லான criquet என்பதன் திரிபாகும். டச்சுமொழியில் குச்சியை krick என்றும் பழைய ஆங்கிலத்தில் குச்சியை Cricc என்ற சொல்லால் குறிப்பதும் வழக்கம். இதன் மற்றொரு பரிணாமம் ‘கில்லி-தண்டா’ எனப்படும் இந்திய நாட்டுப்புற விளையாட்டிற்கும் கிரிக்கெட்டிற்கும் உள்ள ஒற்றுமை. இந்த ஒற்றுமையே எளிமையாக இவ்விளையாட்டு இந்திய மக்களால் புரிந்து அதிலும் கிராம அளவில் உள்ளவர்கள் வரை ஏற்றுக்கொள்ள ஒரு காரணம் ஆகும். கிரிக்கெட் ஆண்நிலை பார்வையின்ப அடிப்படையிலான ஒரு ஆண் மைய விளையாட்டு என்பது மற்றொரு முக்கிய காரணமாகும். அதில் குச்சியைக் காத்தல் என்பது ஆண்குறியைக் காப்பது என்கிற காயடிப்புச் சிக்கலுடன் உறவு கொண்டது. காயடிப்புச் சிக்கல் என்கிற பிராய்டிய கருத்தாக்கத்தின்படி ஆண் குழந்தையானது பெண் குழந்தையுடன் தன்னை ஒப்பிட்டுத் தனக்கு ஆண்குறி இருப்பதையும் பெண்ணிற்கு அது இல்லாமல் இருப்பதையும் வித்தியாசப்படுத்தி உணர்ந்து கொள்கிறது. இந்நிலையில் தனது ஆண்குறியும் துண்டிக்கப்படலாம் என்கிற பதற்றத்திற்கு ஆளாகிறது. இப்பதற்றத்தால் தனது ஆண்குறியைத் தந்தையிடமிருந்து காக்க சமூக விதிகளை ஏற்று பெரியவர்களின் விதிமுறைகளை எதிர்க்காமல் பின்பற்றும் மனநிலையை அடைகிறது. தனக்கு உள்ள ஆண்குறி பெண்ணிற்கு இல்லை என்பதால் தான் பெண்ணைவிட உயர்ந்தவனான ஒரு ஆழ்மனப் படிமம் வந்துவிடுகிறது. இதன் விளைவே பெண்ணை இரண்டாம் இடத்தில் தனக்குக் கீழாக வைத்துக் காணும் நிலையாகும். மேலே சொன்ன இந்த ஆண்குறியை இழந்து விடக்கூடிய பதற்றமே காயடிப்புச் சிக்கல் எனப்படுகிறது.

கிரிக்கெட்டில் உள்ள ஸ்டெம்ப் என்கிற குச்சி இங்கு ஆட்டக்காரனின் ஆண்குறி மையமாகச் செயல்படுகிறது. இக்குச்சியை இழத்தல் என்பதே ஆட்டமிழப்பு அதாவது ஆட்டக்காரனின் இருப்பின்மையை உருவாக்குகிறது. குச்சிதான் அவனது இருப்பு. இது ஒரு லிங்கமையவாத (அதாவது ஆண்குறி மையவாத) ஆழ்மனக் கட்டமைப்பாகும். குச்சியைக் காத்தல் என்பதே ஆட்டத்தின் பிரதான விதியாகும். இவ்வாறாகக் குச்சியை இழந்து ஆட்டமிழப்பது என்பது மற்ற ஆட்ட இழப்பைவிட ஒரு அவமானகரமான ஒன்றாகக் கருதப்படுவதும் இதனால்தான். குச்சியை இழப்பதனால் ஆட்டக்காரன் ஒரு பெண்ணாக

மாற்றப்படுகிறான். இங்கு ஆண்மை தோல்வியடைகிறது. இதே நிலைதான் பார்வையாளர்களின் உணர்வு நிலையும். கிரிகெட்டைப் பார்ப்பது தனது ஆண்மையை நிரூபித்துக் கொள்ளும் ஒரு உளவியல் செயல்பாடாக அடையாளம் காணப்படுவதால்தான் வெகுமக்கள் அதன் மீது தீவிர ஈடுபாடு காட்டுகின்றனர். தனது ஆண்மை தோற்கடிக்கப்பட்டால் அவர்களுக்கு ஏற்படும் வருத்தம் எதிரியைத் தாக்கும் மூர்க்கமாக வெளிப்படுகிறது. கிரிக்கெட் தோல்வி ஆட்டக்காரர்கள் மீதான தாக்குதலாக மாறுவதற்கு இதுவே காரணம். இரு நாடுகளுக்கிடையில் நடைபெறும் போட்டி என்பது ஒரு உயர்வகைப் படுத்தப்பட்ட போராக நிகழ்கிறது. (விரிவாக இவ்வாய்வை படிக்க ஃப்ராய்ட் யூங் லக்கான் -அறிமுகமும் நெறிமுகமும், தி.கு. இரவிச்சந்திரன் நூலைப் பார்க்கவும்.)

கிரிக்கெட் விளம்பரங்களால் காசை அள்ளித்தரும் ஒன்று. அதனால் அதன் பிரபல்யத்திற்காக எதுவும் செய்யப்படும். இதில் இரண்டு பிரச்சனைகள் உள்ளன. ஒன்று இதில் புரளும் பொருளாதாரம். மற்றொன்று, இதன்மூலம் மக்களைச் சிந்திக்க விடாமல் தொடர்ந்து

போதையில் ஆழ்த்துவது. மக்களின் பேச்சுக் களத்தை இதைச் சுற்றியே பின்னுவது. அப்படிப் பின்னுவதால் அணு ஒப்பந்தமோ அல்லது மக்களுக்கு எதிரான சட்டங்களோ பேசுபொருளாக மாறாது. இன்று மக்கள் எதைச் சிந்திக்க வேண்டும்? எதைப் பேச வேண்டும்? எப்படி படுக்க வேண்டும்? எப்படி சிரிக்க வேண்டும்? எதற்கு சிரிக்க வேண்டும்? இப்படியாக எல்லாக் கூறுகளையும் இந்த ஊடகங்கள்தான் கட்டமைத்துத் தந்துள்ளன. சுருக்கமாக மக்களுக்கான தினவாழ்வை (daily life) இவைதான் தீர்மானிக்கின்றன. அதனால் இன்று ஊடகங்கள் யாரிடம் இருக்கிறதோ அவர்களது கருத்தியலே ஆதிக்கக் கருத்தியலாக உள்ளது. 80-சதவீத ஊடகங்கள் யார் கையில் உள்ளன என்பதைச் சொல்லவே வேண்டியதில்லை உயர்சாதி மற்றும் பார்ப்பனர்கள் கையில்தான் உள்ளது அல்லது உயர்சாதிய கருத்தியலில் வழி நடத்தப்படுகிறது.

இது மக்களிடம் உள்ள மலர்ச்சியான பண்புகளைச் சாகடிக்கும் ஒன்றாக உள்ளது. விளையாட்டின் விதி வெற்றிக்கான உந்துதலே தவிர வெற்றியடைந்தே தீர்வேன் என்கிற வெறி அல்ல. காரணம் வெற்றி என்பது ஏற்படுத்தும் மகிழ்வு என்பது மதிப்பு மிக்கதாகக் கட்டமைக்கப்பட்ட சமூக விதியால் வருவதே. ஒன்றை வெல்லுதல் அல்லது வெற்றி கொள்ளுதல் என்பதும், அது ஏற்படுத்தும்

பரவசமும் ஒரு ஆதிக்கச் சொல்லாடல் என்பதைக் கவனத்தில் கொள்வது நல்லது. வெற்றி என்பதை எப்படி அளவிடுவது? தனக்கு மகிழ்வைத் தராத வெற்றியின் பொருள் என்ன? கிரிக்கெட்டில் கிடைக்கும் வெற்றி என்பது எது? அது யாருக்குச் சாதகமானது? அதில் யார் பயனடைகிறார்கள்? அது தரும் மகிழ்வின் எச்சமாக நமது மன அமைப்பில் கட்டப்படும் அரசியல் எது என்கிற கேள்விகள் எஞ்சியுள்ளன. பிரச்சனை வெற்றி என்பதை மையமாகக் கொண்ட செயல்கள்தான் மனிதனின் அடிப்படை வன்முறைக்குக் காரணம். வெற்றி என்பது விரைப்புநிலை உணர்வு. இந்த உணர்வைப் பாகிஸ்தானுக்கு எதிரான இந்திய கிரிக்கெட் ஆட்டமும், சவுத் ஆப்ரிக்கா, இங்கிலாந்து, நியூஸிலாந்து, ஆஸ்திரேலியாவிற்கு எதிரான மேற்கிந்தியத் தீவுகள், ஜிம்பாப்வே மற்றும் கென்யா ஆகிய நாடுகளின் ஆட்டங்களில் காணலாம். இவற்றில் நிறவெறி, மதவெறி போன்றவை ஒரு நுண்ணரசியலாகச் செயல்படுகிறது என்பது அறிந்ததே. கிரிக்கெட் ஆடப்படும் களத்தைத் தாண்டி சமூகப் பரப்பிற்குள் நுழைந்து மக்களின் மனப் பரப்புகளில் ஆட்டத்தைத் தொடர்ந்து, இன்று தேசத்தைத் தனது ஆண் மைய ஆடுகளப் பரப்பிற்குள் சுருக்கி வைத்துள்ளது என்றால் மிகையாகாது.

– தீராநதி, ஜுன் – ஆகஸ்ட், 2008

குறிப்பு: ஆண்குறி, தந்தை, காயடிப்புச் சிக்கல் போன்றவை உளவியல்ரீதியான குறியீட்டு அடிப்படையிலான கருத்தாக்கங்களே. அது பௌதிக ரீதியான ஆண்குறியையோ நபர்களையோ குறிப்பது அல்ல.

உதவிய கட்டுரைகள்:

1. *Tales of Cricket - Asis Nandy - Interview - http://catalogue.ausport.gov.au*
2. *Cricket's home moves closer to the money - By Raja M - http://www.atimes.com*
3. *Bowling for Democracy - by Orlando Patterson and Jason Kaufman - The New York Times - May 1, 2005.*
4. *Cricket And Politics In Colonial India - Ramachandra Guha - 1998-Oxford Univercity Press.*
5. *The Politics of Cricket and Some Reflections - by Lalita Ramdos - http://www.sacw.net/2002/lramdasmarch03.html*
6. ஃப்ராய்ட் யூங் லக்கான் -அறிமுகமும் நெறிமுகமும் - தி.கு. இரவிச்சந்திரன்.
7. *China plans to take on the world at the 'noble game' of cricket - David Eimer-Independent Newspapers.*

பனிப்போருக்குப் பணிய மறுத்த போர்வாள் – மண்ட்டோவின் கடித இலக்கியம்

"சாதத் ஹசன் ஒருநாள் இறந்து போவான், ஆனால் மண்ட்டோவிற்கு மரணம் கிடையாது"

– சாதத் ஹஸன் மண்ட்டோ.

"எனக்குத் தெரிய வேண்டியதெல்லாம் நிலையான அமைதியை நிலைநாட்டுவதற்காக, இந்த பூமியின் முகத்திலிருந்து எத்தனை நாடுகள் அகற்றப்பட வேண்டும் என்பது மட்டும்தான். என்னுடைய அக்கா குழந்தை, நேற்று உலக வரைபடத்தை வரையச் சொல்லிக் கேட்டுக் கொண்டது. ஆனால் சற்று காத்திருக்க வேண்டுமென்றும், முதலில் நிலைத்து நிற்கப் போகிற நாடுகளின் பெயர்களை அங்கிளிடம் பேசி, தெரிந்து கொள்கிறேன் என்றேன். உங்களிடம் பேசியபிறகு உலக வரைபடத்தை வரைந்து கொடுப்பதாக உறுதி தந்தேன்.'' இன்றும் உயிர்ப்புடன் உள்ள இந்த வரிகள் எழுதப்பட்டது அமெரிக்க-ரஷ்யப் பனிப்போர் உக்கிரமாக நடந்துகொண்டிருந்த 1951-1954க்கு இடைப்பட்ட ஆண்டுகளில். அமெரிக்க அரசின் குறியீடான அங்கிள் சாம்-க்கு தெற்காசியாவின் மிகச் சிறந்த கதைசொல்லியான சாதத் ஹஸன் மண்ட்டோ எழுதிய ஐந்தாவது கடிதத்தில் உள்ள வரிகள் இவை.

சூரியன் மறையாத நாடாக உலகை ஆண்ட 'பெருமிதமிக்க' பிரித்தானிய ஏகாதிபத்தியம் நள்ளிரவில் கடுமையான இரத்தப் போக்கிற்கு மத்தியில் பெற்றெடுத்த குழந்தைகளான இந்தியா-பாகிஸ்தான் என்கிற இரட்டைக் குழந்தைகள் தவழ்ந்து வளர்ந்த சூழல் அது. பிரிவினை என்கிற உலக வரலாற்றிலேயே மிக அதிகமான மக்கள் இடம் பெயர்ந்த ஒரு பயங்கரவாத நடவடிக்கையின் இரத்த சகதியை, அது வெளிப்படுத்திய மனிதனின் வன்முறை என்கிற கோரமுகத்தைத் தனது கதைகளின் முக்கியக் களமாக எழுதிய ஒரு தவிர்க்க முடியாத இலக்கிய ஆளுமைதான் மண்ட்டோ. பிரிவினையை 'இறகுகள் துண்டிக்கப்பட்ட பறவை எப்படி சுதந்திரமாக இருக்க முடியும்' என்று தனது முதல் கடிதத்தில் கேட்கும் மண்ட்டோ, பிரிவினை குறித்த ஆழ்ந்த துயரத்தில் இருந்தவர். அத்துயரத்தின் மற்றொரு பரிமாணத்தை, அரசியல் தீர்க்கதரிசனத்தை, ஆழ்ந்த அரசியல் பார்வையை

வெளிப்படுத்தும் முக்கிய ஆவணங்களே அங்கிள் சாமிற்கு அவர் எழுதிய இந்த ஒன்பது கடிதங்கள். அன்றைய சமகால வரலாற்றையும் அதன் எதிர்காலப் போக்கையும் பதிய வைத்துள்ள ஒரு ஆவணம் என்றால் மிகையாகாது.

மண்ட்டோவின் கூர்மையான அரசியல் பார்வையில், தீவிர இலக்கிய ஆளுமையில் தப்ப முடியாமல் போன அமெரிக்கா, பாகிஸ்தான், இந்தியா, இஸ்லாம், அரேபிய அரசுகள், ரஷ்யா, கம்யூனிசம், கலாசாரம், ஏகாதிபத்தியம், அணு ஆயுதம் மற்றும் பிளாஸ்டிக் சர்ஜரி, மேக்கப் சாதனங்கள், வழவழப்பான மில்லியன் கால்கள் உள்ளிட்ட பல முக்கிய அரசியல் அலசல்களை வெளிப்படுத்தக் கூடியவை இந்தக் கடிதங்கள். மேல்தட்டு மக்கள் அவர்களது உலகால் மறுக்கப்பட்ட மத்தியதர வர்க்கப் பின்னணியின் போலித்தனம் என உலக அரசியல் போக்கு பற்றிய தீர்க்கதரிசனமாக எழுதப்பட்டுள்ளன. அரசியல் நேர்ப்பேச்சு தன்மையில் தரவுகள் மற்றும் தகவல்கள் அடங்கிய அதி நுட்பமான மயிர்பிளக்கும் ஒரு ஆய்வைவிட இக்கடிதபாணி எழுத்தின் இலக்கியச்சுவையும், அங்கதமும் அதிக வலிமையையும், பாதிப்பையும் உருவாக்கக்கூடியவை. அமெரிக்க அங்கிள் தனது காலாவதியான ஆயுதங்களை விற்க என ஏற்படுத்தும் இந்திய-பாகிஸ்தான் போர்ப் பதற்றத்தையும், அந்த ஆயுதங்களை ஒப்பந்தங்கள் மூலம் விற்பதையும் இதில் நகைச்சுவையுடன் அனாயாசமாக எழுதிச் செல்கிறார் மண்ட்டோ.

இக்கடிதங்கள் முன் அனுமானிக்கும் மிக முக்கிய விஷயங்களில் ஒன்று எப்படி அமெரிக்கா உலக ஏகாதிபத்தியமாகத் தன்னைக் கட்டமைத்துக்கொள்ள அவ்வப்போது எதிரிகளைக் கட்டமைக்கிறது என்பதுதான். பனிப்போர் காலத்தின் துவக்க கட்டத்தில் எழுதப்பட்ட இவை, ரஷ்யாவையும் கம்யூனிசத்தையும் ஒழிப்பதற்காக இஸ்லாமிய அடிப்படைவாதத்தையும் பயங்கரவாதத்தையும் வளர்த்தெடுக்கும் அமெரிக்காவின் நீண்டகால யுத்ததந்திர நடவடிக்கையை அம்பலப்படுத்தும் தனிச்சிறப்பான பார்வையை முன்வைப்பதுதான் மண்ட்டோவின் இலக்கிய முன்நோக்கு பார்வைக்கும் தீர்க்கதரிசனத்திற்கும் சான்று எனலாம்.

நான்காவது கடிதத்தில் மண்ட்டோ எழுதுகிறார், “ருஷ்ய கம்யூனிஸத்திற்கு மிகச் சிறந்த எதிர்ப்பு மருந்து எங்களுடைய முல்லாக்கள்தான். இராணுவத் தளவாடங்களை இங்கு குவிக்கத் தொடங்கியவுடன், அதையெல்லாம் முதலில் எங்களுடைய முல்லாக்களிடம்தான் கொடுக்க வேண்டும். அவர்களுக்கு

அமெரிக்காவில் தயாரிக்கப்பட்ட பிரார்த்தனைப் பாயும், 'தஸ்பிஹ்' கூட தேவைப்படலாம். மறந்துவிடாதீர்கள் சிறுநீரின் கடைசிச் சொட்டுகளை உறிஞ்சிக்கொள்வதற்குக் களிமண் கட்டிகளையும் அனுப்பி வையுங்கள். கழுத்தை வெட்டக் கூடிய பிளேடுகளும் கத்திரிக்கோல்களும் இந்தப் பட்டியலில் முதலில் இருக்க வேண்டும். இவைகளோடு அமெரிக்காவின் தலைமுடி சாயமும் சேர்க்கப்பட வேண்டும். இவை இந்த முல்லாக்களையெல்லாம் சந்தோஷமாக வைத்திருப்பதை சாத்தியப்படுத்தும்.»

"மிகத்துல்லியமாக 'ஷரியா'படி தயாரிக்கப்பட்ட அமெரிக்க கத்திரிக்கோல்களால் ஒழுங்குபடுத்தப்பட்ட தலையோடும், அமெரிக்க இயந்திரத்தால் தைக்கப்பட்ட பைஜாமாக்களோடும் உள்ள முல்லாக்களை என்னால் கற்பனை செய்து பார்க்க முடிகிறது. சிறுநீர் சொட்டுகளைப் பிடித்துக்கொள்ள அவர்கள் உபயோகிக்கும் களிமண் கட்டிகூட - எந்த மனிதக் கைகளாலும் தொடப்படாதது, அமெரிக்கத் தயாரிப்பாகத்தான் இருக்கும். அவர்களுடைய பிரார்த்தனைப் பாய்கள்கூட அமெரிக்க தயாரிப்பாகத்தான் இருக்கும். பிறகு எல்லோரும் உங்கள் முகாமைச் சேர்ந்தவர்களாக மாறிவிடுவார்கள். வேறு எவருக்கும் அல்லாமல் உங்களுக்கு மட்டுமே விசுவாசமுள்ளவர்களாக இருப்பார்கள்.»

இந்த நீண்ட மேற்கோள் ஒன்றுபோதும். இன்று தலிபான்கள், முஜாகிதீன்கள் துவங்கி, பின்லாடன், ஹமாஸ் உள்ளிட்ட இன்னபிற இஸ்லாமிய அடிப்படைவாத அமைப்புகளும் அமெரிக்கத் தயாரிப்பு என்பதும், கம்யூனிசத்தின் வீழ்ச்சி என அறிவித்துக் கொள்ளப்படும் ரஷ்யாவின் வீழ்ச்சிக்குப் பின், தனது எதிரியாக இஸ்லாமிய அடிப்படைவாதத்தையும், பயங்கரவாதத்தையும் கட்டமைத்துக் கொள்ள இவர்களைப் பயன்படுத்திக் கொண்டதும் வரலாற்றில் இன்று நாம் படித்துக்கொண்டிருக்கும் பக்கங்கள்தான். சிவப்பு பயங்கரவாதம் என்று கூறி கம்யூனிசத்தை ஒழிக்க பச்சை பயங்கரவாதத்தைக் கட்டமைத்துள்ளது அமெரிக்கா. உலக மக்களின் எதிரியாக அதனால் கட்டமைக்கப்பட்ட அடிப்படைவாத இஸ்லாமை முன்வைப்பதன் மூலம், இஸ்லாமிய நாகரிகத்தை ஒட்டுமொத்தமாகத் துடைத்தழிக்க முயல்கிறது அல்லது இஸ்லாம் என்பதே ஒரு பயங்கரவாத மதமாகக் கட்டமைக்கப்படுகிறது எனலாம். இஸ்லாமிய அடிப்படைவாத அமைப்புகள் அமெரிக்க மேலாண்மைக்காக உலக அரசியலில் உருவாக்கப்பட்ட 'கள்ளக் குழந்தைகளே' என்பது ஊரறிந்த ரகசியமாகிவிட்டது. ஆனால், மண்ட்டோ இதனை மிக ஆரம்பநிலையிலேயே தீர்க்கமாக

யோசித்திருப்பதும், அமெரிக்காவின் இந்தப் போக்கை முன் அனுமானித்திருப்பதும்தான் அவரது ஆளுமையின் அல்லது அரசியல் நுண்ணுணர்வின் முக்கியத்துவத்தை உணர்த்துகிறது. முல்லாக்கள் இஸ்லாமைக் காப்பாற்றுபவர்கள் அல்ல; மாறாக அமெரிக்க பாணியிலான இஸ்லாமிய அடிப்படைவாதத்தால் அறிந்தோ அறியாமலோ அமெரிக்காவைத்தான் காப்பாற்றுபவர்களாக உள்ளனர் என்கிற செய்தி மண்ட்டோவின் மிக முக்கிய அவதானமாக இருப்பதுதான் நமக்கு வியப்பை ஏற்படுத்துவதாக உள்ளது. மதத்திற்கும் ஏகாதிபத்தியத்திற்கும் இடையிலான இந்தக் கள்ள உறவை முன்னுணர்ந்து தனது கடிதங்களில் அங்கதமாக அதனை முன்வைக்கிறார்.

அமெரிக்க வாழ்க்கை முறையையும், பாகிஸ்தானிய முல்லாத்தனமான ‘கைபடாத களிமண் கட்டிகள்’ உருவாக்கும் வாழ்க்கையையும், ருஷ்ய பாணி ‘பண்பாட்டுப் பரிவர்த்தனை’ மற்றும் அடக்குமுறை வாழ்க்கையையும் விமர்சிப்பதுடன், முல்லாக்களின் இஸ்லாம் பற்றிய தீர்க்கமான விமர்சனங்களையும் முன்வைப்பதாக இவை எழுதப் பட்டுள்ளன. பொது இடங்களில் பைஜாமாவிற்குள் கைகளை விட்டுக் களிமண் கட்டிகளைத் தேய்த்து சிறுநீரின் இறுதிச் சொட்டைப் பிடிப்பது மட்டுமே இஸ்லாமிய வாழ்க்கை ஆகிவிடாது என்பதைப் பல இடங்களில் மிகவும் எரிச்சலுற்ற நிலையில் விவரிக்கிறார் மண்ட்டோ. அவரது கோபத்தின் உச்சம் சிறு சிறு அனுகுண்டுகளை அங்கிளிடம் வேண்டுகிறது. இதில் பெரும் நகைச்சுவை என்னவென்றால் அந்த அனுகுண்டுகளை அந்தக் ‘களிமண் கட்டி’ முல்லாக்களிடம் போட்டு களிமண் புதைந்துபோக வேண்டும் என எழுதப் படும்போது, களிமண் கட்டி என்பது இஸ்லாம் என்கிற பெயரில் முல்லாக்கள் முன்வைக்கும் வறண்ட வாழ்வின் குறியீடாக மாறிப் போகிறது.

துவக்கத்தில் சுட்டிக்காட்டப்பட்ட வரிகள் அமெரிக்கா இன்று வரை உலகப் புவியியலை மீண்டும் மீண்டும் மாற்றி வரைவதும், புதிய நாடுகளை உருவாக்குதல், சில நாடுகளை அழித்தல் என புவிசார் அரசியலில் அமெரிக்க மேலாண்மையைப் பற்றிய நுட்பமான விமர்சனமாக இருப்பதைக் காணலாம். இக்கடிதங்கள் எழுதப்பட்ட ஆண்டுகளில் உலக அரசியலில் பிரித்தானிய ஏகாதிபத்தியம் பின்னடைந்து அமெரிக்கா உலக வல்லரசாகவும், ரஷ்யா ஒரு சமூக வல்லரசு நாடாகவும் உருவாகி உலகம் இரண்டு முகாம்களாக மாறிக்கொண்டிருந்த ஒரு காலகட்டம். இவற்றின்

பனிப்போரில் அதிகம் இழந்ததும், அதிகம் பாதிப்பிற்குள்ளானதும் இஸ்லாமிய நாடுகளே. இக்காலகட்டத்தில் அமெரிக்கா ரஷ்யாவையும், கம்யூனிசத்தையும் உலக வரலாற்றிலிருந்து துடைத்தழிப்பதற்குத் தீவிரமாக முயன்று கொண்டிருந்தது. உண்மையில் அமெரிக்கா தன்னை வல்லரசாகக் கட்டமைப்பதற்காக தனக்கு பலமான ஒரு எதிர்வை அதாவது மற்றமையைக் கட்டமைப்பதற்கு ரஷ்யாவையும் கம்யூனிசத்தையும் எதிரியாகக் கட்டமைத்துக்கொண்டிருந்த காலம். அதற்காக ரஷ்யாவைச் சுற்றியுள்ள நாடுகளான ஆப்கானிஸ்தான், ஈராக், பாகிஸ்தான், ஈரான் போன்ற இஸ்லாமிய நாடுகளைத் தனது புவிசார் அரசியலுக்காகத் தனது நவகாலனிகளாக மாற்றிக்கொண்டிருந்தது.

அப்பொழுது புதிதாக உதயமாகியிருந்த பாகிஸ்தானைத் தனது செல்லக் குழந்தையாக சகோதரனாகப் பாவித்து ஆயுதம் முதல் பொருளாதார உதவிகள் வரை செய்யத் துவங்கியிருந்தது. இங்கு மண்ட்டோவின் ஒரு முக்கிய அவதானத்தைச் சுட்டுவது பொருந்தும். அங்கிளிடம் மண்ட்டோ ஒரு வேண்டுகோள் வைக்கிறார். அதாவது ஆயுதங்கள் அனுப்புவதற்குப் பதிலாக உங்கள் நாட்டுப் பெண்களை அனுப்பி வையுங்கள். அல்லது 'மாக்ஸ் பேக்டர்' *(Max Factor)* போன்ற காஸ்மெட்டிக்ஸ்களால் சீரழிந்த பாகிஸ்தானியப் பெண்களைப் பயிற்றுவிக்கவாவது சில பெண்களை அனுப்பும்படி கேட்கிறார். அதாவது இது கலாசார ஏகாதிபத்தியத்தைச் சுட்டிக்காட்டும் ஒரு முக்கிய அவதானம் மட்டுமின்றி, பெண்களும், அவர்களது உடல்களும் எப்படி ஆயுதமாக உள்ளது என்பதையும், இத்தகைய உயர்புருவ-பண்பாட்டு ஆதிக்கம் என்பது நிஜ ஆயுதங்களைவிட வலிமையானது என்பதையும் சொல்வதாகிறது. இதன் பொருள் தானும் தனது எழுத்தும் ஒரு கருத்தியல் அமெரிக்க ஆயுதமாக மாறிவிடக்கூடும் என்பதை நுட்பமாக அவர் உணர்ந்திருப்பதையும், அதிலிருந்து தன்னை விலக்கிக்கொள்ள இக்கடிதங்களை அவர் எழுதுவதற்கான திட்ட உருவாக்கமும் உள்ளர்த்தமாக வெளிப்படுவதைக் காணலாம்.

எந்தக் குறுங்குழு வாதத்திற்குள்ளும் தன்னை அடக்கிக்கொள்ளாத மண்ட்டோ, தனது கம்யூனிச எதிர்ப்பு என்பது அமெரிக்க பாணியிலான எதிர்ப்பு இல்லை என்பதையும், தனது அரசியல் ஏகாதிபத்தியம் துவங்கி அனைத்து அடக்குமுறைகளுக்கும், அதிகாரத்திற்கும் எதிரானது என்பதையும் முன்வைக்கும் ஒரு எழுத்தாக இவை அமைகின்றன. மண்ட்டோ தீவிர கம்யூனிச எதிர்ப்பாளராக அடையாளம் காட்டப்படும்

நிலையில், இக்கடிதங்கள் அவரது கம்யூனிசம் மீதான விமர்சன அனுகுமுறையையும், அமெரிக்க ஏகாதிபத்தியத்தின் துணைக்கண்ட ஆதிபத்திய வெறியையும் வெளிப்படுத்துவதாக உள்ளது. ஒருவேளை அவர் கம்யூனிஸ்டாக மாறினாலும், தனது நிலையில் எந்த மாற்றமும் ஏற்படாது என்பதை தனது இறுதிக் கடிதத்தில் சுட்டிக்காட்டுகிறார். அதனால்தான் நிராகரிக்கப்பட்டபோதிலும் இக்கடிதங்களை எந்தப் பலாபலனும் இன்றி எழுதித் தள்ளுகிறார் மண்ட்டோ. இது அவரே தனக்குள் ஏற்படுத்திக்கொண்ட ஒரு அரசியல் செயல்பாடு எனலாம்.

இந்தியா ரஷ்ய சார்புநிலை எடுத்திருந்த நிலையில் பாகிஸ்தானை அமெரிக்கா தனக்கு சாதகமாக ஆக்கிக்கொண்டதாக மட்டுமே இதனைப் பார்க்க முடியாது. அமெரிக்காவின் பாகிஸ்தானிய சார்பில் உள்ள பல நலன்களை இக்கடிதங்கள் சுட்டுகின்றன. உண்மையில் பாகிஸ்தான் தெற்காசியப் பிராந்தியத்தில் அமெரிக்காவின் நின்று தாக்குவதற்கான ஒரு யுத்தகளமாகவே உருவாக்கப்படுகிறது என்பதை நுட்பமாகச் சொல்கிறது. அதில் ஒன்று இந்தியாவுடனான அமெரிக்காவின் இரட்டை நிலைப்பாடு. இதனையும் இக்கடிதம் நேருவை முன்வைத்து விமர்சிக்கத் தவறவில்லை. இதில் முக்கியம் என்னவென்றால், பாகிஸ்தான்தான் இந்தியா, ரஷ்ய சார்பு நிலை எடுப்பதற்கும் முக்கிய காரணம் எனலாம். ஆக, புவிசார் அரசியலில் அமெரிக்காவிற்குப் பாகிஸ்தான் ஒரு முக்கிய யுத்ததந்திரக் களமாக மாறியதை மண்ட்டோ இதில் நுட்பமாக அறிவிக்கிறார்.

அமெரிக்கா பாகிஸ்தானைத் தனது நவகாலனியாக மாற்றவேண்டிய தேவையின் ஒரு திட்டமாக, பாகிஸ்தானிற்குள் அமெரிக்காவை உயர்த்தியோ அல்லது ரஷ்யா மற்றும் கம்யூனிசத்தைத் தாக்கியோ எழுதக்கூடிய அல்லது அமெரிக்கச் சார்பான கருத்தியல் தளத்தை உருவாக்கக்கூடிய இலக்கிய ஆளுமைகள், எழுத்தாளர்கள், பத்திரிகையாளர்களை உள்ளடக்கிய ஒரு அமைப்பாக பாகிஸ்தானில் உருவாக்கப் பட்டதுதான் USIS(United States Information Service) என்கிற நிறுவனம். இந்நிறுவனத்தின் வழியாக எழுத்தாளர்களைத் தேர்ந்தெடுத்து அவர்கள் வழியாக அமெரிக்க சார்புநிலை கருத்தாக்கத்தைப் பரப்ப முயன்றன அமெரிக்கத் தூதரக அலுவலகங்கள். 1951-ல் வாஷிங்டனிலிருந்து பாகிஸ்தான் வந்த ஸ்மித் என்கிற தூதரக அதிகாரி, மண்ட்டோவின் கம்யூனிச எதிர்ப்புக் கருத்துகளை அறிந்திருந்ததால், அவரைச் சந்தித்து அமெரிக்கா சார்பாக

எழுதித் தரும்படியும் அதற்கு அமெரிக்கா ஒரு கட்டுரைக்கு 500ரூ. வரை தரும் என்றும், அப்படி எழுதப்படும் உருது மொழி கட்டுரைகள் ஆங்கிலத்தில் மொழிபெயர்க்கப்பட்டு உலக அளவில் பரப்பப்படும் என்றும் கூறியதாக, இந்த அதிகாரியின் சந்திப்பை ஏற்படுத்தித் தந்த காலித் லத்தீப் எழுதுகிறார். மண்ட்டோ இந்தச் சம்பவத்தைத் தனக்கேயுரிய அங்கதம் தொனிக்கும் நகைச்சுவையுடன் இரண்டாவது கடிதமாக எழுதுகிறார்.

மண்ட்டோ தான் தனது விருப்பப்படி எழுதுவேன் என்றும் எந்த மாற்றங்களும் அதில் செய்யக்கூடாது அதற்கு எனக்கு 200ரூ. போதும் என்றும் கூறுகிறார். 500ரூ. தருவதாகக் கூறி அதை மறுத்த மண்ட்டோ, 300ரூ.விற்கு சம்மதித்து தனது முதல் கடிதத்தை எழுதி அந்த நிறுவனத்திடம் தருகிறார். அக்கடிதத்தை படித்த அந்த நிறுவனப் பொறுப்பாளர், காலித் லத்தீப்பிடம் "இனி மண்ட்டோ எதுவும் எழுதித் தரவேண்டாம், அவர் நம் மீது சவாரி செய்ய விரும்புகிறார், இவற்றை வெளியிட முடியாது, இத்துடன் மண்ட்டோவை மறந்துவிடுங்கள்" என்று கூறி விடுகிறார். அதன் பின் மண்ட்டோ அடுத்து சில வருடங்களில் மற்ற 8 கடிதங்களை எழுதுகிறார். அவை வெளிவந்ததற்கான குறிப்புகள் எதுவும் இல்லை என்றபோதும், ஆச்சர்யமான விஷயம் என்னவென்றால், தன்னைச் சுற்றி நிலவிய அந்த வறுமையிலும், தனது அரசியல் கலகத்தன்மையில் அவர் கொண்டிருந்த உறுதி. அமெரிக்கா பற்றி எழுத என தொடர்ந்த அந்நாட்டு நடவடிக்கைகள், பத்திரிகைகளைப் படித்து இக்கடிதங்களைத் தனது அங்கதம் கலந்த நகைச்சுவையுடன் இலக்கியச் சுவை நிரம்பிய புகழ்பெற்ற கடித இலக்கியங்களில் வைத்துப் பேசும் வண்ணம் உருவாக்கி உள்ளார். இதில் நம்மை வியப்பிலாழ்த்தும் விஷயம் என்னவென்றால், அதன் தற்கால அரசியல் சூழலுக்கும் பொருந்தும் வண்ணம் அமைந்துள்ள முன்னுணர்வுதான். ஒரு சிறந்த அரசியல் நுண்நோக்காளர்களால், அரசியல்வாதிகள், அரசின் திட்ட அமைப்பாளர்கள் போன்ற தொழில்முறை நிபுணர்களால் மட்டுமே கணிக்க முடிந்த அரசியல் போக்கை ஒரு இலக்கிய ஆளுமையாக இருந்துகொண்டு மண்ட்டோ செய்திருப்பதுதான்.

இக்கடிதங்களில் அமெரிக்கா பற்றி அவர் உருவாக்கும் சித்திரம் அல்லது அமெரிக்காவை அவர் வரைய முனையும் விதம் முக்கியமானது. அதன் ஜனநாயகம் என்பதும் ஏழு சுதந்திரம் என்பதும் எத்தனை வேடிக்கை என்பதைச் சுட்டிக்காட்டும் இடங்கள் அருமையானவை. நல்லொழுக்கம் பேசி எழுத்தாளனைக்

கோர்ட்டில் நிறுத்துவதில், தனது ஏழை நாடான பாகிஸ்தான் அரசாங்கமும், பணக்கார அமெரிக்க அரசாங்கமும் அரசு என்கிற அடிப்படையில் ஒன்றுதான் என்பதை வெளிப்படுத்தும் மண்ட்டோ, ஏழு சுதந்திரம் என்பது அதன் அதிகாரத்தில், பணபலத்தில்தான் உள்ளது என்பதை வெளிப்படுத்திக் காட்டுகிறார். காரணம், அரசால் கோர்ட்டில் நிறுத்தப்பட்ட ஒரு எழுத்தாளன் மண்ட்டோ. அதேபோன்று அமெரிக்காவும் ஒரு எழுத்தாளனைக் கோர்ட்டில் நிறுத்துகிறது. ஆக, எங்கும் சுதந்திரம் இல்லை என்பதையே இது சொல்வதாகிறது. இங்கு மண்ட்டோ மற்றொரு பிரச்சனையை நுட்பமாக வேறுபடுத்திப் பார்க்கிறார். குறைந்தபட்சம் அமெரிக்க நீதிபதி அந்த எழுத்தாளனை விடுதலை செய்கிறார். பாகிஸ்தானிலோ அதற்கான வாய்ப்பும் இல்லை என்பதுதான். காரணம், எழுத்தாளனைப் புறக்கணிப்பதே பெரிய சிறைத் தண்டனையாக உள்ள ஒரு சமூகம் நம்முடையது.

அமெரிக்கப் பெண்களின் வழவழப்பான மில்லியன் கால்கள் பற்றிய சித்திரம், பாகிஸ்தானிய இஸ்லாமிய ஒடுக்குமுறையில் பெண்கள் கால்களை மறைப்பது என்கிற இரு நிலைகளையும் சுட்டி அமெரிக்க முல்லாக்கள் ஆதரவை இதனுடன் இணைப்பதுடன் தனது சொல்லாடலைத் தீர்க்கதரிசிகள் வருகைவரை எடுத்துச் செல்லும் மண்ட்டோ அமெரிக்கா ஒரு அதிகாரம் மிக்க அரசாங்கம் மட்டுமின்றித் தனது நலனுக்காக எதையும் செய்யக்கூடிய ஒன்று என்பதையும் போட்டு உடைக்கிறார், அதன் அணு சோதனைகள் மற்றும் நைட்ரஜன் குண்டுகள் பற்றிய பேச்சில். நைட்ரஜன் குண்டுகள் போட்டபின் அமெரிக்காவிற்கு ஒரு தீர்க்கதரிசி தேவை என்கிறார் மண்ட்டோ. காரணம், உலகம் அழிந்து பின் புதிய உலகை உருவாக்க தீர்க்கதரிசிகள் தேவைதானே? இங்கு மண்ட்டோ தீர்க்கதரிசிகள் தேவை எனில் ஒருவரை அனுப்பி வைப்பதாகக் குறிப்பிடுவது அன்று இஸ்லாமிற்குள் நிகழ்ந்த தீர்க்கதரிசி பிரச்சனையை உள்தளத்தில் வைத்துப் பேசும் ஒரு அங்கதமாகும்.

மண்ட்டோ தான் காதியானியாக மாறுவேனே தவிர கம்யூனிஸ்டாக மாட்டேன் என்று ஒன்பதாவது கடிதத்தில் தெரிவிக்கிறார். காதியானிகள் என்பவர்கள் அகமதியா ஜமாத் என்கிற புதிய இஸ்லாமியப் பிரிவு ஒன்றைச் சேர்ந்தவர்கள். இவர்கள் வாதப்படி முகமது நபிக்குப் பிறகு ஒரு வாக்களிக்கப்பட்ட தீர்க்கதரிசி வருவார், அந்த தீர்க்கதரிசியே மீர்சா குலாம் அகமது என்பதாகும். இதனை முற்றிலுமாக நிராகரிக்கும் மைய நீரோட்ட

இஸ்லாம், அவர்களை ஒரு கட்டத்தில் இஸ்லாமியர்கள் அல்ல என அறிவித்தது. அவர்களுக்கும் மைய நீரோட்ட இஸ்லாமியர்களுக்கும் இடையில் நடந்த கலவரம் பற்றியும் இக்கடிதத்தில் குறிப்பிடும் மண்ட்டோ, முரட்டுப் பயல்களான காதியானிகளுக்கும், கம்யூனிஸ்டுகளுக்கும் இடையில் நடைபெறும் சண்டைகளில் தனக்கு உடன்பாடில்லை என்பதை முன்வைக்கிறார். அதாவது கம்யூனிஸ்டுகள் மதரீதியான அமைப்புகளைக் கையாள்வதில் உள்ள சிக்கலை இங்கு நுட்பமாக முன்வைக்கிறார் எனலாம். காரணம், கம்யூனிஸ்டுகள் மதங்களைக் கையாள்வதில் வறட்டுத்தனமான அணுகுமுறைகளைக் கையாள்வதும், அவற்றிற்குள் உருவாகும் சிறுபான்மைக்கான ஜனநாயக எதிர்ப்புக் குரல்களைக் கணக்கில் எடுக்காததும் இங்கு சுட்டிக்காட்டப்படுவதாகக் கொள்ளலாம்.

அகமதியாக்களால் உரை விளக்கம் செய்யப்பட்ட குரானின் தத்துவஞானம் மைய நீரோட்ட இஸ்லாமிய விளக்கங்களிலிருந்து விலகி இருந்ததுடன், இறை மற்றும் மறைஞானம் என்பதை ஒரு குறியியில் விளக்கமாகப் பார்த்தனர். அதன்படி குரானின் பல வசனங்கள் உருவகத்தன்மை வாய்ந்தவை என்றும் அந்த உருவக அடிப்படையில் சாத்தானாக அமெரிக்காவும் அல்லது மேற்குலகப் பண்பாடும் இருப்பதாக அவர்களால் முன்மொழியப்பட்டது. இந்தப் புள்ளி அமெரிக்கா பற்றிய மண்ட்டோவின் சித்திரிப்புகளில் வெளிப்படும் அதேவேளையில், பண்பாட்டு இறுக்கமாக ஆக்கப்பட்ட இஸ்லாமிய மத ஒடுக்கு முறையையும், காதியானிகளையே சில இடங்களில் விமர்சிப்பதாகவும் உள்ளது தீர்க்கதரிசிபற்றிய இவரது சித்திரம். அதாவது இஸ்லாம் குறித்த இவரது விமர்சனங்களில் அன்றைய ஆதிக்கச் சொல்லாடலாக இருந்த இஸ்லாம் மதக் கருத்தியல் என்பது ஆழ்தள கண்காணிப்பில் செயல்பட்டிருப்பதையும், அதையும் மீறி பல இடங்களில் தனது விமர்சனங்களை அவர் முன்வைப்பதையும் இக்கடிதங்களில் வாசிக்க முடிகிறது. தீர்க்கதரிசி குறித்த அங்கதம் மிகவும் நுட்பமானதாக அவரால் வெளிப்படுத்தப்பட்டுள்ளது.

அடுத்து, அணுகுண்டுகள் பற்றிய அவரது அங்கதம் அதாவது பிளாக் ஹியூமர் எனப்படும் அவல நகைச் சுவையாக வெளிப்படுகிறது. மண்ட்டோ எழுதுகிறார்: "நைட்ரஜன் குண்டுகளுக்கான பதில் ஆக்ஸிஜன் குண்டுகள்தான். எட்டாம் வகுப்பில் நைட்ரஜனும், ஆக்ஸிஜனும் சந்தித்தால், அது தண்ணீராக மாறிவிடும் என்று எங்களுக்குச் சொல்லிக் கொடுக்கப்பட்டது. ருஷ்யர்கள் அவர்களுடைய நைட்ரஜன் குண்டுகளை மேலே

விட்டெறிய, நீங்கள் உங்களுடைய ஆக்ஸிஜன் குண்டுகளைக் கீழே விட்டெறிய, அவையெல்லாம் தண்ணீராக மாறிவிட இந்த உலகம்தான் எவ்வளவு வேடிக்கையானதாக இருக்கும்.' நைட்ரஜன் குண்டுகள் பற்றிய அவரது உவமையும், அதன் போர்ப் பயன்பாடு பற்றிய எள்ளலும் அருமையானவை. ஆக்கத்திற்குதான் அணுகுண்டு என்பவர்களை இதைவிடவும் சிறப்பாகக் கிண்டலடிக்க முடியாது என்றே தோன்றுகிறது. பள்ளிநிலை விஞ்ஞானத்தை உயர் விஞ்ஞான ஆய்விற்குள் வைத்து செய்யப்படும் இப்பகடியில், அணுவிஞ்ஞானம் ஆக்கப்பூர்வமானது என்பதன் அவலம் வெளிப்படுகிறது.

ஒரு கடிதத்தில் இந்தியாவிற்கு மேற்சட்டையும், பாகிஸ்தானிற்கு கால்சட்டையும் அனுப்புங்கள் என்று அங்கிளுக்கு வேண்டுகோள் வைக்கும் மண்ட்டோ, யுத்தம் வந்தால் கால் சட்டையும் மேல் சட்டையும் சண்டையிடும் காட்சி பற்றி கூறும்போது ஏற்படும் போர் பற்றிய பதற்றமும் அது ஏற்படுத்தும் அவலமும் நமக்கு ஏற்படுத்தும் ஒருவித கசப்பான நகை உணர்ச்சி என்பது இவரது இக்கடித எழுத்துகளின் உயர்ந்த இலக்கியச் சுவையாக உள்ளது. ஒரு மனிதனின் இரண்டு ஆடைகள்தான் இந்த இரண்டு நாடுகளும் என்பதையும் இந்தப் பிரிவினை அரைகுறையாக மனிதனை அரைநிர்வாண நிலைக்குத் தள்ளியதையும் நுட்பமாக இந்த உருவகம் சொல்கிறது. டவுசரற்ற இந்தியனும், சட்டையற்ற பாகிஸ்தானியும் ஏற்படுத்தும் அவலம்தான் இந்திய-பாகிஸ்தான் பிரிவினை என்பதாக மண்ட்டோ முன்வைப்பதாகக் கொள்ளலாம்.

சவூதி மன்னர் சவுத் வருகை மற்றும் பாகிஸ்தான் மேட்டுக்குடி பெண்களின் அமைப்பும், அது 'ஜம்பர்' சுருக்கமாக மாறிவிட்டதையும் விவரிக்கும் இடங்கள் மனதிற்குள் ஒரு தொடர் நகை உணர்வையும், அதே நேரத்தில் ஒரு அவல உணர்வையும் நமக்குள் உருவாக்கிக்கொண்டே உள்ளது.

இக்கடிதங்களை வாசிக்கும்போது ஏற்படும் எள்ளல், அங்கதம், நகைச்சுவை, அவலம், சோகம் எல்லாம் சேர்ந்த ஒரு உன்னத இலக்கியச்சுவையை ஏற்படுத்துவதாக உள்ளது. ஆய்வாளரான உஸ்மான் கூறியது போல 'மண்ட்டோ ஒரு வாழும் வரலாறு, இந்தியத் துணைக் கண்டத்தின் ஒரு பண்பாட்டுக் குறிப்புரை. ரஷ்ய இலக்கியத்தில் செக்கவ் என்னவோ? அல்லது பிரஞ்சு இலக்கியத்தில் மாப்பசான் என்னவோ அதைப் போல பாகிஸ்தான்-இந்திய இலக்கியத்தில் மண்ட்டோ' (*Usman points out, 'Manto is a living history, a cultural reference for the Indian sub-continent.*

What Chekhov is to Russian literature or what Maupassan is to French literature, Manto is to Pakistani/Indian literature').

இந்தக் கடிதங்களுக்கு எந்த விளக்கங்களும் தேவையில்லை. அரசியலை வெளிப்படையாகவும், துணிச்சலுடனும் முன்வைத்து எழுதப்பட்டுள்ளது. பொதுவாக உருதுவிலிருந்து ஆங்கிலத்தில் மொழிபெயர்க்கப்படும் மண்ட்டோ படைப்புகளில் உருதுவில் உள்ள உயிர்ப்பு இருப்பதில்லை என்கிற கருத்து உண்டு. இக்கடிதங்கள் உருதுவிலிருந்து ஆங்கிலத்தில் மொழிபெயர்க்கப்பட்டு பரவலாக கவனத்தைப் பெற்றவை. அதனை ஆங்கிலத்திலிருந்து இயல்பான தமிழில், அதன் உயிரோட்டத்துடன் தந்துள்ளார் ராமாநுஜம். மேலே நாம் பேசியவை அனைத்தும், ஒரு ஆர்வக்கோளாறின் விளைவாக எழுதப்பட்டவையே. நேரடியாக வாசிப்பவர்களுக்கு, இன்னும் பல பரிமாணங்களைக் காட்டிச் செல்லும் ஒரு பன்முக வாசிப்பிற்கான கூறுகளைக் கொண்டவை இக்கடிதங்கள். இறுதியாக, துவக்கத்தில் நாம் குறிப்பிட்ட மேற்கோளில் உள்ள மண்ட்டோவின் அக்கா மகள், இன்னும்கூட அந்த வரைபடத்தை வரைய முடியாமல் இருப்பதுதான் இன்றைய அரசியலின் மிகப்பெரிய அவலம். அக்கா மகள் என்பது எதிர்காலத் தலைமுறையினரான நம்மைப் பற்றிய குறியீடுதான். ஏகாதிபத்திய லாபவேட்டை, கொலைவெறி மூர்க்கம், மத அடிப்படைவாதங்கள், பயங்கரவாதங்கள் ஆகியவற்றால் இன்னும்கூட உலக வரைபடத்தை நம்மால் தீர்மானித்து வரைய இயலாத நிலைதான் உள்ளது என்பதையே மண்ட்டோ இங்கு சுட்டிக்காட்டுவதாகச் சொல்லி முடிக்கலாம்.

- 07 ஜனவரி, 2009.

அடிக்குறிப்புகள் :

1. *'Discovering Manto' - By Linda Waldron - Green Left Weekly, February 16, 2005.*
2. *Manto in uncle sam's camp - by Khalid Hasan*

குறிப்பு: நண்பர் எஸ். இராமாநுஜத்தால் மொழிபெயர்க்கப்பட்ட 'அங்கிள் சாம்க்கு மண்ட்டோ கடிதங்கள்' என்னும் நூலுக்கு எழுதிய கட்டுரை. அந்நூலின் முன்னுரையாக வெளியிடப்பட்டது.

கம்யூனிஸ தன்னிலை உரையாடலுக்கான – சில குறிப்புகள்

“மார்க்ஸினுடைய மேற்கோள் என்று சொல்லாமல், மேற்கோள் குறிகள் இடாமல், நான் மார்க்ஸின் மேற்கோள்களைப் பாவிக்கிறேன். ஏனெனில்; பலரும் மார்க்ஸின் பனுவல்களை அடையாளம் காணும் திறனற்றவர்களாக இருக்கிறார்கள். நான் மார்க்ஸை மேற்கோள் காட்டாதவர்களில் ஒருவனாகப் புரிந்து கொள்ளப்பட்டிருக்கிறேன். ஒரு பௌதிகவியலாளர் பௌதிகம் குறித்து எழுதும்போது நியூட்டனையும் ஐன்ஸ்டீனையும் மேற்கோள் காட்டுவது அவசியம் என அவர் கருதுகிறாரா என்ன?”

– மிஷேல் ஃபூக்கோ

(In Selected Interviews and Other Writings (1972–1977) Page 52 : 1980)

படிப்பினைகள்

“தத்துவம் மக்களைச் சென்றடைந்தால் ஒரு பௌதிக சக்தியாக உருவெடுக்கிறது” என்ற மார்க்ஸின் மேற்கோளுடன் இதனைத் துவங்குவோம். மேற்கண்ட ஒற்றை வரி பல சமூக, அரசியல் கேள்விகளுக்கும் பதில் அளிப்பதாக உள்ளது. ரஷ்யாவில் ஏன் சோஷலிஸம் தோற்றுப் போனது? சீனா ஏன் சந்தைப் பொருளாதாரத்திற்கு அடிமையானது? கம்யூனிஸப் புரட்சியை உலக நாடுகளில் ஏன் சாத்தியப்படுத்த இயலாமல் இருக்கிறது? ஏன் இருநூறு ஆண்டுகளாகியும் உலகத் தொழிலாளர்களை ஒன்றுபடுத்த இயலவில்லை? இப்படி கம்யூனிஸம் சார்ந்த கேள்விகள் மட்டும் அல்லாது இதன் எதிர்நிலையில் ஒற்றை ஏகாதிபத்தியமாக வளர்ந்து உலகை அச்சுறுத்தும் அமெரிக்கா ஏன் கவர்ச்சிகரமானதாக ஏற்றுக் கொள்ளப் படுகிறது? ஜனநாயகம் எனும் பூதம் ஏன் அறிவுலகைப் பிடித்து ஆட்டிக் கொண்டிருக்கிறது? சர்வாதிகார, பாசிச அமைப்புகள் பதுங்கி நின்று அரசியல் அதிகாரத்தைக் கைப்பற்ற ஏன் காத்திருக்கின்றன போன்ற கேள்விகளுக்கும்கூட மார்க்ஸின் மேற்குறித்த ஒற்றை வரியே பதிலாக அமைகிறது.

எளிமையாகச் சொன்னால், கம்யூனிஸக் கருத்துகள் மக்களைச் சென்றடைந்து ஒரு பௌதிக சக்தியாக உருவாகவில்லை அல்லது முதலாளியக் கருத்துகள் மக்களைச் சென்றடைந்து ஒரு பௌதிக சக்தியாக உருவெடுத்திருக்கின்றன என்பதுதான். ‘பாசிசம்’ போன்ற கருத்தமைப்புகள் தீப்போல பரவி மக்களைப் பற்றிப் படர்ந்து ஒரு

பெரும் சக்தியாக உருவாகி நிற்பதற்குக் காரணம்- அவை மக்களைச் சென்றடையும் வேகம் மட்டுமல்லாது வெகுஜன உளவியலுடன் அவை வினைபடும் வேகமும்தான். இம்முரண்பாடு மக்களுக்கும், கருத்தியலுக்கும் இடையில் உருவாகும் வினைப்பாடுகளின் முக்கியத்துவத்தை வலியுறுத்துகின்றன.

ரஷ்ய, சீன சமூகங்களின் பின்னடைவு கம்யூனிஸத்தின் தோல்வியாகவும், காலாவதியாகவும் பெரும் அறிவிப்பையும், விளம்பரத்தையும், பரபரப்பையும் ஊட்டிக் கொண்டுள்ளன, என்பதுடன் அவற்றுடன் சேர்ந்து மார்க்சியமும் காலாவதி ஆகிவிட்டது என்ற பார்வையும் பரப்புரை செய்யப்பட்ட நிலையில் அவைபற்றிய மதிப்பீடுகளும் கூட அவசியமானதாகிறது. மேற்குறித்த பிரச்சனைகளுக்கான சமூக, பொருளியல் மற்றும் அரசியல் காரணங்களை விட்டுவிட்டு, நாம் அவற்றை மறுக்கவில்லை என்பதுடன் அவைபற்றி பால் எம்.ஸ்வீசி துவங்கி சமீர் அமீன் வரை எண்ணற்ற மார்க்சிய அறிஞர்களால் பொருளியல் சமூகக் காரணங்கள் சொல்லப்பட்டு விட்டதால், நாம் வேறு ஒரு கோணத்தில் அணுக முயற்சிக்கலாம்.

கம்யூனிஸம் மக்களிடம் சென்றடையவில்லை எனும்போது லெனின் தலைமையிலான ரஷ்யப் புரட்சியும், மாவோ தலைமையிலான சீனப்புரட்சியும் மக்களிடம் கம்யூனிஸத்தைக் கொண்டு செல்லாமலா வெற்றியடைந்தன என்கிற தர்க்கரீதியான கேள்வியும் கூட எழத்தான் செய்கிறது. இப்புரட்சிகள் பரந்துபட்ட மக்களிடம் ஒரு மாற்று அரசமைப்பை உருவாக்கும் முயற்சியாக அர்த்தமாயினவே தவிர, ஒரு மாற்று சமூக அமைப்பை உருவாக்கும் திறனை உணர்த்தவில்லை. அதாவது, மக்கள் கம்யூனிஸத்தை ஒரு மாற்று அரசமைப்பாக ஏற்ற அளவிற்கு மாற்றுச் சமூக அமைப்பாக அல்லது ஒரு மாற்று வாழ்க்கை முறையாக ஏற்குமாறு இப்புரட்சிகள் அர்த்தமாகவில்லை.

இதன் பொருள், மார்க்சியம் ஒரு இடைக்கால அரசமைப்பின் வடிவத்தை முன்வைக்கிறதே ஒழிய, அரசமைப்பே இறுதியானது என்றோ அது ஒன்றே தீர்வு என்றோ கூறவில்லை. ‘அரசின் தவிர்க்க இயலாத்தன்மை’ என்ற கண்ணோட்டத்தில் மார்க்சிய கருத்தாக்கங்கள் எச்சரிக்கையுடனே வடிவமைக்கப்பட்டன. இந்த இடைக்கால அரசு வடிவமானது ‘மக்கள் தங்களைத் தாங்களே ஆள பயின்ற பின் உலர்ந்து உதிர்ந்துவிடும்’ என்ற வளர்ச்சியடைந்த, தொலைநோக்கிலான ஒரு பார்வையை லெனின் முன்வைத்தார். மக்களைப் பயிற்றுவித்து வளர்த்தெடுக்கப்படும் வண்ணம்

நெகிழ்ச்சியான நிறுவன வடிவங்கள் பற்றிய முன் எச்சரிக்கை உணர்வு லெனினுக்கு இருந்ததையே இது உணர்த்துகிறது. அரசு எப்பொழுது உலர்ந்து உதிர்ந்து போகும்? பயிற்றுவிக்கப்பட்ட மக்கள் அல்லது தங்களைத் தாங்களே ஆளும் சுயத்தன்னிலை வளர்ச்சியடைந்த மக்களால்தான் அது சாத்தியமாகும். இது கம்யூனிஸத் தன்னிலையின் அடிப்படைக் கூறுகளை நமக்கு அறிவுறுத்துகிறது. இதை விரிவுபடுத்தினால், கம்யூனிஸ உளவியல் ஒன்றிற்கான அடிப்படையாக கம்யூனிஸ தன்னிலை உருவாக்கத்தின் அவசியத்தை இக்கூற்று கொண்டிருக்கிறது எனலாம்.

புரட்சிக்குப் பின்பு அமைந்த சமூகங்களின் தன்னிலை செயல்பாடுகளுக்கு வருவோம். ஏகாதிபத்திய பொருளியல் போட்டியைச் சந்தித்த புரட்சிக்குப் பிந்தைய அரசுகள், சமூகங்கள் தங்களது பொருளியல் நிலைத்தன்மையை உருவாக்கும் பொருட்டு பொருளியல் காரணிகளுக்கு அதிகம் அழுத்தம் கொடுக்கத் துவங்கின. இதன் மறுதலையாக உளவியல் காரணிகள் முக்கியத்துவமற்றதாகக் கருதப்பட்டன. 'இறுதியில் வாழ்நிலைதான் சிந்தனையைத் தீர்மானிக்கிறது' என்ற மார்க்சியக் கோட்பாட்டின் அடிப்படையில் புரட்சிகர வாழ்நிலை ஒன்றை அச்சமூகங்கள் முன்வைக்காதபோது புரட்சிகர சிந்தனை என்பதற்கான சாத்தியமும் குறைந்து விடுகிறது. இச்சமூகங்களில் அரசின் கவனத்திற்கு அப்பால் மொழி, மனித தன்னிலை ஆகியவற்றின் இயக்கம் முக்கியத்துவமான பங்கை வகித்தன. வேறுவிதமாகச் சொன்னால், பழைய வகைப்பட்ட சமூக உறவுகளால் கட்டமைக்கப்பட்ட மனித தன்னிலைகள் இச்சமூகத்தில் ஏற்பட்டு வந்த மிகப்பெரும் மாற்றங்களைப் பழைய வகைப்பட்ட வரையறைகளால் அர்த்தப்படுத்தத் துவங்கின. நாம் யாரால் ஆளப்படுகிறோம் என்பதைவிட எப்படி ஆளப்படுகிறோம் என்பதுவே வெகுஜன உளவியலில் இயக்கமடைவதாக உள்ளது. சான்றாக, இவ்வுளவியலுடன் சமரசப் போக்கைக் கையாண்டு இந்திய வெகுஜன உளவியலின் அடிப்படை மத உணர்வுகளினைக் கிளறிய மதவாதம் இப்படியே ஒரு பிற்போக்கான மத அடிப்படைவாத தன்னிலை அமைப்பை உருவாக்கியதும் இங்கு ஆய்விற்குரியது.

சமூகரீதியான அர்த்தங்களுக்கு பதிலாக தனிமனிதரீதியான அர்த்தம் என்பது ஒவ்வொரு தனிமனிதனும் சமூக அமைப்புடன் முரண்பட்டுப் போகும் நிலையை உருவாக்குகிறது. சமூகக் கூட்டுத் தன்னிலை, மாற்றத்தை நோக்கிய அர்த்தங்களுடன் இயங்க தனிமனிதத் தன்னிலையானது பழைய வகைப்பட்ட அர்த்தங்களால் அவற்றை எதிர்கொள்வதில் ஏற்படும் முரண்பாடு

ஒருவகை உளவியல் வன்முறையாக புரட்சிக்குப் பிந்தைய சமூகங்கள் அடித்தளத்தில் சலனமுறத் துவங்குகிறது. ஒவ்வொரு தனிமனிதனும் தனது அடையாளம் இழந்து பொது தன்னிலைக்குள் கரைத்துக்கொள்ள நிர்பந்திக்கப்படுவதுடன் அது வன்முறையாகவும் உணரப்பட்டது. புரட்சிகர மாற்றம் எல்லாம் திருவிழாக் கொண்டாட்டம் போல திடீர் உணர்ச்சியாகத் தோன்றி மறைந்து பழைய வகைப்பட்ட சுகம், இதம் சார்ந்த மகிழ்வு பற்றிய மதிப்பீடுகளுக்கு மனிதர்களைத் தள்ளத் துவங்கின. இங்கே, தனிமனிதத் தன்னிலையானது புதிய சமூகத்துடன் முரண்பட்டு நின்றதன் விளைவு உள்ளார்ந்த சமூக மாற்றத்தைப் புறக்கணிக்கத் துவங்கியது.

எந்த ஒரு பொருளும் மனித இருத்தலுடன் கொள்ளும் உறவிலேயே அதன் செயல்ரீதியான அர்த்தத்தைப் பெறுகிறது. மனிதத் தன்னிலையால் இதமாக உணரப்படுபவை இருத்தலாகவும், வதையாக உணரப்படுபவை இருத்தலைச் சிதைப்பதாகவும் அர்த்தமாகின்றது. இதம்/வதை என்கிற அடிப்படையான மனிதத் தன்னிலையை கட்டமைக்கும் முரணானது ஒருவகையான பழைய சமூக மதிப்பீடுகளால் உருவமைக்கப்பட்டுள்ளதால் அதன் வினையின் தன்மையும், விளைவுகளும் பழைய சமூக நிலையின் தன்னிலையைக் கொண்டிருப்பது தவிர்க்க இயலாததாகிறது. தெளிவாகச் சொன்னால், அர்த்தமாக்கலும் அதனால் ஏற்படும் மனித மகிழ்வு நிலைகளும் தன்னிலையில் உருவமைக்கப்பட்டுள்ள மொழிச்செயலாக உள்ளது. ஒரு வதைத்தலித (சாடிஸ) மனநிலை பிறரை வதைப்பதை மட்டுமே இதமாக உணர்கிறது. அதனுடன் தனிமனிதனின் சராசரித் தன்னிலையை ஒப்பிட்டால் இதம்/வதை ஆகியவற்றின் அர்த்தங்கள் முற்றிலும் வெவ்வேறானதாக இருப்பதை உணரலாம்.

புரட்சிக்குப் பிந்தைய சமூகங்களின் அடிப்படை மனக்கட்டமைப்பில் நிர்பந்திக்கப்பட்ட மாற்றங்கள் மக்களின் தன்னிலையுடன் புரிந்த வினையானது அவர்களது இருத்தலை அச்சுறுத்துவதாக உணரப்படுகிறது. வேறுவிதமாகச் சொன்னால் இம்மாற்றங்கள் அவர்களுக்கு வன்முறையாக அர்த்தமானது. காரணம், இதம்/வதை இவற்றினாலான இருத்தல் பற்றிய அர்த்தம் சிதைந்து மறு ஒழுங்கமைப்புக்கு மாற்றியமைக்கப்பட்டிருக்கவில்லை. அல்லது புரட்சிகர தன்னிலை எனப்படும் வளர்ச்சியடைந்த அல்லது விரிவாக்கப்பட்ட தன்னிலைகளால் அர்த்தமாகும் தளம் ஒன்று உருவாகவில்லை. அச்சமூகங்களில் நிலவிய மகிழ்வு பற்றிய மதிப்பீடுகளும், இதம் சார்ந்த கருத்தமைவுகளும்

பரிசீலனைக்குரியவையாக உள்ளன. அச்சமூகங்களின் அடிப்படை இருத்தல் கேள்விக்குள்ளாகியிருப்பதை உணர்ந்து சரி செய்யக்கூடிய நெகிழ்ச்சியான நிறுவன வடிவங்கள் உருவாக்கப்பட்டிருக்கவில்லை. அல்லது மக்களைப் பயிற்றுவிப்பதன் முக்கியத்துவம் உணரப்பட்டிருக்கவில்லை என்பது ஆய்வுக்குரிய ஒரு புள்ளியாகும்.

அச்சமூக மக்களின் இருத்தலியற் பிரச்சனைகள் பரிசீலனைக்கு உரியவை என்பதும் கவனத்தில் கொள்ள வேண்டிய ஒன்று. அச்சமூகங்களில் கலைஞர்களும், படைப்பாளிகளும் நடத்தப்பட்ட விதத்தை ஒரு களமாகக் கொண்டு தன்னிலை பற்றிய ஆய்வுகள் செய்யப்பட வேண்டும் என்பது நமது அனுமானங்களில் ஒன்றாக உள்ளது. இங்கு கலை இலக்கியத்தின் சமூகச் செயல்பாடுகளைப் புரிந்து கொள்வது அவசியம். கலையும் இலக்கியமும் சமூக சலனத்தை மொழிவழியாக வெளிப்படுத்தக் கூடியவை என்பதுடன் சமூகத்திற்கான மொழியியல் வினைகளை உருவாக்கித் தருபவை. வேறு வார்த்தைகளில் சொன்னால் தன்னிலை உருவாக்க இயந்திரங்களாகச் செயல்படுபவை. கலை, இலக்கியத்தைக் கூறுகாண் வாசிப்பிற்கு (symptomatic reading) உட்படுத்துவதன் மூலம் சமூக அரசியல் சலனத்தை வாசிக்க முடியும். இங்கு குறிப்பாக ஆதிக்கக் கலைவடிவத்திற்கு எதிரான ரஷ்ய உருவவாதம், அமைப்பியல் துவங்கி பின்நவீனத்துவம் வரை உருவாக ஒரு முக்கிய துவக்கப் புள்ளியாக இருந்ததை இதனுடன் இணைத்துப் பார்க்கலாம். அப்புள்ளி ரஷ்ய அதிகார வர்க்கத்திற்கு ஒரு சவாலாகவும், கடுமையான எதிர்ப்புகள் ஒடுக்கு முறைகளுக்குப் பின்னால் முற்றிலுமாக மறைந்து போனதையும் வரலாறு நமக்குச் சொல்கிறது.

இவற்றுடன் ஜனநாயகம், தனிநபர் சுதந்திரம் - போன்ற பழகி வந்த முதலாளிய தன்னிலைக் காரணிகளால் புரட்சிகர மாற்றங்கள் ஒப்பிடப்பட்டு அர்த்தமானபோது புரட்சிகர சமூக விழுமியங்கள், நடைமுறைகள் ஆகியன ஒடுக்குமுறையாக மாறி மக்களின் பரந்துபட்ட சமூக வெறுப்புணர்வு வளரத் துவங்குகிறது. இதன் வளர்ச்சி அச்சமூகத்தை வீழ்த்துவதற்கான சக்திகளை அங்கீகரிக்கும் ஒரு செயலற்ற மௌன நிலையை உருவாக்கிவிட்டது. ஜனநாயகம், சுதந்திரம் போன்ற சார்பு நிலையிலான கருத்தாக்கங்கள் இதுவரை அர்த்த சிதைவுக்கு ஆளாக்கப்படாமல் புழங்கி வருவதும் கவனத்தில் கொள்ளத்தக்கது. சமூக மாற்றத்தை விட, தன்னிலை மாற்றம் என்பது மெதுவாகவே நடைபெறக்கூடியது என்பதுடன் அதுவே கருத்துகளை பௌதிக சக்தியாக மாற்றும் திறன் கொண்ட விசைக் காரணிகளாக இருக்கிறது. இதன்பொருள்

தன்னிலைகளே மனிதனின் உணர்வுப்பூர்வமான செயல்களுக்கான ஆற்றல் களன்களாக உள்ளன. புரட்சிகர செயல்பாடுகள் மட்டுமின்றி வாழ்வின் அடிப்படை செயல்பாடுகளான பொருளியல் செயல்பாடுகள், அரசியல் செயல்பாடுகள் மற்றும் கருத்தியல் செயல்பாடுகள் என அனைத்திற்கும் தன்னிலை என்பதே அடிப்படை இயக்கப் புள்ளியாக உள்ளது.

மேற்குறித்த படிப்பினைகளின் தர்க்கம் கம்யூனிஸ தன்னிலை துவங்கி கம்யூனிஸ உளவியல் வரை தேடி அடைய வேண்டிய புள்ளிகளின் முக்கியத்துவத்தை உணர்த்துகிறது. அல்லது இவ்வகை அரசுகளின் வீழ்ச்சியி லிருந்து நாம் படிக்க இப்படி ஒரு படிப்பினை கிடைத்திருக்கிறது எனலாம்.

மார்க்ஸும் மனிதனும்

'மனிதர்களுக்கிடையே நிலவும் உறவு வெறும் ரொக்கப்பட்டுவாடா உறவாக இருக்கிறது' என்றார்கள் முதலாளிய சமூகத்தின் உறவுகள் பற்றி மார்க்ஸ்-ஏங்கல்ஸ் கம்யூனிஸ்ட் அறிக்கையில். மனித உறவில் உள்ளார்ந்த பொருளியல் யதார்த்தத்தை மார்க்சியம்தான் அம்பலப்படுத்தியது. இவ்வாறான அம்பலப்படுத்தல்கள் கருத்துகளைச் சிதைக்கும் முதல்நிலை செயலாகும். இவ்வாறு சிதைவுக்குள்ளான கருத்தாக்கங்கள் புதியவகை மனிதவியல் உறவுகளுக்கான அர்த்தங்களுடன் உருவாக்கப்படுகின்றன.

மார்க்சியம் முன்வைத்த வர்க்கம் என்கிற கருத்தாக்கம் அடிப்படையில் ஒரு பொது அடையாளத்தை முன்வைத்தது. இனம், சாதி, பால், மதம் போன்ற அதிகாரத்தின் சாராம்சவாத முற்றொருமைகளால் ஆன அடையாளங்களை நீக்கி அங்கு வர்க்கம் என்கிற அடையாளத்தை முன்வைத்தது. இங்கு மற்ற அடையாளங்களுக்கும் வர்க்கம் என்கிற அடையாளத்திற்கும் இடையே ஒரு முக்கிய வேறுபாடு உண்டு. மற்ற அடையாளங்கள் தன்னிலைகளாக இயக்கமடைவதற்கான கருத்தியல் அடிப்படைகளைக் கொண்டிருந்தன என்பதுடன் அவை ஒரு உடலின் நுட்பமான கட்டமைப்பாக உள்ளிருத்தப்பட்டு உணரப்பட்டன. சான்றாக, சாதி ஒரு உடலரசியற் கூறாக உள்ளது. அதில் பொருளியல் நலன் மட்டுமின்றி கருத்தியலான ஒரு உடலின் அடையாளச் சுகத்திற்கான அதாவது 'தான்'-என்பதற்கான இதம் உள்ளது. ஆனால் வர்க்கம் ஒரு அடையாளமாக இருக்கிறதே தவிர வாழ்தலுக்கான இதம் தரும் கூறு இல்லை. அதாவது, அது மார்க்ஸியக் கருத்தியலை அடிப்படையாகக் கொண்ட ஒரு

தன்னிலையாக மாற்றம் பெறவில்லை. வர்க்கம் தன்னிலையாக மாறும்போது புரட்சி என்பதும் ஒரு வாழ்தல் தளமாகவும், புரட்சிக்குப் பிந்திய சமூகத்தில் அத்தன்னிலைகள் புரட்சிகரமான மனிதாயத் தன்னிலைகளாக மாறுவதும் நிகழ்வதற்கான வாய்ப்பு உள்ளது. வர்க்கத் திரட்சியை சாத்தியமற்றதாக்கும் பல அடையாளங்களினைக் கொண்டதாக இன்றைய தன்னிலைகள் இயக்கமடைவது அடையாள அரசியலின் ஒரு முக்கிய அம்சமாக உள்ளது. இந்த அடையாள அரசியல் வேட்கைசார் வாழ்தலிதத்தை அடிப்படையாகக் கொண்டுள்ளது. ஆக இனம், சாதி, பால், மதம் என்கிற பன்முக அடையாளத்தை உள்ளடக்கிய வர்க்கம் என்கிற அடையாளத்தைப் புரட்சிகர செயல்திட்டத்தில் இணைத்துப் கொண்டு செல்வதும் சவாலான பணியாகவே உள்ளது.

வர்க்கமற்ற மக்கள் சமூகம் என்கிற மார்க்சின் எதிர்பார்ப்பு ஒருவகையில் அடையாளத் தன்னிலைகள் அற்ற புதியவகை மனிதாயத் தன்னிலைக்கான அடிப்படையாகும். மார்க்சியம், முதலாளியம் உருவாக்கிய பொதுமக்கள் என்கிற நவீன தொன்மத்தை உடைத்தது. பொதுநலன் என்பதன் பின்னுள்ள ஆதிக்க நலனை முன்வைத்தது. அடிப்படையில் பொது என்கிற கருத்தாக்கமே ஒரு மாயை என்றும் அது முதலாளித்துவக் கட்டமைவு என்றும் வெளிப்படுத்திக் காட்டியது. சுருக்கமாகச் சொன்னால் முதலாளித்துவத்தின் மறைவியக்க எந்திரவியலை வெளிப்படுத்தி அதன் உள்முரணை அம்பலப்படுத்தியதன் வழியாக, முதன்முதலாக சமூகரீதியான ஒரு கட்டுடைப்பைச் செய்தது மார்க்சியமே.

சமூக அமைப்பு தொடர்ச்சியாக சிதைவதும் கட்டமைவதுமான வரலாற்று இயக்கத்தில் உள்ள ஒரு ‘கட்டுடைப்பு இயங்கியலை’ முன்வைத்தது மார்க்சியம். மனிதனின் சாராம்ச அமைவைக் கேள்விக்கு உட்படுத்தியதுடன், மனிதன் என்கிற நவீன தொன்மத்தினைப் போட்டுடைத்து பாட்டாளி, முதலாளி என்கிற வர்க்க அமைவை முன்வைத்தது. மனிதன் என்கிற பொது அமைப்பு காலங்காலமாக இல்லை என்றும் அது வர்க்கத்தை மறைப்பதற்கான ஒரு பொது அடையாளமாக உள்ளது என்பதையும் வெளிப்படுத்தியது. இதன் நீட்சியாக எல்லோருக்குமான ஒரு உலகம் சாத்தியமில்லை. இன்று பல உலகங்கள் ஒன்றன் மீது ஒன்றாக மடிக்கப்பட்டும், அடுக்கப்பட்டும் உள்ளதை வெளிப்படுத்தியது. ஒரு முதலாளியின் உலகம் பாட்டாளியின் உலகத்திலிருந்து முற்றிலும்வேறானது மட்டுமல்ல. அதனை

உருவாக்குவதற்கான கட்டுப்படுத்தப்பட்ட உலகம் என்பதை வெளிப்படுத்தியது.

புரட்சிக்குப் பிந்திய சமூகங்களில் இத்தகைய அம்பலப்படுத்தல்கள் நடைபெற்ற அளவிற்கு முன்மாதிரியான மனிதார்த்த உறவுகள் வளர்க்கப்பட்டிருக்கவில்லை. அங்கு வர்க்கங்கள் அரசு அதிகாரப் படிநிலை அமைப்பின் வடிவில் செயல்படத் துவங்கின. வர்க்கம் என்பது மேல்நிர்ணய அடையாளமாக இருந்ததே தவிர, அது பிற அடையாளங்களை அழித்தொழித்து ஒரு வர்க்கத் தன்னிலையாக மாறவில்லை. இதனைக் கோட்பாட்டளவில் கூறினால் 'கம்யூனிஸ தன்னிலை' என்பதன் உருவாக்கமே நிகழவில்லை என்பதுடன் அதன் தேவையும்கூட குறைவாக மதிப்பிடப்பட்டது. காரணம், மனம், தன்னிலை போன்ற காரணிகள் பன்னெடுங்காலமாகக் கருத்துமுதல்வாதத் தன்மைகளால் கையாளப்பட்டு வந்ததன் விளைவே. இத்தகைய காரணிகளின் பொருண்மையான அம்சங்களும், விஞ்ஞான அடிப்படைகளும் ஆய்வு செய்யப்பட்டு இவை பற்றிய பல நூற்றாண்டு பழமைவாத சிந்தனைப்போக்குகள் அழித்தொழிக்கப்படாமல் இக்காரணிகளைக் கையாளுவதே கருத்தியல் தன்மை வாய்ந்தது என்பதான ஒரு உணர்வு நிலவியதே ஆகும். பொருள்முதல்வாதம் என்று பேசப்படும்போது இத்தகைய கருத்தாக்கங்கள் கருத்தியலானவை என புறக்கணிக்கப்பட்டன அல்லது வாழ்நிலை, பொருளியல் யதார்த்தம் போன்ற புறநிலைக் காரணிகளால் இவை மறக்கடிக்கவும், மறுதலிக்கவும் பட்டன. தன்னிலை கருத்தியலால் கட்டமைக்கப்பட்டாலும் அதன் செயலியக்கம் மனிதனின் நடைமுறை சார்ந்து அமைவதால் பொருண்மைத்தன்மை வாய்ந்ததாக உள்ளது. மனித உடல் தன்னிலை அற்ற நிலையில் சமூகத்தின் ஆளுகைக்கு உட்பட்ட செயல்களைச் செய்வதற்கான சாத்தியமற்றதாகவே இருக்கும்.

இன்று ஆளும் தன்னிலைகளாகவும் ஆளப்படும் தன்னிலைகளாகவும் பிளவுண்ட சமூகத்தில், தத்துவம் மக்களைச் சென்றடைந்து பௌதிக சக்தியாக உருவாகாததின் காரணங்களை ஆய்வுக்கு உட்படுத்தும்போது, அது தத்துவம் மக்களுடன் எவ்வாறு வினைபடுகிறது என்பது குறித்த சிந்தனைக்கு நம்மை இட்டுச் செல்கிறது. அதற்கு முதன்மையாக, கம்யூனிஸ உளவியல் என்ற ஒரு கருத்தமைப்பின் உருவாக்கத்திற்கு மனம், தன்னிலை ஆகியன பற்றிய அறிதலும், அர்த்தங்களும், செயல்பாடுகளும் அறிவார்ந்த தளத்தில் புரிந்துக் கொள்ளப்பட வேண்டியதாக உள்ளன. தன்னிலைகளின் கட்டமைவு குறித்து இங்கு நாம்

விரிவாகப் பேசவில்லை என்றாலும் அதனை ஆய்விற்கான ஒரு முக்கிய புள்ளியாக முன்வைக்க வேண்டி உள்ளது.

"ஒருவனுக்கு ஒருத்தி என்கிற கோட்பாடு கம்யூனிஸ சமூகத்தில்தான் நடைமுறை சாத்தியமாகும்" என்றார் ஏங்கல்ஸ். நிர்பந்தங்களும், முன்முடிவுகளுமற்ற ஒரு மனித உறவு அதன் அடிப்படையில் அமையும் காதல், அவை உருவாக்கும் மன ஒப்பந்தம், குடும்பம் ஆகியனவே கம்யூனிஸ சமூக வாழ்நிலையின் அடிப்படைகளாக அவரால் முன்வைக்கப் பட்டது. உளவியல் ரீதியாக சுதந்திரமாக முடிவெடுத்து வாழக்கூடிய நிலை கம்யூனிஸ சமூகத்தில்தான் சாத்தியம். இவை நமக்குக் கூறுபவை என்ன? மனிதனின் தன்னிலை சுதந்திரமான, சமூக சாத்தியமான முடிவுகளை எடுக்குமாறு கம்யூனிஸ சமூகங்கள் உருவமைக்கப்பட வேண்டும் என்பதுதானே? கம்யூனிஸ சமூகங்களின் தன்னிலைக் கட்டமைப்பு அதிகாரத்திலிருந்து விடுபட்ட சுயத்துவம் அடைந்ததாக இருக்க வேண்டும் என்பதுதானே. கம்யூனிஸ உளவியல் கட்டமைப்பின் அவசியத்தையன்றி வேறு எதை இவை நமக்கு வலியுறுத்துகின்றன.

"இந்தக் கடவுள் சிலைகள் விவசாயிகளால் உருவாக்கப்பட்டவை. அதை அவர்களே ஒருகாலத்தில் தூக்கி எறிவார்கள். கம்யூனிஸ்டுகளாகிய நமது பணி அதை அவர்களே தூக்கி எறியுமாறு செய்வதுதான்" என்கிற மாவோவின் புகழ்பெற்ற உரை நமக்கு உணர்த்துவது கம்யூனிஸ தன்னிலை எவ்வகையிலும் வன்முறை சார்ந்ததாக இல்லாமல் முழுமையான முடிவெடுக்கும் சுதந்திரத்தை வழங்குவதாக இருக்க வேண்டும்.

முடிவெடுக்கும் அடிப்படை உரிமைகளை மக்களுக்கு வழங்குவது மட்டுமல்ல மக்களே புரட்சிகரமான முடிவுகளை எடுக்குமாறு சூழல்களிலும், சிந்தனைமுறையிலும் மாற்றங்களை உருவாக்குமாறு பயிற்றுவிப்பதும் ஒரு கம்யூனிஸ்டின் கடமையாகிறது. தேர்வு விதிகளை மட்டுமல்ல தேர்ந்தெடுக்கும் சூழலையும்கூட உருவாக்க வேண்டியது கம்யூனிஸ்டுகளின் கடமையாகிறது.

அதாவது ஒரு உற்பத்தி நிலவ அதற்கு சாதகமான உற்பத்தி நிலைமை ஒரு முன்நிபந்தனையாகும். உற்பத்தி நிலைமைதான் தன்னிலைகளைக் கொண்ட ஒரு சமூக அமைப்பாகும். அதாவது முதலாளித்துவப் பொருளுற்பத்தி நிலவ வேண்டும் என்றால், அதற்கு சாதகமான உற்பத்தி நிலைமை அல்லது முதலாளித்துவத் தன்னிலைகளினைக் கொண்ட ஒரு சமூகம் அவசியமாகும். அந்தச் சமூகத்தைக் காப்பதற்கான அதிகாரத்தைக் கொண்டதே அரசு. அந்தக் காத்தலை அரசு தனது வன்முறைக் கருவியைக்

கொண்டு மட்டும் செய்வது சாத்தியமற்றது என்பதுடன் தனது ஆளுகைக்கான தன்னிலைகளைத் தனது ஆதிக்கக் கருத்தியலைக் கொண்டும் மறுகட்டமைப்பு செய்துகொண்டே உள்ளது. சோஷலிஸ பொருளுற்பத்திக் கான சமூகத் தன்னிலைகள் என்பது கட்டமைக்கப்படாமல் முதலாளித்துவ தன்னிலைகளைக் கொண்ட ஒரு உற்பத்தி நிலைமையையே புரட்சிக்குப் பிந்தைய அரசுகள் நடைமுறைப்படுத்தியதை வரலாறு நமக்குச் சொல்கிறது. சர்வாதிகாரம், ஒடுக்குமுறை என்பதன் ஒரு சமூக வடிவமாகவே அந்த அரசுகள் செயல்பட்டு வந்தன என்பதைப் பல ஆய்வுகள் முன்வைப்பதை அறிய முடிகிறது.

"நூறு பூக்கள் மலரட்டும், நூறு கருத்துகள் முட்டி மோதட்டும்» என்று மக்களுக்கு அறைகூவல் விடுத்த மாவோ, கட்சியையும், அரசையும் எப்பொழுதும் மக்களின் கண்காணிப்பில் வைத்துக்கொள்ள வேண்டும் என்றார். 'கட்சி மக்களுக்கு எதிராகச் செயல்படும் பட்சத்தில் கட்சியை உடைத்தெறியுங்கள்» என்றார். இறுதிவரை ஒரு கம்யூனிஸ தன்னிலை மையத்தில் இறுகிவிடாமல் இயக்கத்தில் அல்லது மாறிக்கொண்டே இருக்கும் இயக்கத் தன்னிலையாக இருப்பதன் அவசியத்தையே இவை வலியுறுத்துவதைக் காண முடிகிறது. இனம், சாதி, பால், மதம் போன்ற பல அடையாளத் தன்னிலைகள் மிதந்து கொண்டிருக்கும் ஒரு உடலுக்குள் ஒரு குறிப்பிட்ட தன்னிலையானது புறச்சூழலின் கருத்தியல் ஆதிக்கத்தால் நங்கூரமிடப்பட்டு நிற்பதால் அந்த அடையாளத் தன்னிலையாக அவ்வுடல் அந்தக் குறிப்பிட்ட சூழலில் மாறிவிடுவதையே இனவெறி, சாதிவெறி, மதவெறி, ஆணாதிக்க வெறி என்பதான உடல்களாகச் சமூகத்தில் இயக்கமடைவதைப் பார்க்கிறோம். அதாவது மனம் பிறழ்ந்த ஒரு நிலை அது. தன்னிலை இந்தப் பிறழ்ச்சிக்கும் இயல்புக்கும் இடையிலான ஊடாட்டத்தைக் கருத்தியல் வழியாகவே பெறுகிறது. கம்யூனிஸத் தன்னிலை என்பது இந்த மிதவைக்கான அல்லது இயக்கத்தன்மை கொண்ட தாக இருப்பதற்கான நெகிழ்ச்சியான கருத்தியல்தளத்தை உத்தரவாதப் படுத்துவதாக இருக்க வேண்டும். அதாவது, படைப்பூக்கமிக்க தன்னிலையாக இருக்க வேண்டும்.

"ஒரு கம்யூனிஸ்ட் கனவு காண்பவனாக இருக்கிறான்» எதிர்காலம் பற்றிய கற்பனைகள் ஒரு கம்யூனிஸ்டுக்கு அவசியமானவை" என்று கம்யூனிஸ்டுகளுக்குத் தேவையான கற்பனார்த்தம் பற்றி லெனின் வலியுறுத்தினார். ஒரு கம்யூனிஸ்டின் அகம் நிகழ்வுச்சாத்தியமான எதிர்காலம் பற்றிய கற்பனையில் திளைத்தால்தான் புரட்சிகர செயல்பாட்டை அவனால் முன்னெடுத்துச் செல்லமுடியும்.

கம்யூனிஸத் தன்னிலையின் மற்றொரு கூறை இக்கூற்று விளக்குகிறது. கம்யூனிஸ்டு என்பவன் உளவியல் வறட்சியற்றவனாய் படைப்பாற்றலும், கற்பனார்த்தமும் கொண்டவனாய் இருப்பதன் அவசியத்தை வலியுறுத்துகிறது. வேறுவிதமாகச் சொன்னால், புரட்சிகர நடவடிக்கையில் ஈடுபடுவதற்கான உளவியல் ஆற்றலை மறு உருவாக்கம் செய்வது எதிர்காலம் பற்றிய கற்பனார்த்தமான மற்றும் படைப்பாற்றல் மிக்க இந்தக் கற்பனைகள்தான். ஆனால், இவை வெறுமனே அடிப்படைகள் அற்றதாக ஆகும்போது வறட்டுக் கற்பனையாக மிஞ்சி செயலற்றதாகி விடுகிறது என்கிற எச்சரிக்கை உணர்வு அவசியம்.

இவ்வாறாக, பல கோட்பாட்டுத் திறன்மிக்க அடிப்படைகளை மார்க்சியர்களின் எழுத்துகளிலிருந்து தொகுப்பது இத்துறை ஆய்வை வளப்படுத்துவதாக அமையும். அது கடுமையான பணி என்ற போதிலும் அவசியமானது என்பதை நாம் வலியுறுத்த வேண்டியுள்ளது. எல்லாவற்றையும் பற்றி மார்க்சியர்கள் கூறிவிட்டார்கள் என்பது போன்ற 'ஏகத்துவ கண்ணோட்டம்' நமக்கு இல்லை. ஆயினும், சமூகம், மனிதன், மனித வாழ்வு என்பது பற்றிய நிகழ்வு சாத்தியமான அறிவார்ந்த விதிமுறைகளைக் கண்டடைந்த ஒரு முறையியலாக மார்க்சியம் உள்ளது. நியூட்டனின் விதிகள் பிரபஞ்சத்தின் அடிப்படைகளைப் பற்றிய பார்வையைத் திறந்து விட்டிருக்காவிட்டால் ஐன்ஸ்டீனின் பிரபஞ்சம் பற்றிய சார்பியல் கோட்பாடுகளின் சாத்தியமே இருந்திருக்காது. அதைப்போலத்தான் மார்க்சியமும் சமூகத்தின் மிக அடிப்படையான இயக்கம் பற்றிய ஒரு பார்வையை முன்வைக்கிறது. மார்க்சியம் 'காலாவதியாகி விட்டது' என்கிற கூச்சல் சமூகத்தின் அடிப்படையான இயக்கத்திலும், மனித வாழ்விலும் பொறுப்புணர்ச்சியற்றவர்களின் குரலாகத்தான் இருக்கும். இது ஒருவகை 'துவேஷம்'தான் (prejuidice), அல்லது சாராம்சத்தை முன்வைக்கும் ஒருவகை மார்க்சிய எதிர்ப்பு அடிப்படைவாதமே (antimarxist fundamentalism).

மார்க்சியம் என்ற கோட்பாடு தவிர்க்க இயலாமல் சமூகத்திற்குள் நுழைந்தபின் சமூகத்தின் ஒட்டுமொத்த மொழியமைப்பிலும் ஒரு அர்த்தமாக்கலைச் செய்துவிட்டது. அல்லது இன்று நாம் பயன்படுத்தும் கோட்பாட்டளவிலான எந்த ஒரு சொல்லுக்கும் மற்றொரு அர்த்தத்தை மார்க்சியம் சாத்தியமாக்கி இருக்கிறது. இன்று எந்தத் தத்துவார்த்த, சமூகக் கோட்பாடுகள் பேசப்பட்டாலும் அவை தவிர்க்க இயலாமல் மார்க்சியத்துடன் நேர்மறையாகவோ, எதிர்மறையாகவோ உறவைக் கொண்டிருக்கிறது. மார்க்சியத்துடன்

ஒரு உரையாடலை நிகழ்த்த வேண்டிய அவசியத்தில் உள்ளது. மார்க்சியத்திற்கு எதிராகப் பேசுபவரும்கூட மார்க்சியத்தின் இருத்தலை முதலில் அங்கீகரிப்பது அவசியமாகிறது. இல்லாவிட்டால் மார்க்சியத்திலிருந்து எவ்வளவு தூரம் வித்தியாசப் படுகிறார் என்பதை அறிவிக்க வேண்டிய அவசியம் இருக்கிறது. மார்க்சியம் இன்றைக்கான சமூகச் சொல்லாடல் களத்தைக் கட்டுப்படுத்தும் ஒரு சமூக மற்றும் அரசியல் நனவிலியாக (poltical unconcious) உள்ளது.

மேலும், மார்க்சியம் இன்றைய மொழிக்குள் ஒரு அர்த்தமாக்கும் சாத்தியத்தையும், இன்றைய மொழியின் அர்த்தத்தில், இயக்கத்தில் ஒரு கூடுதல் விசையையும் செலுத்தியிருக்கிறது. மொழியின் கோணம், இடம் ஆகியவற்றில் ஒரு மாற்றத்தை உருவாக்கியிருக்கிறது. உலகையும், பிரபஞ்சத்தையும் பழைய கோணங்களில் பார்க்க முடியாமல் செய்துவிட்டது. மொழிக்கு முழுமுதலான அர்த்தம் சாத்தியமில்லை என்பதை வெளிப்படுத்தியிருக்கிறது. மொழியின் அர்த்தம் என்பதன் பின் உள்ள தன்னிலைகளின் செயல்பாட்டை அம்பலப்படுத்தி இருக்கிறது.

மனிதத் தன்னிலைக்குள் ஒரு வர்க்கரீதியான அடையாளத்தை உருவாக்கி உள்ளது. இந்த அடையாளம் ஒரு தன்னிலையாக மாறும் நிலையிலேயே புரட்சி வெடிக்கும் என்பதைச் சொல்லி உள்ளது. அதற்கான நிறுவனங்களாகவே தொழிற்சங்கங்கள் மற்றும் கட்சி போன்ற அமைப்புகளை உருவாக்குவதைப் பற்றிப் பேசுகிறது. ஆனால் இச் சங்கங்களோ கட்சிகளோ தன்னிலையை விட அடையாளத்தையே முதன்மையானதாகக் கொண்டு செயல்படுவதால் தொடர்ந்து மார்க்சியக் கருத்தியலிலிருந்து மாறிச் செல்வதாக அமைந்து விடுகிறது.

‘கட்சி என்பது வர்க்க உணர்வு பெற்ற முன்னணிப்படை’ என்றார் லெனின். இதன்பொருள் வர்க்கத் தன்னிலைகளைக் கொண்டதாகக் கட்சி அமைய வேண்டும் என்பதே. ஆளப்படும் தன்னிலைகளைத் தங்களது ஆளுகைக்கான இணக்கத் தன்னிலைகளாகக் கட்டமைப்பது ஆளும் கருத்தியலே. ஆக ஆளும் கருத்தியலை எதிர்க்கும் ஒரு சிறு வடிவமும் கவனத்தில் கொண்டு கணக்கில் எடுக்கப்பட்டு ஆளப்படும் தன்னிலைகளை வர்க்கத் தன்னிலைகளாக மாற்ற வேண்டும். அரசு அல்லது சமூக அதிகாரத்தின் வாழ்தல் தளத்தில் நிகழும் எதிர்ப்பின் சிறு சிறு கூறுகளையும் உள்ளடக்கிய ஒரு பரந்த தளத்திலான முன்னணி ஒன்றை அமைப்பது அவசியமாகிறது.

சமூக ஏற்றத்தாழ்வுகள் முன்னெப்போதையும்விட அதிகமாகி, அதை இயல்பானதாக ஏற்று மனித உடல்கள் ஆளுகைக்கான இணக்கத் தன்னிலைகளாகக் கட்டமைக்கப்பட்டு கேள்விக்கு அப்பாற்பட்ட ஒரு இயல்பான வாழ்நிலையாக மாறியுள்ள நிலையில் மார்க்சியம் காலாவதியாகிவிட்டது என்பதான கூச்சல் அடிப்படையில் சத்தமிடுபவனின் அர்த்தமின்மையையும், பொறுப்புணர்ச்சியையும் கேள்விக்குள்ளாக்கும் விஷயம்தான். விஞ்ஞான விதிகள் எல்லா சோதனைச் சாலைகளிலும் நிறைவான முடிவைத் தரவில்லை என்பதால் விதிகளைக் குறை கூறிவிட முடியாது. செயல்பாடுகள்தான் இங்கு விமர்சிக்கப்பட வேண்டியவையாக உள்ளன. ஏனெனில், விதிகளின் அடிப்படை தர்க்கத்தைக் கொண்டே ஒரு விதி பற்றிய நேர்மையான முடிவிற்கு வர முடியும். மார்க்சியம் ஒரு சமூக அவசியத்தின் பொருட்டு உருவாகியது. அதற்கான அவசியம் ஒழியும்வரை மார்க்சியமும் ஒழிந்துவிடாது.

சமூக வாழ்தலில் மார்க்சியம் ஏற்படுத்திய அடிப்படையான கேள்விகளுக்கு நடைமுறை சாத்தியமான ஒரு பதிலின் மூலம் பிறிதொரு வளர்ச்சியடைந்த சிந்தனையில் மார்க்சியச் சொல்லாடல்கள் சிதைத்து அழிக்கப்படாதவரை மார்க்சியத்தின் இருத்தலும் தவிர்க்க முடியாததே என்பது மொழியியல், சமூகவியல் போன்ற அறிவுத்துறைகளில் அரிச்சுவடி அறிந்தவர்களுக்கும்கூட தெரிந்த ஒன்று.

மார்க்சியத்தை சூத்திர விதிகளாகப் பார்ப்பதில் நமக்கு உடன்பாடில்லை. உலகை பொருள்களை அணுகும் கோணமும், அர்த்தமாக்கும் விதமுமே மார்க்சியத்தின் மிக அடிப்படையான செயலாகவும், விதியாகவும் நாம் கொள்கிறோம். பண்டம், உழைப்பு, உற்பத்தி உறவு, உபரி மதிப்பு போன்றவற்றின் பழைய முதலாளித்துவ அர்த்தங்களைச் சிதைத்து மார்க்ஸ் முன்வைத்த புதிய அர்த்தங்கள் நமக்கு மார்க்சியப் பார்வை ஒன்றை விளக்குகின்றன. முதலில் பொருளின் உள்முரணை வெளிப்படுத்தி அதன் அர்த்தங்களை அம்பலப்படுத்துதல், அந்த முரணின் ஒடுக்கப்பட்ட கூறை வெளிப்படுத்துவதன் வழியாக பழைய அர்த்தங்களைச் சிதைத்தல், அதனின்று ஒடுக்கப்பட்ட கூறை முதன்மைக் கூறாக்குவதன் மூலம் புதிய அர்த்தங்களை உருவாக்குதல். இத்தகைய வளர்ச்சியடைந்த ஒரு பார்வையை மார்க்சியமே முன்வைத்துள்ளது.

இப்பார்வை குடும்பம், பாலுறவு, விஞ்ஞானம் ஆகியவற்றில் ஏங்கல்ஸாலும், அரசு, புரட்சி போன்றவற்றில்

லெனினானுலும், நடைமுறை, முரண்பாடுகள், ஜனநாயகம் போன்றவற்றில் மாவோவாலும் தனித்துவமிக்க வகையில் வெளிப்படுத்தப்பட்டுள்ளன. மாவோ கூறியது போல மார்க்சியம் அடிப்படையில் முரண்பாடுகள் பற்றிய விதிமுறைதான். பல்முரண்பாடுகளும், முரண்பாட்டின் எதிர்மறைக் கூறுகளும் ஒன்றுடன் ஒன்று மோதுவதும் ஒன்றை ஒன்று வெல்வதற்கான போராட்டமும் இடையறாது நடக்கிறது. முரண்பாடுகளின் உள்ளார்ந்த போராட்டம் வளர்ச்சிக்கான அடிப்படை. இப்பார்வைகளின் அடிப்படைகளைக் கொண்டே நாம் கம்யூனிஸ தன்னிலை பற்றிய பேச்சைத் துவங்குகிறோம் என்பதைச் சொல்லிவிடுவது சிலவேளை விமர்சனம் என்ற பெயரில் நடைபெறும் விபத்தைத் தவிர்க்கலாம் என்பதால்தான்.

இறுதியாக, கம்யூனிஸ உளவியல் மற்றும் தன்னிலை குறித்த ஆய்வுகளின் கவனத்தில் கொள்ள வேண்டிய மேற்கூறிய கருத்துகளுடன், புரட்சிக்குப் பிந்தைய சமூகம் பற்றிய உளவியல் அம்சங்கள் ஆய்வுக்கு உட்படுத்த வேண்டியது அவசியமாகும். புரட்சிகர தத்துவமும், அரசியலும் இன்றி புரட்சி சாத்தியமில்லை. ஆனால் அதை சாத்தியப்படுத்தும் மக்களுடன் அத் தத்துவமும், அரசியலும் புரியும் வினைப்பாடுகள் கவனத்தில் கொள்ள வேண்டியவையாக உள்ளன. இக்கவனம் தத்துவம் மக்களுடன் புரியும் வினையின் முக்கிய காரணிகளாக மனம், மொழி, தன்னிலை ஆகியன பற்றிய ஒரு அறிவார்ந்த புரிதலை உருவாக்க வேண்டியதன் அவசியத்தை நோக்கி நம்மைக் கொண்டுச் செல்கிறது. அதற்கான நமது புரிதல்கள், அனுமானங்கள் ஆகியவற்றைத் தொகுக்கும் முயற்சியே இங்கு எழுத்தாகியுள்ளது.

பின்குறிப்பு:

இவ்வெழுத்துக்குள் கிராம்சி, அல்தூஸர், ஜேம்சன் போன்றவர்கள் சொற்களையோ, வாக்கியங்களையோ எதிர் கொண் டால் நான் உங்க ளுடைய ‘ சக பய ணி’ என் கிற கௌரவத்தைப் பெற்றவனாவேன்.

14–10–1993–ல் எழுதப்பட்ட இக்கட்டுரையின் முதல்பகுதி ‘கம்யூனிஸ மனோவியல்’ என்கிற தலைப்பில் 10 பிரதிகள் மட்டுமே உருட்டச்சு செய்யப்பட்ட காலக்குறி–4 நவம்பர் 1994 இதழில் வெளிவந்தது. இங்கு அடிப்படை சிதையாமல் விளக்கப்படுத்தியும் திருத்தியும் எழுதப்பட்டுள்ளது.

- இனியொரு, இணைய இதழ், 01 ஏப்ரல் 2008.

பணம் தேடிச் செல்லும் பாய்மரங்கள்: வளைகுடா வாழ் தமிழர்கள் பற்றிய குறிப்புகள்

'இரத்தம் தண்ணீரைவிடக் கனமானது, ஆனால் எண்ணையோ இவை இரண்டையும் விட கனமானது' என்றார் வளைகுடா பற்றி மார்க்சிய அறிஞரான பெர்ரி ஆண்டர்ஸன். பணம் இவை எல்லாவற்றையும்விட கனமானது என்ற நிதர்சனத்தைக் கூறுவதே வளைகுடாவில் வாழும் இந்தியர்கள் குறிப்பாகத் தமிழர்களின் நிலை என்றால் மிகையாகாது. திரைகடல் ஓடி திரவியம் தேடச் சொன்னவனுக்கு இப்பணத்தின் கனம் தெரிந்திருக்கிறது. இக்கனத்தைச் சுமக்க வளைகுடாவிற்கு ஏகிய தமிழர்கள் மற்றும் இந்தியர்கள் பற்றியதான இக்குறிப்புகளினூடாக அவர்களது வாழ்நிலை மற்றும் அது இந்திய மற்றும் தமிழ்ச் சமூகத்தின் மீது ஏற்படுத்தும் தாக்கம் குறித்துச் சிலவற்றை அவதானிக்க முயலலாம்.

வளைகுடா என்பது சவூதி அரேபியா, குவைத், பஃஹ்ரைன், ஐக்கிய அரபுக் குடியரசு, கத்தார் மற்றும் ஓமன் ஆகிய நாடுகளை உள்ளடக்கிய ஒரு புவிப் பரப்பாகும். இந் நாடுகளுக்கிடையே உள்ள பாரசீக வளைகுடாவைக் கொண்டு இப்பெயர் வழங்கப்படுகிறது. 1960-க்குப் பின் இங்கு கண்டுபிடிக்கப்பட்ட எண்ணை வளம் இந் நாடுகளின் முகத்தையே மாற்றி அமைத்தது. பொதுவாக பெட்ரோல் வளமிக்க நாடுகளாக இருப்பதுவே இந்நாடுகளின் பலமும் பலவீனமாகும். இந்நாடுகளை நோக்கிப் பிற நாட்டினர் தொழில்-ரீதியாகவும், வேலை வாய்ப்பிற்காகவும் ஈர்க்கப்படுவதற்கும், அமெரிக்கா இந்நாடுகளைத் தொடர்ந்து போர்ப் பதற்றத்திற்குள் வைத்திருப்பதற்கும் இதுவே காரணம். உலகப் பொருளாதாரத்தைத் தீர்மானிக்கும் நாடுகளாக இவை இருப்பதற்குக் காரணமான இப்பொருளியல் வளமே, இந்நாடுகளின் அரசியலையும், அதிகார அமைப்பையும் தீர்மானிப்பதாக உள்ளது.

பாரம்பரிய அரசாட்சிமுறைகளே பெரும்பாலான வளைகுடா நாடுகளின் ஆட்சிமுறையாக இருக்கிறது? விலக்காக குவைத், கத்தார் போன்ற நாடுகளில் தேர்ந்தெடுக்கப்பட்ட குழுக்கள் ஆட்சி அமைப்பில் இருந்தபோதிலும், மன்னராட்சி என்பது பிரதானமானதாக உள்ளது. சென்ற ஆண்டு முதல் சவூதி அரேபியாவும்

கூட வட்டார அதிகாரக் குழுக்களை உருவாக்க தேர்தல் முறையைக் கடைப்பிடிக்கத் துவங்கியிருப்பது குறிப்பிடத்தக்கது. இத்தேர்தல் முறையில் பெண்களுக்கு ஓட்டுரிமை இல்லை என்பதால் சவூதியின் முக்கிய நகரங்களில் ஆண்களும், பெண்களும் முதன்முறையாக அரசுக்கு எதிராக ஊர்வலம் போனார்கள். சவூதியில் ஊர்வலம் போவதும் அரசுக்கு எதிரான கருத்துகளை ஜனநாயகரீதியாக எடுத்துச் செல்லவும் முடியாத ஒரு அரசதிகார முறையே உள்ளது. இந்நாடுகளின் இத்தகைய ஆட்சிமுறையை மேற்கத்திய நாடுகள் பழமைவாதம் என்று விமர்சித்த போதிலும், இம் முறையைக் கட்டிக் காப்பதில் அவை தீவிரமாக இருக்கின்றன.

உலகின் ஜனநாயக ஏற்றுமதியின் மொத்த வியாபாரியாகத் தன்னைப் பாவித்துக் கொள்ளும் அமெரிக்கா இந்நாடுகளின் அரசாட்சியைக் கட்டிக் காப்பதற்காகத் தனது பாதுகாப்புச்செலவில் கணிசமான தொகையை ஒதுக்குகிறது. காரணம் இந்நாடுகளின் எண்ணை வளத்தைச் சுரண்டுவதற்கு இத்தகைய அமைப்பே அவற்றுக்கு அவசியப்படுகின்றன. சவூதி அரேபியாவில் மட்டும் உலக எண்ணை வளத்தின் 25 சதவீதமும், ஓமனில் 10 சதவீதமும் உள்ளது. எண்ணை வளமற்ற துபாய் போன்ற நாடுகள் கட்டற்ற சர்வதேசச் சந்தையாகத் தன்னை மாற்றிக் கொண்டு தனது பொருளாதார வளத்தை ஈடுகட்டிக் கொள்கின்றன. சர்வதேச நிறுவனங்களின் வளைகுடா மற்றும் ஆப்பிரிக்க நாடுகளின் நிர்வாக அலுவலகங்கள் மற்றும் ஏற்றுமதி செய்வதற்கான கடல் தளமாகவும் துபாய் அமைந்துள்ளது குறிப்பிடத் தக்கது. துபாயின் இந்த வளர்ச்சியின் விளைவாக, வீடுகள், மணைகள் வாங்குவதற்கு அவ்வரசு வெளிநாட்டினருக்கு அனுமதி வழங்கி உள்ளது.

வளைகுடா நாடுகளில் வெளிநாட்டினர் சொந்தமாக எந்த வியபாரமும் செய்ய முடியாது, துபாய் தவிர இதர நாடுகளில் சொத்தும் வாங்க முடியாது. இந்தியர்கள் உள்நாட்டினரின் பெயரிலேயே எந்த ஒரு தொழிலையும் செய்ய முடியும் என்பதால், இந்தியர்களின் முதலீடு ஒரு கட்டுப்பாட்டிற்குள் வைக்கப்பட்டுள்ளது மட்டுமின்றி பாதுகாப்பற்ற நிலையிலும் இருப்பது குறிப்பிடத்தக்கது. இந்தியர்கள் பெரும் அளவில் தொழில் தொடங்க முடியாத நிலை இருப்பதால் நட்சத்திர ஓட்டல்கள், தொழில் துறைகள், வியாபாரச் சந்தைகள் ஆகியவற்றில் பங்கீட்டாளர்களாக இருந்துகொண்டுள்ளனர். அதில் வரும் வருமானத்தை இந்தியாவில் முதலீடு செய்வதற்கும், அதிகமான அந்நியச் செலாவணியை இந்நாடுகளில் இருந்து இந்தியா பெறுவதற்கும் காரணமாக அமைந்துள்ளனர்.

இந்நாடுகளின் போக்குவரத்து, தகவல் தொடர்பு வலைப்பின்னல், பொதுத்துறைக் கட்டடங்கள் போன்ற அடிப்படைக்கட்டுமானத்தை உருவாக்கியது, இந்திய குறிப்பாக தென்னிந்தியாவைச் சேர்ந்த தமிழ்நாடு, கேரளா மற்றும் ஆந்திராவைச் சேர்ந்த தொழிலாளர்களே. இந்நாடுகளின் மக்கள்தொகை குறைவாக இருப்பதால் இவ்வடிப்படைக் கட்டுமானங்களுக்கு வெளிநாட்டினரையே நம்பி உள்ளன. இந்தியத் தொழிலாளிகள் குறைந்த கூலிக்குக் கிடைப்பதால், பெருமளவில் இந்தியத் தொழிலாளர்கள் இங்கு பணிபுரிவதற்கு அனுமதிக்கப்பட்டுள்ளனர். குறிப்பாக இந்நாடுகளின் உருவாக்கத்தில் இந்தியர்களின் பங்கு பிரதானமானது.

வளைகுடா நாடுகளில் மிகப்பெரிய நாடான சவூதி அரேபியாவின் மக்கள்தொகை 2005-ன் கணக்கின்படி 26 மில்லியன், அதாவது 2 கோடியே 60 லட்சம், தமிழகத்தின் மக்கள் தொகை 6-கோடி 2 லட்சத்துடன் (2001-ன் கணக்கின்படி) ஒப்பிட்டால் இது எவ்வளவு குறைவு என்பது புரியும்? சவூதி அரேபியாவின் பரப்பளவான 22 லட்சத்து 40 ஆயிரம் சதுர கிலோமீட்டருடன் தமிழக நிலப்பரப்பான 13 ஆயிரத்து 58 சதுர கிலோமீட்டரை ஒப்பிட்டால், சவூதியின் பரந்த மக்கள் நெருக்கடியற்ற நிலையைப் புரிந்து கொள்ள முடியும். இதர வளைகுடா நாடுகளின் மொத்த மக்கள் தொகை 1 கோடிக்கும் குறைவானதே. இம் மனிதவளக் குறைவே வெளிநாட்டினரைப் பிரதானமாகக் கொண்டு இயங்கும் நாடுகளாக இந் நாடுகளை உருவாக்கியுள்ளது. மருத்துவர்கள், பொறியியலாளர்கள், தொழில்நுட்ப வல்லுனர்கள் போன்றவர்களின் பற்றாக்குறையால், இந்நாடுகளில் பணிபுரியும் துறை சார்ந்த இந்திய வல்லுனர்கள் எண்ணிக்கை குறிப்பிடத்தக்க அளவு இருந்தாலும், மொத்த இந்தியர்களின் எண்ணிக்கையில் தொழிலாளர்கள் 70 சதவீதம், அலுவலகப் பணியாளர்கள் 20 சதவீதம், தொழில்துறை சார்ந்த வல்லுனர்கள் 10 சதவீதமும் உள்ளனர்.

வளைகுடாவில் பணிபுரியும் இந்தியர்களின் எண்ணிக்கை மட்டும் இந்திய அயல் உறவுத்துறை கணக்கின்படி தோராயமாக 4 மில்லியன் (அதாவது 40 லட்சம்) ஆகும். அமெரிக்காவிற்குப் பிறகு இந்தியாவுடன் மிகப்பெரிய தொழில் உறவு கொண்ட நாடுகள் இவை. இந்தியப் பொருள்களை இறக்குமதி செய்யும் இரண்டாவது மிகப்பெரிய சந்தையாக இந்நாடுகள் உள்ளன. இந்தியாவிற்கு மிகப்பெரிய அளவில் எண்ணை மற்றும் எரிவாயுவை ஏற்றுமதி செய்யும் நாடுகளும் இவையே. 2002-03-ல் இந்தியாவிற்கு வந்த அந்நியச் செலாவணி இந்நாடுகளில் இருந்து மட்டும் 14.8 பில்லியன் டாலர் (தோராயமாக 74,000

கோடி இந்திய ரூபாய்களில்). இவற்றில் பெரும்பாலானவை தொழிலாளர்கள் மற்றும் அரைத்தொழிலாளர்களால் பெறப்படுவது குறிப்பிடத்தக்கது. காரணம் தனியர்களாக உள்ள இவர்கள் வரும் வருமானம் அனைத்தையும் தாய்நாட்டில் உள்ள தனது குடும்பத்திற்கு அனுப்பி விடுகிறார்கள் என்ற போதிலும், இத்தொழிலாளர்களின் நிலைமை இந்நாடுகளில் மட்டுமின்றி தாய்நாட்டிலும் மோசமான நிலையிலேயே இருப்பது கண்கூடு.

இங்கு பணி புரிபவர்களிடமிருந்து இந்திய அரசு பெறும் வருட அந்நியச் செலாவணி 5 பில்லியன் டாலர்கள் (தோராயமாக 35,000 கோடி ரூபாய்கள்- www.thpeeP!Ptbsula'atar.cHm). இது மற்ற ஐரோப்பிய, அமெரிக்க நாடுகளில் பணிபுரிபவர்களின் வருமானத்தைவிட மிக அதிகமானதாக இருந்தபோதிலும் ஏனோ இந்திய அரசு வளைகுடாவில் பணிபுரியும் இந்தியர்களைப் பிற நாடுகளில் பணிபுரியும் இந்தியர்களைப் போல நடத்துவதில்லை என்று அக்டோபர் 10, 2003-ல் இந்தியப் பிரதமர் வாஜ்பேய்க்கு எழுதிய கடிதத்தில் குறிப்பிடுகிறார் Global Organization of People Indian Origin (GOPIO), INC-யின் டாக்டர் தாமஸ் ஆப்ரகாம். நிலைமையும் அதுதான்.

பொதுவாக வளைகுடாவில் பணிபுரிபவர்கள் பற்றிய சமூக மதிப்பீடு ஐரோப்பிய நாடுகளில் பணிபுரிபவர்கள் மதிப்பீட்டைவிட குறைவாக இருப்பதையே காண்கிறோம். உண்மையில் இந்திய அரசுத் தரப்பிலும், வளைகுடா நாடுகளின் அரசுத் தரப்பிலும் பாதுகாப்பற்ற ஒரு வாழ்க்கையே வளைகுடாவில் வாழும் இந்தியர்களின் நிதர்சனம். சர்வதேச விதிமுறைகளை எதுவும் பின்பற்றாத, மனித உரிமை மீறல்களையும் கொண்ட ஒரு பணியிடத்தையே இந்நாடுகளில் நாம் எதிர்கொள்கிறோம். வளைகுடா வாழ்க்கை என்பது உடல் உழைப்பாளர்களாக இருக்கும் தொழிலாளிகளுக்கு ஓர் மலர்ப் படுக்கை அல்ல. ஒரு அறைக்குள் குறைந்தது 4 பேர்கள் தங்கும் சுகாதாரமற்ற இறுக்கமான வாழிடங்கள், 10-மணிநேர கடின உழைப்பு போன்ற பிரச்சனைகள், பொதுவாக இருப்பதை இந்திய அரசால் நியமிக்கப்பட்ட குழுவினரின் அறிக்கையும் மிகச் சரியாக சுட்டிக்காட்டுகிறது.

வளைகுடா நாடுகளில் பணிபுரிபவர்கள் பற்றிய இந்தியர்களின் பார்வையும்கூட மேற்கத்திய நாடுகள் அரேபிய சமூகங்கள் பற்றி கட்டமைத்துள்ள ஒரு பார்வையே நிலவுகிறது. அதாவது நாகரிகமற்ற, படிப்பறிவற்ற, முன்கோபம் கொண்ட முரட்டுத்தனமான கீழைத்தேயர்கள். இப்பார்வை மேற்கத்திய

நாடுகளில் பணிபுரிபவர்களுக்கும் கீழ்நிலையான ஒரு மதிப்பீட்டை வளைகுடாவில் பணிபுரிபவர்களுக்கு வழங்குவதாகிறது. இது 'மேற்கத்தியம்' தன்னை உருவாக்கிக்கொள்ள கடந்த சில நூற்றாண்டுகளாக உருவாக்கிய ஒரு அரசியல் பார்வையாகும். இப்பார்வைக்கு இந்தியர்களான நாமும் பலியாகியிருப்பதையே இது காட்டுகிறது. மேற்கத்திய நாடுகளிலிருந்து வளைகுடா நாடுகள் ஒரு பண்புரீதியான மாற்றத்தைக் கொண்டுள்ளது குறிப்பிடத்தக்கது. அது, இங்கு நிற வேறுபாடு பார்க்கப்படுவதில்லை. வெளிநாட்டினர் உள்ளூர்க்காரர் என்கிற முரண்பாடு முக்கியமானதாகப் பார்க்கப்படுவதில்லை. மேற்கத்திய மற்றும் அமெரிக்காவில் வசிக்கும் இந்தியர்கள் வெள்ளைநிற வெறியால் ஒரு பதற்றத்திற்குள் வைக்கப்பட்டிருப்பதை ஒப்புநோக்கினால், வளைகுடா நாடுகளில் வசிப்பவர்கள் நிலை அத்தனை மோசமில்லை என்று உணரலாம்.

பிரதானமாக இஸ்லாமிய மதத்தைக் கொண்டதாக இருந்தாலும் இந்நாடுகளில் பிற மதங்கள் மீது ஒரு நிறுவனரீதியான வன்முறை என்பது இல்லை? பிறமத துவேஷம் தனிப்பட்ட மனிதர்களின் நிலைப்பாடாக சில இடங்களில் வெளிப்பட்டபோதிலும் அது ஒரு பிரதானப் போக்காக இல்லை? உண்மையில் இந்நாடுகள் இஸ்லாம் மதத்தை ஒரு ஆதிக்கக் கருத்தியலாகப் பின்பற்றுகின்றனவே தவிர இந்தியர்கள் நினைப்பதைப்போல இஸ்லாமையோ அம்மதத்தினரையோ பாதுகாப்பது இவற்றின் நோக்கம் அல்ல. பாலஸ்தீனம், ஈராக் மற்றும் ஆப்கான் பிரச்சனைகளில் இந்நாடுகள் குறைந்தபட்ச மனிதநேய நிலைப்பாட்டையோ அல்லது அந்நாடுகளில் கொல்லப்படுவது இஸ்லாமியர்கள் என்பதற்காகவேனும் குறைந்தபட்சம் மதரீதியான நிலைப்பாட்டையோ எடுக்கவில்லை என்பதும் இவற்றின் மத அபிமானத்திற்கு ஒரு எடுத்துக்காட்டு. இந்நாடுகள் தன்னைப் பாதுகாத்துக் கொள்ளக்கூட அமெரிக்காவின் உதவியை நாடும் சுயசார்பற்ற நிலையிலேயே வைக்கப்பட்டுள்ளன என்பது மற்றுமொரு அரசியல் உண்மை. இந்நாடுகள் தங்களிடம் உள்ள பொருளாதார வளத்திற்கு சுயசார்புள்ள பாதுகாப்பிற்கான தொழிற்கூடங்களைக்கூட உருவாக்கிக் கொள்ளவில்லை என்பதே யதார்த்தம்.

ஆனால், இந்தியாவிலிருந்து வரும் இந்து மதத்தைச் சேர்ந்தவர் களிடையே ஆதாரமற்ற பதற்றமும், ஒரு அச்சமும் நிலவுகிறது. இவ்வச்சம் அடிப்படையற்றது என்றாலும் இது வாய்வழிக் கதைகள் மூலம் கட்டமைக்கப்பட்டதாகவே உள்ளது. இக்கதைகள்

புழங்காத பொது இடங்களோ அறைகளோ குறைவு எனலாம். அதுபோன்றே இந்தியாவிலிருந்து வரும் இஸ்லாமியர்களிடையே ஒரு ஆதாரமற்ற பெருமிதமும் நிலவுவதைப் பார்க்க முடிகிறது. இதற்குக் காரணம் பெரும்பான்மை மற்றும் சிறுபான்மை அரசியல் கணக்கீடுகள் இந்நாட்டில் எதிர்மறையாக அமைந்திருப்பது மட்டுமின்றி இஸ்லாமியர்களுக்கான நாடு என்கிற கருத்தாக்கம் தரும் பாதுகாப்பு எனலாம். இந்த மன முரண் உருவாக்கும் இறுக்கம் அல்லது எதிர் உணர்வானது இவர்களை மத அடிப்படைவாதிகளாக மாற்ற முனைகிறது. வளைகுடாவிலிருந்து குறிப்பாக சவூதி அரேபியாவிலிருந்து வரும் இந்தியர்களிடையே இந்த மனநிலையின் தாக்கத்தை உணர முடியும். இது இந்திய இந்து மற்றும் இஸ்லாம் அடிப்படைவாத அமைப்புகளை வளர்த்துவிட ஏதுவாகிறது.

வளைகுடாவில் வாழும் தமிழர்கள் பற்றியும் அவர்களால் நடத்தப்படும் விழாக்கள் மற்றும் நிகழ்வுகளின் தொகுப்பாக அதாவது வளைகுடா தமிழர்கள் பற்றிய ஒரு தனிச்சிறப்பான சித்திரத்தைக் காட்டும் முகமான நிகழ்வுகளைத் தொகுக்க முடியாததற்கு இரண்டு காரணங்களைச் சுட்ட முடியும். 1. அத்தகைய நிகழ்வுகள் பெருவாரியாக நடைபெறுவதில்லை. 2. அப்படி நடக்கக்கூடிய நிகழ்வுகளைத் தொகுப்பதற்கான தரவுகள் மற்றும் தொடர்புகளும் அரிதாகவே காணப்படுகிறது. இங்கு இணையத் தரவுகள் வழி பெற்ற சில குறிப்புகள் இந்நாடுகளை அருகில் சென்று அறிந்து கொள்ள உதவும்.

இந்நாடுகளில் மிகப்பெரிய பரப்பையும், வளத்தையும் கொண்டது சவூதி அரேபியா. இங்கு மட்டும் பணிபுரியும் இந்தியர்கள் எண்ணிக்கை 2001-ன் கணக்கின்படி 15 லட்சம். இது சவூதி மக்கள் தொகையில் 7 சதவீதம் ஆகும். தற்போது இது பெரும் அளவில் அதிகரித்திருக்கிறது. வளைகுடா நாடுகளிலேயே மிக அதிகமான இந்தியர்களைக் கொண்ட நாடு இது. இந்தியாவிற்கு மட்டும் இந்நாட்டிலிருந்து வரும் வருட அந்நியச் செலாவணி 4 பில்லியன் அமெரிக்கன் டாலர் (சுமார் 2,000 கோடி ரூபாய்). இது ஒரு தனிநாட்டிலிருந்து இந்தியாவிற்கு வரும் தொகைகளிலேயே அதிகபட்ச தொகையாகும் என்பது குறிப்பிடத்தக்கது. சம்பாதிக்கும் பணத்தை அப்படியே இந்தியாவிற்கு அனுப்புவதற்குப் பண்பாட்டு நிகழ்வுகள், ஒருங்குகூடல், பண்டிகைக் கொண்டாட்டங்கள், பொதுக் கூட்டங்கள் போன்ற பொது நிகழ்வுகள் பிற வளைகுடா நாடுகள் போல சவூதி அரேபியாவில் இல்லை என்பதும் மற்றொரு

காரணம், இஸ்லாம் தவிர்த்த எல்லாப் பொது நிகழ்வுகளும் தூதரக வளாகத்தில் நடைபெறுவதைத் தவிர பிற பொது இடங்களில் நடைபெறுவதில்லை. இலக்கிய மன்றங்களும், நிகழ்வுகளும் சாத்தியமற்ற நிலையில் இலக்கியம் சார்ந்த நபர்களை கண்டடைவதும் சாத்தியமற்ற நிலையே உள்ளது. தமிழர்களுக்கு என்று இலக்கிய சங்கங்கள் இருந்தபோதிலும் அதன் நிகழ்வுகள் குறிப்பிடத்தக்க அளவில் இல்லை என்றே சொல்லலாம். இந்தியாவின் 50-வது பொன்விழா ஆண்டை, மற்ற மொழிச் சங்கங்கள் ஒரு விழாவாகக் கொண்டாடியபோது, தமிழர்கள் மட்டும் இரண்டு சங்கங்களாக இரண்டு விழாக்களாகக் கொண்டாடிய தமிழின தேசிய ஒருமைப்பாட்டை என்னவென்று சொல்வது!

சவூதி அரேபியா அரசதிகார அமைப்பும் மத அதிகார அமைப்பும் 3-விஷயங்களில் தனது கண்காணிப்பைக் குவிமையப்படுத்தியுள்ளது. 1. கம்யூனிஸம் 2. செக்ஸுவாலிட்டி 3. பிற மத வழிபாடுகள். இவை வெளிப்படையாக மறுக்கப்பட்டிருப்பதால் செக்ஸுவாலிட்டி மற்றும் பிற மத வழிபாடுகள் மறைமுகமாகத் தனது இயக்கங்களை நிகழ்த்தி வருகின்றன எனலாம். இவ்வாறு 'வெளிப்படையான காமவெளி' மறுக்கப்பட்டிருப்பதால், ஒடுக்கப்பட்ட தனிமனிதனின் பாலியல் வேட்கைகள் பதிலீடாக நீலப்படங்கள் மற்றும் இந்திய சினிமாக்கள் பார்த்தல், பாலியல் குறித்த பேச்சுகள் என வெளிப்பாடு கொள்ள முனைகிறது. நீலப்படங்களின் சுற்றுவட்டம் ஒரு பெரும் வலைப் பின்னலைப் போல இயக்கம் கொள்கிறது. பாலியல் ஆற்றல்களைப் பல பாலியல் புனைவுகளை உருவாக்கிக் கதைப்பதன் மூலம் தணிக்க முயல்வதால், தனியர்களின் அறைகள் புனைவுகளால் திணறுவதைக் காணலாம். அரபிகள் பற்றியும், அவர்கள் வேலைக்கு அமர்த்தப்பட்ட பெண்களைத் தவறாகப் பயன்படுத்துவது முதல் அரபி பிள்ளைகள் உறவுகளுக்குள்ளேகூட உறவு வைத்துக் கொள்வது வரையில் இக்கதைகள் புனையப்பட்டு உலா வருவதுடன், தங்களது நாட்டில் நிகழ்ந்ததாகத் தன்னை உள்ளடக்கிய புனைவுகளையும் திரித்துப் பேசி மகிழ்வது என்பது இவ்வகை காம நோய்க்கு நன்மருந்தாக இருக்கிறது எனலாம்.

சவூதி அரேபியாவின் தண்டனை முறை குறித்தும் நிலவும் தப்பெண்ணங்களில் ஒன்று அதன் தலைவெட்டும் தண்டணை. இது கொலை, போதைப்பொருள் விற்பனை மற்றும் வன்பாலுறவு (கற்பழிப்பு) போன்றவற்றிற்கே அளிக்கப்படுகிறது. அதுவும் மிகக் குறிப்பான ஆய்வுகளுக்குப் பின்பே. குற்றவாளி மனப்பூர்வமாக

ஒப்புக்கொள்ளுதல் அல்லது சரியான நேர்சாட்சிகள் மூலம் மட்டுமே தீர்மானிக்கப்படுகிறது. இறுதித் தீர்ப்பு பாதிக்கப்பட்டவரின் முடிவிற்கு விடப்படுகிறது என்பது குறிப்பிடத் தக்கது. அதாவது கொலையுண்டவனின் மனைவியோ அல்லது அவனது குடும்பத்தினரோ மன்னிப்பதன் மூலம் கொலையாளி விடுதலை செய்யப்பட்டு விடுகிறான். இது வெறும் மன்னிப்புடன் முடிந்துவிடாது, 'பிளட் மணி' (Blood Money) எனப்படும் அரசு நிர்ணயிக்கும் தொகையோ அல்லது கொலையுண்டவனின் மனைவி அல்லது குடும்பத்தினர் கேட்கும் தொகையையோ கொலை செய்தவன் ஈடாக அளிக்க வேண்டும். அத் தொகை கொலையுண்டவனின் குடும்பத்திற்கு அளிக்கப்பட்டு விடுகிறது.

மரண தண்டனை மனித விரோதச் செயல், அதற்கான உரிமை யாருக்கும் இல்லை என்பது ஒருபுறமிருக்க, அத்தண்டனையேகூட பிற ஜனநாயக நாடுகளில் நடைபெறுவதைப் போலத்தான் இங்கும் நடைபெறுகிறது. சிறைக்குள் நடத்தப்படும் தூக்குதண்டனை என்பதற்கு பதிலாக இஸ்லாமிய ஷரியத்தைப் பின்பற்றி தலைவெட்டுதல் ஒரு சடங்குச்செயல் போல் பொது இடங்களில் நடத்தப்படுகிறது. சிறைச்சாலை என்கிற சமூகக் கண்காணிப்பு எந்திரத்தின் ஒரு திறந்தவெளிச் செயலே இது. பிற நாடுகளில் இது சிறைக்குள் நிகழ்த்தப்படுகிறது.

ஒருமுறை சவூதி தலைநகரான ரியாத்தில் ஒரு தலை வெட்டு நிகழ்வைக் காண நேர்ந்தது. அதற்கு முன்புவரை, எனது கற்பனையில் தலைவெட்டு நிகழ்வு பற்றி பலரிடமும் கேட்டிருந்த கதைகளே இருந்தது. அதாவது ஒரு நபரை மனிதர்கள் கூடும் ஒரு இடத்தில் வைத்துத் தலையை ரத்தம் சொட்ட சொட்ட வெட்டித் தொங்க விடுவார்கள். அதனை பள்ளி செல்லும் குழந்தைகளை அழைத்து வந்து காட்டுவார்கள் என்பதாக. ஆனால், நான் பார்த்தது வேறு. ஒரு மைதானம், அது இரவுகளில் குழந்தைகளும் பல குடும்பங்களும் கூடும் ஒரு பூங்காவைப் போன்ற ஒன்று. பலமுறை அதே இடத்தில் நண்பர்களுடன் அமர்ந்து இரவுகளில் பேசிக்கொண்டும் இருந்திருக்கிறேன் நான். அதன் அருகே ஒரு செயற்கை நீரூற்றும் உண்டு. இரவுகளில் வண்ண விளக்குகளுடன் அந் நீரூற்று நீரைத் தூவிக் கொண்டிருக்கும். அந்த இடம்தான் தலைவெட்டும் இடம் என்பது அன்றுதான் எனக்குத் தெரியும். மைதானத்தில் பார்வையாளர்களான நாங்கள் நின்ற இடத்திற்கும் தலைவெட்டும் அம் மையத்திற்கும் இடையில் 100 அல்லது 150 மீட்டர் இடைவெளியிருக்கும். எங்களுக்கு முன்பாக

ராணுவத்தினரின் ஒரு பாதுகாப்பு வளையம் அமைக்கப்பட்டிருந்தது. அதனால் அங்கு நிகழ்பவை துல்லியமாகத் தெரியவில்லை. முக அடையாளம் காணமுடியாத ஒரு இடைவெளி அது.

அம்மைதானத்தின் மையத்தில் நீரூற்றுக்கு அருகே, ஒரு நாற்காலி போடப்பட்டிருந்தது. மைதானத்திற்குள் ஒரு ஆம்புலன்ஸ் வந்தது. அதிலிருந்து ஒரு நபரை இறக்கினார்கள். அந்நபர் அரை மயக்கத்தில் இருந்தார். தள்ளாடிய அவரை இரு காவலர்கள் கைத்தாங்கலாக அழைத்துவந்து அந்நாற்காலியில் அமர்த்தினர். அவரது முகம் கருப்புத் துணியால் மூடப்பட்டது. அவரது இரண்டு கைகளையும் தனித்தனியாக ஒரு கயிற்றால் கட்டி அக்கயிறை இரண்டு மருத்துவ உதவியாளர்கள் இழுத்துப் பிடித்துக் கொண்டனர். அவரது கால்களையும் அதேபோல் இரு கயிறுகளால் கட்டி இருவர் பிடித்துக் கொண்டனர். அவரைச் சுற்றிலும் காவல் உயர் அதிகாரிகள், மருத்துவர்கள் மற்றும் மருத்துவ உதவியாளர்கள், நீதித்துறை அலுவலர்கள் என ஒரு 10 அல்லது 15 நபர்கள் நின்று கொண்டிருந்தனர். சற்று நேரத்தில் ஒலிபெருக்கியில், தலைவெட்டப்படுபவரது குற்றம் மற்றும் அதற்கான தண்டனை ஆணை வாசிக்கப்பட்டது. பிறகு ஒருவர் கத்தியை அமர்ந்திருக்கும் அவரது கழுத்தின் மீது வைப்பதைப் பார்த்தோம். அடுத்த சில வினாடிகளில் அருகில் உள்ள ஆம்புலன்ஸ் அவரது உடலைத் தூக்கி வைத்துக் கொண்டு பாதுகாப்புடன் புறப்பட்டுச் சென்றது. மருத்துவ உதவியாளர்கள் அவ்விடத்தைச் சுத்தம் செய்யத் துவங்கினர். அடுத்த அரை மணிநேரத்தில் அங்கு சிறுவர்கள் சைக்கிள் விட்டுக் கொண்டும், கால்பந்து விளையாடிக் கொண்டும் இருந்தனர். நானும் அவ்வழியைக் கடந்து எனது வேலைக்காக அருகில் உள்ள ‘பத்தா’- எனும் கடைவீதிக்குச் சென்றேன்.

2001-ன் கணக்கின்படி 6-லட்சம் மக்கள்தொகையைக் கொண்ட பஃஹ்ரைனில் உள்ள இந்தியர்களின் எண்ணிக்கை 1,30,000 ஆகும். இது அந்நாட்டு மக்கள் தொகையில் 20 சதவீதம் ஆகும். எண்ணை வளம் மட்டுமின்றி வளைகுடா நாடுகளின் மையப் பகுதியில் அமைந்திருப்பதால் தகவல்தொடர்பிற்கான அடிப்படைக் கட்டுமானங்களின் மூலம் வருமானம் ஈட்டுகிறது. சில இந்தியர்கள் குடியுரிமை பெற்று நிரந்தரமாக இந் நாட்டில் தங்கி உள்ளனர். தென்னிந்தியர்கள் முக்கியமான வியபாரங்களில் ஈடுபட்டுள்ளனர். 43 இந்திய சமூகப்பண்பாட்டு அமைப்புகள் இயங்குகின்றன. 5 இந்தியப் பள்ளிகள் உள்ளன. இந்திய அமைப்புகளுக்கான கூட்டமைப்புக் குழு என்கிற அமைப்பின் கீழ் இவ்வமைப்புகள்

இயங்குகின்றன. இஸ்லாம் அல்லாதவர்களின் மத வழிபாட்டுத் தலங்களை அனுமதித்து இருப்பதால் இந்தியர்களால் 5 கிறித்துவ ஆலயங்களும், ஒரு இந்துக் கோவிலும், 3 குருத்துவாராக்களும் கட்டப்பட்டுள்ளன.

22 லட்சம் மக்கள் தொகை கொண்ட குவைத்தில் 2,94,000 இந்தியர்கள் இருக்கிறார்கள். இது குவைத்தின் மக்கள் தொகையில் 13-சதவீதம் ஆகும். குவைத்துதான் முதன்முதலாக இந்தியர்களை வரவழைத்துப் பணி புரிவதற்கான முன்மாதிரியை அமைத்துக் கொடுத்த நாடு. இங்கு 100-க்கும் மேற்பட்ட இந்திய பண்பாட்டு அமைப்புகள் உள்ளன. மொழி, வட்டாரம், தொழில் மற்றும் நிகழ்வுகள் அடிப்படையில் இக்குழுக்கள் இயங்கி வருகின்றன. இந்தியாவிலிருந்து பிரபலமானவர்களை வரவழைத்தும் அல்லது குவைத் வாழும் இந்தியர்களைக் கொண்டும் பல பண்பாட்டு விழாக்கள் நடத்தப்படுகின்றன. இவ்விழாக்களை நடத்தவென இந்தியக் கலை வட்டம் என்கிற அமைப்பினர் 1,200 பேர் அமர்ந்து காணக்கூடிய ஒரு அரங்கை நிர்மாணித்துள்ளனர்; 9 இந்தியப்பள்ளிகள் இந்திய அரசு அனுமதியுடன் இந்தியத் தூதரகத்தின் மேற்பார்வையில் நடத்தப்படுகின்றன.

எட்டுத் தலைமுறைகளுக்கு மேலாக சில இந்தியக் குடும்பங்களைக் கொண்ட ஓமனின் மக்கள்தொகை 23 லட்சமாகும். இங்கு உள்ள இந்தியர்களின் எண்ணிக்கை 3,11,000. இது இந்நாட்டு மக்கள் தொகையுடன் ஒப்பிடும்போது 14 -சதவீதம் ஆகும். 7-ஆம் நூற்றாண்டு முதல் இந்தியர்களுடன் இந்நாட்டிற்குத் தொடர்பு இருப்பதை வரலாறு சுட்டிக் காட்டுகிறது. அரபுநாடுகளில் வெளிநாட்டினருக்குக் குடியுரிமை வழங்கும் ஒரே நாடு இதுதான். ஆயிரத்திற்கும் மேற்பட்ட குடியுரிமை பெற்ற இந்தியர்கள் இங்கு வசிக்கிறார்கள். தினசரி பூஜை நடத்தக்கூடிய இரண்டு இந்துக் கோவில்கள் தலைநகர் மஸ்கட்டில் கட்டப்பட்டுள்ளன. அதில் ஒரு கோவில் நூறு ஆண்டுகள் பழமை கொண்டது. 2 குருத்வாராக்கள் 7 கிறித்துவ ஆலயங்கள் உள்ளன. 2,000-த்திற்கும் மேற்பட்ட இந்திய மருத்துவர்கள் இந்நாட்டில் பணிபுரிகிறார்கள். 14-இந்தியப்பள்ளிகள் நடத்தப்பட்டு வருகின்றன. 25-தனித்தனியான இந்தியப் பண்பாட்டு அமைப்புகள் இயங்கி வருகின்றன. இக்குழுக்கள் எல்லாம் ஓமனின் சட்டப்படி 'இந்தியன் சோஷியல் கிளப்' என்கிற ஒரு அமைப்பிற்குள் கொண்டு வரப்பட்டுள்ளது.

5,25,000 மக்கள்தொகையைக் கொண்ட கத்தாரில் இருக்கும் இந்தியர்களின் எண்ணிக்கை 1,30,000 ஆகும். இது அந் நாட்டு

மக்கள் தொகையுடன் ஒப்பிடும்போது 24 சதவீதம் ஆகும். 1,200 கோடி ரூபாய் வருடாந்திர அந்நியச் செலாவணியைத் தரும் இந்நாடு 15 ஆயிரம் முதல் 20 ஆயிரம் வரை இந்திய மருத்துவர்கள், பொறியியலாளர்கள் போன்ற தொழில்துறை வல்லுநர்களைக் கொண்டுள்ளது. 5 இந்தியப் பள்ளிகள் உள்ளன. இந்தியத் தூதரகத்தால் அனுமதிக்கப்பட்ட 50 இந்திய சமூக-பண்பாட்டு அமைப்புகள் உள்ளன. இவை இந்தியப் பண்பாட்டு விழாக்களை முன் நின்று நடத்துகின்ற அமைப்புகளாகும்.

அமீரகம் என்று தமிழில் அழைக்கப்படும் 1971-ல் உருவாக்கப்பட்ட ஐக்கிய அரபுக் குடியரசு நாடுகளான துபாய், அபுதாபி, ஷார்ஜா உள்ளிட்ட நாடுகள் 19-ஆம் நூற்றாண்டு முதல் இந்தியாவுடன் இருவழி உறவு கொண்ட ஒரு நாடாகும். மொத்த மக்கள் தொகை 29 லட்சம் ஆகும். 9 லட்சம் இந்தியர்கள் இந் நாட்டில் உள்ளனர். இது அந்நாட் டு மக்கள்தொகையுடன் ஒப்பிடும்போது 30-சதவீதம் ஆகும். இதுவே வளைகுடா நாடுகளில் வாழும் இந்தியர்களில் மிகப்பெரும் சதவீதம் ஆகும். சுற்றலாவிற்கான மையமாக இந்நாடு குவிமையப்படுத்தப் படுவதால் எண்ணற்ற கண்ணைக் கவரும் கட்டடங்களையும் பொழுதுபோக்குப் பூங்காக்களையும் கொண்டுள்ளது. அழகுபடுத்தப்பட்ட கடற்கரையும், கடல்நடுவில் கட்டப்பட்ட நட்சத்திர ஓட்டல்களும் உலக மக்களைக் கவரும் ஒரு முக்கியமான மையமாக உள்ளது. 30 இந்தியப்பள்ளிகள் உள்ளன. கோவில்கள், குருத்வாராக்கள், கிறித்துவ ஆலயங்கள் உள்ளன. பல பண்பாட்டு அமைப்புகள் செயல்பட்டு வருவதுடன் அவை நிறைய பொழுதுபோக்கு நிகழ்வுகளையும் நடத்தி வருகின்றன.

துபாய், ஓமன், கத்தார், குவைத், பஹ்ரைன் போன்ற நாடுகளின் தமிழ்ச் சங்கங்களின் வருடாந்திர ஒன்றுகூடல் மற்றும் நிகழ்வுகளைப் பிரபலப்படுத்தித் தொடர்ந்து செய்து வருகின்றன. தமிழகத்திலிருந்து நடிகர்கள், பிரபலமானவர்களைக் கொண்டு இவை நடத்தப்படுகின்றன. ஆனால், சவூதியின் நிலைமை வேறு. அந்நாடுகளைப் போல பிரபலமாக எதுவும் இங்கு நடத்தப்படுவதில்லை. பொழுதுபோக்கு நிகழ்வுகளை ஒப்பிட்டால் பிற நாடுகளைவிட சவூதியில் ஒன்றுமே இல்லை என்பதுதான் நிதர்சனம். சவூதி தமிழர்களின் வாழ்வை பங்கிட்டுக் கொண்டிருப்பது தொலைக்காட்சிப் பெட்டிகளும், திருட்டு வி.சி.டி.க்களும், செயற்கைக் கோள் ஆண்டனாக்களும், செல் போன்களும்தான்.

இந்தியப்பள்ளிகள் வழியாக சில பண்பாட்டு நிகழ்வுகள் நடத்தப் படுகின்றன. 2006-ல் சவூதியில் இந்தியர்கள் ஆரம்பித்திருக்கும் மற்றொரு லாபகரமான வியாபாரம் இந்தியாவைப் போல தனியார் பள்ளிகள். எண்ணற்ற தனியார் பள்ளிகள் இந்தியக் குழந்தைகளுக்காக நடத்தப் படுகின்றன. இப்பள்ளிகள் சில ஒன்றுகூடல்கள் மற்றும் கலை நிகழ்வுகளை நடத்தி வருகின்றன.

இதைத்தவிர நிறைய அமைப்புகள் மொழி ரீதியாக, வட்டார ரீதியாக, தொழில் ரீதியாக பொதுவானவர்களைக் கொண்டு அமைந்துள்ளன. இவை குறிப்பிடத்தக்க நிகழ்வுகளில் ஈடுபடுவதாகவோ அல்லது தங்களது அமைப்பின் எல்லைக்குள் பிரச்சனைகளைத் தீர்த்துக்கொள்வதற்கானதாகவும் உள்ளன. சில நேரங்களில் இந்தியாவில் நடைபெறும் நிகழ்வுகளின் எதிர்விளைவாக சில அமைப்புகள் உருவாக்கப்படுவதுண்டு. உதாரணமாக சுனாமியின்போது சிலநபர்கள் ஒன்றுகூடி அமைப்பாகச் செயல்பட்டுத் தமிழ் மக்களுக்கு உதவிகளை வசூலித்து அனுப்பியதைக் கூறலாம்.

இன்றைய வளைகுடா நாடுகள் ஒரு பான்-அரேபியப் பண்பாட்டைக் கொண்டதாக அமைந்துள்ளன. இந்நாடுகள் இஸ்லாமிய மத நம்பிக்கையை அடிப்படையாகக் கொண்டவை. இதுவே இந்நாடுகளின் வாழ்தளத்தைத் தீர்மானிக்கும் காரணியாக அமைகிறது. வேறுபட்ட பண்பாடுகளையும், வரலாற்றுச் சூழலையும், அரசியல் அமைப்பையும் கொண்ட இந்நாடுகள் பெட்ரோல் மற்றும் இஸ்லாமால் ஒருபடித்தான பண்பாட்டு அமைப்பு போன்ற தோற்றத்தைத் தருவதாக உள்ளது. 7-ஆம் நூற்றாண்டில் அரேபியாவில் உருவான இஸ்லாமியப் பேரரசு இன்றைய வளைகுடா நாடுகளை உள்ளடக்கி வளர்ந்தது. கிழக்கில் சீனா மற்றும் இந்திய எல்லைகள் முதல் வடக்கில் ஆப்பிரிக்கா மற்றும் மேற்கில் ஸ்பெயின் வரை நீண்டு கிடந்த ஒரு பேரரசு. இது அரேபியப் பண்பாட்டையும் பிற நாடுகளின் பண்பாட்டையும் கலந்த ஒரு கலப்புப் பண்பாட்டை உருவாக்கியது. இக் காலத்தில் அரேபிய மொழியில் மொழிபெயர்க்கப் பட்ட கிரேக்க மற்றும் லத்தீன் தத்துவ, விஞ்ஞானம் பற்றிய பல பிரதிகள் ஸ்பெயின் நாடு வழியாக ஐரோப்பியாவிற்குச் சென்றது. இப்பிரதிகள் கிரேக்க, லத்தீன் தத்துவம் பற்றிய அறிமுகங்களை உலகிற்கு வழங்கின. ஒருவகையில், இன்றைய ஐரோப்பியப் பண்பாடும் அதன் அடிப்படைச் சிந்தனைகளான கிரேக்க மற்றும் லத்தீன் தத்துவார்த்த உலகப்பார்வைகளும் அரேபிய சமூகங்களின்

வழியாகவே சென்றடைந்தன எனலாம். ஸ்பெயின்- ஐரோப்பிய- அரேபியப் பண்பாட்டுக் கலப்பிற்கான மையமாக அமைந்தது என்பது குறிப்பிடத்தக்கது.

குறிப்பாக வளைகுடா நாடுகளின் வாழ்தளம் மற்றும் வாழ்க்கைச் சூழல் என்பது ஒருபடித்தானது அல்ல. இது பாரிய வேறுபாட்டை இந்நாடுகளில் பணியாற்றும் வெளிநாட்டினரின் குறிப்பாக இந்தியர்கள் மற்றும் தமிழர்களின் வாழ்க்கைச் சூழலில் ஏற்படுத்துவதுடன் இது குறிப்பிடத்தக்க தாக்கத்தை அவர்களது தாய்நாடுகளின் வாழிடத்திலும், அவர்களது மன அமைப்புகளிலும் உருவாக்குகிறது. இன்னும் குறிப்பாக அவர்களது மன அமைப்பை வார்ப்பதில் இது பெரும் பங்கைச் செலுத்துகிறது.

ஐரோப்பிய நாடுகளைப் போல இந்நாடுகளில் வாழும் வெளி நாட்டினருக்குக் குடியுரிமை வழங்கப்படுவதில்லை. ஓமனில் குடியுரிமையை அனுமதித்தபோதிலும், அந்நாட்டில் 20 ஆண்டுகள் வசித்திருக்க வேண்டும் மற்றும் அந்நாட்டைச் சேர்ந்த பெண்ணை மணந்திருக்க வேண்டும். குறிப்பாக மற்ற அரபு நாடுகளைச் சேர்ந்தவர்களுக்கே அது சாத்தியம் என்பதால் இந்தியர்கள் இந்நாடுகளை ஒரு பணம் சம்பாதிக்கும் தற்காலிகக் குடியிருப்புகளாகத்தான் பயன்படுத்துகிறார்கள். அதனால் தங்களது உழைப்பை விற்று ஊதியத்தை முற்றிலுமாகத் தனது தாய்நாட்டில் சேமிக்கும் ஒரு மனோநிலையே இவர்களிடம் அமைந்துள்ளது.

இச்சேமிப்பு மனோபாவம், வாழ்வை ஒரு குறிப்பிட்ட திட்ட அமைப்பிற்குள் வாழ நிர்பந்திக்கிறது. அல்லது தனது இச்சைகளை, ஆசைகளை, வேட்கைகளைக் கட்டுப்படுத்தவும், அதனை தள்ளிப்போட்டு அந்த இச்சைகளை தனது தாய்நாட்டில் வாழ்ந்து கொள்ளலாம் என்பதாக வாழ்க்கைக் காலத்தைச் சம்பாதித்து சேமிப்பதற்கானதாகவும், செலவழித்து அனுபவிப்பதற்கானதாகவும் ஆன இரண்டு காலங்களாகப் பிரித்துக் கொள்ள நிர்பந்திக்கப்படுகிறது. இந்நிர்ப்பந்தம் மனதை ஒரு பிளவுபட்ட நிலையில் கட்டமைக்கிறது. இப்பிளவு இரு வேறுபட்ட சமூக அடையாளங்களுக்குள் இயங்குவதாக அமைகிறது. ஒரு சமூகம் வேட்கைகளை நிறைவு செய்வதற்கானதாகவும், பிறிதொரு சமூகம் வேட்கைகளை ஒடுக்குவதாகவும் அல்லது தள்ளிப் போடுவதாகவும் உள்ளது. பிற நாடுகளில் ஓரளவு இறுக்கமற்ற சூழல் நிலவினாலும், குறிப்பாக சவூதி அரேபியாவில் வாழும் இந்திய மற்றும் தமிழருக்கு இது பொருந்தும். இவர்கள் தாய்நாட்டைப் பொறுத்தவரை ஒரு எதிர்ப் புரட்சிகர பிற்போக்கு சக்திகளாக மாறுவதற்கு இம்மனநிலையே ஒரு காரணமாக அமைகிறது.

மத அடையாளத்தை அடிப்படையாகக் கொண்டு இயங்கும் இச்சமூகங்களில், இயங்கும் இந்திய உடல்களும் மத அடையாளங்களை உவந்து பெற்றுக்கொள்ளும் ஒரு இயங்கியலைப் புரிந்து கொள்வது அவசியம். இங்கு பெறும் மத அடையாளம் இந்திய அரசியலில் ஒரு குறிப்பிடத்தக்க பாதிப்பை உருவாக்குவதாக உள்ளது. குறிப்பாக இந்திய மத அடிப்படைவாத அமைப்புகளுக்குப் பொருளாதார ரீதியாக உதவக் கூடியவர்களாக இவர்கள் இருக்கிறார்கள். தங்களது பண்பாட்டு, மொழி, தேச அடையாளத்தை நிரூபித்துக் கொள்ள இந்திய அரசியலின் பிற்போக்கு சக்திகளை வளர்க்கும் பணியைச் செய்பவர்களாக இருக்கிறார்கள். இங்கிருப்பவர்கள் தங்களது அடையாள நெருக்கடியைத் தீர்த்துக்கொள்ள தனது தாய்நாட்டின் மீது அதீத பற்றைக் கொண்டவர்களாகவும், தாய்நாட்டின் மீது ஒரு விமர்சனமற்ற பார்வையும், அதன் எல்லா பிற்போக்குத்தனங்களையும் ஆதரிக்கும் நிலைக்குத் தள்ளப்படுகிறார்கள். இவ்வாறாக, தாய்நாட்டு ஏக்கம் தேசப்பற்றாகப் பரிணமிக்கிறது. இதன் மற்றொரு விளைவாக இவர்களது மதப்பற்றும் அதிகரிக்கிறது. ஊரில் கோவிலுக்கோ அல்லது பள்ளிவாசலுக்கோ செல்லாதவர்கள் கூட இங்கே தனது இறைவழிப்பாட்டை தீவிரப்படுத்திக் கொள்வதைக் காண்கிறோம்.

இந்தியர்கள் எதிர்கொள்ளும் உடனடிப் பிரச்சனை வளைகுடா நாடுகள் சொந்த நாட்டு மக்களுக்கு முன்னுரிமை கொடுத்து அவர்களைப் பயிற்றுவித்து வெளிநாட்டினரின் எண்ணிக்கையைக் குறைக்க முயல்வதாகும். சில நாடுகள் அரசுசார் நிறுவனங்களில் சொந்த நாட்டினரை 100 சதவீதம் பணிக்கு அமர்த்தியிருப்பதுடன், எல்லா தனியார் நிறுவனங்களும் ஒரு குறிப்பிட்ட சதவீதம் சொந்த நாட்டினரைப் பணிக்கு வைப்பதைக் கட்டாயமாக்கி உள்ளன. உள்நாட்டுப் பாதுகாப்பிற்கு ஆபத்து வராத நிலையில் பணியிடங்களை உள்நாட்டினரைக் கொண்டு நிரப்புவதும், ஒரு தனிப்பட்ட நாட்டினரை அதிகமாக நிரப்பாமல் பல்வேறு நாட்டினரைக்கொண்டு நிரப்புவதும், குறிப்பிட்ட நாட்டினரின் எண்ணிக்கையைக் குறைப்பதிலும் ஈடுபட்டுள்ளன. இது ஒரு வரவேற்கத்தக்க அம்சமாகும். இந்தியர் என்ற கண்ணோட்டத்தில் இது நம்மைப் பாதிக்கும் என்றாலும், இதன் மூலமே அந்நாடுகளும் சுயமாகத் தன்னைத் தக்கவைத்துக் கொள்ளும் என்பதுதான் முக்கியம். இதன் தொடர்ச்சியாக இந்நாடுகள் தங்களை ஓர் அரேபிய தேசியமாக வளர்த்துக் கொண்டு, நாடுகளாக உள்ள இவை தேசங்களாக மாறும்போது, அது உலக அரசியலில் ஒரு பெரும் மாற்றத்தையும் தாக்கத்தையும் செலுத்துவதாக இருக்கும்.

அமீரக மயமாக்குதல், சவூதிமயமாதல் என்கிற செயல்பாட்டிற்கான துவக்கம் 2015-க்குள் முற்றுப் பெறுவதற்கான முயற்சிகளில் அமீரகம் மற்றும் சவூதி அரேபியா தீவிரமாக ஈடுபட்டு வருகிறது. இந்நிலை ஜனாதிபதி அப்துல் கலாம் கனவு காண்பது போல 2020-ல் இந்திய வல்லரசு நாடாக மாறுவதற்கு முன்பு ஒட்டுமொத்தமாக வளைகுடாவிலிருந்து திரும்பும் இந்தியர்களால், நெருக்கடியைச் சந்திக்குமா? அல்லது வேறு வழிகளில் அதனைச் சமாளிக்குமா என்பதுதான் சிந்திக்க வேண்டிய ஒன்று.

- தமிழ்க்கொடி 2006, (1, ஜனவரி 2007)

குறிப்பு: இக்கட்டுரை 'தமிழ்க்கொடி' என்கிற மலருக்காக எழுதப்பட்டது. உலகின் தமிழர்கள் வாழும் நாடுகளினைப் பற்றிய ஒரு தொகுப்பாக வெளியிடப்பட்ட மலர் அது.

வசந்தம் பாலையாகும் வளைகுடா இந்தியர்கள்

ஊரில் சொத்தை விற்றுக் கடனுடன் வளைகுடா எனும் வசந்தத்திற்கு வந்து குறைக் கூலிக்காக உழைத்து சாவைச் சம்பளமாகப் பெற்று தனது குடும்பங்களைப் பாலைவனமாக்கிய பதினான்கு பேர்களின் நினைவுடன் துவங்குகிறது இக்கட்டுரை. எனது இரண்டு நண்பர்கள் ரியாத்தில் ஒரு மண் வீட்டில் இருந்தார்கள். அதிசயமாக அன்று மழை பெய்து கொண்டிருந்தது. வருடத்திற்கு ஒருநாள் மழை பெய்தால் அது அதிசயத்திலும் அதிசயம். அவர்கள் இருவரும் 5-ஆண்டுகளுக்குப் பிறகு 15-நாட்களில் ஊருக்குப் போகவென டீவி, நகை, துணிமணிகள் வாங்கி தயாராகியிருந்த நிலையில், அன்றிரவு அவர்களுடன் விடிய விடிய சீட்டு விளையாடிவிட்டு காலை 3 மணிக்கு என் அறைக்கு வந்து படுத்துவிட்டேன். காலை 10 மணி அளவில் ஒரு நண்பர் வந்து எழுப்பினார். அந்த இருவரும் இருந்த மண்வீடு சரிந்து விட்டது என்று. நான் போய்ப் பார்த்தபோது தீயணைப்புத்துறை வந்து மலைபோல் குவிந்திருந்த மணல்மேட்டைத் தோண்டி அவர்களது உடலை எடுப்பதில் தீவிரமாக இருந்தனர். வயதுக்கு வந்துவிட்ட தனது மகளைப் பார்க்கவென புது துணிமணிகளுடன் அவர் காட்டிய தங்க மாலை அதைக் காட்டும்போது அவரது கண்களில் தெரிந்த ஒளி எல்லாம் மண்ணோடு மண்ணாய். அதன்பின் அவர்களது உடலை அவர்களது குடும்பத்திற்கு அனுப்பி வைக்கவே 6-மாதங்கள் அலைந்து திரிய வேண்டிய நிலை. இது நடந்தது 1997-ல். இதைக் கூறக் காரணம் ஆளற்ற ஊரில் மரணம் என்பதன் வலி கொடுமையானது. 70-சதவீத வளைகுடாவாசிகள் இதுபோன்ற பாதுகாப்பற்ற பல பிரச்சனைகளை எதிர்கொள்கிறார்கள்.

இந்தியப் பொருளாதாரத்தால் அடித்துத் துரத்தப்பட்டு எந்த வினாடியிலும் தலைமாட்டில் வைத்துத் தூங்கும் கைப்பையுடன் ஊருக்கு விரட்டப்படலாம் என்கிற நிலையில் வாழும் இவர்கள் மத்தியில்தான் உலகின் முதல் பணக்காரனாக அம்பானி ஆகிவிட்ட கதைகள் செய்திகளாக நமது மூளையைத் தாக்குகின்றன. இந்தியாவின் முதல் பணக்காரராக அம்பானி மாறியதற்காக சந்தோஷப்படக்கூடியது அடுத்த பிறந்த நாளுக்குப் பரிசாக ஒரு விமானத்தை எதிர்பார்க்கும் அவரது மனைவியாக இருக்கலாம்.

இந்தியன் என்று சொல்லிக் கொள்பவர்களுக்கு அதில் பெரிய மகிழ்ச்சி ஒன்றுமில்லை. காரணம் அம்பானி போன்ற பெரும் பணக்காரர்கள் வெறும் கையில் முழம் போட்டு உலகப் பணக்காரனாய் உருவான கதையை வழக்கமான தனது நியூஸ் பேப்பர் கட்டிங் ஆய்வுகளுடனும் ஏ.ஆர்.ரகுமான் இசை தரும் மெலோடிராமாக்களுடனும் சுதிசுத்தமாக எடுத்திருந்தார் மணிரத்னம் 'குரு' என்கிற படமாக.

காலி அட்டைப்பெட்டிகளை வைத்துப் பங்குதாரர்கள் பணத்தில் அரசுக்குப் பட்டை நாமம், அரசியல்வாதிகளுக்கு முறைவாசல் செய்து கஸ்டம்ஸை ஏய்த்தல், பத்திரிகைக்காரர்களுக்குப் பட்டுத்துணி தந்து தனது நிறுவனத்தின் வளர்ச்சிப் பெருமையை ஊதிப் பெருக்குதல், விளம்பரங்கள், புள்ளிவிவரங்கள், வருடாந்திர இருப்பு அறிக்கைகள் மூலம் தன்னை ஒரு காகிதப்புலியாகக் கட்டமைத்துக் கொள்ளுதல், ஒரு எந்திரத்திற்கும், குறைவான உற்பத்திக்கும் அனுமதி வாங்கி வெளிநாடுகளில் இருந்து உதிரி பாகங்கள் கணக்கில் எந்திரங்களை இறக்குமதி செய்து அதிக உற்பத்தித் திறன் கொண்ட எந்திரங்களைக் கொண்டு உற்பத்தியைப் பெருக்குதல் உள்ளிட்ட அத்தனை கார்ப்பரேட் கயவாளித்தனங்களையும் கூறுகிறது அப்படம். கடைசியில் நான் மூட்டைத் தூக்கி விற்றேன் என்று கண்ணீர்க் கதை வேறு. எல்லா நதிமூலமும் ஒரு சிறு பொந்துகளில்தான். எல்லா ரிஷிமூலங்களும் ஒரு சிறு கும்பங்களில்தான் (கும்பம் என்பது வளமைப் பெருக்கிற்காக பெண்குறியைக் குறிக்கும் ஒரு குறியீடு என்பதும் அதனால்தான் கும்பத்தில் வைக்கப்பட்ட பூசை நீர் புனிதமானதாகவும் கருதப்படுகிறது என்பது ஒரு இடைவெட்டு). இப்படத்தை நாம் அம்பானிக்கே சமர்ப்பிப்போம். அம்பானி உழைப்பால் உயர்ந்தவர் என்பார்கள். உண்மைதான், அவர் உழைப்பால் அல்ல மற்றவரின் உழைப்பால். குரு பற்றியும் அம்பானி வளர்ந்த கதை பற்றியும் பேச நிறைய உள்ளது. ஆனால் இங்கு பேச வந்தது வேறு..

ஒரு சின்ன கணக்கு, அரேபியா மற்றும் பொதுவாக வளைகுடா நாடுகளின் பொருளாதார நிலை குறித்து. நான் பெரிய பொருளாதார நிபுணன் இல்லை, என்றாலும்...

1992-க்கு பிறகு 1000 ரூபாவிற்கு = 133 ரியால்
1 கிராம் தங்கம் = 30-35 ரியால்
2004-க்கு பிறகு 1000 ரூபாவிற்கு = 76 ரியால்
1 கிராம் தங்கம் = 45-50 ரியால்

2007-க்கு பிறகு 1000 ரூபாவிற்கு = 96 ரியால்
1 கிராம் தங்கம் = 89-93 ரியால்

இது நேற்றைய நிலை. (சம்பளம் நிறுவனம் தரும் நேரத்தில்தான் என்று இருக்கும் பல மன்னார் அண்ட் கம்பெனிகளில் என் கம்பெனியும் ஒன்று என்பதால் நேற்றுதான் சம்பளம் என்பதால் பணம் அனுப்பிய ரேட் இங்கு).

இதனை வளர்ச்சி என்பதா? வீக்கம் என்பதா?

தற்போது பெரும்பாலான வளைகுடா நாடுகளின் நிறுவனங்களில் சம்பளம் அதிகரிப்பதற்கான வாய்ப்பே இல்லை. இங்குள்ள MNC நிறுவனங்கள் தவிர. அவையும் ISO 9002 போன்ற சர்வதேச தர நிர்ணயத்தின் விதிமுறைப்படி ஏதாவது செய்தால்தான் உண்டு. சம்பளக்குறைப்பு அல்லது ஆட்குறைப்பு என்பதுதான் யதார்த்தம். இதில் குறைவாக சம்பளம் வாங்குபவர்களின் நிலை கவலைக்கிடமானது. காரணம் அவர்களது சம்பளம் 275 ரியால் துவங்கி 700 ரியாலை தாண்டுவதில்லை. துபாயில் எப்படி என்று தெரியவில்லை? இங்கு விலைவாசிகள் மளமளவென்று ஏறிவிட்டன. அரிசி 10 கிலோ 38 ரியால் விற்றது இன்று 53 ரியால். பால்பவுடர் நீடோ 48 ரியால் விற்றது 58-60 ரியால் ஆகிவிட்டது. கோழிகூட 1 ரியால் ஏறிவிட்டது. உணவகங்களில் 5 ரியால் இருந்த உணவுகள் 6 ரியால் ஆகிவிட்டன. இதற்கிடையில் 240 ரியாலுக்கு மொபைல் ரீசார்ஜ் செய்தால் 360 ரியாலுக்குப் பேசலாம். 2 சர்வதேச மற்றும் உள்ளூர் எண்களுக்கு 40 சதமானம் தள்ளுபடி. இது வாங்கும் சம்பளத்திற்கும் வைக்கும் வேட்டு.

இப்படியாக, இந்தக் குறைந்த சம்பளத்தில் பணியாற்றும் 70 சதவீத உடல் உழைப்பாளர்கள் மற்றும் 20 சதவீத skilled labour களுக்கும் அதிக சம்பளம் பெறும் 10 சதவீத வல்லுனர்களுக்கும் பொதுவான நிலைமை இதுதான். (வளைகுடா நாடுகளில் இந்தியரின் நிலைமை பற்றிய விரிவான எனது மற்றொரு கட்டுரையில் விவரங்கள் தரப்பட்டுள்ளன) இதில் நகைமுரண் என்னவென்றால் அதிகம் சம்பளம் பெறுபவர்களுக்குத்தான் அதிகமான வசதிகள் நிறுவனங்களால் செய்யப்படுகிறது. குடும்பம் இங்கு இருப்பதால், தொலைபேசி செலவும் குறைவு. பற்றாக்குறைக்கு கண்டமேனிக்கு ‘சாட்’-கள் வேறு இலவசம். அத்துடன் வாழ்க்கைத் தரத்திற்கான தினசரி செலவும் குறைவு, சேமிப்பும் அதிகம். ஆனால், குறைவான சம்பளம் வாங்குபவர்கள் தொலைபேசி துவங்கி அவர்களது 2 வருட டிக்கெட் வரை அந்த 275-700-க்குள்தான். சாப்பாடு எல்லாம் போக 4000ரூ-ம் 5000ரூ-ம்

அனுப்பியவர்கள் இன்று 3000ரூ-விற்கு இறக்கப்படுகிறார்கள். அன்று 3000ரூ-வில் நடந்த இந்தியக் குடும்பங்கள் இன்று 5000ரூ-க்கும் தாக்குப் பிடிக்க முடியாத நிலை. சென்னை call-center couples பற்றியோ BPO Culture பற்றியோ பேசவில்லை. இது சென்னை நகரில் புதிதாகப் புனையப்பட்டு புழங்கும் ஒரு வார்த்தை, ஒரு சாதாரணக் குடும்பம் பற்றியே பேசப்படுகிறது.

ஒரு லட்சம்வரை செலவு செய்து வளைகுடா வரும் ஒரு தொழிலாளி அந்தப் பணத்தைத் தனது குறைவான சம்பளத்தில் திரும்ப எடுக்க ஒரு ஆண்டு ஆகும். அதற்கும் அவரது சம்பளம் 1000 ரியாலை (1 ரியால் இன்றைய நிலவரப்படி தோராயமாக 10ரூ) நெருங்க வேண்டும். அல்லது அவர் கார் கழுவியோ தனியாக பகுதிநேரமாகப் பணி செய்தோதான் அதனைப் பெற வேண்டும். கார் கழுவும் அவர்கள் எதிர்கொள்ளும் பிரச்சனைகள் அது ஒரு கண்ணீர்க் கதை. காரணம் கார் கழுவுதல் பொது இடங்களில் அரசால் தடை செய்யப்பட்ட நடவடிக்கையாகும். இப்படி பணம் சேர்த்து 2 ஆண்டுகளுக்கு ஒருமுறை விடுமுறை என்ற போதும் அவர் ஊரில் கடன் இல்லாமல் போக வேண்டும் என்றால், குறைந்தது 3 ஆண்டுகள் இருக்க வேண்டும். அதன் பிறகு விடுமுறைக்குப் போவதற்கான தயாரிப்பாக 6 மாத சம்பளம் அப்படியே விழுங்கப்பட்டு விடும், வெறும் பூனம் புடவைகளாகவும் உறவினர் நண்பர்களுக்கு வாங்கிச் செல்லும் பொருட்களாகவும்.

ஊரில் தங்கும் 2 அல்லது 3 மாதங்கள் அது ஒரு பெரிய கதை. போனவுடன் தேங்காப்பூ டவலுடன் உள்ளூர் டீக்கடையில் ‘சாய் எத்தர ரியாலு’-என மலையாளம் கலந்த தமிழில் (அரபியைவிட இந்தியைவிட மலையாளம் சீக்கிரம் கற்றுக் கொள்ளப்பட்டுவிடும், இதற்கு கலைஞர் எந்தக் கட்டாய சட்டமும் போட வேண்டியதில்லை) பேசிக் கொல்வதில் துவங்கி, நண்பர்கள் பீர்-தண்ணி சப்ளை அப்புறம் சொந்தக்காரர்கள் விருந்து அதற்கெல்லாம் ஆட்டோ டாக்சிதான். 1 மாதத்தில் கழுத்தில் போட்டுக் கொண்டும் கையில் மாட்டிக் கொண்டும் வந்த செயின், மோதிரம் ஆகியவற்றைத் தன்னம்பிக்கை உள்ளவன் அடகிற்கோ, நம்பிக்கையில்லாதவன் விற்றோ, அடுத்த இரண்டு மாதங்கள் ஓடும்.

வரும்போது கடனுடன், வந்து போகும்போது பழைய கடன் அடைத்துப் புதுக்கடன்களுடன் போவதுதான் வளைகுடாவில் வாழும் குறைந்த கூலிபெறும் தொழிலாளர் நிலை. இவர்கள்

இங்கும் ஊரிலும் விலைவாசி உயர்வால் தாக்கப்படுகிறார்கள். இதர நாடுகளில் இருந்து வருபவர்களுக்கு அவர்களது அரசாங்கம் அடிப்படை நிபந்தனைகள் வைத்துள்ளது. உதாரணமாக பிலிப்பைனில் இருந்து வருபவர்கள் குறைந்தபட்சம் 1000 ரியால் சம்பளம் உத்தராவதமானால்தான் விசாவே. இந்தியர்கள் பற்றி எந்த அரசும் கவலைப்படுவதில்லை என்பதுடன் சக இந்தியனே கூடக் கவலைப்படுவதில்லை. அப்படி கவலைப்பட்டும் ஒன்றும் ஆகிவிடப் போவதில்லை. சமீபத்தில் இந்திய அரசு வீட்டு வேலைக்கு வரும் பெண்களுக்கு மட்டும் 700 ரியால் என்பதைக் குறைந்தபட்ச சம்பள எல்லையாக நிர்ணயித்தது. காரணம் வீட்டுவேலைக்கு வரும் பெண்கள் படும் அல்லல்கள் அடிதடி துவங்கி பாலியல் வன்முறைவரை அது ஒரு பெரும் சோகக் கதை. அக்கதைகள் சில வெளிப்பட்டு விட்டதால் அரசு இந்த நடவடிக்கையை எடுத்துள்ளது.

இந்தியத் தூதரகங்கள் ஒரு கடவுச்சீட்டு renewal பண்ணும் அலுவலகமாக மட்டுமே இயங்குகிறது என்பதுடன் அதனைப் பெறுவதற்கும் இந்தியாவின் தேசிய மொழி என்கிற தாங்களே கற்பிதம் செய்துகொண்ட போலிப் பெருமித ஹிந்தி தெரிந்திருக்க வேண்டும். அரேபிய நாட்டில் அரபி தெரியாததற்காக யாரும் கவலைப்படுவதில்லை, ஹிந்திக்காகக் காலையும் மாலையும் கலைஞரைத் திட்டாதவர்கள் இல்லை. எனக்கும் வாதாடி வாதாடி தொண்டை காய்ந்ததே மிச்சம். இந்தி கலைஞராலும் திமுக-வாலும்தான் படிக்க இயலாமல் போனது என்கிற ஓட்டை வாதத்தைப் பேசித் திரிவதன் மூலம் தனது திறமையின்மையைத்தான் அவர்கள் பறைசாற்றிக் கொள்கிறார்கள். கலைஞர் தமிழ் படிக்கும்படிச் சொன்னார், அதை எத்தனைபேர் படித்துப் பட்டம் வாங்கி விட்டார்கள்? தமிழில் பெயிலாகும் மாணவப் புள்ளிவிவரங்களைக் கொண்டுதான் இனி பேச முடியும். ஒருவன் தனது தேவைக்காக மொழியைப் பயில வேண்டுமே ஒழிய, அரசு எல்லாருக்கும் எல்லா மொழிகளையும் கற்றுக் கொடுக்கவேண்டும் என்பதன் பின்னணி நமது மரமண்டைக்குப் புரியவில்லை.

அடுத்து, இந்தியப் பொருளாதாரம் வளர்ச்சி அடைந்துள்ளது என்கிற கேலிக் கூத்தைப் பார்ப்போம். 70 சதமானம் இந்தியர்கள் இங்கு தாவு தீர்ந்து டவுசர் கிழிந்து வாழக் காரணம், முன்பு இந்தியாவில் ஏற்றத்தாழ்வு என்பது 10-க்கும் 20-க்குமானதாக இருந்தது என்றால், தற்பொழுது 1-க்கும் 100-க்குமானதாக உள்ளது. ஏழை இன்னும் ஏழையாகவும் பணக்காரன் இன்னும்

பணக்காரனாகவும் மாறியிருக்கிறான். நடுத்தர வர்க்கத்தின் upper lower எல்லாம் பெரும் இடைவெளி கொண்டதாக மாறிவிட்டது. எலிக்கறி தின்றும் வாழ முடியாமல் தற்கொலை செய்து கொள்ளும் விவசாயி ஒருபுறம். நள்ளிரவுவரை பாரில் பார்ட்டிகளில் ஆடிக்கொண்டிருக்கும் தகவல்தொடர்பு பணியாளர்கள் ஒருபுறம். இந்த நிலையில் கூரை ஏறிக் கோழி பிடிக்கத் தெரியாமல் வானம் ஏறி வைகுந்தம் வந்தவனின் கதையாக மாறிப்போய்விட்டது வளைகுடா வாழ் இந்தியர் நிலைமை. இனி கூரையும் இல்லை வானமும் இல்லை என்கிற நிலையில் வாழும் நிலைக்குப் போய் கொண்டிருக்கிறது.

இந்த திடீர் பொருளியல் நெருக்கடிப் பிரச்சனை உருவாகக் காரணம். இந்தியப் பணம் உறுதியடைந்து சவூதி பணம் தாழ்ந்து விட்டதால் வந்ததல்ல. உண்மையில் இந்தியப் பணம் உறுதியடைந்து விட்டது என்றால் நமது காரைக்குடி இளவரசர் இந்திய நிதியமைச்சர் பசியறியா ப.சிதம்பரம் அவர்கள் கூறும் பணவீக்கம் குறைந்து கட்டுக்குள் வரத் துவங்கியதற்கு விலைவாசிகள் குறைந்து வளைகுடாவில் வாங்கும் சம்பள மதிப்பு உயர்ந்திருக்க வேண்டும். அதுவும் உயரவில்லை. சரி ரியால் மதிப்பு உறுதியடைந்திருந்தால் இங்காவது விலைவாசி ஏறாமல் அதே நிலையில் இருந்திருக்க வேண்டும். அதுவும் இல்லை. உண்மையான காரணம் டாலரின் வீழ்ச்சி. டாலர் வீழ்ச்சியடைவது வளைகுடா நாடுகளின் பொருளாதாரத்தில் குறிப்பாகப் பணமதிப்பில் மாற்றத்தை ஏற்படுத்தக் காரணம், வளைகுடா பணங்கள் டாலருடன் பிணைக்கப்பட்டிருப்பதே. வளைகுடா நாடுகளின் அரசு அமெரிக்காவின் கைப்பாவையாக இருப்பதே காரணம். இப் பிரச்சனை குறித்து வளைகுடா நாடுகளின் ஒருங்கிணைப்புக்குழு பலமுறை கூடி இதனைப் பேசிப் பேசிக் கலைகின்றன. வளைகுடா நாடுகளுக்கு ஒரே பணத்தை ஈரோ போல கொண்டு வருவது உட்பட பலவற்றையும் பேசினாலும் மையமான டாலர் பிணைப்பை அறுத்துவிடத் தயார் இல்லை.

பெட்ரோல் விலை மட்டும் குறைந்துவிட்டது. 1 லிட்டர் 93 ஹலாலாவாக இருந்ததை (பைசா அதாவது 9ரூ 30 காசுகள்) 1 ரியாலுக்கு (அதாவது 10 ரூபாய்க்கு) 2 லிட்டராகக் குறைத்தனர். பெட்ரோல் சுத்தமானது 1 லிட்டர் 10 ரூ ஆகவும் இரண்டாம் ரகம் 5 ரூபாவாகவும் குறைக்கப்பட்டது. தண்ணீர்விலை 1 லிட்டர் 2 ரியால் அதாவது 20 ரூ. பெட்ரோலைவிட தண்ணீர் விலை அதிகம். பெட்ரோலை தண்ணீர் மாதிரியும் தண்ணீரை

பெட்ரோல் மாதிரியும் செலவு செய்ய வேண்டும். விலைவாசி ஏற்றம் பெட்ரோல் விலைக்குறைவு. இந்தியாவுடன் ஒப்பிட இது தலைகீழாக இருப்பதை உணரலாம். இந்த பெட்ரோல்தான் இந்நாட்டின் அரசியல் வாழ்வைத் தீர்மானிக்கிறது. இந்த பெட்ரோல்தான் வேறொரு விதமாக இங்கு விலை ஏற்றத்திற்குக் காரணமாக அமைகிறது. அது பெட்ரோ-டாலராக மாறுவதற்காக ரியால் என்கிற சவூதி பணம் குறிப்பாக வளைகுடா நாடுகளின் பணம் டாலருடன் இணைக்கப் பட்டுள்ளது. அதனால், டாலரின் பொருளாதார வளர்ச்சி வீழ்ச்சி இந்நாடுகளை பாதிக்கக் கூடியவையாக உள்ளன. இதைத்தான் ‘தென்னை மரத்தில் தேள் கொட்டினால் பனை மரத்தில் நெறி கட்டுகிறது’ என்பார்கள்.

‘எண்ணையை டாலரில் பரிமாறமாட்டேன் ஈரோவில்தான் பரிமாறுவேன்’ என்று உறுதியாகக் கூறிய ஒரே காரணத்தினால் சதாமை ஒழித்துக்கட்டிய 5-பெரும் எண்ணை முதலாளிகளால் ஆளப்படும் அமெரிக்கா (புஷ் துவங்கி டிக் செனாய் வரை), தனது உலக மேலாண்மை அரசியலுக்கான அடிப்படை பொருளாதார வளத்தைச் சுரண்டலை இந்த வளைகுடா நாடுகளில் இருந்தே பெறுகிறது. ஈராக் யுத்தத்திற்கான பணத்தை அரேபியாவிடம் கணிசமாகக் கறந்தது அமெரிக்கா. இவ்வாறாக, பெட்ரோ டாலரே இன்றைய உலக பொருளாதாரத்தையும் அமைதியையும் தீர்மானிக்கிறது. இந்த பெட்ரோ டாலரை அமெரிக்காதான் தீர்மானிக்கிறது. அதன் உடனடி சுமையாகவே இன்று வளைகுடாவை வசந்தமாகக் கருதிய இந்தியருக்கு அதன் உண்மையான பாலைவன முகம் தெரியத் துவங்கியுள்ளது.

- 10 நவம்பர் 2007

குறிப்பு: மொழியும் நிலமும் வலைபதிவில் வெளிவந்து.

வரலாற்றை இன்னும் மன்னர்களின் மானியச் சொத்தாகவே பாவிப்பதைவிட்டு வரலாறு மக்களுக்கானதாக அதாவது வரலாற்றை ஒடுக்கப்பட்ட மக்களின் வழியாக உருவாக்குவதுதான் தேவை. தலித்கள், பெண்கள் போன்று காலங்காலமாக ஒடுக்கப்பட்டவர்களின் குரலை அடையாளங் கண்டு அவர்களது வரலாற்றை எழுத வேண்டும். அல்லது இதுவரை வரலாறாகச் சொல்லப்பட்ட வீர சாகசக் கதைகளை, 'குயிக்ஜோட்' போல் தலைகீழாக்க வேண்டும். மன்னர்களை வேடிக்கைப் பொருட்களாக்குவது, நாட்டுப்புற நகைச்சுவை அல்லது நையாண்டி மூலம் மன்னர்களைப் பகடி பண்ணுவதன் மூலம் வரலாற்றைச் செயலிழக்கச் செய்வதுதான் இனியான மக்களின் வரலாறாக இருக்க முடியும். அதனை நாட்டுப்புற நகைச்சுவை என்கிற நாட்டார் ஆய்வுகளிலிருந்து கட்டமைக்க வேண்டும். அதனால், இனியாவது வரலாறு இடிப்பதற்கும், தோண்டுவதற்கும் அல்ல மக்களுக்கானது என்பதை மனதில் வைத்துக் கவனம் செலுத்த வேண்டும்.

ஈழம்

இன்றைய தமிழர்கள் குறிப்பாகப் புலம்பெயர் தமிழர்கள் (ஈழத்தினர்) உலக சிந்தனையின் அனைத்து முன்னோடித் துறைகளைப் பற்றியும் பேசுகிறார்கள். அவர்கள் வழியாகத் தமிழின் ஆய்வுக்களம் விரிவடைந்துள்ளது. மார்க்சியம் அதன் தளத்தில் இச்சிந்தனைகளூடாக ஒரு உரையாடலை நிகழ்த்திக் கொண்டிருக்கிறது. மார்க்ஸ் தன்னளவில் ஒரு ஐரோப்பிய மையவாதப் பார்வையைக் கொண்டிருப்பதான விமர்சனங்கள் இருந்தபோதிலும், மனித விடுதலை பற்றிய கனவினை முறையான செயல்திட்டத்துடன் அணுகியது மார்க்சியம் மட்டுமே. அதே சமயம் மார்க்சியவாதிகளிலேயே மொழியை நுணுக்கமாகப் புரிந்து கொள்ள முயன்ற ஸ்டாலினின் மொழி குறித்த சிந்தனைகள் விரிவாக விவாதிக்கப்பட வேண்டியவை.

புலம் பெயர்ந்த நிலையில் உருவாகும் எழுத்தின் அடையாளம் மற்றும் அரசியல் பற்றிய விவாதம் தேவை. காலனியம் உருவாக்கிய கலப்பின அடையாளம் ((Hybrid Identity) பற்றிய ஆய்வுகள் இன்று அவசியப்படுகின்றன. பின்காலனியச் சூழலில் இக்கலப்பின அடையாளத்தின் இயக்கத்தைப் புரிந்துகொள்வது அவசியம். இந்திய மனிதன் என்பவன் சிந்திப்பதில் வெள்ளையனாகவும், நடைமுறையில் கருப்பனாகவும் (இந்தியனாகவும்) இருப்பதே கண்கூடு.

தமிழீழமும் தமிழர்களும் உலகமய – காலனியத்தின் சோதனை விளையாட்டுகள்.

எந்த ஒன்றைப் பற்றியும் எழுதுவதற்கு முன்பாக எனது மனதில் ஓடும் முதல் வாசகம் '*check your politics, before you enter it*' என்கிற எட்வர்ட் சைத்தின் வாசகம்தான். முதலில் எனது அரசியலை நான் பரிசோதித்துக் கொள்வது அவசியம். காரணம் நான் ஏற்றுக்கொள்ளும் அரசியல் குறித்து எப்பொழுதும் ஒருவகை சந்தேகம் எனக்கு உண்டு. அந்தச் சந்தேகத்துடன் எனது அரசியலை முதலில் சரிபார்த்துக் கொள்வது அவசியம். குறிப்பாக இங்கு குறிப்பிடப்படும் 'நான்' என்பது ஒருவகை அடையாளத்தை அடிப்படையாகக்கொண்டே தன்னை வெளிப்படுத்திக் கொள்கிறது. இவ்வாறு வெளிப்படும் தன்னடையாளம் குறித்து ஒரு விமர்சனத்துடன் எழுதத் துவங்குவது அவசியம். இந்த நானிற்குள் மதம், தேசியம், இனம், மொழி, பால், சாதி எனப் பல பிறப்படிப்படையிலான அடையாளங்கள் உள்ளன. மற்றவகை வர்க்கம் உள்ளிட்ட துணை அடையாளங்கள் இதன் மேல்தான் கட்டப்பட்டுள்ளது மற்றும் கட்டப்பட்டுக்கொண்டிருக்கிறது. ஆக, அடையாளம் என்பது பல பிடிப்புகளாக ஒன்றின்மீது ஒன்றாக அடுக்கப்பட்டுள்ளது. இவ்வடுக்கில் சமூக இயக்கமானது ஒற்றை அடையாளத்தை இயக்கத்தளத்திற்கு கொண்டு வந்து மற்ற அடையாளங்களை உள்ளே மடிக்கிறது. அடையாளம் என்றவுடன் ஏதோ இது காலங்காலமாக நமது உடலுடன் பிறந்த அல்லது நமக்குள் இருத்தப்பட்டுள்ள சாராம்ச உணர்வாகக் கருத வேண்டியதில்லை. யதார்த்தத்தில், அப்படி ஒரு சாராம்ச அடையாளம் இருப்பதாக நம்பப்படுவதிலும், அதற்கான கருத்தியல், வரலாற்று, இலக்கிய, பண்பாட்டு வேர் தேடி அலைந்து வரலாற்றை அடையாளத்திற்கேற்ப மறுவாசிப்பு செய்து கட்டமைப்பதன் வழியாக அதனை உடலின் ஓர் அரசியல் நிலையாக மாற்றுவதிலும்தான், அடையாள அரசியலின் மையமான இறுகலும், பாசிச மனப்போக்கும் உருவாகிறது.

அடையாளம் என்பது இரண்டு உடல்கள் ஒன்றை ஒன்று எதிர் கொள்வதன் வழியாகவே உருவாகிறது. இந்த எதிர்கொள்ளல் என்பது சமூக எதிர்வுகளாகக் கட்டப்படுகின்றன. இந்த எதிர்வுகள் தாம்*X*பிற

என்கிற எதிர்வுகளாக அரசியல் வாசிப்பிற்கு உட்படுத்தப்படுவதன் வழியாக அடையாளங்களாக இறுகுகிறது. இவ்வாறாக இறுகிய ஓர் அடையாளமே தமிழன்Xசிங்களன் இன்னபிற இன அடையாளங்கள் எனலாம். உண்மையில் அடையாளம் நீக்கப்பட்ட ஒரு நிலையையே நமது அரசியலாக முன்வைக்க வேண்டும் என்பதே நமது நிலைப்பாடு, என்றாலும் தற்போதைய பேதமுள்ள சமூக இயக்கத்தில் அது சாத்தியமற்ற நிலையில் ஒடுக்கப்பட்ட மக்களின் அடையாளங்கள் அந்தந்த அரசியல் நிலைப்பாடுகளில் ஏற்பது என்பதே தற்போதைய நிலைப்பாடு. எனவே தமிழன் என்கிற அடையாளம் ஒடுக்குதலுக்குள்ளாகும்போது அதனை ஏற்று அதன் அரசியல் நிலையில் நிற்பது தவிர்க்க முடியாதது. அதேநிலை சிங்கள இன அடையாளத்திற்கும் நடக்குமெனில் நாம் சிங்கள அடையாளத்தை ஏற்பதுவே ஜனநாயக அரசியலாக இருக்கும். தமிழீழப் பிரச்சனையில் தமிழகத்தில் பின்னப்படும் வலையில் எனது பிறப்படிப்படையிலான தமிழன் என்கிற இன அடையாளத்தைத் தவிர்த்துப் புறநிலையில் நின்று இதனை எழுத முனைவதற்கான ஒரு அலைதலே இது.

1983-ஜூலைக் கலவரம் ஏற்படுத்திய பாதிப்பில் முக்கியமானது நண்பர் எஸ். சண்முகம் குறிப்பிட்டது போல தமிழகத்தில் தமிழக அறிவுஜீவிகள் பலரும் தமிழ்தேசியம் நோக்கி நகர்ந்ததுதான். குறிப்பாக மார்க்சிய அறிவுஜீவிகள்கூட இந்த தேசிய உணர்வால் பாதிக்கப்பட்டு பின் தேசியவாதத்தால் பீடிக்கப்பட்டனர். 1969-களில் உருவான தமிழ்தேசிய அலையை மட்டுப்படுத்தி மார்க்சிய மற்றும் தமிழக இந்தியப் பிரச்சனைகளை மையமாக வைத்து எழுந்த அறிவுஜீவிகள், திடீரென இப்பிரச்சனையால் பாதிக்கப்பட்டு தமிழ்தேசியம் பற்றிய மறுவாசிப்பை நிகழ்த்தினர். இந்த 25-ஆண்டுகளில் தமிழகத்தின் பல முக்கிய பிரச்சனைகள் குடிநீர், மணல்வேட்டை, விளைநிலங்கள் அழிப்பு, பன்னாட்டு மூலதனக் குவிப்பு, சூழல் சீர்கேடுகள், பெருகிவரும் வறுமை என பலவும் பின்னுக்குத் தள்ளப்பட்டன அல்லது தமிழகத்தின் பிரச்சனைகளை அணுகுவதற்கான ஒரு ஆதிக்கக் கருத்தியலாக இந்த இனப்பிரச்சனை முன்னுக்கு வந்து, ஆழ்மனத் தணிக்கையாக இதனை ஒட்டியும் வெட்டியும் விவாதங்களைக் கட்டமைத்தது எனலாம். இந்நிலையில் இன்று இலங்கையில் நடைபெறும் யுத்தத்தால் மீண்டும் தமிழ்தேசிய உணர்வு மேலெழும்பி வந்துள்ளது. திலீபனின் உண்ணாவிரத மரணம், திருச்சியைச் சேர்ந்த அப்துல் ரஹீமின் தீக்குளிப்பு ஆகியவற்றின் தொடர்ச்சியாக இன்று முத்துக்குமார், மதுரை ரவி, மலேசியத்தமிழர் என

தீக்குளிப்புகளும், மரணமும் நிகழ்ந்துள்ளன. இவை தமிழ்தேசியம் வினைபுரியும் ஈழம், தமிழகம், இந்தியா ஆகியவற்றின் அரசியல் நிலைப்பாடுகள் குறித்துப் புரிந்துகொள்ளத் தூண்டுவதாக உள்ளது.

பிரித்தானிய ஏகாதிபத்தியம் தெற்காசியாவில் 1947-ல் இந்தியா, பாகிஸ்தான் என்று இந்து, முஸ்லிம் என்கிற மத அடிப்படையில் இரண்டு நாடுகளையும், 1948-ல் தமிழ், சிங்களம் என்கிற இன அடிப்படையில் இருந்த இலங்கை என்கிற நிலப்பரப்பை சிலோன் என்கிற ஒரே நாடாகவும் விடுதலை செய்துவிட்டதாக அறிவித்துவிட்டு வெளியேறியது. இந்த ‘விடுதலை’ என்கிற காலனிய அரசியலில் மத அடிப்படையில் இந்தியா, பாகிஸ்தான் இரண்டு நாடுகளிலும் அமைதியின்மைக்கான விதையையும், இன அடிப்படையில் இலங்கையில் அமைதியின்மைக்கான விதையையும் ஊன்றிவிட்டுச் சென்றது. ‘சர்வதேசியம்’ என்கிற உலக அமைப்பிற்குள் இரண்டாம் உலகப்போருக்குப் பின்பாக விடுவிக்கப்பட்ட பல காலனிய நாடுகளில் உருவான பின்காலனிய அரசியலின் மையமாக மதவாதம் மற்றும் இனவாதம் என்கிற சொல்லாடல்கள் கட்டமைக்கப்பட்டு, உலகம் மற்றும் இச்சமூக மனிதர்களின் தினவாழ்வு உட்பட அனைத்தும் இச் சொல்லாடல்கள் வழி அடையாளமாக்கப்பட்டு அர்த்தமாக்கப்பட்டன. காலனியம் கொன்று புதைத்த நவீனத்திற்கு முந்தைய மனித உடலை இச் சொல்லாடல்கள் வழி உயிர்ப்பிக்க முனைவதற்கான ஒரு பின்காலனிய அரசியலை உருவாக்கித் தந்தது. இந்தியா என்கிற தீபகற்பத்தை மதப் பிரிவினைகள் மூலமும், இலங்கை என்கிற தீவை இன அடிப்படையிலும் அதாவது ஒன்றைப் பிரிப்பதன் மூலமும், மற்றொன்றைப் பிரிக்காமல் இணைப்பதன் மூலமும் இந்நாடுகளை அமைதியற்ற நாடுகளாக இருக்க வைத்ததுதான் பிரித்தானிய காலனியத்தின் மிக முக்கிய அரசியல் ஆகும். அதன் தொடர்ச்சியே இன்றைய பிரச்சனைகளாக வடிவெடுத்துள்ளன.

இன்று இலங்கையில் உருவாகி உள்ள தமிழ் இனவாதம், சிங்கள இனவாதத்திற்கு ஒரு எதிர்க் குரலாகவே உருவானது. இந்த சிங்கள இனவாதம், ஆங்கிலேயக் காலனியக் காலங்களிலேயே கட்டமைக்கப்பட்ட ஒன்று ஆகும். ஆங்கிலேயக் காலனிய ஆட்சியில் புராட்டஸ்டன்ட் கிறித்துவ மதத்தைத் தழுவியதால் உருவான தமிழ் மற்றும் சிங்கள மேட்டிமைக்குடி ஒன்று கல்வியில் வளர்ச்சி பெற்று அரசின் முக்கியப் பணியிடங்களில் அமர்ந்து ஓர் மத்தியதர வர்க்க அதிகார வர்க்கம் உருவாகியது. அந்த அதிகார வர்க்கத்திற்கு எதிராகவே, சிங்கள இனஉணர்வு

கொண்டவர்களாலும், பௌத்தத் துறவிகளாலும் சிங்கள இனவாதம் கட்டமைக்கப்பட்டதாக குமாரி ஜெயவர்த்தனா விவரிக்கிறார். இந்த இனவாதம் சிங்கள மொழி, சிங்கள இனம், பௌத்தம் என்கிற அச்சில் தனது அடையாளத்தைக் கட்டமைத்தது. காலனிய அரசை எதிர்ப்பதைவிட கிறித்துவ வளர்ச்சிக்கு எதிரான 'தர்மயுத்தம்' எனப்படும் புனிதப்போர் ஒன்றை மேட்டிமை கிறித்தவர்களுக்கு எதிராக துவக்கினர். இந்த சிங்களர்களுக்கான பிரதிநிதித்துவத்தைக் கோரும் இன உணர்வு, ஆரிய-பௌத்த அதாவது இன-மத மேலாண்மை என்கிற உணர்வின் அடிப்படையில் இனவாதமாக வளர்கிறது. இலங்கை என்பது தம்மதிவிபா (*dammadvipa - island of faith*) என்கிற புத்த-சிங்கள-ஆரிய மேலாண்மை என்கிற கருத்துருவாக்கத்தால் இனவாதமாகவும், பௌத்தத்தைக் காப்பது தனது இனத்தூய்மைக்கான அடிப்படை என்கிற உணர்வுடன், கிறித்துவத்திற்கு எதிரான போராட்டம் புனிதப்போராக பௌத்தத் துறவிகளால் கட்டமைக்கப்பட்டது. 1880-ல் கலோனல் ஓல்காட் மற்றும் பிளாவட்ஸ்கி அம்மையாரால் பரப்பப்பட்ட தியாசபிகல் சொசைட்டியின் புத்தக் கல்வியால் ஊட்டம் பெற்ற சிங்கள சுதந்திரச் சிந்தனையாளர்களின் வளர்ச்சி இந்தச் சிங்கள இனவாதக் கருத்தியலை இனவெறியாக காலனியத்திற்குப் பிந்தைய சமூகத்தில் கட்டமைத்தது. இக்கட்டமைவு கீழ்க்கண்ட காரணங்களால் கட்டப்பட்டதை விளக்குகிறார் குமாரி ஜெயவர்த்தனா:

1. தென்னிந்திய மன்னர்களின் தொடர் படையெடுப்புகள் பௌத்த வரலாற்றை அழித்ததாகவும், அதனால் சிங்கள இனம் ஒடுக்கப்பட்ட தாகவும் ஆன தமிழ் வரலாற்றுடன் சேர்ந்து கட்டமைக்கப்பட்ட வரலாறு, பாடநூல்கள் வழியாக சிங்களரிடம் தென்னிந்தியர் பற்றிய ஒரு வரலாற்று அச்சத்தைக் கட்டமைத்தது. (இங்குதான் ராஜராஜன்-புலிக்கொடி-புலிச்சின்னம்-வெற்றிவாகை-தமிழினப்பெருமை இன்ன பிற பிம்பங்களின் மீள்கண்டுபிடிப்பும் ஊடாட்டமும் முக்கியமான தமிழினப் பெருமையாக முன்வைக்கப்பட்டதை இணைத்துக் காண வேண்டும்.)

2. 2,500 ஆண்டுகளுக்கு முந்தைய ஆரிய வரலாற்றுடனும், இந்திய வங்காளப் பகுதியிலிருந்து வந்து பூர்வீகக் குடிகளான சிங்களர்கள், பௌத்தத்தினால் அதன் தூய்மையைக் காப்பதற்கான தேர்ந்தெடுக்கப்பட்ட மக்களாகத் தங்களை உணரும்படியும், இலங்கை வரலாற்றில் பூர்வீக வரலாறு தங்களுடையதே என்கிற மரபின் அடிப்படையிலும் சிங்களம் என்கிற இனப்பெருமிதம்

கட்டமைக்கப்பட்டது. தங்களை ஆரியர்களாக அவர்கள் அடையாளப்படுத்திக் கொண்டனர். இந்தியாவில் உருவான ஆரிய-திராவிடர் என்கிற காலனியக் கருத்தாக்கக் கட்டுமானத்தில் ஆரியர்களாகத் தங்களை உணருமாறு வரலாறு வாசித்துக் காட்டப்பட்டது. (தமிழின மேலாண்மை கைக்கொண்ட சைவமதப் பெருமிதத்திற்கு எதிராக இந்த ஆரிய-பௌத்த மேலண்மை கட்டப்பட்டது.)

3. சிங்களருக்கு என்று உலகில் வேறு நாடுகள் இல்லை, இது மட்டுமே தங்களது நிலம், தாங்கள் இதைவிட்டால் உலகில் தஞ்சம் புகுவதற்குக்கூட ஒரு மாற்று நிலம் தனது மொழி, இன அடிப்படையில் இல்லை என்கிற முற்றுகையிடப்பட்டுள்ள ஒரு மனநிலையும் அதை ஒட்டிய அச்சமும் பெருக்கிக் காட்டப்பட்டது. (இதில் பௌத்த மீட்டெடுப்பாளரான அனகாரிக தர்மபாலாவின் பங்கு மிக முக்கியமானது. தமிழன் இல்லாத நாடில்லை தமிழனுக்கென்று ஒரு நாடில்லை சிலவேளை நாதியில்லை என்கிற கோஷத்துடன் இது இணைத்து நோக்கத்தக்கது.)

4. இலங்கையில் உருவான இந்திய முதலாளி வர்க்கம் ஒன்று அந்த மக்களைச் சுரண்டுவதும், தங்களது வளங்களைக் கொள்ளையிட்டு இந்தியாவில் ஒரு கால், இலங்கையில் ஒரு கால், என வாழும் அவர்களுக்குச் சிங்களநாட்டின் தனிச்சிறப்பு தெரியாமல் அது அழிக்கப்படுவதான உணர்வு மேலெழும்பியது. (இதில் இந்திய சிந்திகள், பார்சிகள், தமிழகச் செட்டியார்கள், மலையாள மேனன்கள் என இந்தியாவிலிருந்து பல சாதியப்பரிவினர் சிலோனின் வணிகப் பொருளாதாரத்தைத் தங்கள் கையில் வைத்திருந்தனர்.)

5. பௌத்தம் என்பது தனிச்சிறப்பான மதமாகத் தன்னைக் காப்பதற்கான நிலமாக இலங்கையைத் தேர்ந்துகொண்டது என்பதால் அதனை அந்நிய மதங்களான கிறித்துவம், இந்து, இஸ்லாம் போன்ற மதங்களின் தாக்குதலிலிருந்து காக்க அம்மதங்களை எதிர்த்து தர்மயுத்தம் (புனிதப்போர்) செய்ய வேண்டும் என்றும் பௌத்தத் துறவிகளால் இந்த இனவாதம் ஊட்டி வளர்க்கப்பட்டது. (இது நவீன சமூகத்தின் மத அடிப்படைவாதக் கருத்தியலான 'மத காப்புறுதி(இன்சூரன்ஸ்) புனிதப்போர்' என்கிற 'கருத்தியல் பண்டத்தின்' ஒரு பின்காலனியத் தாக்கமாகும்.)

அனகாரிக தர்பாலாவின் புராட்டஸ்டண்ட் புத்தமதம் என்று அழைக்கப்பட்ட சீர்திருத்தவாதம், பௌத்தப் பொற்காலம் பற்றிய கனவுகளைப் பரப்பி சிங்களரிடம் பௌத்த அடையாளத்தை

ஆழப்படுத்தி ஒன்றிணைத்தது. ஆக, சிங்கள இனவாதம் ஒரு காலனிய எதிர்ப்பு வடிவமாக இல்லாமல், காலனியக்கால வர்க்கக் கட்டமைப்பில் முகிழ்த்து வந்த சிங்கள தேசிய முதலாளி வர்க்கத்தின் அதிகாரப் பகிர்வுக்கான ஒரு பேரியக்கமாகவே உருவானது. (இதற்கு சம காலத்தில்தான் இந்தவகை பேரியக்கமாக உருவானதே பெரியாரால் முன்வைக்கப்பட்ட தமிழ்தேசிய முதலாளித்துவக் குரலான திராவிட நாடு என்கிற கருத்தாக்கமும் என்பதை நினைவில் கொள்வது நல்லது) இப்பேரியக்கம், காலனியம் உருவாக்கிய கிறித்துவ அதிகார வர்க்கத்திற்கு எதிரானதாக உருவானது. வரலாற்றின் நகைமுரண் என்னவென்றால், ஒரு மரபான கிறித்துவக் குடும்பத்தில் பிறந்தவரான ஜெயவர்த்தனேதான் தமிழர்களுக்கு எதிரான சிங்கள இனவெறியை அதன் முழுவீச்சில் கட்டமைத்து, சிங்கள இனத்தின் ஒரு ஒருமித்த குறியாகவும், பௌத்தத் துறவிகளின் மதவெறிக்கு ஒரு வடிகாலாகவும் இருந்தார். மதம் என்பதை இனம் என்பதால் மாற்றீடு செய்த பெருமை இவருடையதே. தனது சிங்கள இனவெறியின் தூய்மையைக் காக்கவும், அதிகாரத்தை நிலைநிறுத்திக் கொள்ளவும் அவர் பின்னால் பௌத்த மதத்தைத் தழுவினார்.

காலனியக்காலத்தில் 1883 ஏப்ரல் மாதம் நடந்த மிகப்பெரும் கலவரம் பௌத்தர்களுக்கும் கிறித்துவர்களுக்கும் இடையில் நடந்தது என்றால், சரியாக 100 ஆண்டுகள் கழித்து 1983 ஜூலையில் தமிழர்களுக்கும் சிங்களருக்கும் இடையில் மிகப்பெரும் கலவரம் நடந்தது. இரண்டு கலவரங்களில் ஒன்று மத அடிப்படையிலும், பிறிதொன்று இன அடிப்படையிலும் நிகழ்ந்தது. காலனியத்திற்குப் பிறகான தேசம் மற்றும் தேசியம் பற்றிய சொல்லாடல்கள் இந்தக் கலவரங்களுக்கான அடிப்படைக் கருத்தியல் கட்டுமானமாக இருந்தன. ஆக, சிங்கள இன அடையாளம் தவிர்க்க முடியாமல் இலங்கையில் அடுத்து பெரும்பான்மையாக உள்ள தமிழ் என்கிற இன அடையாளத்தைத் தனது மற்றமையாகக் கட்டியது.

இன அடையாளம் என்பது ஒரு கற்பிதம். அதற்குள் இனம் சார்ந்ததான எந்தவொரு சாராம்ச உணர்வும் இருப்பதில்லை என்பதை முன்பே சொன்னோம். தேசியவாதம் தனது வேர் தேடிச் சென்று ஒரு பூர்வீக வரலாற்றை, தேசம், தேசியம், இனம் என்கிற நவீன சொல்லாடல்கள் வழி மீள்வாசிப்பு செய்து, இந்த இனம் என்கிற உணர்வை வரலாற்றுக்கு முந்தையதான சாராம்சமான ஒரு அடிப்படை உணர்வாக, ஒரு உடலுக்குள் கண்டடைகிறது. ஒரு மக்கள் தொகுதியை உருவாக்கும், ஒரு அடையாளக் காரணியே

இனம் என்பதற்கு பதிலாக, இனம் என்கிற அடையாளத்தால் தான் ஒரு மக்கள் தொகுதி உருவாகிறது என்பதாக இது சொல்லப்படுகிறது. இந்தக் கற்பித அடையாளத்தைக் கொண்டுதான் சிங்கள இனம் என்கிற பேரினவாதம் தன்னை அடையாளப்படுத்தித் தமிழர்களை அழித்தொழிக்கிறது.

எதிரி ஒரு அடையாள நெருக்கடியை நோக்கி உந்தித் தள்ளும் ஒரு நிலையில் தவிர்க்க முடியாமல் ஒரு தன்னடையாளத்தைப் பெற்று தன்னை ஒரு இனமாக உணரும் நிலை தமிழர்களுக்கு ஏற்படுகிறது. ஒருவன் தன்னைத் 'தமிழனாக' ஒரு தேசிய இனத்தவனாக உணர்வது என்பது இன்றைய அரசியல்-சமூக-பொருளியல்-உளவியல் வலைப்பின்னலில் தவிர்க்க முடியாததாக உள்ளது. அல்லது அந்த வலைப்பின்னலுக்கு ஏற்ப ஆடும் பாத்திரங்களாக மக்கள் ஆக்கப்பட்டுள்ளனர். இந்த வலைப் பின்னலூடாகப் பிறிதொரு இணை வலைப்பின்னலைக் கடந்த 25 ஆண்டுகளாகத் தமிழ் இன உணர்வினால் அச்சமூட்டப்பட்ட சக்திகள் தமிழீழத்திற்கு எதிரான தங்களது 'வஞ்சம்' தீர்க்கும் நிலைப்பாட்டால் பின்னலாக்கி உள்ளன என்பது மிகையாகாது. இந்திய தேசியத்தில் தமிழ் தேசியம் கரைக்கப்பட வேண்டும் என்கிற கருத்துடன் இந்த வலைப்பின்னல் பின்னலாக்கப்பட்டு வருகிறது. இவ் வலைப்பின்னலினை உருவமைக்கும் சக்தியாக இந்தியாவின் ஆதிக்க சொல்லாடலாக இந்துத்துவ மதவாதம் உள்ளது. அதாவது, இனம் சார்ந்த சொல்லாடல்களை இந்திய தேசியம் என்கிற ஒரு கலாசார தேசியத்தின் அடிப்படையாக உள்ள மதவாதச் சொல்லாடல் தனக்குள் அடக்க முனைகிறது.

ஆனால், தேசிய இனச் சொல்லாடல் மதவாதச் சொல்லாடலுக்கு எதிர் சக்தியாக அல்லது பிறிதொரு அரசியல் துருவமயமாக்கலுக்கான சக்தியாக உள்ளது. அதே நேரத்தில் ஈழத்தில் முன்வைக்கப்பட்ட தமிழ்தேசியம் என்கிற சொல்லாடல் முற்றாக முஸ்லிம்களை வெளித்தள்ளி ஒரு மதவாதச் சொல்லாடலுக்கான தேசியமாக மாறியது. இம்மாற்றத்தைக் குறிப்பாக விடுதலைப்புலிகள் முன்னின்று 'சிறப்பாக' நடத்தி முடித்தனர். ஆக, ஈழத்தமிழ் தேசியம் என்பதற்குள் முஸ்லிம்கள் உள்ளடக்கப்படாத ஒருவகை தூய-மதவாத-தேசியத்தைப் புலிகளின் ஈழத்தமிழ் தேசியவாதிகள் முன்வைத்தனர். இது ஈழத் தமிழ் தேசியத்தின் முதல் சக்திச் சிதறலாக ஈழப்போராட்டத்தை பலவீனப்படுத்தியது. அதன்பின் இலங்கை புவிப்பரப்பில் யாழ்ப்பாணத் தமிழர்கள் அல்லது உயர்சாதி சைவ வெள்ளாளத் தமிழர்கள் பிறசாதி மற்றும் தலித்

தமிழர்களைத் தங்களது சொல்லாடலிலும், பொருளியல் மற்றும் வாழ்வியல் நிலையிலும் விளிம்பிலேயே வைத்திருந்தனர். இந்தச் சாதிய மனோபாவம் விடுதலை இயக்கங்களுக்குள் ஒரு சாதிய மனோபாவமாக மாறியதில், வரலாற்றில் ஒடுக்கப்பட்ட இச் சக்திகள் வெளியேறியதன் மூலம் மற்றொரு பலவீனத்தைச் சந்தித்தது. மலையகத் தமிழர்களைப் புறம் ஒதுக்கி அவர்களது வாழ்வியலுக்கான உத்தரவாதத்தை உருவாக்கும் கோரிக்கைகளை இணைக்காமல் ஈழத் தமிழ் தேசியம் அவர்களை இந்திய வம்சாவழியினர் என்று பிரித்ததன் வழியாக மூன்றாவது பலவீனத்தைச் சந்தித்தது. அதன் பின் மற்ற விடுதலை இயக்கங்களையும், அவற்றின் பிரதிநிதித்துவக் குரல்களையும் ஒடுக்கியதன் மூலம், ஒற்றைப் பிரதிநிதியாக மாறியதன் மூலம், விடுதலைப்புலிகள் அமைப்பு ஈழத் தமிழ் தேசியத்தின் ஒற்றைக்குரலாக மாறியது.

அவ்வியக்கம் வெறும் இராணுவப் போர்த் தந்திரங்களை மட்டுமே நம்பியதன் விளைவாக, தமிழ் தேசியத்தைப் பண்டைய புறநானூற்றுக் கால போர்ப்பரணி பாடும் நிலைக்குப் பின் தள்ளியது. சிங்கள இனத்தின் கொடுங்கனவுகளில் ஒன்றான ராஜராஜன் படையெடுப்பை நினைவூட்டும் வண்ணம் தன்னைப் புலியாக ராஜராஜனாக புலிக்கொடியுடன் அடையாளப்படுத்திக் கொண்டது. ஒரு தேசிய இனத்தையே இராணுவமாக (போராளிகளாக அல்ல) மாற்ற முயன்றது. ஒவ்வொரு குடும்பத்தினரும் இவ்வியக்கத்துடன் தொடர்பு கொண்டவர்களாக, அக்குடும்பத்தில் ஒருவரைத் தனது இராணுவத்திற்குள் இணைத்தது. போராளிகள் வேறு பொதுமக்கள் வேறு அல்ல என்ற நிலையை உருவாக்கியது. போராளிகள் மக்களிடம் தங்கியிருப்பது என்பது மக்கள் சக்தியின் பலத்தைப் பெற்று மக்களைப் பாதுகாக்க என்கிற கோட்பாட்டை, மக்களை ஆயுதம் கொண்டு அச்சமூட்டி ஆதரவு திரட்டும் ஒரு சர்வாதிகாரப் போக்காக நடைமுறைப்படுத்தியது. ஜனநாயகத்தின் அனைத்து வழிகளையும் அழித்தொழித்துவிட்டு பின், தவிர்க்க முடியாமல் இன்று தமிழீழப் பிரச்சனை ஒரு சிக்கலான காலகட்டத்தில் சிக்க வைக்கப்பட்டுள்ளது.

ஈழத்துயரம், மனித அவலம் பற்றிய பெருந்துயரை நமக்குள் உறையச் செய்கிறது. வாழ்வதற்கு இடமற்றதாகத் துரத்தப்பட்ட ஈழத்தமிழர்கள் இன்று சாவதற்கும் தனது சொந்த மண்ணற்றவர்களாகச் சிதறடிக்கப் படுகிறார்கள். மரணம் வெறும் எண்ணிக்கையாக மாறிவிட்ட இந்த அவலத்தில் மனிதம் வெற்றுக்

காட்சிகளின் நகல்களாக மாறிவிட்டது. தமிழக மக்களிடம் இந்தப் போர் பெரும் பதற்றத்தை உருவாக்கவில்லையே ஏன் என்கிற கேள்வி நம் முன் எஞ்சியுள்ளது. 'புலியை முறத்தால் அடித்துத் துரத்தியதாகப் புறநானூற்றுப் பெருமை பேசும் நாம் இன்று ஏன் இந்த நிலைக்கு ஆளானோம்' என்கிற கேள்வி நமது தமிழ்ச் சமூக வரலாற்றை சமூக உளவியல் மற்றும் அரசியல் ஆய்விற்கு உட்படுத்த வேண்டிய அவசியத்தை மீண்டும் மீண்டும் வலியுறுத்துகிறது. இதன்பொருள் புலியை முறத்தால் அடித்தவனும் இன்றைய தமிழனும் உடலினால் ஒன்றாக இருக்கலாம் உணர்வினால் ஒன்றல்ல. இருவரிடமும் ஒரு வரலாற்றுத் தொடர்ச்சியின்மை உள்ளது என்பதுதான்.

மணிரத்தினத்தின் 'இருவரி'-ல் வரும் தமிழ்ச்செல்வன் பேசும் கவிதை வரிகள் போல "நமது புறநானூற்று வீரம் எங்கே? போர்ப்பரணி எங்கே?" தமிழ்த்திரையின் பாத்திரங்களாக மாறிப்போன நமது அரசியல் வரலாற்றுத் தலைவர்கள் உருவாக்கி உள்ள ஒரு மீ-யதார்த்த (ஹைபர்-ரியல்) உலகில் தமிழனின் அகம்-புறம் எல்லாம் அதீத உணர்விற்கு ஆட்பட்டு உண்மைகளின் நகல்களின் நகல்களின் நகல்களை அடைந்து, அது ஏற்படுத்தும் அதி-யதார்த்த உணர்விலும்/உலகிலும் சஞ்சரிக்கும் நிலைக்கு ஆளாகிவிட்டோம். போர் என்பது தொலைக்காட்சியின் மின்திரைப் பரப்பில் வந்துபோகும் ஹாலிவுட் படக்காட்சிகளைப் போல எந்த உறைப்பும், உணர்வும் இல்லாமல் ஒரு 'காட்சிகாமும் எந்திரமாக' மாறிவிட்டோம்.

தொலைக்காட்சியின் நெடுந்தொடர், விளம்பரம் மற்றும் திரைப்படங்களுக்கு மத்தியில் கட்டமைக்கப்படும் செய்திகள் என்கிற 'உண்மைகளில்' வரும் காட்சிகள்கூட நம்மை உறையவோ அல்லது உலுப்பவோ இல்லை என்பது கடந்த 25 ஆண்டு காலமாக ஈழத்தை வைத்துச் செய்யப்பட்ட தமிழக அரசியலின் ஒரு உச்ச விளைவு எனலாம். இந்த உணர்வு புலிகளையும் அவர்களது செயல்பாடுகளையும் முன்வைத்துச் சிறுகச் சிறுகக் கட்டமைக்கப்பட்டது. "இன்று ஈழத்தமிழினம் என்கிற ஒன்றே இல்லை; அவர்கள் இலங்கைத் தமிழர்கள்தான்" என்று திராவிடர்கள் பெயரில் கட்சி நடத்தும் அம்மையார் ஜெயலலிதா பி.பி.சி. என்கிற உலகச் செய்தி நிறுவனத்திற்கு பேட்டியளிக்கும் ஒரு வெளிப்படையான நிலையை அடைந்துள்ளது. தமிழக மக்களிடம் இதற்கு ஒரு முணுமுணுக்கும் எதிர்ப்புக்கூட இல்லை என்பது அதைவிட வியப்பளிக்கக் கூடியது.

ராஜீவ் கொலையை முன்வைத்து ஒரு இன அழிப்பிற்குத் தூபம் போடும் கட்சிகள், ராஜீவைக் கொல்ல வேண்டிய தேவை ஏன்? அதில் உண்மையில் நலம் அடைந்தவர்கள் யார்? அதை செய்யத் தூண்டிய சக்திகள் எவை? அச்செயலால் பலன் அடைந்தவர்கள் யார்? என்பதை வெளிப்படையாக அறிவிக்கவுமில்லை. குறிப்பாக, ராஜீவ் கொலைக்குப் பிறகான இந்திய அரசு முற்றிலும் வேறுமுகம் கொள்வதை நுட்பமாக அவதானிக்க முடிகிறது. இந்திய அரசியலில் மதச்சார்பற்ற குரல்கள் அதோடு ஒரு முடிவிற்குக் கொண்டு வரப்பட்டது என்பது முக்கியமான விஷயம். அதன்பின் காங்கிரஸ் என்கிற ஒரு பேரியக்கம், பிராந்தியக் கட்சிகளின் அளவிற்கு சுருங்கியும், பாரதீய ஜனதா ஒரு தேசியக் கட்சிக்கான அந்தஸ்தையும், ஆதரவையும் பெற்றது. ராஜீவிற்குப் பின் உடனடியாக ஆட்சி அதிகாரத்தைக் கைப்பற்றியவர்கள், பாபர் மசூதி இடிப்பினால், ஒரு அமைதியற்ற மதவாத நாடாக இந்தியாவை மாற்றியதும், உலகப் பொருளாதாரத்திற்கு இந்தியச் சந்தையைத் திறந்துவிட்டதும் அவதானிக்க வேண்டிய முக்கியமான பிரச்சனைகளாகும். ஈராக்கை ஆதரித்த ராஜீவ், அமெரிக்காவிற்கு எதிரான தெற்காசிய சக்தியாக வளரத் துவங்கியதையும் இதனுடன் இணைத்து நோக்குவது அவசியம். ராஜீவ் கொலை என்பதன் பின்னணியில் உள்ள பல அரசியல் சார்ந்த நகர்வுகள், இயக்கங்கள் அலசப்பட வேண்டியவை. அதற்காக அந்த ஒரு காரணத்தை முன்வைத்து ஒரு இனத்தை அழிப்பதற்கு அனுமதி தருவது போல நடந்து கொள்ளும் இந்திய அரசின் நிலை என்பது இந்திய தெற்காசிய வல்லரசுக் கனவுத் திட்டத்தின் ஒரு பகுதியே.

இங்கு இந்திய தேசவெறியில் இந்திய ஆதிக்கம் ஈழத்தில் ஏற்படுவதால் இந்திய 'ஸ்திரத்தன்மை' காக்கப்படும் என்பதான ஒரு இராஜதந்திர விவாதம் முன்வைக்கப்பட்டு, இந்தப் போர் ஆதரிக்கப்படுகிறது. இந்திய அரசு என்பதன் ஆதிக்கம் ஈழம் போன்ற நாடுகளில் உருவாவது எவ்வகையில் இந்திய மக்களுக்கு சாதகமாகும் என்பது கேள்விக்குறியே? அப்படியே இந்திய மக்களுக்கு சாதகம் என்பதாக வைத்துக்கொண்டாலும், மற்றொரு நாட்டை அடிமையாக்க முனைவது இந்தியா தன்னை ஏகாதிபத்தியமாக மாற்றிக்கொள்வதற்கான முயற்சியே. இந்தியாவின் இந்த ஏகாதிபத்தியக் கனவு அடிப்படையில் மக்கள் விரோதமானது என்பதால் இது உடனடியாக எதிர்க்கப்பட வேண்டியது இந்திய ஜனநாயகவாதிகளின் கடமையாகும்.

தற்சமயம் அழுத்தம் திருத்தமாகப் பத்திரிகைகள் கூறும் அமெரிக்க இராணுவ அமைச்சகம் திரிகோணமலை படைத்தளத்தைப்

பார்வையிட்டது தளம் அமைக்கும் நோக்கில் இல்லை என்பது மற்றுமொரு அவதானத்திற்குரிய முக்கிய விஷயமாகும். திடீரென அமெரிக்கா புலிகளின் ஆதரவு நிலையிலிருந்து சிங்கள இராணுவப் பக்கம் சாய்ந்தது ஏன்? என்பதும் இதனுடன் இணைத்து சிந்திக்கத் தக்கது. உண்மையில் ஈழப் பிரச்சனையின் மையமாகக் கருதத்தக்கது அதன் திரிகோணமலைப் படைத்தளத்தைத்தான். இஸ்ரேல் போன்ற ஒரு முக்கிய புவிசார் அரசியல் புள்ளி அது. அங்கு உலக ஆதிக்கம் தெற்காசிய நாடுகளின் பிராந்திய அமைதியைக் குலைப்பதற்கான முயற்சியில் இந்தப் பிரச்சனையைக் கையாளுவதாக ஒரு சந்தேகம் 1983-லிருந்தே உண்டு. ஒருவகையில் சோவியத்-இந்திரா அரசு புலிகளை 70-களில் அமெரிக்க திரிகோணமலை படைத்தளம் என்கிற கோணத்தில்தான் அணுகினவோ என்கிற ஐயம் உண்டு. இன்றும்கூட சீன-பாகிஸ்தான்-உறவைச் சொல்லி சிங்கள அரசு இந்திய அரசை 'பிளாக்-மெயில்' செய்வதாகவே கருத இடமிருக்கிறது.

இந்திய அரசின் நிலை இது என்றால், தமிழினம் குறிப்பாக இந்தியத் தமிழர்கள் ஏற்படுத்தி உள்ள அரசியல் கசப்புணர்ச்சியின் விளைவாக, இன்று இந்தியாவின் எந்த மாநிலமும் குரல்கொடுக்கத் தயாரில்லை என்பது மற்றொரு பேரவலம். இந்திய அரசின் வெளியுறவுக் கொள்கைகளைத் தீர்மானிப்பவர்களின் சொந்த வெறுப்புணர்ச்சியின் விளைவாக, சிங்களப் பேரினவாத அரசு இன்னும் ஊக்கமும் உற்சாகமும் பெற்று ஈழத் தமிழர்களைப் புவியியல் ரீதியாக நெருக்கி முல்லைத்தீவு என்கிற சிறு நிலப்பரப்பிற்குள் அடைத்துவிட்டது. உணவு, மருந்து மற்றும் வாழிடம் என்கிற எந்த அடிப்படை வசதியுமற்ற நிலையில் நெருக்கடியான நிலையில் மக்கள் வசிக்கும் ஒரு பெரிய சிறைச் சாலையாக மாறியுள்ளது முல்லைத்தீவு.

இந்திய வெளியுறவுத்துறை அமைச்சர் மேனன், ராஜபக்ஷே சந்திப்புக்குப் பின்னர் "இந்திய, இலங்கை உறவு வரலாறு காணாத அளவுக்கு வலுவடைந்துள்ளது. இரு நாடுகளுக்கும் இடை யிலான நட்பு பாரம்பரியமானது, ஆழமானது. காலத்தையும் கடந்து இது நிலை பெற்றுள்ளது. சர்வதேச அளவிலான தீவிரவாதத்திற்கு எதிரான போரில், இலங்கை, இந்தியாவுக்கு உற்ற துணையாக இருந்து வருகிறது" என்றார் மேனன். இலங்கை வெளியுறவு அமைச்சர் ரோகித போகல்லகாமா, "நிலைமையைப் புரிந்து கொண்டு இந்தியா, இலங்கைக்கு தொடர்ந்து ஆதரவு அளித்து வருவது பாராட்டுக்குரியது. இலங்கை இனப் பிரச்சனைக்கு இரு நாடுகளுக்கும் இடையே ஏற்பட்ட அமைதி ஒப்பந்தத்தின்

அடிப்படையிலேயே தீர்வு காண வேண்டும். இந்திய-இலங்கை ஒப்பந்தம்தான் தீர்வுக்கான சாத்தியமாகும்" என்று கூறியுள்ளார். இந்திய அரசின் தமிழினம் மற்றும் இலங்கை குறித்த வல்லாண்மை செய்யும் அல்லது தெற்காசிய பிராந்தியத்தில் தன்னை ஒரு 'தாதாவாக' மாற்றிக்கொள்ளும் நிலையை வெளிப்படையாக அறிவிக்கும் ஒரு பேச்சே இது.

உண்மையில், தற்போதைய போர், இந்தியாவின் ஆசியுடன் நடத்தப்படும் அல்லது இந்தியாவே நடத்தும் ஒரு மறைமுகப்போர் (Proxy War) எனலாம். அதற்கான அறிவிப்பே இது. அதாவது, இலங்கை அரசு இன்று பிரிட்டன், பாகிஸ்தான், சீனா, ஜப்பான், ஈரான், இந்தியா மற்றும் அமெரிக்கா போன்ற நாடுகளுக்கு இலங்கையின் தமிழ் மற்றும் முஸ்லிம்களின் வடகிழக்குக் பகுதிகளைப் பங்கிட்டுக் கொடுத்து இந்த யுத்தபேரத்தை நடத்தி வருகிறதோ என்கிற சந்தேகத்தை ஏற்படுத்துகிறது. காரணம், இப்பகுதிகளை உலக நாடுகளுக்குத் திறந்துவிட்டு, அதன்மூலம் சிங்களப் பகுதிகளை ஸ்திரமானதாக மாற்ற முனைவதற்கான ஒரு திட்டம் யுத்தம் ஆரம்பித்த நாள் முதல் சர்வதேச அமைப்புகளிடம் கொண்டுள்ள இலங்கை அரசின் இராஜாங்க உறவில் வெளிப்படுவதாக உள்ளது. இது ஒரு புதுவகையான உலக ஆதிக்கத்தையும், புதுவகையான உலகமய காலனிய முறையையும் உருவாக்குவதாக உள்ளது.

இந்நிலையில், இலங்கையின் இந்த யுத்தம் ஈழத் தமிழக மக்கள் மட்டுமின்றி இந்தியத் தமிழர்களுக்கும், இந்தியாவிற்குமான ஒரு யுத்த அச்சத்தை எதிர்காலத்தில் உருவாக்கும் ஒன்றாக மாறிவிடக்கூடிய சாத்தியங்களைக் கொண்டிருக்கிறது. இச்சூழலில், தமிழக மக்களை அரசியல்படுத்தி பரவலான எதிர்ப்பை நாடு தழுவிய அளவில் இந்தியா முழுமைக்குமானதாகக் கொண்டு செல்வதற்கான ஒரு மக்கள் கட்சி என்பதோ ஒரு மக்கள் முன்னணி என்பதோ இல்லை. இந்நிலையில் தமிழகத்தின் பெரிய இரண்டு கட்சிகள் கள்ள மௌனமும் நல்ல மௌனமும் சாதிக்கின்றன. மற்ற கட்சிகள் புலிகளின் தேசியவாதத்தால் பீடிக்கப்பட்டு ஓட்டு அரசியல் நடத்துவதாக உள்ளன. எதிர்க்கட்சித் தலைவரான ஜெயலலிதா நேரடியாக எதிர்நிலையை எடுத்துள்ளார். ஆளுங்கட்சியான கருணாநிதியோ இந்திய அரசையும் உள்ளடக்கிய ஒருவகை தேசியத்தைப் பேசிக்கொண்டும், தனது பழம்பெருமையைக் கூறிக்கொண்டும் அறிக்கை விட்டுக் கொண்டுள்ளார். தமிழக மக்களிடம் 25 ஆண்டுகாலமாக ஏற்படுத்தப்பட்ட புலிகள் மீதான

பல அபிப்ராயங்கள், தமிழ் ஈழம் என்றாலே புலிகள் என்பதான ஒரு சங்கேதமாக மாறிவிட்டது. ஒருவகையில் புலிகள் தவிர பிற ஜனநாயக அமைப்புகளோ அல்லது இராணுவ அமைப்புகளோ இல்லை என்கிற ஒரு தனிமைப்படுத்தப்பட்ட நிலைக்கு ஈழப்பிரச்சனை கொண்டு செல்லப்பட்டுவிட்டது. பல குரல்களை நசுக்கி தன்னை ஒற்றைக் குரலாக மாற்றிக்கொள்ளும்போது பேச்சின் பிரதிநிதித்துவம்கூட அந்த ஒற்றைக் குரலின் பிரதிநிதித்துவமாக மாறிவிடுவதும், அந்த ஒருவரின் பலம் பலவீனம் அந்தப் பேச்சின் நியாயத்தைச் சிக்கலாக்கிவிடுவதும் ஆன ஒரு கையறுநிலைதான் இன்று எஞ்சி உள்ளது. புலிகளின் பலவீனம் தமிழினத்தின், ஈழ விடுதலை என்கிற உணர்வின் பலவீனமாக மாற்றப்படுகிறது.

தமிழகம், இந்தியா, சர்வதேச நாடுகள் மற்றும் தமிழீழப் பிரச்சனை குறித்த பல விஷயங்களை இந்த யுத்தம் தெளிவாக்கியுள்ளது. 1. இந்தியா தனது மேலாதிக் கத்தையும் இலங்கையுடன் ஆன நட்பையும் உறுதிப்படுத்திக் கொண்டுவிட்டது. தமிழர்கள் குறித்து இந்திய தேசியம் கொண்டிருக்கும் அலட்சியமும், தமிழர்களின் உணர்விற்கு ஒரு போலித்தனமான மதிப்பளிக்கக்கூடத் தயாரில்லை என்பதை அறிவித்து விட்டது. பிரச்சனை இந்திய அரசிற்கு எதிரானதாக தமிழக மக்களின் உணர்ச்சிகள் கிளர்வதற்கு வழிவகுத்துவிட்டது. 2. தமிழக மக்களிடம் வழக்குரைஞர்கள் மற்றும் மாணவ சமுதாயம் ஏற்படுத்திய எழுச்சி இன்று பல போராட்ட வடிவங்களையும் மேலே கொண்டு வரத் துவங்கி உள்ளது. 3. இப்போரை அடிப்படையாகக் கொண்டு உள்ளடங்கியிருந்த தமிழின விரோத சக்திகள் ஒன்றிணைந்து தமிழ் இனத்திற்கு எதிராக இதனைப் பயன்படுத்த முனைப்பு கொள்கின்றன. 4. தமிழக ஓட்டுக்கட்சிகள் தமிழினத்தை எப்படி தங்களது அதிகாரத்திற்குப் பயன்படுத்துகின்றன என்பது அம்பலமாகி உள்ளது. 5. புலிகள் மீது தமிழ் மக்கள் கொண்டிருந்த ஒருவித 'வெறுப்பும், எரிச்சலும்' கலந்த ஆழ்மன உணர்வு மக்களிடம் கட்டிப்போட்டிருந்த செயலின்மையால் தங்களுக்குக் கீழ் திரட்ட முடியாமல் இருந்த தமிழக ஓட்டுக்கட்சிகள் திகைத்துப்போய் உள்ளன. 6. மீண்டும் வரலாற்றில் மாணவர்கள் தலைமை ஏற்கும் ஒரு அரசியல் நிகழ்வாக இது மாறியுள்ளது. 1983-ஜூலைக் கலவரத்தில் பாதிக்கப்பட்ட மாணவர்கள்தான் இன்றைய அரசியல் சக்திகளாக உள்ளனர். தற்சமயம் அடுத்த பத்திருபது ஆண்டுகளுக்கான அரசியல் சக்திகளைத் தயாரித்தளிக்க இவை உதவி உள்ளது. 7. மறந்துபோன தமிழ் இன நினைவைக் கட்டமைக்க மீண்டும் இந்திய தேசியம் தனது ஈழப்பிரச்சனையின் மீதும், அதை

ஒட்டிய தமிழர்களது உணர்வுகளிலும் காட்டிவரும் மெத்தனத்தால் காரணமாகி விட்டது. 8. இரண்டரை லட்சம் மக்கள் பலிபீடத்தில் இருத்தப் பட்டுள்ளனர். சிங்கத்திற்கும் புலிக்கும் நடுவில் சிக்கிக்கொண்டுவிட்ட அப்பாவி மக்களை சர்வதேச சமூகமும் கண்டு கொள்ளாமல் தங்களது மேலாதிக்கத்திலேயே குறியாக உள்ளது. புவிசார் அரசியலின் இராணுவ முக்கியத்துவத்திற்கான ஒரு பரப்பாக இலங்கை மாற்றப்பட்டுள்ளது. 9. மனித சமூகத்திற்கு வரப்போகும் பேரவலங்களைச் சுட்டிக்காட்டும் ஒரு நிகழ்வாக இது மாறிவிட்டது. உலக அதிகாரம் மக்கள் சார்ந்த ஜனநாயகப் போராட்டங்களை, அதற்கான முன்னணிகளாகக் கட்டப்படும் இயக்கப் போராளிகளை அவர்களது இயக்கத்தைக் கொன்றொழிக்க ஒரு இராணுவ நுட்பத்தைக் கண்டடைவதற்கான சோதனையாக இப்போர் மாறி உள்ளது. 10. மனித அறம் பற்றிய அக்கறை உள்ள அரசு எதிர்ப்பு மற்றும் விடுதலை மீது நம்பிக்கைக் கொண்டவர்கள் ஒரு விடுதலைப் போராட்ட இயக்கத்தை எப்படி கட்டமைக்கக்கூடாது என்பதைக் கற்றுக் கொள்வதற்கான படிப்பினைகளை இது வெளிப்படுத்தி உள்ளது. உலக வரலாற்றில் முதன்முறையாக ஒரு போராளி இயக்கம் தனது கடந்தகால மற்றும் அடிப்படை மக்கள் நலக் கருத்தியலற்ற நடவடிக்கைகளால் இன்று தனது மக்களாலும், மற்ற உலக ஜனநாயக அமைப்புகளாலும் தனிமைப்படுத்தப்பட்ட நிலைக்கு ஆளாக்கப்பட்டிருக்கிறது. 11. இந்தியாவில் தனது சொந்த சாதிய முரண்பாடுகளால் சிக்கித் தவிக்கும் தமிழ் தன்னிலைகளில், அரசு அதிகாரத்தில் ஆதிக்கம் வகிக்கும் மேல்சாதி குறிப்பாக பார்ப்பனியத் தன்னிலைகள் தங்களது மனிதநேயத்தையும் மீறி பழி உணர்ச்சியில் திளைப்பதை இது வெளிப்படுத்தி உள்ளது. அதே நேரத்தில் அ-பார்ப்பனிய மேல்சாதி சக்திகள் மீண்டும் தங்களை ஒருங்கிணைத்துக் கொள்ள ஒரு தளத்தை உருவாக்கி உள்ளது. 12. தமிழின் உன்னதம், வீரம், மறம் போன்ற சங்ககால இன நினைவு ஒன்று மீண்டும் முன்னணிக்கு வந்துள்ளது. 13. 1967 இந்தி எதிர்ப்பு போராட்டத்தினால் கட்டமைக்கப்பட்ட தமிழ் இன உணர்வு மீண்டும் முன்னணி அரசியலுக்கான சொல்லாடல் களமாக வந்துள்ளது. இதனை ஒட்டிக் கட்டமைக்கப்பட்ட ஆரிய-திராவிட முரண் மீண்டும் புதிய தலைமுறைக்கு நினைவூட்டப்பட்டுள்ளது. 14. இலங்கை உலகமய காலனியமாதல் என்ற ஒரு புதிய சர்வதேச ஆதிக்க முறைக்கான சோதனைக்களனாக மாற்றப்பட்டுள்ளது.

ஆக, இந்நிகழ்வுகள் படிக்க பல பாடங்களை ஒரு சமூக விஞ்ஞான பார்வையாளர்களுக்குத் தந்தாலும், இம்மக்களின்

பிரச்சனைக்கு என்ன தீர்வு? அவர்களை எப்படி காப்பாற்றுவது என்பது கேள்விக்குறியாகி ஒரு தீர்க்க இயலாத குழப்பமான பிரச்சனையாக மாறி உள்ளது. இந்நிலையில் புலிகள் செய்த அரசியலற்ற இராணுவத்தனமும் பாசிச மனமும்தான் காரணம் என்று விமர்சித்துக் கொண்டிருப்பதோ அல்லது சிங்கள இராணுவத்தின் பாசிச போக்கைப் பற்றி கதைப்பதோ காரிய சாத்தியமான தீர்விற்கு வழியாகாது. இந்திய அரசின் துரோகத்தனத்தை அம்பலப் படுத்துவதும், சர்வதேசத்தின் மனசாட்சியை உலுக்கி அம்மக்கள் காப்பாற்றப்படுவதும் உடனடியாக செய்யப்பட வேண்டியது. புலிகள் தங்கள் இறுதி நிலையை அடைந்துள்ளனர்.

தனது கருத்தியல் மேல் நம்பிக்கை அற்றவர்கள் மட்டுமே காட்டிக் கொடுத்து விடக்கூடிய அச்சத்திற்கு ஆளாக நேரிடும். அதன் ஒரு விளைவே சாவைக் கோரும் சயனைட் குப்பி மாலைகள். புலிகள் தற்கொலை என்கிற நிபந்தனையுடன்தான் போராட்டத்தைத் துவக்கினார்கள். அச்சடங்கின் இறுதிநிலைக்கு இயக்கம் வந்துள்ளது. இராணுவ பலத்தில் மட்டுமின்றி மக்களிடமும் அவர்களது செல்வாக்கு சரிந்துவிட்ட நிலையே உள்ளது. இப்போதைய போர்நிறுத்த நடவடிக்கையும் மக்களை மீண்டும் வாழ்க்கைக்குத் திருப்புவதும் மட்டுமே புலிகளை ஒட்டுமொத்தமாக மக்களிடம் அந்நியப்படுத்தும் நடவடிக்கையாக அமையும். அதேநேரத்தில் சிங்கள இராணுவம் தொடர் போரினால் மனநோய் கொண்ட இராணுவமாக மாறிவிட்ட நிலையில் முற்றிலுமாக இராணுவம் பின்வாங்கி சிங்கள அரசு அதனைச் சீரமைப்பது அவசியம். சமீபத்தில் கொழும்பில் தங்களது உறவினரான இறந்த இராணுவத்தினர் உடலைக் கோரி சிங்கள மக்கள் பேரணி நடத்தி உள்ளனர். யாழ்ப்பாணத்தில் தங்கள் உறவினரை விடுதலைப் புலிகள் விடுவிக்க வேண்டும் என்று கோரி தமிழர்கள் பேரணி நடத்தி உள்ளனர். இதுதான் நிலை. இந்த இரண்டு பேரணிகளும் ஒன்றாக நடத்தப்பட முடியாத நிலைதான் இதன் அடிப்படை சிக்கல்.

கடந்த ஒரு மாதகாலமாக கடுமையான போரில் எண்ணற்ற தமிழர்கள் கொல்லப்பட்டும், துரத்தப்பட்டும் ஒரு அவலநிலைக்கு ஆளாக்கப்பட்டபோது, தமிழகத்தில் எந்தவிதமான கொந்தளிப்பையும் அது ஏற்படுத்தவில்லை. தமிழக மக்களிடம் ஒரு நாடகத்தின் உச்சக்காட்சிக்காக காத்திருக்கும் உணர்வற்ற மரத்த நிலையே நிலவியது. ராஜீவ்கொலை மற்றும் புலிகள் குறித்து நிலவிய அதிருப்தி ஆகியன இந்த மனநிலைக்கு ஒரு காரணம்

எனலாம். பிறகு, கொந்தளிப்பான ஒரு நிலையை ஏற்படுத்த முத்துக்குமாரின் ‘உயிராயுதம்’ தேவைப்பட்டுள்ளது. இன்று மக்களை விழிப்புக் கொள்ளச் செய்வது என்பது இதுபோன்ற ஒரு மிகை நாடகத்தின் உச்சக்கட்ட விளைவுகளால் மட்டுமே சாத்தியம் என்கிற நிலை உருவாகி உள்ளது. இதன் பொருள் முத்துக்குமாரின் மரணத்தை நாடகமாகக் கருதுவது அல்ல, மாறாக, முத்துக்குமாரின் மரணம் அவர் முன்வைத்த தெளிவான அரசியல் பிரதியின் வழியாக, ஒரு உணர்வுப் பெருக்கத்தையும், மரணத்தின் காரணத்தையும் ஆழமாக மக்கள் மனதில் எழுதிச் சென்றுள்ளது என்பதே. இதையே முத்துக்குமார் மரணம் இல்லாமல் பிரதியாக எழுதி பரப்புரை செய்திருந்தால் இந்தக் கொந்தளிப்பைத் தமிழகத்தில் ஏற்படுத்தியிருக்க முடியாது என்பதுடன் அதை ஒரு அரசியல் பிரதியாகக் கருதக்கூட மக்கள் தயாராக மாட்டார்கள் என்பதும் இணைத்து சிந்திக்கத்தக்கது. முத்துக்குமார் தனது உடல் என்கிற வரைதோலில் நெருப்பால் எழுதிச் சென்ற பிரதி என்பதால்தான், அது தமிழக மக்களிடம் ஒரு பற்றிப் படர்ந்த போராட்ட மனநிலையை உருவாக்கியது.

ஆக, மிகவும் முரண்பட்ட ஒரு நிலையில் ஒரு பெருஞ்சிக்கலில் இன்று மாட்டிக் கொண்டிருப்பது தமிழீழ மக்கள் மட்டுமல்ல, உலகில் விடுதலை பற்றிய அத்தனை கனவுகளும்தான். உலகில் ஒரு விடுதலை இயக்கத்தை எப்படி அழிப்பது என்பதற்கான சோதனை முயற்சியை இன்று இலங்கை இராணுவம் தலைமையேற்று நடத்தி உள்ளது. ஒருவேளை புலிகள் இன்று போரை நிறுத்தி விலக்கிச் சென்றால் தமிழீழ மக்களின் நிலையை மேம்படுத்த இலங்கை அரசின், ஏன் உலகின் மற்ற எந்த அரசின் அல்லது ஐக்கிய நாட்டு சபையின் உத்தரவாதம் உண்டா? யார் அவர்களுக்காகக் களத்தில் நின்று உதவப் போவது? யார் அவர்கள் மீண்டும் வாழ்க்கை நடத்துவதற்கான உத்தரவாதத்தைத் தருவது?

ஆக, முத்துக்குமாரின் மரணம் எழுப்பும் பல கேள்விகளில் ஒன்று. தீர்விற்கான வழி என்ன? முத்துக்குமாரின் மரணநிலை தீர்க்க இயலாத முட்டுச்சந்தில் கொண்டுபோய் தமிழக மக்களையும், பலிகடாவாகத் தமிழீழ மக்களையும் நிறுத்தியதன் கையறுநிலைதான். உலகநாடுகள் இந்தப் போரை நிறுத்திவிட்டுப் புலிகளைத் தனிமைப்படுத்த முனைவதோ அல்லது தமிழீழ மக்களுக்கு ஒரு பாதுகாப்பான வாழ்வை உத்தரவாத ப்படுத்துவதன் மூலம், புலிகளை மக்களிடமிருந்து கருத்தியல்ரீதியாக அந்நியப்படுத்த முனைவதோதான் இப்பிரச்சனைக்கான உடனடி தீர்வாக

அமையும். அதைவிட்டு இராணுவரீதியான தீர்வு என போர் செய்வது அனைத்து மனித அறத்திற்கும் எதிரானது. இராணுவ ரீதியான மற்றும் அரசியல்ரீதியான தீர்விற்கு முன்பாக மனிதநேய ரீதியான தீர்வு இன்று அடிப்படைத் தீர்வாக உள்ளது என்பதைப் புரிந்துகொள்வது அவசியம். அதைப் புரிந்துகொள்வதற்கான ஒரு அடையாள அரசியலற்ற மனநிலையே இன்றைய தேவை என்பதை வரலாறு மீண்டும் சொல்லிக் காட்டியுள்ளது.

- 07 பிப்ரவரி 2009

[ஈழ புலம்பெயர் நண்பர்களால் நடத்தப்பட்ட எதுவரை? ஏப்ரல்–மே 2009 இணைய இதழில் வெளிவந்தது. நண்பர் பேரா. இரத்திண குமார் அவர்கள் தொகுத்த பின்காலனியம் என்ற நூலிலும் வெளிவந்தது.]

கொலைகளும் தற்கொலைகளும் நிறைந்த கொடுங்கனவாய் மாற்றப்பட்ட தமிழீழம்.

"எங்களை உள்நாட்டில் இடம் பெயர்ந்த மனிதர்களாகப் பார்க்க வில்லை; உள்நாட்டில் இடம் பெயர்ந்த கைதிகளாகவே பார்க்கிறேன். முன்பு பிரபாகரன் (LTTE தலைவர்) கட்டுப்பாட்டில் இருந்த சிறையில் இருந்தோம். இப்போது அரசாங்கக் கட்டுப்பாட்டு சிறையில் இருக்கிறோம்." – இலங்கையில் உள்ள அகதி முகாமில் 3 மாதங்களாக மனைவி மற்றும் பெண் குழந்தையுடன் பிடித்து வைக்கப்பட்டுள்ள பிரேம்குமார் என்பவர் மனித உரிமை ஆணையத்திடம் கூறியது.

- Sri Lankan Government Stalls On Release Of Tamil Detainees - By Sarath Kumara (http://www.countercurrents.org/kumara040809.htm)

"மனிதத் துயரங்களெல்லாம் அடங்காத, அருவருப்பான ஆசைகளிலிருந்தே பிறப்பெடுக்கின்றன. ஆசைகள் எல்லாம் அறியாமையிலிருந்தே தோற்றம் கொள்கின்றன. ஆசையின் பிடியிலிருந்து மீட்சி பெறாதவரை சோகத்தின் சுமையிலிருந்தும் விடுபட முடியாது."

– தமிழீழ விடுதலைப்புலிகளின் தலைவர் வே. பிரபாகரன் – நவம்பர் 27, 2008 மாவீரநாள் உரை.

பரவலாக எழுதப்படும் ஈழம் பற்றிய எழுத்துகளில் புலி ஆதரவு எதிர்ப்பு உரையாடலை (உரையாடல்கூட அல்ல விவாதத்தை) ஒரு நிரந்தரப் பத்தியாகப் போட்டுவிடலாம் என்று தோன்றும் அளவிற்குப் பேசிப் பேசிச் சலித்துவிட்டது. சமீப காலங்களில் மிகவும் பரவலாகப் பேசப்பட்ட ஈழம் குறித்த எழுத்துகளை வாசித்தால், நாம் எதிர்கொள்ளும் ஒரு அலுப்பூட்டும் பிரச்சனை புலி ஆதரவு, எதிர்ப்பு நிலைப்பாடுகள். இதற்குள் உள்ள அரசியலை நுட்பமாக அவதானித்தால் தெரியும், புலிகளும், அரசும் என்ன சாதிக்க விரும்பினார்களோ அதற்கு எல்லோரும் பலியாகி உள்ளோம் என்பதுதான். அதாவது "தமிழீழம் என்றால் புலிகள், புலிகள் என்றால் தமிழீழம்" என்கிற 'நெடுமாறன் நிலைப்பாடு'தான் அது. தமிழகத்தில் புலிகள் மீது ராஜீவ் கொலைக்குப் பிறகு ஏற்பட்ட மன விரிசலை சமன் செய்ய நெடுமாறன் தனது புலி ஆதரவு நிலைப்பாட்டால், தமிழீழப் போராட்டத்தையே புலிகளின் போராட்டமாக அல்லது புலிகளுக்கான போராட்டமாக மாற்றிவிட்டார். ஒருவகையில் அளப்பரிய முறையில் இதனை விடாது பல தொடர் அரசு ஒடுக்குமுறைகளுக்கு மத்தியில் அவர் செய்து வந்தார். கொஞ்சம்

கொஞ்சமாகத் தமிழீழம் என்ற சொல்லாடல் மாறி புலிகள் என்ற சொல்லாடலாக வெளிப்படத் துவங்கியது. ஒருகட்டத்தில் தமிழீழம் என்பதே புலிகள் என்கிற அமைப்பு குறித்த நிலைப்பாடாக மாறிப்போனது. இதற்கான புறச்சூழல்களையும் புலிகள் தங்களது ஆள் மற்றும் ஆயுத பலத்தின் மூலம் ஆரம்பம் முதல் உருவாக்கி வந்தார்கள். தமிழீழத்தின் கனிந்து வந்த அக மற்றும் புறச் சூழல்களைத் தங்களுக்குச் சாதகமாகவும், தங்கள் கைவசத்திலும் வைத்திருந்தனர். புலிகளின் முழுக்கட்டுப்பாட்டில் இருந்த தமிழீழத்தின் வன்னிப் பகுதிகள் ராஜபக்ஷே வர்ணித்த இந்த 'இறுதிப்போரில்'(?) முற்றிலுமாகத் கொத்தெறிக் குண்டுகளால் சிதைத்து அழிக்கப்பட்டது. கடந்த 25 ஆண்டுகளாகப் போர் எந்திரமாக மாற்றப்பட்ட சிங்கள, தமிழின உடல்கள் ஒன்றை ஒன்று மோதி அழித்துக் கொண்டன. இந்த இறுதிப்போரில் மனித நாகரிகமே தலைகுனியும் அளவிற்கு சிங்கள இராணுவ உடல்கள் தமிழ் இன உடல்களை அழித்தொழித்தன. பொது மக்கள், புலிகள் என்கிற எந்த வேறுபாடுகளும் இன்றிக் கொன்று குவித்தன.

இன்று புலிகள் என்ற அமைப்பு காட்சிப்புலத்திலிருந்து அகற்றப்பட்டுவிட்ட நிலையிலும்கூட, புலிகளை ஒட்டியும் வெட்டியுமே ஈழம் பற்றிய நிலைப்பாடுகள் அலசப்படுகின்றன. 'நலன்புரி முகாம்' என்று திறக்கப்பட்ட அகதி முகாம்களில், புலிகளைக் களையெடுப்பதாகக்கூறி எண்ணற்ற அப்பாவித் தமிழர்கள் கொன்றும், காணாமலும் அழிக்கப்படுகிறார்கள். இளைஞர்களைப் பிரித்துக் கொன்றொழிக்கும் கொடும்பாதகச் செயலை ராஜபக்ஷே அரசு செய்துகொண்டுதான் உள்ளது. பெண்களை தினமும் எடுத்துச்சென்று பாலியல் வன்கொடுமை செய்வதும், இராணுவத்தால் கொண்டு செல்லப்பட்ட ஆட்கள் காணாமல் போய் விடுவதும், எந்த அடிப்படை வசதிகளுமற்ற முகாம்களில் கடுமையான நோய்த் தொற்றுகள் ஏற்பட்டு மருத்துவ வசதி, உணவின்மை, சுகாதாரமின்மை என மக்கள் கொஞ்சம் கொஞ்சமாக செத்துக் கொண்டிருப்பதுமான ஒரு அவலநிலைக்கு ஆளாக்கப்பட்டுள்ளனர். புலிகளை ஒழிப்பதாகச் சொல்லி ஒட்டுமொத்தத் தமிழினத்தையே கருவறுக்கும் செயலில் ஈடுபட்டுள்ளது இலங்கை அரசு. ஊடகங்களை உள்ளே அனுமதிப்பதில்லை என்பதுடன், அரசிற்கு எதிராக உண்மை நிலைகளை எழுதுபவர்களை நாட்டைவிட்டு வெளியேற முடியாமல் விசா தராமல் செய்துவிடுவதாக மிரட்டி வருவதாகத் தெரிவிக்கிறது சரத் குமாராவின் கட்டுரை (*http://www.countercurrents.org/kumara040809.htm*).

பிரபாகரனின் அல்லது புலிகளின் இருப்பு தமிழ் மக்களைவிட ராஜபக்ஷேவிற்கும், சிங்கள அதிகார வர்க்கத்திற்கும்தான் அவசியப்பட்டிருக்கிறது என்ற கசப்பான உண்மையை பிரபாகரன் மரணம் பற்றிய மர்மத்திலும், அகதி முகாம்களில் புலிகளின் இருப்பு என்ற அறிவிப்புகளின் வழியாகத் தமிழ் மக்களை சிங்கள இனவெறி அரசு கொன்றொழிப்பதிலும் காணமுடிகிறது.

தற்கொலைப்படைத் தாக்குதல் என்ற வெடித்துச் சிதறும் போர் எந்திரமாக மனித உடலைக் கட்டமைத்து, உலக பயங்கரவாதத்திற்கு ஒரு புதிய தொழில்நுட்பத்தை அளித்தது விடுதலைப் புலிகள் இயக்கம். அதன் உச்சமாக நிகழ்ந்த இஸ்லாமிய தீவிரவாதத்தின் 9/11 நிகழ்வின் வழியாக, உலக பயங்கரவாதம் என்கிற சொல்லாடலை புஷ்ஷின் அமெரிக்கா கையில் எடுத்து உலகின் எல்லாவித விடுதலை மற்றும் மக்கள் உரிமைக்கான இயக்கங்களையும் பயங்கரவாதிகள் என ஒருபடித்தான சொல்லாடலுக்குள் கொண்டு வந்தது. ஈழத்திற்கு எதிரான ராஜபக்ஷேவின் 'இறுதிப்போர்' இந்த உலக அரசியல் மாற்றத்துடன் அதாவது 'பயங்கரவாதத்திற்கு எதிரான போர்' என்கிற புஷ் அமெரிக்க நலனைக் கொண்ட இணை எதிர்மை அரசியலால் (binary politics) நிகழ்த்தப்பட்ட ஒன்று. அமெரிக்கக் குடிமகனான மகிந்தாவின் சகோதரர் கோத்தபயாவும் புஷ்ஷின் இந்நிலைப்பாட்டை அடிப்படையாகக் கொண்டே இந்தப்போரை நடத்தினார். இந்நிலைப்பாட்டின் அடிப்படையில் புலிகள் இயக்கம் பயங்கரவாத இயக்கமாகத் தடை செய்யப்பட்ட பிறகு, இந்த இறுதிப்போர் துவக்கப்பட்டது. விடுதலைப்புலிகளின் அனைத்து சர்வதேச நேர்முக, மறைமுக உதவிகள் நிறுத்தப்பட்டன என்பதுடன், புலிகளின் அரசியலற்ற இராணுவ முனைப்பு, அவர்களை மக்களிடமிருந்தும் தனிமைப்படுத்தியது.

அடிப்படை போர் அறங்கள் அனைத்தும் கைவிடப்பட்ட நிலையில் மக்களை பலிகடாவாக்கி இந்தப் போர் 'பிரபாகரன் மரணம்' என்கிற நிகழ்வுடன் நிறுத்தப்பட்டது. ஒரு திரைப்படத்தின் அல்லது நாடகத்தின் அல்லது கதையின் உச்சக்கட்டக் காட்சியைப் போல அந்த நிகழ்வு நடந்து முடிந்தது. இந்தியா தேர்தலில் மூழ்கியிருந்தபோது, புலிகளின் நிலப்பகுதி முற்றிலுமாக நெருக்கிப் பிடிக்கப்பட்டு, கொத்தெறி குண்டுகளை வீசி கூட்டம் கூட்டமாக மக்களைக் கொன்று குவித்து, அழித்தொழிப்பு நாடகத்தை எந்த எதிர்ப்புமின்றி நடத்தி முடித்தது சிங்கள இராணுவம். இந்தியத் தேர்தலில் காங்கிரசின் வெற்றியுடன் பிரபாகரன் மரண

அறிவிப்பு வெளியிடப்படுகிறது. இலங்கை-இந்திய ஆதிக்க வர்க்கம் ஒருசேர வெற்றிக் களிப்பில் மிதக்கிறது. அந்தச் செய்தி வெளிப்பட்ட சில கணங்களில் தமிழகத்தில் ஒரு வெறுமை, ஒரு திகைப்பு. மனதிற்குள் எல்லோரிடமும் ஒரு சொல்லவியலாத துயர் இருந்ததை உணர முடிந்தது. வழக்கமான கதாநாயக மனோபாவத்தில் திளைத்த தமிழர்களின் 'திரைத்தனம்' என்ன செய்வது என்று தெரியாமல் மலங்க மலங்க விழித்துக் கொண்டு ஒரு 'அழுகாச்சி காவியம்' பாடக்கூடத் திராணியற்றிருப்பதைப் போல இருந்தது. தனது ரசிக மனோபாவத்தில்கூட எதிர்ப்புகளைச் செய்ய இயலாமல், அஞ்சலிகளை நடத்தவிடாமல் செய்திகளை ஊடகங்கள் குழப்பியடித்தன.

உண்மையில், சிங்கள-இந்திய அதிகார வர்க்கம் ஊடகங்களின் வழி இந்தக் குழப்பத்தை ஏற்படுத்தி வெற்றியும் கண்டது. தமிழீழப் பிரச்சனைக்கான ஒரு துருப்புச் சீட்டாகப் புலிகளைப் பயன்படுத்துவதற்கான ஒரு மர்மத்தைக் காப்பாற்ற வேண்டிய தேவை அவைகளுக்கு என்றைக்கும் இருந்துகொண்டே இருக்கும் என்பதையும் இவை நமக்கு தெரிவிக்கின்றன. அதை ஊடகங்களின் வழியாகவும், அவற்றின் 'உண்மை அறிந்து சொல்லும் தார்மீகப் பொறுப்பு' என்கிற கசிவுகள் வழியாகவும் சிறப்பாகச் செய்தன. ஒரு போராளியின் மரணம் பற்றிய செய்தி 'புலிவருது புலிவருது' என்கிற பள்ளிப் பாடசாலைக் கதையாக மாற்றப்பட்டுவிட்டது என்பது பேரவலங்களில் ஒன்று. புலி வருமா? வராதா? என்பதைவிட புலி இருப்பிற்கான இந்தக் கதையாடல் என்றென்றைக்கும் ஏற்படுத்தும் கிலி போதுமானது, சிங்கள/தமிழ் இணை எதிர்மை அடையாள அரசியலை நடத்த சிங்கள இனவெறி அரசிற்கு என்பதே இதில் அவதானிக்க வேண்டிய விடயமாகும்.

பிரபாகரன் மரணம் என்பதில் உள்ள பலவிதமான விவாதங்களைப் புறந்தள்ளிப் பார்த்தால், புலிகள் நம்பிய கருத்தியலின் ஒரு முடிவாக அது அமைந்துவிட்டது என்பதே உண்மை. அரசியல் நீக்கம் செய்யப்பட்ட மரபான இராணுவப் போர்ப்பாதை என்கிற புலிகளின் கருத்தியல் தோல்வியாகவே அது முடிந்தது. மையமற்ற கெரில்லா போர் முறையிலிருந்து விலகிச் சென்ற புலிகள் இயக்கம், மையப்படுத்தப்பட்ட இராணுவமாகியதும், கெரில்லாக்களின் அடிப்படைக் கருத்தியலான மக்களிடம் தங்கியிருத்தல் என்பதிலிருந்து விலகியதுமே ஒரு முக்கியக் காரணம் எனலாம். கெரில்லாக்களின் பதுங்கு குழிகள் எப்பொழுதும் மக்கள்தான் என்பதை மறந்து அதனை நிலங்களில்

தோண்டியதன் விளைவாக மக்களிடம் அதிகாரம் செலுத்தும் மரபான இராணுவ வடிவமாக மாறியது என்பதே புலிகளின் வீழ்ச்சிக்கு மிக முக்கிய காரணமாக அமைந்தது எனலாம். இந்த மாற்றத்திற்குப் புலிகளின் மக்களைப் புறந்தள்ளிய தனிமனித வாதத்தின் அது ஏற்படுத்திய கவர்ச்சிகர சாகசக் கருத்தியலின் விளைவு எனலாம். புலிகளின் மறைவிற்குப் பின்பு தமிழீழத்தின் எதிர்காலம் என்ன? என்பது இன்று 'மில்லியன் டாலர் கேள்வி' என்பார்களே அதைப் போன்றதொரு கேள்விக்குறியாக மாறி உள்ளது. அல்லது தமிழ் மக்களின் சுயநிர்ணய உரிமைப்போராட்டம் அதன் துவக்கப் புள்ளியிலிருந்து பின்னோக்கி வெகுதூரத்திற்குத் தள்ளப்பட்டுவிட்டது.

இந்தப் போர் விடுதலைப்போராக போராளிகளுக்கும் அரசிற்கும் இடையில் துவங்கி, நிலத்தைக் கைப்பற்றவும், காப்பாற்றவுமான இரண்டு இராணுவங்களுக்கு இடையிலானதாக நிகழ்ந்து, வழக்கம்போல் வலுவுள்ள இராணுவம் வென்றுள்ளது. மக்களுக்கான போர் என்பதிலிருந்து நிலத்திற்கான போராக மாறியதுதான் புலிகளின் வீழ்ச்சிக்குக் காரணம் எனலாம். மக்கள் போராளிகள் மக்களின் மனசாட்சியாக இருக்க வேண்டுமே தவிர, மக்களின் மரணசாட்சியாக இருக்கக்கூடாது என்பது மிகவும் அடிப்படையான கோட்பாடாகும். இதன் பொருள் மக்களின் கருத்துகளைப் போராளிக் குழுக்கள் பிரதிபலிக்க வேண்டும் அல்லது தங்களது கருத்தியலை மக்களிடம் பிரதிபலிக்கச் செய்ய மக்களைப் பயிற்றுவிக்க வேண்டும். போராளிக் குழுக்கள் அரசாக மாறுவது மக்கள் மீது சுமத்தப்படும் மற்றொரு விலங்கே. அந்த விலங்கை முற்றாக அனுபவித்தவர்கள் தமிழீழ மக்கள், குறிப்பாகப் போரின் இறுதி 3 மாதங்களில் பலிகடாவாக்கப்பட்ட 3 லட்சம் ஈழமக்கள்.

போராளிகள் இராணுவமாகியதுதான் இந்தப் போரின் இறுதிக் கட்டக் காட்சிகளை நாம் காணும்படி செய்தது. ஒருவகையில், போராளிகளான புலிகளை இராணுவ மயப்படுத்தியதில் நம் அனைவருக்கும் பங்கு உண்டு. அது தமிழ் மறம், போர், பரணி, ராஜராஜ சோழன், சங்ககாலம், நெஞ்சை வாளால் கீறியது, புலியை முறத்தால் அடித்தது உள்ளிட்ட பல தமிழ் தேசிய பிம்பங்களின் மிகை உருவகங்கள் வழி கட்டப்பட்டது. அதில் தமிழகத் தமிழர்களுக்கு மிக மிக முக்கிய பங்கு உண்டு. குறிப்பாக தமிழக அறிவுஜீவிகள் பங்கும் அதில் சளைத்தது அல்ல.

தமிழ் அல்லாத இந்திய மற்றும் சிங்கள அறிவுஜீவிகளுடன் ஒரு உறவை இதுவரை தமிழ் அறிவுஜீவிகள் ஏற்படுத்திக் கொள்ளவில்லை. காவிரிப் பிரச் சனைக்காக அல்லது முல்லைப் பெரியாறுக்காக யாராவது தமிழரல்லாதவர் குரல் கொடுக்கிறாரா பாருங்கள். காரணம், மற்ற மாநில பிரச்சனைகளுக்காக நாம் குரல் கொடுப்பதில்லை. இதுதான் இனவாத அரசியலின் பேரழிவு விளைவுகளில் ஒன்று. இடதுசாரி அமைப்புகளும்கூட மற்றொருவகை பிராந்திய வாதத்தால் பீடிக்கப்பட்டுள்ளன. இப்படிப் பார்ப்போம், இந்திய கம்யூனிச கட்சிகள் சிங்கள கம்யூனிச கட்சிகளுடன் ஒரு நல்லுறவை வளர்த்து வந்திருந்தால், இன்று ஒரு பொது உரையாடலை உருவாக்க அது வாய்ப்பாக இருந்திருக்கும். அதை அவர்களும் செய்யவில்லை, அவர்களை விமர்சித்த மற்றவர்களும் செய்யவில்லை. சீட்டுப் பிரச்சனைகளைத் தாண்டி சிந்திக்க அவர்களுக்கும் நேரமில்லை என்ன செய்ய?

ஈழத் தமிழர்களுக்கு ஆதரவாக உண்ணாவிரதம் உள்ளிட்ட பல போராட்டங்களை எதிர் எதிரான அமைப்புகளான காங்கிரஸ் துவங்கி பிஜேபி வரை தமிழகத்தில் நடத்தின. ஒருவகையில் இப்போராட்டங்கள் எல்லாம் உள்ளீடற்ற ஒரு உணர்விலிருந்து கிளைத்து வந்தன அல்லது அரசியல் சுயலாபங்கள் மற்றும் ஓட்டுகள் குறித்ததாக மாறின. முத்துக்குமார் என்கிற ஆதித் தமிழ்ச் சடங்கிலிருந்து கிளைத்த தொன்மமும் (இதை அவர் பிரதியில் எழுதி உள்ளார், கூட்டமாகத் தற்கொலை செய்யாமல் தினம் ஒருவராக அதிகாரத்தின் முன் தற்கொலை செய்துகொண்டு ஒரு இனமே அழிந்துபோகும் ஆதிச்சடங்கு பற்றி) ஒரு கட்டத்தில் உள்ளீடற்றதாக மாறிவிட்டதையே ஈழத்தைப் பெற்றுத் தருவேன் என்று சூளுரைத்த கட்சிகள் இந்தியத் தேர்தலில் அடைந்த தோல்வி நமக்குச் சொல்கிறது. அவரது பிரதி முன்வைத்த பல அரசியல் தெரிவுகள் அவர் சிதைப் புகையுடன் மறைந்து போய்விட்டது. மாணவர்கள் முத்துக்குமார் என்கிற தொன்மத்தின் அடிப்படையில் அவரது பிரதியை முன்வைத்துப் போராடவோ அல்லது அதற்கு வழிகாட்டவோ அமைப்புகள் இல்லாமல் தன்னெழுச்சியாக மாறி நீர்த்துப்போயின. மாணவர்களையும் ஈழப் போராட்டத்தையும் நீர்த்துப் போகச் செய்ததில், பலனை அறுவடை செய்ய முயன்ற கட்சிகள் மற்றும் ஈழ ஆதரவு இயக்கங்களின் பங்கு முக்கியமானது எனலாம்.

இவ் வியக்கங்கள் பிரபாகரனின் மரணச்செய்தி தமிழகத்தில் ஏற்படுத்தியிருக்க வேண்டிய தன்னெழுச்சியைக்கூட, அவரது

மரணத்தைப் பற்றிய ஐயங்கள், யூகங்கள் வழியாக ஒன்றுமில்லாமல் செய்துவிட்டன. தொப்புள்கொடி தாயகத் தமிழகம் என்றெல்லாம் வம்சாவழி அரசியல் பேசுபவர்கள் யாரும், ஈழ அகதிகள் தமிழக அரசு மற்றும் இந்திய அரசால் படும் சொல்லொண்ணாத் துயர் பற்றிப் பேசுவதில்லை. தமிழகத்தைப் பின்புலமாக்கி ஈழத்தமிழர்களுக்கு ஒரு நல்வாழ்வு தரும்படி இந்திய தமிழக அரசுகளை யாரும் நிர்பந்திக்கவில்லை. விடுதலைச் சிறுத்தைகள் சட்டமன்ற உறுப்பினரான தோழர் ரவிக்குமார் ஈழ அகதிகள் குறித்துச் சட்டமன்றத்தில் பேசினார், அரசு சார்பாக அறிக்கை ஒன்றைத் தயாரித்து அளித்தார். அரசின் கவனத்தை அகதிகள் பக்கம் திருப்ப அவர் எடுத்த முயற்சிகள் குறிப்பிடத்தக்கது. அவரது முயற்சி தவிர்த்து மற்ற தமிழினம் பேசும் அரசியல்வாதிகள் ஈழ அகதிகளுக்காக என்ன செய்தார்கள் என்பது குறித்து அதிகமாக அறியக் கிடைக்கவில்லை. ஆனால் நிறையப் பேசினார்கள் அல்லது ஈழத்தமிழில் சொன்னால் நிறைய கதைத்தார்கள். ஈழத்தில் அல்லல்படும் மக்களின் அளவிற்குச் சற்றும் சளைத்ததல்ல அகதிகள் என்ற பெயரில் இங்கு அவர்கள் படும் அவலங்கள். அது குறித்து அதிகமாக யாரும் பேசவும் இல்லை, கதைக்கவும் இல்லை. தமிழக அறிவுஜீவிகள்கூட ஈழப்போராட்டத்திற்குக் குரல் கொடுத்த அளவிற்கு அகதிகள் பிரச்சனையை அதிகமாக கவனத்திற்கு கொண்டுவரவில்லை. புலியை மையமாக வைத்து ஆதரிப்பதா? எதிர்ப்பதா? என்கிற எரிந்த கட்சி எரியாத கட்சி விவாதத்திலேயே காலம் கடந்துவிட்டது.

புலிகளின் அளப்பரிய அர்ப்பணிப்பும், போராட்டமும், உயிரிழப்பும் கணக்கில் கொள்ள வேண்டிய அதே நேரத்தில் அவர்களது அரசியலற்ற இராணுவ முனைப்பால், தங்களை மட்டுமே முன்னிலைப்படுத்திக் கொண்டதாலும், அடிப்படையில் ஜனநாயகத் தன்மையற்ற சர்வாதிகாரவாதத்தை நம்பியதாலும் அவ்வியக்கத்தின் கருத்தியல், இன்று தமிழீழப் பிரச்சனையை அதன் மக்களை ஒரு நகர முடியாத இறுக்கத்தின் முனையில் அல்லது முட்டுச்சந்தில் கொண்டு வந்து நிறுத்தியுள்ளது. இதன் மற்றொருபுறம் சிங்கள அப்பாவி மக்கள் மீது நடத்திய பல தாக்குதல்கள், சிங்கள தமிழின உறவிற்கோ உரையாடலுக்கோ சாத்தியமற்ற நிலையை உருவாக்கி உள்ளது. இலங்கை இந்திய இராணுவக் கூட்டினால் கொன்றழிக்கப்பட்ட மக்களின் எண்ணிக்கையும், தமிழ் ஈழ சிங்கள அப்பாவி மக்களை அகதிகளாக்கிய, அனாதைகளாக்கிய கொடுமைகளையும் கணக்கில் கொண்டு இந்தியன் என்ற முறையில் தமிழக தமிழர்களுக்கு

இந்தப் பிரச்சனையில் கூடுதல் பொறுப்பு உள்ளது. இலங்கை இராணுவம் தனது தேசிய வெறியால் சிங்கள மக்களை ஒரு பெருந் தேசியவெறி மயக்கத்தில் வைத்திருந்தபோதிலும், தொடர் போரில் அவர்களது இழப்பும், அரசின் இராணுவச் செலவைத் தலையில் சுமக்கும் பாரமும் ஒரு பெருந்துயராக மாறியுள்ளது. இந்நிலையில் எந்தவித அரசியல் உரையாடலுக்கும் சாத்தியமற்ற நிலையே உருவாக்கப் பட்டுள்ளது.

இது ஒருபுறமிருக்க, இந்த 25 ஆண்டுகளில் சிங்களரிடமிருந்து நமக்கான ஒரு ஆதரவுக் குரலை உருவாக்குவதில் தமிழக அறிவுஜீவிகள் மற்றும் தமிழக அரசியல் சக்திகள் பங்காற்றவில்லை என்பதுடன் அதை ஒரு ஜனநாயகக் கடமையாகக்கூட உணர முடியாமல் இனவாதத்தால் பீடிக்கப்பட்டிருந்தனர் என்பது முக்கியம். நமக்கான நியாயத்தை நாம் முன்வைப்பது என்பது பிறருக்கான நியாயத்தை எந்த அளவு அங்கீகரிக்கிறோம் என்பதிலிருந்தே ஏற்கவும், பரவலாக்கமும், பலமும் பெற்றதாக மாறுகிறது. அப்படி ஒரு பலத்தைத் 'தமிழ் ஈழ சுயநிர்ணய உரிமைக்கான' போராட்டத்திற்கு நாம் வழங்காமல் விட்டது ஒரு வரலாற்றுப் பிழையாகும். அதாவது தமிழ் ஈழ சுயநிர்ணய உரிமைப்போரின் நியாயப்பாட்டை, சிங்கள மக்களின் பல அரசு எதிர்ப்பு நடவடிக்கைகளுக்கு ஆதரவளிப்பதன் வழி கொண்டு சென்றிருக்க வேண்டும். அப்படி ஒரு சாத்தியத்தைத் தமிழக தமிழர்களோ அல்லது ஈழத் தமிழர்களோ உருவாக்கவில்லை. அந்தப் பிழையை சரி செய்ய, தமிழர்கள் என்ற முறையில் நாம் அனைவரும் ஈழத்தமிழர்களின் உரிமைப்போரில் பங்கெடுப்பதும் காத்திரமாக இப்பிரச்சனையை முக்கியமான அவதானிப்புகளுக்குக் கொண்டு செல்வதும் இன்று அவசியம்.

அதேநேரத்தில் இந்த 25 ஆண்டுகளில், இந்திய ஆதிக்கச் சக்திகள் ஆரம்பம் முதல் ஈழப்பிரச்சனையில் தமிழின விரோத நிலைப்பாட்டை அல்லது தமிழ் இனத்திற்கான போராட்டம், தனிநாடு என்பதில் எதிர்நிலைப்பாட்டையே கொண்டிருந்தன. இன உணர்வு பேசும் திராவிடக்கட்சிகள் கடந்த 40 ஆண்டுகளாக அதிகாரத்தில் இருந்தபோதும், அயலுறவுக் கொள்கையில் ஆதிக்கம் செலுத்தும் வண்ணமோ அல்லது அயலுறவுக் கொள்கையில் ஒரு நிலைப்பாடோ இன்றியே இருந்து வந்துள்ளன. குறைந்தபட்சம் நடுவண் அரசிடம் ஒரு அயலுறவு அமைச்சரைக் கோரிப் பெறுவதையோ அல்லது இந்திய அயலுறவுக் கொள்கையில் ஆதிக்கம் செலுத்தும் வண்ணம் ஒரு 'கோர'-த்தையோ அல்லது

அதிகாரிகளையோ உருவாக்கவில்லை. பணம் கொழிக்கும் கப்பல் மற்றும் போக்குவரத்துத் துறை கிடைக்கவில்லை என உள்ளிருப்பு மௌனப்போராட்டம் நடத்திய திராவிடத் தலைவர், அயலுறவுக் கொள்கை மற்றும் அயல் உறவுத் துறை பற்றிய எந்த அக்கறையுமற்று இருந்துவிட்டு, கடிதமும், கண்ணீருமாகக் காலம் கழித்தார். விளைவு இந்திய-சீன புவிசார் அரசியல் முரண்பாட்டைப் பயன்படுத்தி, எம். கே. நாராயண் துவங்கி சிவசங்கர் மேனன், விஜய் நம்பியார், பிரணாப் முகர்ஜி மற்றும் 'இந்து' ராம், மாலினி பார்த்தசாரதி, சுப்ரமண்யசாமி, சோ. ராமசாமி (இவர்கள் அனைவரும் உயர்சாதி மற்றும் பார்ப்பனர்களாக இருப்பது யதேச்சையானது அல்ல) என ஒரு அதிகார வர்க்கக் கூட்டமைப்பு தமிழகத்திற்கும், தமிழ் இன உணர்வு மற்றும், தமிழீழ நிலைப்பாட்டிற்கு எதிராக உருவாகி அதிகாரம் செலுத்துவதாகவும் அமைந்தன. இந்த நிலைமைகளே ஈழப்பிரச்சனையை இறுதியில் ராஜபக்ஷேவின் ஹிட்லர் பாணியிலான 'இறுதித் தீர்வு" (Final Solution) என்ற நிலைக்குக் கொண்டு வந்து நிறுத்தின.

இந்தியாவை தனது எதிரி நாடாகக் கணித்தும், பலநிலைகளில் இந்திய எதிர்ப்பு வெறியை சிங்கள மக்களிடம் வளர்த்தும் வரும் சிங்கள அரசமைப்பானது, அடிப்படையில் இந்திய எதிர்ப்பு நிலை கொண்டது என்பதையும், அதற்கு எதிராக எழுந்த தமிழ் இனப் போராட்டத்தை ஆதரிப்பதன் வழியாக சிங்கள அரசைத் தனது நிர்பந்தங்களுக்குக் கொண்டு வரமுடியும் என்கிற இந்திராவின் இராஜதந்திரத்தைக் கைகழுவி விட்டு, சீனாவின் ஆதரவைக் கொண்ட சிங்கள அரசிடம் இந்திய அரசு நட்பு பாராட்ட முனைவது என்பதுதான் முரண்நகை. இந்திய அரசு தனித் தமிழீழம் அமைப்பதற்கான போராட்டச் சூழலை வளர்த்துவிட்டதும் அதன் வழியாக சிங்கள அரசை நிர்பந்தித்து வந்ததும், ராஜீவ் எடுத்த சிங்கள அரசு சார் அமைதிப்படை நிலைப்பாட்டுடன் மாற்றமுற்ற நிலையில், ஈழப்போராட்டம் ஒரு சிக்கல் மிகுந்த புவிசார் அரசியலுக்குள் நுழைந்தது. அந்தச் சிக்கலைத் தனது 'தனிமனித அழித்தொழிப்பு' என்கிற அரசியலற்ற இராணுவக் கருத்தியலால் வழிநடத்தப்பட்ட புலிகள் இயக்கம், இராஜீவ் படுகொலையால் மேலும் சிக்கலாக்கியது. விளைவு, இந்திய ராஜதந்திரம் என்பது, சிங்கள சீனக் கூட்டால் தீர்மானிக்கப்படுவதாக மாறி, இன்று சிங்கள அரசின் நிர்பந்தத்திற்கு உட்பட்டதாக இந்திய அரசு மாறிவிட்டிருக்கிறது. இதன் விளைவாக உலகின் மிகப்பெரும் போர்க் குற்றவாளியான சிங்கள இராஜபக்ஷே அரசிற்கு எதிரான ஐ. நா. தீர்மானத்தைத்தோற்கடித்து, சிங்கள அரசின் தீர்மானத்திற்கு

சீனாவுடன் சேர்ந்து வாக்களிக்கும் நிலைக்கு இந்திய அரசு தள்ளப்பட்டுள்ளது. இந்திய, சீன வல்லரசு கனவுக்குள் சிக்கிக் கொண்டுவிட்டனர் இன்றைய ஈழ மற்றும் தமிழக மக்கள்.

ஆக, இலங்கை மற்றும் தமிழீழப் பிரச்சனை என்பது மற்றொரு வகையில் இந்தியப் பிரச்சனையே என்பதை கவனத்தில் கொள்வது நல்லது. "எவன் செத்தா எனக்கென்ன? இராமன் ஆண்டாலும் இராவணண் ஆண்டாலும் எனக்கொரு கவலையில்ல" என்கிற இந்திய 'சாத்வீக' மனோபாவத்திற்கு இது ஒரு எச்சரிக்கைதான் என்பதையும் நினைவில் கொள்வது நல்லது.

இந்நிலையில், புலிகளை எதிர்ப்பது/ஆதரிப்பது என்கிற இந்த இரண்டு பாதைகளைத் தவிர்த்த ஒரு மூன்றாவது பாதையைக் குறித்து உரையாடவும், அகதி முகாம் அல்லது தடுப்புமுகாம் வடிவில் செயல்படும் 'நலன்புரி' முகாம்களிலிருந்து மக்களைத் திரும்ப சாதாரண வாழ்விற்குத் திருப்புவது குறித்தும் இன்று நாம் சிந்திக்கக் கடமைப்பட்டிருக்கிறோம். இங்கு நாம் ஒன்றை கவனிப்பது அவசியம். ஒரு எதேச்சதிகார அரசாக சிங்கள அரசு அதன் அடிப்படை பரிணாமத்திலேயே பரிணமித்திருந்தாலும், ஒரு வெளிப்படையான நிறுவனம் என்கிற முறையில் இலங்கை அரசு குறைந்தபட்சம் சர்வதேசத்தால் கண்காணிக்கவோ கட்டுப்படுத்தவோ அல்லது உரையாடலுக்கான சாத்தியத்தையோ கொண்டிருந்தது. அப்படி கட்டுப்படுத்துவதில் சர்வதேச அமைப்புகள் காட்டிய மெத்தனம் ஒருபக்கம். இலங்கை அரசைப் போர்க்குற்றவாளியாக நீதிவிசாரணை செய்வதற்கான பிரேரணை சர்வதேச அமைப்புகளால் குறிப்பாக இந்தியா உள்ளிட்ட மற்றொரு அணியாக உருவான கிழக்குலக நாடுகளால் நிராகரிக்கப்பட்டது இன்னொரு பக்கம். இந்தச் சூழலில், இறுதிவரை பிற நாடுகளின் குரல்களை மதிக்காது பாசிசப் போக்கை சிங்கள அரசு கடைப்பிடித்து வந்தபோதிலும், அது போரின் ஆரம்பத்தில் பேச நிர்பந்திக்கக் கூடிய வகையில் இருந்தது. ஆனால், புலிகளை நிர்பந்திப்பதற்கோ அல்லது அவர்களை உரையாடலுக்குக் கொண்டுவந்து பொதுநீரோட்டத்தில் பிரச்சனைகளை அணுகுவதற்கோ போர் ஆரம்பித்த நாள் முதல் இறுதிவரை சாத்தியம் இல்லாமலே போனது.

காரணம் 'சூரிய சந்திரக் குலத்தில் பிறந்தவன் முன்வைத்த காலை பின் வைக்கமாட்டான்' என்கிற நாடக வசனம் பேசிய இந்திய புலி ஆதரவு காகிதப்புலிகளால் ஏற்பட்ட ஒரு மிகைநவிற்சியின் விளைவே எனலாம். இறுதிக்கட்டத்தில் புலிகள் சார்பாக எடுக்கப்பட்ட சமாதான முயற்சிகள் என்பது

எதேச்சதிகார சிங்கள அரசின் இனவெறிக்கு முன்பு ஏதுமற்றதாகப் போனது என்பதுடன், அது அவர்களின் வெற்றிக்கான ஒரு பச்சைக்கொடியாகவே மாறிப் போனது. புலம் பெயர்ந்த தமிழர்களின் நடவடிக்கைகள் இறுதிவரை, புலிகளை நிர்பந்தித்து ஒரு இடைக்கால சமாதானப்பாதைக்குச் செல்ல முயற்சி செய்யாமல், போர்பரணிபாடி புலிகளின் போரைத் துரிதப்படுத்தி சாவு முனைக்கு தள்ளியதாக மாறிப் போனது. போரில் ஈடுபட்ட இரண்டு அமைப்புகளிடமும் இறுதிவரை எந்தவித உத்தரவாதமோ நம்பகத்தன்மையோ ஏற்படவேயில்லை. இந்தப் போரின் இறுதி விளைவாக, தற்பொழுது அங்கு சிக்கியுள்ள 3 லட்சம் மக்களின் எதிர்காலம் என்ன என்பது குறித்த ஒரு தீர்வை எட்ட முடியாத நிலை என்பதுதான் எல்லாவற்றையும்விட பேரவலமாக உள்ளது.

இம்மூன்று லட்சம் மக்களைப் பல முகாம்களில் அடைத்து வைத்துள்ளது சிங்கள அரசு. அடிப்படை மனித அறத்திற்கு எதிரான பல ஒடுக்குமுறைகளை அம்மக்கள் மீது செய்து வருகிறது. இந்த ஒடுக்குமுறைகள் வழியாக தன்னை எதிர்த்த ஒரு இனத்தின் மீதான, தனது அரசின் இறையாண்மையைக் கட்டமைக்க முயல்கிறது. தனி ஈழம் கேட்ட மக்களுக்கு இன்று ஒரு தனி நிலப்பரப்பாக முகாம்களை 'நலன்புரி முகாம்கள்' என்கிற பெயரில் உருவாக்கி, அதற்குத் தமிழ்த் தலைவர்கள் பெயர்களைச் சூட்டியும், இதர தமிழ்ப் பகுதிகளுக்குத் தேர்தலை நடத்துவதன் வழியாக தனது ஒடுக்குமுறை குறித்த ஒரு கருத்தாடலை முன்வைக்க முனைகிறது. தமிழர்களின் தனி ஈழக்கனவு என்பது நாகார்ஜுனன் குறிப்பிட்டதைப்போல ஒரு எதிர் கனவாக மாறிவிட்டிருக்கிறது (*http://nagarjunan.blogspot.com/2009/05/blog-post_10.html* - எதிர் - கனவாம் துயர் சூழும் இந்நேரம்) முகாம்கள் என்கிற நிலப்பரப்பு, தனிஈழம் என்கிற நிலப்பரப்பின் ஒரு மாற்றீடாக, அதாவது நாகார்ஜுனன் வார்த்தைகளில் சொன்னால் ஒரு 'புலக்குலைவாக', 'முகிழாப்பிறப்பாக' மாறிவிட்டிருக்கிறது என்பதுதான். விடுதலைப் புலிகளின் எழுச்சிக்குப் பின்பான 25 ஆண்டுகால தமிழீழப் போராட்டத்தின் இன்றைய விளைவாக மிஞ்சியிருக்கும் அவலம்தான் இந்த முகாம்கள்.

இன்று 'எல்லை கடந்த தேசம்' என்கிற ஒரு சொல்லாடலைத் தமிழீழம் பற்றிய பேச்சில் பலர் கட்டமைக்க முயல்வதைக் காண முடிகிறது. இதன்பொருள் தமிழீழம் என்பது முகாம்களாக எல்லைப்படுத்தப் பட்டுள்ளது. இந்த எல்லைக்கு வெளியே உள்ள தமிழர்கள் சிங்கள இறையாண்மைக்கு உட்பட்டவர்கள்.

எல்லைக்கு உள்ளே இருப்பவர்கள் மனித அறத்திற்கு வெளியே சிங்கள இனவெறி அரசின் இறையாண்மைக்குத் தங்களது உடல்களின் உயிர் ஆற்றலை முதலீடு செய்துகொண்டிருக்கும் அகம்பன் கூறும் 'அம்மண உயிர்நிலை' (bare life) என்கிற வெற்று உடல்களைக் கொண்ட மனித உடல்கள். மூன்றாவதாக இவ்விரண்டு பரப்பிற்கும் வெளியில் உள்ள புலம் பெயர் தமிழர்கள் தங்கள் எல்லை கடந்த தேசமான ஈழம் என்கிற கனவைக் கொண்டவர்கள். ஈழத்தமிழர்கள் என்கிற ஒரு இனம் இன்று இந்த மூன்று எல்லைகளாகச் சிதறடிக்கப்பட்டுள்ளது. அதாவது 1. நீதிபரிபாலன அமைப்புகள் மற்றும் சட்டங்கள் முற்றிலுமாக நிறுத்தி வைக்கப்பட்டுள்ள முகாம்கள் 2. சிங்கள அரசின் இறையாண்மைக்கு உட்பட்ட நீதிபரிபாலன - சட்டங்கள் ஆளும் வடக்கு மற்றும் கிழக்குப் பகுதி தமிழர்கள் 3. சர்வதேசச் சட்டங்களுக்கு உட்பட்ட புலம் பெயர் தமிழர்களின் எல்லை கடந்த தேசம். இவற்றில் எந்தச் சட்ட வரம்பிற்குள்ளும் இல்லாத முகாம்களில் இருத்தி வைக்கப் பட்டுள்ள தமிழர்கள் நிலைதான் இன்றைய பெயருந்துயராக நம்மைச் சூழ்ந்துள்ளது.

முகாம் என்கிற வடிவம் தேச உருவாக்கத்தின் ஒரு பக்க விளைவாக உருவானதே. இதனை அகம்பென் தேச உருவாக்கத்தின் நான்காம் அலகு என்கிறார். முகாம் அடிப்படையில் தேசம் என்கிற எல்லைகளை எல்லைப்படுத்துவதற்கான ஒரு குறியமைப்பாக உள்ளது எனலாம். காரணம், முகாம் தேசங்களிலிருந்து எல்லை நீக்கம் செய்யப்பட்ட ஒரு பிரத்யேக பரப்பாக உள்ளது. முகாம் ஒரு தேச அரசின் இறையாண்மைக்கு வெளியில் உள்ள ஒரு நிலப்பரப்பு. இவ்வடிவத்தின் சமூகவியல் மற்றும் கோட்பாடுகளை அகம்பென் போன்ற அறிஞர்கள் விரிவாக ஆராய்ந்துள்ளனர்.

முகாம் என்பது 3 முக்கிய செயலியக்கத்தைக் கொண்டது. 1. உயிர் ஆற்றல் கொண்ட தனிஉடல்களை எந்தவித அரசியல் உரிமையும் இன்றி அம்மண உயிர்நிலைக்குக் குறைக்கிறது. 2. சுவர்களால் அல்லது கண்காணிப்புக் கம்பி வலைகளால் பிரிக்கப்பட்டு வடிகட்டப்பட்ட தினவாழ்வு என்பதை உருவாக்கி, மனித உடல் மீதான அடக்குமுறைகளை இயல்புநிலைக்கு மாற்றியமைக்கிறது. 3. அசாதாரண அரச நிலை என்பதை உருவாக்கி இறையாண்மையின் மறுபிறப்பு என்பது நிகழ்கிறது. மனிதனின் வாழ்வுரிமை என்பது இனிமேலும் ஒரு புலன் அறிபொருளாகவோ, இலக்காகவோ இல்லாமல், அது அரசு அதிகாரத்தின் ஒரு ஒடுக்கப்பட்ட தன்னிலையாக மாற்றப்படுகிறது.

முகாம்களின் எல்லை என்பது உள்ளே வெளியே இன பிரிக்கப்பட்ட இரண்டு புலங்களாக அல்லது ஒரே தேசத்தின் எதிரெதிர் வடிவங்களாகப் பிரிக்கப்பட்ட புலங்களாக, ஒன்று சட்டத்தின் ஆட்சியும் மற்றது சட்டங்களோ நீதியோ உரிமையோ அற்ற ஆட்சியும் கொண்டதாக உள்ளது. இது உள்ளிருப்பு/வெளியிருப்பு என்கிற இரு இருப்பு நிலைகளை வேலிகளால் அல்லது சுவர்களால் பிரித்து உருவாக்கப்படுகிறது. முகாம் என்கிற வெளிக்குள் சட்டத்தின் ஆதிக்கம் செயல்படுவதில்லை. உள்ளிருக்கும் மனித உடல்கள் தங்களது மனித இருப்பிலிருந்து அப்புறப்படுத்தப்பட்டு, அவர்களது வாழ்வு மற்றும் சாவிற்கான உரிமையை அவர்களைத் தனிமைப்படுத்தி வைத்திருக்கும் புறவெளியின் அரசு முற்றும் முழுதாக எடுத்துக் கொள்கிறது. முகாமிற்குள் அரசும் அதன் அதிகாரமும் மட்டுமே செயல்படக்கூடியதாக மாற்றப்படுகிறது. முகாமிற்குள் கொலைகள், படுகொலைகள், பாலியல் வன்கொடுமைகள் அனைத்தும் சாத்தியமாக்கப்படுகிறது. அங்கு நிலவும் அசாதாரண அரசுநிலை சட்டத்தின் செயல்பாட்டை மட்டும் நிறுத்தி வைப்பதில்லை. எது சட்டத்திற்கு உட்பட்டது? எது சட்டத்திற்கு வெளியில் உள்ளது? என்பதைப் பற்றிய தெளிவற்ற குழப்பத்தை நீட்டிக்கச் செய்கிறது. அது ஒரு சோதனைக் கூடத்தைப் போன்ற வடிவமாக மாற்றப்பட்டு அங்குள்ள உடல்கள் தேச அரசின் முற்றான அதிகாரத்தைச் செயல் படுத்துவதற்கான சோதனைக்களமாக மாற்றப்படுகிறது. உலகெங்கிலும் அரசு மற்றும் அதிகாரத்திற்கு எதிரான பாமர மக்களின் மனங்களுக்குள் ஒரு அசாதாரணமான அச்சத்தை உருவாக்கும் நனவிலிப் புலக் கட்டமைப்பைச் செய்கிறது.

தனது அரசியல் அடையாளத்தை ஒரு தனி உடல் இழந்து போகும், அம்மண உயிர் நிலையை உருவாக்கும் ஒரு வெளியைத் திறந்து விடுகிறது முகாம் என்கிறார் அகம்பென். மனிதன் ஒரு அரசியல் உயிரியாகக் கட்டமைக்கப்பட்ட இந்த உலகில், அவனது அரசியல் அடையாளத்தை இழக்கச் செய்த அடையாளமற்ற ஒரு வெளியில் வாழக்கூடிய ஓர் அம்மண உயிர்நிலை என்பதை உருவாக்குகிறது. முகாம்களில் உள்ள உடல்கள் ஏதுமற்ற ஏதிலிகளாக ஆக்கப்படும் நிலையில் அவர்கள் மீதான முற்றான அதிகாரத்தைக் கையில் எடுக்கிறது அரசு. அவர்கள் மனிதர்களின் இவ்வுலக வாழ்விலிருந்து பிரிக்கப்பட்டு தனிமைப்படுத்தப்படுகிறார்கள். சிறைச்சாலை என்கிற அமைப்பில் உள்ள அடிப்படையான சில உரிமைகள்கூட மறுக்கப்பட்ட நிலையில் வாழ வைக்கப்படுகிறார்கள். அரசின் சட்டத்திற்கு முன்பு குற்றமற்ற அந்த மக்கள் ஏதிலிகளாக ஒரு

அரசியல் குற்றவாளிகளாக மாற்றப்பட்டு, அவர்களது உயிர் ஆற்றலை முற்றிலுமாக அதிகாரம் தனது இறையாண்மைக்கான முதலீடாக மாற்றிக் கொள்கிறது.

இந்நிலையில் இப்பொழுது போரில் பாதிக்கப்பட்ட மக்களைக் காப்பது என்கிற அடிப்படையை பிரச்சனையாகக் கொண்டு, அதற்கான உடனடித் தீர்வு என்ன என்பதிலிருந்து உரையாடலைத் துவங்குவது அவசியம்.

முதலில் உரையாடலை இப்படி தொகுத்துக் கொள்ளலாம்:

1. இரண்டு இராணுவங்களுக்கிடையிலான மூர்க்கமான போரினாலும், இந்திய மற்றும் உலக ஆதிக்கத்தின் புவிசார் அரசியலிலும் சிக்கிக் கொண்டுவிட்ட மூன்று லட்சம் அப்பாவித் தமிழர்கள் காப்பாற்றப்பட வேண்டும். ‘நலன்புரி முகாம்’ என்கிற வடிவில் உருவாக்கப்பட்டுள்ள அகதிகள் முகாம் ஒரு ஒருங்கிணைப்பு வதை முகாமாக மாறி யூதர்களுக்கு எதிரான நாஜிக்களின் வதைமுகாம்களாகச் செயல்படுவதை சர்வதேசப் பார்வைக்குக் கொண்டு சென்று அந்த வடிவத்தை கைவிடவும், உலக நாடுகள் அதற்கு நிதி உதவி அளிப்பதையும் தடுத்து நிறுத்த வேண்டும்.

2. சிங்கள இராணுவத்தில் பங்கு பெற்ற இராணுவப் பணியாளர்களது குடும்பங்கள் மற்றும் இராஜபக்ஷ அரசால் பாதிக்கப்பட்ட சிங்கள அப்பாவி மக்கள், அரசின் பாசிசத் தன்மையை உணர்ந்து அரசு எதிர்ப்பு நடவடிக்கையில் இறங்கச் செய்ய வேண்டும். அதாவது, சிங்கள ஜனநாயக சக்திகளின் குரல்களை அடையாளங்கண்டு அவற்றுடன் ஒன்றிணைவது அவசியம்.

3. அகதி முகாம்களுக்குச் சர்வதேச அமைப்புகளின் பிரதிநிதிகள் சென்று அதன் உண்மை நிலைகளைக் கண்டு அறிவிப்பதும், அவர்களிடையே சர்வதேச உதவிக்குழுக்கள் பணியாற்றி அவர்களது பிரச்சனைகளை சீர் செய்வதற்கு இலங்கை அரசு முன்வர வேண்டும். அல்லது சர்வதேச அமைப்புகள் இலங்கை அரசை இதற்குப் பணிய வைக்க வேண்டும்.

4. பத்திரிகைகள் மற்ற ஊடகங்கள் அங்கு சென்று உண்மை நிலையைக் கண்டறிய இலங்கை அரசிற்கு நிர்பந்தங்களைத் தமிழர்கள், சர்வதேச அமைப்புகள் மட்டுமின்றிப் புலம்பெயர்வாழ் தமிழர்களும் செய்யவேண்டும்.

5. இலங்கைப் போர்ச் சூழலிலிருந்து விலகி ஒரு சாதாரண வாழ்விற்கான அடிப்படை ஆதாரங்களைக் கொண்டதாக மாற்றப்பட வேண்டும் என்பதை முன்வைத்துப் போராட்டங்கள் தொடரப்பட வேண்டும். முகாம்கள் திறக்கப்பட்டு மக்கள் திரும்பவும் தங்களது ஊர்களுக்குத் திரும்பி அரசு அல்லது சர்வதேச அமைப்புகள் உதவியுடன் தங்களது வாழ்வைத் துவங்க ஆவண செய்ய வேண்டும்.

6. இலங்கை அரசு ஒரு தேசிய அரசிற்கான சட்ட அமைப்பைக் கொண்டதோ அல்லது ஒரு நவீன தேசிய அரசு வடிவத்தையோ கொண்டதாக இல்லை. பல அடக்குமுறைச் சட்டங்கள் வழியாகவே அதன் ஆளுகை உறுதிப்படுத்தப்பட்டுள்ளது. இலங்கை அரசின் இந்த எதேச்சதிகார சட்டமுறைக்கு எதிராக சிங்களர்கள் மத்தியில் உருவாகும் அமைப்புகளுடன் தமிழ், கிறித்துவ, தலித் மற்றும் முஸ்லிம் அமைப்புகள் இணைந்த ஒரு ஒருங்கிணைந்த முன்னணிக்கான சாத்தியங்களை உருவாக்க வேண்டும். கிறித்துவர்கள், முஸ்லிம்களுக்கு எதிராக ஆங்கிலேயக் காலனியக் காலகட்டம் முதல் பௌத்த-சிங்களப் பேரினவாதம் மீண்டும் மீண்டும் கட்டமைக்கப்பட்டு வந்துள்ளது. காலனிய ஆட்சிக்குப் பிறகு அது தமிழர்களுக்கு எதிரான இனவாதமாக வெளிப்பட்டுள்ளது. இன்று இனவாதம் பின்னுக்குத் தள்ளப்பட்டு, அது மீண்டும் ஒரு மதவாதமாக மாறுவதற்கான வாய்ப்பு உள்ளது. சிங்கள உழைக்கும் மக்களை இனவாதத்தால் மயக்கி உண்டு கொழுத்த ஆதிக்க வர்க்கம், இனி அந்தத் துருப்புச்சீட்டை ‘பிரபாகரன் மரணம்’ என்கிற நிகழ்வின் மூலம் இழந்து விட்டதால், அடுத்து முஸ்லிம், கிறித்தவர்கள் மீதான மதக் காழ்ப்புகளை, வகுப்புவாதத்தைக் கட்டமைக்க முயலலாம். அதன் ஒரு கூறாக, தமிழினம் என்பதை இந்துமதவாதமாக மாற்ற முயலலாம். இக்கூறுகள் மிகவும் ஆபத்தான அடையாள அரசியல் உள்ளடக்கங்களைக் கொண்டவை என்பதால் அதனை உடனடியாக அரசியல் தளத்தில் முறியடிப்பதும், சிங்கள-தமிழ்-முஸ்லிம்-கிறித்துவ ஜனநாயக சக்திகளை ஒருங்கிணைப்பதும் அவசியம். அல்லது பன்முக அடையாளங்களையும் உள்ளடக்கிய வர்க்க அரசியலை முன்னெடுப்பது ஒரு மாற்று அரசியலாக அமையுமா என்பதையும் இதனுடன் இணைத்து சிந்திக்க வேண்டும்.

7. இலங்கை அரசு அடிப்படையில் சிங்கள மக்களுக்கே எதிரானது என்கிற உணர்வை சிங்களரிடம் உருவாக்குவதும், இதை முன்வைத்து அம்மக்களை இனவாத அரசியலிலிருந்து பொது

நீரோட்டத்திற்குக் கொண்டு வருவது அவசியம். தற்போதைய ஈழத் தமிழ் மக்கள், அந்த மனநிலைக்குத்தான் வந்திருப்பார்கள் என்பதும், தேசிய இனவாதமற்ற தமிழர்கள் உலக அளவில் இந்த சிந்தனைப் போக்கையே கொண்டிருப்பார்கள் என்பதும் கணக்கில் எடுத்துக்கொண்டு ஒரு பரந்த ஜனநாயக முன்னணியை உருவாக்குவது அவசியம். பாசிச ராஜபக்சேவிற்கு எதிரான ஒரு முன்னணியை இன்று புலிகள் அல்லது ஈழ இயக்கங்கள் முன்வந்து செய்வதும் பொது அரசியல் நீரோட்டத்தில் ஜனநாயக அமைப்புகளை உருவாக்குவதற்கான தளத்தையும் உருவாக்க வேண்டும். இரண்டு இன மக்களிடமும் உள்ள இடதுசாரி ஜனநாயக சக்திகள் இன்று ஒரு பெரும் பங்கை ஆற்ற முடியும். அறிவுஜீவிகள், இலக்கியவாதிகள், கலைஞர்கள், உழைக்கும் மக்கள் உள்ளிட்ட அனைவரிடமும் இந்தப் பொது முன்னணிக்கான அரசியல் செயல்திட்டங்கள் கொண்டுசெல்லப்பட வேண்டும்.

8. இன்று பெரும் பாதிப்பிற்கு ஆளாகி உள்ள இலங்கை இராணுவத்தைச் சேர்ந்தவர்களின் குடும்பத்தினரிடம், இலங்கை அரசு தனது மேலாதிக்கத்திற்காக இராணுவத்தையும் சிங்கள மக்களையும் எப்படி பலிகடாவாக ஆக்குகிறது என்பதை அம்பலப்படுத்த வேண்டும். கட்டாயப்படுத்தி சிங்கள இளைஞர்களை இராணுவமாக மாற்றும் இலங்கை அரசு, சிங்கள மனித உரிமைக்கு எதிராகச் செயல்படுவதையும், பாதிக்கப்பட்ட இலங்கை இராணுவத்தினருக்கும், அவர்களது குடும்பத் தினருக்குமான மறுவாழ்வு நடவடிக்கைகளுக்காக நாமும் குரல் கொடுக்க வேண்டும்.

9. உலகிலேயே அரசு எந்திரத்தின் ஆக மோசமாகச் செயல்படும் இலங்கை அரசு எந்திரம் மறுசீரமைப்பு செய்யப்பட்டு ஒரு ஜனநாயக அரசாக மாற்றப்படுவதற்கான இயக்கங்களைத் தமிழக, சிங்கள ஒடுக்கப்பட்ட மக்கள் மத்தியில் உருவாக்குவது அவசியம். இன்றைய சிங்கள அரசு அடிப்படையில் சிங்கள மக்களின் தேசிய நலன் பேணும் அரசல்ல, அது ஒரு பேரினவாத பாசிச அரசு என்பதை சிங்களரிடம் அம்பலப்படுத்தும் முனைப்புகளை உருவாக்க வேண்டும்.

இதற்கெல்லாம் உடனடியாக 'நலன்புரி' முகாம்கள் மற்றும் அகதி முகாம்கள் ஒழிக்கப்பட்டு ஒரு சாதாரண வாழ்நிலைக்குத் தமிழ் ஈழப்பகுதிகள் திரும்ப வேண்டும். பொது ஜனநாயக அமைப்புகளுக்கான களத்தைத் தமிழீழத்தில் உருவாக்க வேண்டும். புலிகள் குறித்து இந்தப் போரில் வெளிவந்த பல விமர்சனங்கள்

கருத்தாடல்கள் அடிப்படையில் அவ்வமைப்பைச் சேர்ந்தவர்கள் தங்களைப் புனரமைத்துக் கொள்வதன் வழியாக ஜனநாயகப் பாதைக்குத் திரும்பி மக்களிடம் தன்னை ஒரு அரசியல் இயக்கமாக நம்பிக்கையைப் பெறுவது அவசியம். தமிழ் ஈழமக்களைக் காட்டிக் கொடுக்கும் வண்ணம் சிங்கள அரசிற்குத் தலைவணங்கி சேவை செய்யும் அமைப்புகள் உடனடியாக மக்களிடமிருந்து துரத்தப்பட்டு அம்பலப்படுத்தப்பட வேண்டும். மக்கள் பேசுவதற்கான ஒரு சூழல் உருவாக்கப்பட வேண்டும். புலிகள் உள்ளிட்ட ஈழ இயக்கங்கள் தங்களை ஜனநாயக அமைப்பாக மாற்றிக் கொள்ள நிர்பந்திக்க வேண்டும். நம்பகத்தன்மை இழந்துவிட்ட இராணுவ அமைப்புகளிடம் இல்லாமல் சர்வதேசக் கண்காணிப்புக் குழு ஒன்றின் கீழ் தமிழ் சிங்களப் பகுதிகளில் மறு சீரமைப்பு துவக்கப்பட வேண்டும்.

சரி! இதெல்லாம் சொல்ல நன்றாக உள்ளது. யார் செய்வது? என்பதுதான் கேள்வி. ஜனநாயக உணர்வுள்ள ஒரு மக்கள் சமூகம் உலகில் இன்று முற்றாக அழிந்துவிடவில்லை என்கிற நம்பிக்கையின் அடிப்படையில்தான் இக்கருத்துக்கள் முன்வைக்கப்பட்டுள்ளன.

தேசம் மற்றும் தேசிய அரசுகள் உலகில் உருவாக்கியது பெரும் பெரும் அகதி முகாம்களைத்தான். முகாம்களில் செயல்படும் அதிகாரம் ஒரு உடல்மீதான நிபந்தனையற்ற ஆதிக்கத்தைச் செலுத்துவதாக உள்ளது. எந்த அடிப்படை அதிகாரத்தின் காப்புறுதிகளையும், மக்களிடமிருந்து தனிமைப்படுத்தி, அவர்களை ஒரு வகையினமாகவும், அவர்களை சமூகத்தின் மௌனத்திற்குள் பதுக்குவதும், எந்த அடிப்படையும் கனவுகளும், கற்பனைகளும் இன்றி வாழ்ந்து சலிக்கும் நம்பிக்கையற்ற ஒரு வெற்று வாழ்வை உருவாக்கி உள்ளன. மனித உடலின் உயிராற்றலை முற்றிலுமாக நசுக்கி அழிக்கும் அகதி முகாம்களுக்கு எதிரானதாக நமது அரசியலை ஒருமுனைப் படுத்துவோம். முகாம்கள் வழியாக அரசானது ஒரு கொலை எந்திரமாக மாறி, தனது பாசிசக் கரத்தை விரிவாக்க முனைகிறது. அகதி முகாம்களை உருவாக்காது ஒரு அரசியலமைப்பு முறையே இன்றைய தேவை. ஜனநாயகம் என்பது அரசியல் சொல்லாடலாக இல்லாமல் ஒரு கலாசார வாழ்வாக மாற்றப்பட வேண்டும். அதற்கு பல கருத்துகளை பல முனைகளை, பல மக்களை, பல நிறங்களை, பல வாழ்வை, பல உடல்களைக் கொண்ட ஒரு ஜனநாயக அமைப்பை உருவாக்குவோம்.

இன்றைய ஈழ அரசியல் நமக்குக் கட்டியங் கூறுவது அதைத்தான். நாம் நம்மை எதிர்வரும் அகதி முகாம்களிலிருந்து

காப்பாற்றிக்கொள்ள அகதி முகாம்களற்ற அரசியலை உருவாக்க வேண்டும். ஏழைகள் எல்லோரையும் காண முடியாத (invisible)) ஒரு அகாதி முகாமிற்குள் அடைத்துவிட்டு அல்லது உலகை அகதிகளின் முகாமாக மாற்றிவிட்டு அரசின் இறையாண்மைக்கு வெளியில் மக்களைக் குடியமர்த்தி, முதலாண்மை கொண்ட அதிகார வர்க்கம் மட்டுமே வாழ்வதற்கான உலகாக இந்த உலகை மாற்றும் ஒரு அரசியல் செயல் திட்டத்திற்கான முன்வரைவுகளை முறியடிப்பது அவசியம். இது பாசிசம் இந்த நூற்றாண்டில் கண்டடைந்திருக்கும் ஒரு புதிய வடிவம். நலவாழ்வு என்கிற பெயரில் திட்டமிட்ட கம்பி வலைகளுக்குள் ஆன ஒரு குடியிருப்பை உருவாக்கி இராணுவக் கண்காணிப்பிற்குள் வைப்பதற்கான இலங்கை அரசின் இத்திட்டத்தில் எதிர்கால அரசியலின் நுண் வடிவம் இருப்பதை அவதானிப்பது அவசியம்.

ஆக, குறைந்தபட்சம் அகதிகள் என்று அழைக்கப்படும் நமது சகோதரர்களிடம், ஒரு அர்த்தமுள்ள வாழ்வை உருவாக்க அவர்களது முகாம்களற்ற நலவாழ்வை உருவாக்க நமது அரசுகளை நிர்பந்திப்பது அவசியம். ஈழ அகதிகளின் பேரவலங்கள் தமிழக அகதி முகாம்களில் நடைபெற்று வருவதை ஈழத்தமிழர் ஆதரவுக்கான நமது போராட்டத்துடன் இணைத்து நடத்துவதும் நமது வேலைத்திட்டங்களில் ஒன்றாகட்டும். காலனியம் என்கிற கரும்புள்ளியை இரண்டாம் உலகப் போருக்குப் பின் துடைத்தெறிந்து அதன் பின் நவ-மறு-காலனிய வடிவங்களில் உலக அதிகாரம் உலா வந்தது. தற்போதைய உலகமயச் சூழலில் அதன் புதிய வடிவம் அதாவது உலகக் குடிமகன் (globalized citizen) என்கிற சொல்லாடலின் உள்ளார்ந்த பரிணாமமாக அகதிகள் என்கிற உடல்கள் அதிகாரத்தின் உயிராற்றலாக முதலீடு செய்யப்படுகிறதோ என்கிற சந்தேகத்தை உருவாக்குகின்றன இத்தகைய நிழ்வுகள்.

ஈழத்தில் நடந்து முடிந்த இந்தப் பேரவலம் நமக்கு உணர்த்துவது இதைத்தான். உலகம் என்பது மறு ஒழுங்கிற்கு உட்படுத்தப்படுகிறது. நாம் வாழ்வதற்கு நமக்கென ஒரு அகதி முகாமை அதிகாரம் தயாரித்தளிக்கத் தயாராகவே உள்ளது என்பதை இச்சந்தர்ப்பத்தில் நினைவில் கொள்வது நல்லது. மனித உடல்கள் நிலத்துடன் பிணைக்கப்பட்டு, நில எல்லைக்குள் வாழ நிர்பந்திக்கப்பட்டு, தேசம் என்கிற வரைகோடுகளுக்குள் குடிமகனாக முதலீடு செய்யப்பட்டு, இன்று உலகமயமாதலில் தேச எல்லைகள் அழிக்கப்பட்டு, மனித உடல்கள் பிணைக்கப்படும் நிலங்களாக

முகாம்கள் மாற்றப்படுவதற்கான ஒரு அரசியல் திட்டம் இதற்குள் இருப்பதை உணர்ந்து கொள்வதும், அதை முறியடிப்பதற்கான செயல் திட்டங்களை வகுப்பதும் அவசியம்.

- 27 ஆகஸ்ட் 2009, (இனியொரு, இணைய இதழ்)

பயன்பட்ட கட்டுரைகள்:

1. *Sri Lankan Government Stalls On Release Of Tamil Detainees - By Sarath Kumara http://www.countercurrents.org/kumara040809.htm*
2. முகாம் என்பது யாது? - 1 - அகம்பெண், தமிழில் : நாகார்ஜுனன் - *http://nagarjunan.blogspot.com/2009/02/1_13.html*
3. முகாம் என்பது யாது? - 2 - அகம்பென் - தமிழில் : நாகார்ஜுனன் - *http://nagarjunan.blogspot.com/2009/05/2.html*
4. எதிர் கனவாம் துயர் சூழும் இந்நேரம் - நாகார்ஜுனன் - *http://nagarjunan.blogspot.com/2009/05/blog-post_10.html*
5. வே. பிரபாகரனின் மாவீரர் நாள் உரை, 2008 - தமிழ் விக்கிப்பீடியா
6. *Deep Thoughts: Agamben's camp and sociology - http://adamash.blogspot.com/2006/07/deepthoughts-agambens-camp-and.html*
7. *Homo Sacer, Indefinite Detention and the Nike Swoosh: Agamben's Camp as Biopolitical Paradigm of the West - Jennifer Tomomitsu-Tomasson, Research Student Department of Sociology, Lancaster University*

யாழ்நகரமும் தமிழனின் தினவாழ்வும்

தினவாழ்வு என்கிற மலங்கழிக்கும் வேலைகளுக்கு மத்தியில் தமிழக மக்கள் யாழ்நகரில் நடைபெறும் போரைக் கண்டித்து ஒருநாள் முழுகதவடைப்பு (1996-ல் செய்தது. இன்று கண்டன அறிக்கைகள்கூட வெளிப்படவில்லை.) நடத்தியிருக்கிறார்கள். பெருமைப்பட வேண்டிய விஷயம்தான். நம் 'தமிழ்ழ்த்த்த.... தலைவர்கள் தங்களது ஆட்சிபீட அபிலாஷைக்கு ஏற்ப 'காய்தல், உவத்தல் இன்றி...' ஒன்றுகூடி வடம் பிடித்திருப்பது பெரிய விஷயம்தான். இப்படி சில அதிசயங்கள் எப்பொழுதேனும் நிகழ்ந்துதான் தொலைத்து விடுகிறது. மனத்துணிவை இழக்கச் செய்யும் இப்போரும்கூட ஒருநாள் மறதி எனும் போதையில் ஆழ்த்தப்பட்டுவிடும். ஆனால், குழந்தைகளை தங்கள் மார்புகளிலும், தோளிலும், வயிற்றிலும் சுமந்தபடி நகரைவிட்டு வெளியேறும் எண்ணற்ற ஈழத்தமிழ் மக்களுக்குள் ஒரு கொடுங்கனவாய், நினைவாய் காலமெல்லாம் உள்ளுக்குள் இறங்கி வன்முறையில் ஆழ்த்தப் போகும் துயருக்கு நாம் என்ன செய்யப்போகிறோம்?

மனிதன் இழப்பதற்கு தன் உடல்களைத்தவிர ஏதுமற்றவனாக ஆக்கப்பட்டுவிட்ட இந்த கொடூரம் நமக்குள் மௌனமாய் உறைந்துபோனது எப்படி? எதன் பொருட்டு மனிதர்கள் அழிக்கப்பட்டாலும் அதன் மீது காறி உமிழும் துணிச்சல் அற்றுப் போனது ஏன்? சுத்த ஆரிய இரத்த வெறியன் ஹிட்லரால் அன்று ஜெர்மனியில் யூதர்கள் விஷ வாயுவிற்கு பலியாக்கப்பட்டதை, ஏதுமறியாத, இன்னும் பிறக்கக்கூட இல்லாத ஜப்பானிய எதிர்கால சந்ததியினரை அமேரிக்க ஆணு ஆயுதம் தாக்கி அழித்ததை போரின் வெற்றியாக கண்டுகளித்த நம் சுரணையற்றத்தனம், இன்று மனிதர்களை மனநோயாளிகளாக ஆக்கும் போரின் கொலைவெறி மூர்க்கமாக வளர்ந்து நம்மை அழிக்கத் துவங்கி உள்ளது. இதனை அன்றே அடியோடு துடைத்தழிக்க முடியாமல் போனது ஏன்? அணு ஆயுதங்களாலும், உயிர்பறிக்கும் கொலைவெறி தொழில்நுட்பங்களாலும் அளவிடப்படும் நாகரீகமும், அறிவும், வளர்சியும் நமக்கு தேவையா? யாழ் மட்டுமல்ல இன்னும் பல நகர்கள் வரலாற்றின் கோர நாடகத்தில் அழிந்தும், அழிக்கப்பட்டும்

வருகின்றன. இதனை எதிர்க்கும் உணர்வற்று இருப்பது எதனால்? கடைசியில் மதங்களாலும், அரசியலாலும், அதிகார வெறியாலும் பாதுகாப்பற்றவனாக தனியனாக ஆக்கப்பட்டிருப்பது ஏன்? மனித உடலை காப்பாற்ற லாயக்கற்ற இந்த அரசுகளும், ஆட்சிகளும், வாழ்க்கை முறையும் தேவையா? எங்கிருந்து துவங்கியது இந்த அழிவு? யார் தந்த உரிமை இது? எதை நோக்கி இந்த அழிவு? மனித வளர்ச்சிக்கா? அல்லது தேசப்பற்றா? தியாகமா? மனித வளர்ச்சிக்காகவெனில், மனிதனை அழித்து மனிதனை வளர்க்கும் இந்த உலகும், இதன் அறிவும், நாகரீகமும் தேவையா?

உலக மக்கள் அனைவரையும் சிக்கவைக்கப்பட்டுள்ள இந்த பொறியில் இருந்து தப்ப, ஏகாதிபத்திய சதிவலையை அறுத்தெறியப்போகிறோமா? அல்லது நாமும் ஒருநாள் ஈழத் தமிழனை போல, போஸனியனைப் போலல, பாலஸ்தீனியனைப் போல, சோமாலியனைப் போல, ஆப்பிரிக்கனை போல அதிகாரவர்க்கத்தால் அனாதையாக ஆக்கப்படும் நாளை எதிர் நோக்கி உள்ளோமா? ஒரு ஆப்பிரிக்கன் ஒடுக்கப்பட்டபோது, ஒரு கருப்பன் இழிவுபடுத்தப்பட்டபோது, தாழ்த்தப்பட்டவன் என்று சகமனிதனுக்கு சாணிப்பால் புகட்டியபோது நாம் சாதித்த மௌனம் இன்று நம்வீட்டு கொல்லையில் சொந்த இனத்தினர் மீதான போராக வந்து நிற்கிறது. என்ன செய்யப்போகிறோம்?

போஸ்னிய முஸ்லிம் பெண்கள் கூட்டம் கூட்டமாக கடத்திச் செல்லப்பட்டு "*Concentration Camp*"-களில் செர்பிய விந்து பாய்ச்சி, செர்பிய இனவிருத்திக்காக "செட்னிக்குகளைப் பெற்றுத்தா"-வெனச் சொல்லிச் சொல்லிக் கூட்டமாக பாலியல் வன்முறைக்கு உள்ளாக்கி, துப்பாக்கி முனையில் குழந்தைகளை பிரசவித்து, அப்பிள்ளைகளை தனியாக பிரித்து செர்பியராக வளர்த்து வரும் கொடுமைக்கு நாம்தான் மௌனசாட்சி. இன்று அது யாழ் நகரிலும், நாளை அது உலகெங்கும் நடைபெறலாம். இக்கொடுமைகள் தொடர வேண்டுமா? இவையெல்லாம் நம்மிடம் வெறும் இரக்கத்தையும், பரிவுணர்ச்சியை மட்டுமே உருவாக்கமெனில், அதிகார வர்க்கத்தைவிட மிக மோசமான வன்முறையை அம்மக்கள் மீது நாம் செலுத்துகிறோம் என்றே பொருள். அவர்களுக்கு தேவை நம் பரிவுணர்ச்சி அல்ல? நமது எதிர்ப்புணர்வு! நமது பலம்! கடைசி மனிதனாக ஆக்கப்பட்ட போதிலும், சக மனித உடலின் மீது வாஞ்சையும், காதலும் கொண்டு அதைக் காக்கத் துடிக்கும் நம் உணர்ச்சி! இவையெல்லாம் அமுக்கப்பட்டு, மௌனப்படுத்தப்பட்டு,

மறக்கடிக்கப்பட்டு, காயடிக்கப்பட்ட ஒரு பிண உடலை சுமந்து திரிவதும், அதற்கு நாகரீகம் என்கிற அரிதாரம் பூசி அறிவு என்கிற ஆடை அணிவித்து அரசியல், ஆட்சி இன்னபிற பெயரிட்டு ஏகாதிபத்தியம் கட்டுவித்துள்ள மன அமைப்பு தரும் எச்சில் சுகத்திற்காக இன்னும் நாம் இந்த சவ உலகில் வெறும் சதைப்பிண்டமாய் சமையப்போகிறோமா? அல்லது உயிர்ப்புள்ள மனிதனாக வாழப்போகிறோமா?

என்றேனும் ஒருநாள் 'மனித வாழ்வு' அமையாதா? என்கிற ஏக்கத்துடன் எத்தனை நாள் ஏங்கித் தவிக்கப் போகிறோம்? ருவாண்டா உள்நாட்டுப் போரில் கொலைசெய்யப்பட்ட கறுப்பின உடல்களை 'புல்டோசர்' வைத்து வாரிக்கொட்டி (இன்று ஈழத்தில் லாரிகளில் குவிக்கும் தமிழரின் உடல்களைப் போல்) மூடியபோது மனித உடல்கள் வெறும் குப்பைகளாய் ஆக்கப்பட்டுவிட்ட கோரத்தை, கெள்வி எழுப்பாமல் போனதன் காரணம் என்ன? கொடுமைக்கெதிராக குரல் கொடுப்பதும் போராடுவதும் 'தீவிரவாதம்' என முத்திரைக் குத்தி நம் போராட்டத்தை செல்லாக்காசுகளாக்கி வரும் அதிகாரத்திற்கு இனியும் நாம் பணிந்துதான் போகவேண்டுமா? 'வளர்ச்சி' என்கிற பெயரால் நாகரிகம் போர்த்திய நகரத் தெருக்களில் கூக்குரலிட்டு ஊர்வலம் போவது அநாகரிகம் எனக்கூறி எலும்பும் தோலுமாய் ஆக்கப்பட்ட கிராம வயல்வெளிகளில் ஒதுக்கித் தள்ளும் 'நாகரிகத்தை' நாம் ஒதுக்குவோம். நமக்கான வாழ்வை, நமக்கான நாகரிகத்தை, நமக்கான சாலைகளை நம் இடங்களில் நாம் உருவாக்குவோம். 'இதுதான்' என உருவாக்கி நம்மீது திணிப்பதை எதிர்பதையன்றி வேறு வழியில்லை. இன்று 'வதை' கொண்டு மனித வாழ்வைக் கட்டுப்படுத்தும் உலகத்தை நாம் அமைதி கொண்டு மாற்றிட இயலாது. 'மாறிடும்' என மாறாமல் சோம்பியிருந்து கொண்டு மாற்றத்தை எதிர்நோக்கியிருக்கும் நாம் மாறினால் ஒழிய 'மாற்றம்' மாற்றமற்ற நம் உடல்களை பலிவாங்கிக் கொண்டேயிருக்கும், மாற்றம் நம் வெளிகளில் ஏற்படாதவரை.

- (காலக்கறி, ஜனவரி 1996)

குறிப்பு: சவுதி அரேபியா ரியாத்தில் இருந்தபோது ஈழத்தில் நிகழ்ந்த படுகொலைகளைக் கண்டு எழுதப்பட்ட இப்பதிவு. பிறகு நண்பர்களிடம் பகிரப்பட்டது. அதன்பின் காலக்குறியில் வெளியிடப்பட்டது.

மக்கள்தொகைப் பெருக்கம் உலகை அச்சுறுத்துவதாகக் கட்டமைக்கப்படும் சொல்லாடல்கள் மற்றும் தனது பயத்தை உலக பயமாக்குவது ஆகியன ஒரு ஐரோப்பியத் தொழில் நுட்பம்தான் என்று மாவோ கூறினார், 'மனிதன் பிறக்கும்போதே இரண்டு கைகளுடன் பிறக்கிறான்' என்று. மால்த்தூஸியன் பூதம் உலகை விட்டகன்றாலும், இன்னும் இந்த வெள்ளை, ஆணாதிக்க, மத்தியதர வர்க்க மேட்டிமையினரை (elite) விட்டகலவில்லை. அதனால்தான் தனது அச்சத்தை உலக அச்சமாகச் சித்திரிக்கிறார்கள். மக்கள்தொகை பெருக்கம் பற்றிய சொல்லாடல்கள் மக்களை ஒரு உழைப்புச் சக்தியாகக் கருதாததன் விளைவே. மக்களின் வாழ்வாதாரங்களை நோக்கியதான தொழில்நுட்பங்களை வளர்க்காமல் நுகர்வு அடிப்படையிலான தொழில்களை வளர்த்து, அதற்கான நுகர்வுப் பண்பாட்டைக் கட்டமைத்துள்ளனர். இதுவே கவனமாக எதிர்க்கப்பட வேண்டியது.

எழுதப்படாத குறிப்புகளும்
எழுதப்பட்ட திறனாய்வும்

உலகத்தின் மையமாக மனிதன் தன்னைக் கருதிக் கொள்ளும் மனிதமுதல்வாதம் என்கிற 'ஹோமோ சென்டரிஸம்' தான் உச்சமாகப் பாசிச கருத்தியலாக வளர்ந்தது. ஐரோப்பா மனிதனை மையமாக வைத்துக்கொண்டே தனது தத்துவார்த்த அறிதலைத் துவங்குகிறது. Politics of Humanism பற்றிப் பேசப்பட வேண்டும். மனித நேயம் பேசிய முதலாளித்துவம்தான், மனித அழிவை அதிகப்படுத்தியது, அழகு படுத்தியது. மனிதன் ஒரு பதினெட்டாம் நூற்றாண்டின் ஐரோப்பியக் கண்டுபிடிப்பு என்கிற பூஃக்கோவின் மனித உடலிற்குள்ளான ஆதிகால செரித்தல்கள் பற்றிய ஆய்வு இதனை அம்பலப்படுத்துகிறது. மனிதநேயம் என்பது ஏழை, எளிய மக்களுக்காக வருந்தி உதவி செய்வதோ அல்லது பிச்சைக்காரர்களுக்குக் காசு போடுவதோ, குளிருக்குப் போர்வை தருவதோ அல்ல என்பதை விளங்கிக் கொள்ள வேண்டும். மனிதநேயம் என்பது சக மனிதனாகத் தன்னைக் கருதிக்கொள்வதே.

அலைதலில் கிளைத்த குறிப்புகள்

சில முக்கியமான கடிதங்களும், கட்டுரைகளும் எழுத வேண்டுமென குறித்து வைத்த குறிப்புகளும், கையெழுத்துப் படியாகச் சில கட்டுரைகளும், கவிதைகளும் தூசி தட்டி எடுத்தேன். அவற்றில் பொருத்தமுள்ள இவற்றை பதிவில் வெளியிடுகிறேன். இவை 1998-வாக்கில் நண்பர்களுக்குக் கடிதங்களாகவும் எனது குறிப்பேட்டிலும் குறித்து வைக்கப்பட்டவை. ஆரம்பிச்சிட்டான்ய்யா குப்பையைக் கிளற... என்று எண்ணாதீர்கள். இன்னும் இக்குப்பைகள் கிளறப்படாமலே இருக்கிறது. அதாவது, இக்குறிப்புகளை விளக்கக்கூடிய கட்டுரைகள்தான் இன்னும் எழுதப்படவில்லை.

பதிவுலகம் போன்ற ஒரு வாய்ப்பு இல்லாத நிலைமையில் எழுதும் ஆர்வமற்று இக்குறிப்புகளை விரித்து எழுத வாய்க்கவில்லை. பதிவுலக நண்பர்கள்... இவற்றை விளக்கியோ மறுத்தோ எழுதலாம் என்பதால் இங்கு வெளியிடப்படுகிறது. தொடர்ந்து இவைகளை எனது பதிவுகளில் எழுதும் உத்தேசமும் உண்டு. நீங்கள் பின்னோட்டம் போடும் முன்பு ஒரு முன்னோட்டமாக இருக்கட்டுமே என்றுதான்.

1. 'கல்தோன்றி மண்தோன்றா காலத்தே முன்தோன்றிய மூத்தக்குடி' 'தமிழ் மண்ணுக்கே இயல்பாய் அமைந்துள்ள குணங்களில் ஒன்று அநீதியைக் கண்டு வெகுண்டெழுவது.' ஏதோ ஒரு தலையங்கத்திலோ அல்லது பேருரையிலோ அல்லது பேருந்தின் பேச்சிலோ எதிர்கொண்ட வாசகங்கள் இவை. இது போன்ற வாக்கியங்கள் தமிழில் இன்னும் எழுதப்பட்டு வருவது கவலைக்கிடமான விடயம்தான். இந்த வாக்கியம் தமிழ் பெருமித உணர்வையும், தமிழ் உயர் தேசிய உணர்வையும், தமிழ் அதிகார உணர்வையும் சொல்லும் ஒருவகை பாசிச பெருமிதமாகும். இவ்வாக்கியங்கள் உண்மையா? அப்பட்டமான பொய்தானே? இந்தக் கோயபல்ஸ்வகை பொய்யைப் பலரும் ஒரு மொண்ணையான அர்த்தத்தில் பயன்படுத்திதான் வருகிறோம். இதுபோன்ற வாக்கியங்களை எழுதுவதை தவிர்க்கலாம் என்று படுகிறது. இப்பார்வை வரலாற்றைத் தேர்வு செய்யும் நமது அரசியலின் பார்வை. அதனால்தான் மன்னர்கள் நெருக்கடிக்கு

ஆளானதைக் கண்டு வெகுண்டெழும் மக்கள் கூட்டம் என்பதாக ஒரு பொய்யை வரலாற்றின் பக்கங்களாகப் படித்துக்கொண்டே இருக்கிறோம். நமது கனவும், நமது உடலும் அரசிறையால் (அரசு மற்றும் இறையால்) உருவமைக்கப்பட்டது. அந்த அரசிறையையும் தமிழ்ச்சினிமாவின் ராஜராஜ சோழன்களால், கனவுக் கதாநாயகர்களால், வரலாற்றின் கதைகூறல்களால் உருவமைக்கப்பட்டது. இதிலிருந்து விடுபடுவது, நாம் உருவாக்கும் இத்தகைய போலிப்பெருமித வாக்கியங்களைத் தவிர்ப்பதும், அதை உணர்வுபூர்வமாக உணர்வதிலிருந்துமே சாத்தியம்.

2. மதங்களும், குறிப்பாக இந்திய பெரும் தத்துவங்களும், இஸ்லாம், இந்துமதம், கிறித்துவம், யூதம் போன்ற எல்லாப் பெருமதங்களும் மக்களை அதிகமாகவே கொன்று குவித்து விட்டன. அதற்கு மாற்றாகச் சிறுமத வளர்ச்சி சிறுதெய்வ வழிபாடு போன்றவற்றை, பகுத்தறிவிற்குப் புறம்பான, தொன்ம அடிப்படையில் முன்கொண்டு வருவது ஒரு மாற்றாக இருக்குமா? என்பதும் யோசிக்கத்தக்கது. எனக்குத் தெரிந்து வைணவம், சூஃபியிஸம், சித்தர்கள், தாந்ரீகம், பௌத்தம் போன்றவை காதலைப் பேசிய மதங்கள், ஆத்மாவால் ஒடுக்கப்பட்ட உடலைப் புனிதப் படுத்த காதலை முன்வைத்தவை, பெருமதங்களின் ஒடுக்குமுறைகளிலிருந்து தப்பிச்செல்லும் வழியை அம்மதத்தின் தர்க்க அமைப்பிற்குள்ளேயே கண்டடைந்தவை. காமசாஸ்திரம், கொக்கோகம், ஆணந்த ரங்கா, வள்ளுவரின் காமத்துப்பால் போன்ற நூல்கள் உடலை அதன் விஞ்ஞான அடிப்படையில் அணுகிய நூல்கள். இந்தியப் பாலியல் குறித்த சொல்லாடலில் இவற்றின் பங்கு தீவிரமான ஆய்விற்கு உரியவை. மதவாத பாசிசத்தினை சிதைப்பதற்கு, கருத்தியல் அளவில், இதுபோன்ற நுண்கூறுகளைப் பற்றிய ஆய்வும் விவாதமும் அவசியம்.

3. வரலாற்றை மறுப்பதும் அதற்குப் பொறுப்பேற் பதிலிருந்து விலகுவதும், செயலின்மையை வலியுறுத்துவதும், அல்லது செயலற்ற போக்கிற்குத் தள்ளுவதும், ஸ்தூலமற்ற மொழியில் பேசுவதும், தர்க்கச் சுகத்தில் திளைப்பதும், வர்க்கப் போராட்டத்தை மறுப்பதும் எனப் பின்நவீனத்துவத்தை ஒருவகை அத்வைதமாகக் காணும் மரபு மார்க்சியர்கள்கூட மாவோவின் பண் முரண்பாடு என்கிற அமைப்பியலாளர்களின், குறிப்பாக அல்தூஸரின் கருத்தாக்கத்தை, அடிப்படையாகக் கொள்கிறார்கள். பின் நவீனத்துவம் என்கிற 'பிரான்டை' தவிர்த்துப் பார்த்தால்,

டெல்யூஸ்-கத்தாரி போன்றவர்கள் முன்வைக்கும், மொழி என்பது ஒரு சமூக நிறுவனம். அது ஒருவகை குழுப் பேச்சாக (*Collective utterance* தமிழில் குழுப் பேச்சு என்று சொல்லலாமா? தெரியவில்லை. *Speech* என்பதற்குப் பேச்சு என்றால் *utterance* என்பதை எப்படிச் சொல்வது? *utterance* என்பது பேச்சின் ஒருவகை வன்முறையான வெளிப்பாடாகக் கொள்ளலாம்.) வெளிப்படுகிறது. பேச்சு எல்லாம் முழக்கம் (*Slogan*) என்கிறார்கள், அதாவது அரசியலற்ற, வன்முறையற்ற, திணிப்பற்ற பேச்சு சாத்தியமில்லை என்கிறார்கள். பேச்சின் அடிப்படை செயல்களில் ஒன்று அதன் *territorialization* தான் என்றும், இலக்கியங்கள் எப்படி இந்த 'இடமாக்கலை' நிகழ்த்துகின்றன என்றெல்லாம் செல்கிறது இவர்களது ஆய்வு. இடமாக்கலும், நாடும் அரசியலின் அடிப்படை. இதையெல்லாம், லெனினின் முழக்கம் பற்றிய வரையறைகள், வர்க்க நலனில் வெளிப்படும் பேச்சு ஆகியவற்றுடன் இணைத்துப் பார்க்க முடியும். "ஒவ்வொரு சொல்லுக்கும் செயலுக்கும் பின்னால் அதற்கான வர்க்கத்தின் முத்திரைக் குத்தப்பட்டிருக்கிறது" என்பதை இந்நோக்கில் வளர்த்தெடுக்க வேண்டும்.

4. வரலாற்றை இன்னும் மன்னர்களின் மானியச் சொத்தாகவே பாவிப்பதைவிட்டு வரலாறு மக்களுக்கானதாக அதாவது வரலாற்றை ஒடுக்கப்பட்ட மக்களின் வழியாக உருவாக்குவதுதான் தேவை. தலித்துகள், பெண்கள் போன்று காலங்காலமாக ஒடுக்கப்பட்டவர்களின் குரலை அடையாளங் கண்டு அவர்களது வரலாற்றை எழுதவேண்டும். அல்லது இதுவரை வரலாறாகச் சொல்லப்பட்ட வீர சாகசக் கதைகளை, 'குயிக்ஜோட்' போல் தலைகீழாக்க வேண்டும். மன்னர்களை வேடிக்கை பொருட்களாக்குவது. நாட்டுப்புற நகைச்சுவை அல்லது நையாண்டி மூலம் மன்னர்களைப் பகடி பண்ணுவதன் மூலம் வரலாற்றை செயலிழக்கச் செய்வதுதான் இனியான மக்களின் வரலாறாக இருக்க முடியும். அதனை நாட்டுப்புற நகைச்சுவை என்கிற நாட்டார் ஆய்வுகளிலிருந்து கட்டமைக்க வேண்டும். அதனால், இனியாவது வரலாறு இடிப்பதற்கும், தோண்டுவதற்கும் அல்ல மக்களுக்கானது என்பதை மனதில் வைத்துக் கவனம் செலுத்தவேண்டும்.

5. வானம் பொய்த்துவிட்டது என்பதைப்போல மார்க்சியம் பொய்த்துவிட்டது என்கிற தவளைக் கூச்சலில் எனக்கு நம்பிக்கை இல்லை. பொருளாதார ஏற்றத்தாழ்வுகளும், ஒடுக்குமுறையும்

இருக்கும்வரை மார்க்சியத்தின் இருப்பு தவிர்க்க முடியாதது. உண்மையில் சோவியத், சீனா முதல் சீஸோ-லிங்கவிஸ்டிக் வரை அல்தூஸர் முதல் பூஃக்கோ, டெல்யூஸ் கத்தாரி வரை மார்க்சியத்தின் மீது நம்பிக்கை கொண்டு அதிலிருந்து வளர்ச்சியடைந்தவர்கள்தான். பன்னாட்டு முதலாளியமாக வளர்ந்துள்ள ஏகாதிபத்தியம் ஏற்படுத்தியிருக்கும் அரைக்காலனிய பண்பாட்டுச் சூழலில் நாம் பழைய வகையில், இன்றைய பிரச்சனைகளை எதிர் கொள்ளமுடியாது. அதனால்தான் பாலியல் சொல்லாடல்கள், தேசிய இனப் பிரச்சனைகள், பெண்ணியம், பாலினமாக்கல் பற்றியெல்லாம் பண்பாட்டுத் தளத்தில் மார்க்சிய நோக்கிலிருந்து பேச வேண்டியுள்ளது.

6. இன்றையத் தமிழர்கள் குறிப்பாகப் புலம் பெயர் தமிழர்கள் (ஈழத்தினர்) உலக சிந்தனையின் அனைத்து முன்னோடித் துறைகளைப் பற்றியும் பேசுகிறார்கள். அவர்கள் வழியாகத் தமிழின் ஆய்வுக்களம் விரிவடைந்துள்ளது. மார்க்சியம் அதன் தளத்தில் இச்சிந்தனைகளூடாக ஒரு உரையாடலை நிகழ்த்திக்கொண்டிருக்கிறது. மார்க்ஸ் தன்னளவில் ஒரு ஐரோப்பிய மையவாதப் பார்வையைக் கொண்டிருப்பதான விமர்சனங்கள் இருந்தபோதிலும், மனித விடுதலை பற்றிய கனவினை முறையான செயல்திட்டத்துடன் அணுகியது மார்க்சியம் மட்டுமே. அதே சமயம் மார்க்சியவாதிகளிலேயே மொழியை நுணுக்கமாகப் புரிந்துகொள்ள முயன்ற ஸ்டாலினின் மொழிகுறித்த சிந்தனைகள் விரிவாக விவாதிக்கப்பட வேண்டியவை.

7. ‘ஆசிரியன் இறந்து விட்டான்’ என்ற கருத்தாக்கம், விமர்சகனிடமிருந்து படைப்பாளி தப்பிச் செல்வதற்கான உத்தியாகிவிடாது. படைப்புடன் உயிர் பெற்று படைப்புடன் இறந்துவிடும் ஆசிரியன், வாசிப்பின் வழியாக உயிர்ப்பிக்கப் படுகிறான். ஆசிரியன் படைப்பின் ஒரு நிலையான புள்ளி இல்லை, படைப்பினூடே வந்து வந்து மறைபவன் என்பதுதான். இந்த ஆசிரியன் ஒரு எழுத்துருதான் (*Word-being*) அல்லது ஒரு பிம்பம். இந்தப் பிம்பம் வாசகனால் கட்டமைக்கப்படுவது. எழுதும் ஆசிரியனின் வர்க்க, பாலியல் தன்னிலையே எழுத்தினை வழிநடத்துவதாக இருக்கிறது. இல்லாவிட்டால் படைப்பில் ஒலிக்கும் பொதுக்குரலை எப்படி அடையாளம் காணமுடியும். படைப்பு இத்தகைய பல குரல்களின் ஒரு போராட்டக்களமாக இருக்கின்றது. ஆசிரியன் தனது ஒற்றைக்குரலால் பிற குரல்களை ஒடுக்குவதை, ஆய்வுகள் வழியாக வெளிப்படுத்த வேண்டிய தேவை

உள்ளது. விமர்சனம் படைப்பை அணுகுவதற்கான வழியைத் திறப்பதற்குப் பதிலாகப் படைப்பை கலைத்துப்போடுவதாக இருக்க வேண்டும். வாசகன் தன்போக்கில் அதனை கோர்த்துத் தனது வாசிப்பை நிகழ்த்திக்கொள்ள ஏதுவாகும்.

8. ஒருகதையில் எழுதப்படும் வர்ணனைகளே கதையின் சொல்லப்படாத மௌனிக்கும் பகுதிகளுக்கான தடயம். இதனைப் புதிய விமர்சனத்தில் தடம் (Trace) என்பார்கள். Physco-Linguistic-ல் எச்சம் (remainder) என்பார்கள். பேசியதில் உள்ள பேசப்படாததின் எச்சம். இவ்வர்ணனைகளிலும், அதற்கான தேர்வுகளிலும், பேச்சை உருவமைப்பதிலும், அவற்றை வரிசைப்படுத்துவதிலுமே படைப்பின் வர்க்க, பாலியல், சாதிய, மத தன்னிலை வெளிப்பாடு கொள்ளும். கதைவாசிப்பில் இவ் இடைவெளிகளை வாசகன் தனது அடையாளமாகக்கொண்டு படைப்பின் பரப்பிற்குள் குடியேறுகிறான். படைப்பை மையமற்றதாகச் சிதைப்பதன் மூலம் இந்நிலப்பரப்பை சிதைத்து வாசகன் தனக்கான பிரதியை உருவாக்கிக்கொள்ளச் செய்வதன் மூலம் வாசிப்பாளனை கொண்டாட்ட மனநிலைக்கு அல்லது வாசிப்பாளனை படைப்பூக்கமிக்கவனாக மாற்றுவது படைப்பாளியின் பொறுப்பாகிறது. விமர்சகன் அப்படைப்பில் உள்ள ஆசிரியன் என்கிற எழுத்துருவின் தன்னிலை அடையாள அடிப்படைகளை வெளிப்படுத்திக் காட்டுகிறான். இவ்வாறாக விமர்சனம் தீர்ப்பளிக்கும் நீதிமன்ற தீர்ப்பாக ஆகாமல் பிறிதொரு படைப்புச் செயலாக ஆகிறது.

9. "அப்பாவித் தமிழன்" போன்ற சொல்லாடல்கள். இன்னும் மனிதர்களை நல்லவர், வல்லவர், அப்பாவி, கள்ளன் என்று வகைப்படுத்துவது ஆச்சர்யமாகத்தான் இருக்கிறது. வகைப்படுத்துதல் என்பதைத் தாவரவியலில் லின்ணேயஸ் துவக்கி வைத்தார். இந்த வகைப்பாட்டியலை மனித சமூகத்திற்குள் பிரயோகித்து இனங்களாக, நிறங்களாக மனிதன் வகைப் படுத்தப்பட்டு எண்ணிக் கணக்கிடப்பட்டு அரசின் புள்ளி விவரங்களாக மாற்றப்படுகிறான். அதன்பின் அவை குழு அடையாளங்களாக மாற்றப்பட்டு, வரலாற்றின் கதையாடல்கள் வழியாக உயர்ந்தவை, தாழ்ந்தவை என்கிற படிநிலையாக்கத்திற்கு உட்படுத்தப்படுகின்றன. இதன் அதிகபட்ச அரசியல் வெளிப்பாடுதான் பாசிசம் அல்லது இனத்தூய்மை அல்லது வலிமை அல்லது திறமை மட்டுமே வாழ்வதற்கான காரணி என்பது. இவ்வாறாக, அறிவு வகைப்படுத்துதல் வழியாக

ஒரு அதிகார தொழில் நுட்பமாக உருவாக்கப்பட்டது. மேலும் வகைப்படுத்துதல் ஒருபடித்தானவர்களாக மனிதர்களை (Same X Other, Male X Female, Eastern X Western, Black X White, Indian X Pakistani, Sinkala X Tamilian, Ariyan X Dravidian.. etc...) கட்டமைப்பதற்கான ஒரு காலனிய தொழில்நுட்பம். அது இப்படித்தான் துவங்கும். அப்பாவி, வளர்ச்சியற்றவன், காட்டுமிராண்டி, மூடநம்பிக்கையாளன் என்பதாக.

10. தமிழரது பாலியல் அறிவு குறித்து அல்லது தமிழ் பாலியல் என்கிற கருத்தாக்கம் குறித்துப் பேசப்பட வேண்டும். சங்ககாலத்தில் வேலன் வெறியாட்டம் மற்றும் நெய்யணி மயக்கம் எல்லாம் உடல்களைப் பொதுக்களத்தில் அலையவிட்டு அவற்றைக் கலப்பதுதான். சங்ககால மகளிர் மது அருந்திவிட்டு இரவுகளில் ஆட்டம் போடுவார்கள் என்கிறது சங்ககாலத் தமிழர் வரலாறு (Pre-Ariyan Tamil Culture-P.T.S.Iyangar). உடன்போக்கு, மடலேற்றம் துவங்கி அகத்திணை இலக்கியங்களை ஒரு பாலியல் வாசிப்பிற்கே உட்படுத்தலாம். காதலியின் வாயில் ஊறும் நீரின் இனிமைக்கு இணையான நீர் உலகில் இல்லை என்கிறது வள்ளுவம். அது அன்று ஆனால் இன்றுள்ள தமிழன் என்று கூறித் தப்பிக்கலாம். அதற்குத் தமிழ் மாத இதழான ‘செக்ஸ் லைப்’-பின் (அல்லது எண்ணற்ற இணைய காமக் கதைத்தளங்களிள்) அனுபவப் பகுதியில் இருந்துதான் உதாரணம் காட்ட வேண்டிவரும். பாலியல் கட்டுமானம் எப்படி மிகைப்படுத்தப்பட்டு மையமான பேசுபொருளாக ஆக்கப்பட்டது. வரலாற்றில் என்பதையும் இந்தியப் பாலியலின் குறிப்பாகத் தமிழ் பாலியலின் கலாசாரக் கட்டுமானங்கள் எப்படிக் காலனியத்தால் உருவமைக்கப்பட்டது என்பதும் ஒரு முக்கிய ஆய்வுப்புள்ளியாகும். இந்தக் கலாசார ஏகாதிபத்தியத்தைக் கண்டடைந்து உடைத்துப் போடுவது அவசியம்.

11. மக்கள் தொகைப் பெருக்கம் உலகை அச்சுறுத்துவதாகக் கட்டமைக்கப்படும் சொல்லாடல்கள் மற்றும் தனது பயத்தை உலக பயமாக்குவது ஆகியன ஒரு ஐரோப்பிய தொழில் நுட்பம்தான் என்று மாவோ கூறினார். ‘மனிதன் பிறக்கும் போதே இரண்டு கைகளுடன் பிறக்கிறான்’ என்று. மால்தூஸியன் பூதம் உலகை விட்டகன்றாலும், இன்னும் இந்த வெள்ளை, ஆணாதிக்க, மத்தியதரவர்க்க மேட்டிமையினரை (elite) விட்டகலவில்லை. அதனால்தான் தனது அச்சத்தை உலக அச்சமாகச் சித்திரிக்கிறார்கள். மக்கள்தொகை பெருக்கம் பற்றிய சொல்லாடல்கள் மக்களை

ஒரு உழைப்புச்சக்தியாகக் கருதாததன் விளைவே. மக்களின் வாழ்வாதரங்களை நோக்கியதான தொழில்நுட்பங்களை வளர்க்காமல் நுகர்வு அடிப்படையிலான தொழில்களை வளர்த்து, அதற்கான நுகர்வுப் பண்பாட்டைக் கட்டமைத்துள்ளனர். இதுவே கவனமாக எதிர்க்கப்பட வேண்டியது.

12. உலகத்தின் மையமாக மனிதன் தன்னை கருதிக் கொள்ளும் மனிதமுதல்வாதம் என்கிற 'ஹோமோ சென்டரிஸம்' (தற்காலத்தில் Anthropocenterism) தான் உச்சமாகப் பாசிச கருத்தியலாக வளர்ந்தது. ஐரோப்பா மனிதனை மையமாக வைத்துக் கொண்டே தனது தத்துவார்த்த அறிதலை துவங்குகிறது. Politics of Humanisam பற்றிப் பேசப்பட வேண்டும். மனித நேயம் பேசிய முதலாளித்துவம்தான், மனித அழிவை அதிகப்படுத்தியது, அழகுப்படுத்தியது. மனிதன் ஒரு பதினெட்டாம் நூற்றாண்டின் ஐரோப்பிய கண்டுபிடிப்பு என்கிற பூஃக்கோவின் மனித உடலிற்குள்ளான ஆதிகால செரித்தல்கள் பற்றிய ஆய்வு இதனை அம்பலப்படுத்துகிறது. மனிதநேயம் என்பது ஏழை எளிய மக்களுக்காக வருந்தி உதவி செய்வதோ அல்லது பிச்சைக்காரர்களுக்குக் காசுபோடுவதோ, குளிருக்குப் போர்வை தருவதோ அல்ல என்பதை விளங்கிக் கொள்ளவேண்டும்.

13. மகிழ்வு, வேட்கை போன்ற உணர்வுகள் எப்படி அதிகார உறவுகளால் ஒரு உடலுக்குள் நுட்பமாகப் பின்னலாக்கப்பட்டு, அதனை அடைவதற்கான பாய்விற்கு உடல்கள் முடுக்கப்படுகின்றன என்கிற வேட்கைகளின் அரசியல் பற்றியது மற்றொரு ஆய்வு. 'சுயம்'. 'ஆத்மா' போன்ற தத்துவார்த்த கூறுகளையே தொழில்நுட்பங்களாக, செய்தி பரிமாற்ற வினையாகக் கருதி நகரும் மொழியாய்வுகள்› அறிதல் என்கிற அடிப்படைச் செயலையே கேள்விக்குள்ளாக்கி விட்டுள்ளது. இந்நூற்றாண்டில் புனைவுகளால் புனையப்பட்ட ஒரு புனைவாக வாழ்க்கை மாறிக்கொண்டிருக்கும் உலகில் வாழ்க்கை விசித்திரமாகத் தெரிவதும், இலக்கிய உலகம், இலக்கிய பிறப்பு எல்லாம் விசித்திரமாகத் தெரிவதும் நமது அரசியல் மற்றும் அறிதலின் பிரச்சனைதான். நமது மகிழ்விற்கான வேதியியில் எப்படி அதிகார வினைகளால் இயக்கப்படுகிறது என்பதும் இவ்வாய்வின் தொடர்ச்சியாகும்.

14. புலம் பெயர்ந்த நிலையில் உருவாகும் எழுத்தின் அடையாளம் மற்றும் அரசியல் பற்றிய விவாதம் தேவை. காலனியம் உருவாக்கிய கலப்பின அடையாளம் (Hybrid

Identity) பற்றிய ஆய்வுகள் இன்று அவசியப்படுகின்றன. பின்காலனியச் சூழலில் இக்கலப்பின அடையாளத்தின் இயக்கத்தைப் புரிந்துகொள்வது அவசியம். இந்திய மனிதன் என்பவன் சிந்திப்பதில் வெள்ளையனாகவும், நடைமுறையில் கருப்பனாகவும் (இந்தியனாகவும்) இருப்பதே கண்கூடு.

எதையும் சொல்வதற்கு அனுமதிக்கப்பட்ட ஒரு பரப்பில் சொல்லப்படும் விஷயங்கள் ஏனோ தானோ என்று இருக்கக்கூடாது என்கிற எழுத்தின் பொறுப்புணர்வு பற்றி அதிகம் அக்கறையும் யோசனைகளும் கொண்டவன் என்பதால், இன்று பெரும் அளவில் விவாதத்திற்குரியதான இக்குறிப்புகள் ஆதாரபூர்வமாக விளக்கப்பட வேண்டியவையா? அல்லது விவாதத்தின் மூலம் நிராகரிக்கப்பட வேண்டியவையா? என்ற பிரச்சனையை முன்வைத்து இவற்றைப் பதிவுலக நண்பர்கள் பேசும்பொருளாகக் கொண்டு ஒரு விவாதத்தை உருவாக்க வேண்டும் என்பதே என் வேண்டுகோள்.

- உங்கள் நூலகம் - நவம்பர்-டிசம்பர் 2007.

குறிப்பு: தமிழ்மண நட்சத்திரபதிவராக இருந்தவாரம் வெளியிட்ட முதல் பதிவு. பிறகு 'உங்கள் நூலகம்' இதழில் வெளிவந்தது.

நவீனத் தொன்மங்களும் நாடோடிக் குறிப்புகளும்: ஒரு வாசிப்புரை

- கவிஞர் யவனிகா ஸ்ரீராம்

ஒரு வெள்ளையன் கடல்வழியாக ஒரு கறுப்பனுடன் இணைக்கப்படாதவரை இருவருக்கும் தங்களது நிலப்பரப்பு என்பது ஒரு கிரகமாகவும் மற்றொரு நிலப்பரப்பு அந்நிய கிரகமாகவும் மட்டுமே புனைவாகிறது...

(தனது கட்டுரைத் தொகுப்பிலிருந்து ஜமாலன்)

மொழியும் நிலமும் என்ற கட்டுரைத் தொகுப்புக்குப் பிறகு 2010இல் வெளிவந்த ஜமாலனின் இரண்டாவது கட்டுரைத் தொகுப்பு 'நவீனத் தொன்மங்களும் நாடோடிக் குறிப்புகளும்' என்ற புலம் வெளியீட்டுப் புத்தகம்.

ஏறக்குறைய உலகின் அனைத்து நிகழ்வுகளும், புதிய கட்டமைப்புகளும் நிகழ்ந்துவிட்ட 19ஆம் நூற்றாண்டு தொடங்கி சமகாலம் வரை உருவான பல்வேறு மாற்றங்களின் ஊடாக கருதுகோள்களையும், சம்பவங்களையும், பிரதிகளையும், நவீன அரசியல் எழுச்சிகளையும் கலை இலக்கியத்தோடு சினிமாவரை எழுதிச் செல்கிறது இத்தொகுப்பு.

உடலரசியல், பெண்ணியம், கலை இலக்கியம், அரசியல், சினிமா, ஈழம் எனும் வகைப்பாட்டில்[1] கடந்த அறுபது வருட உரையாடல் மற்றும் போராட்டங்கள் யாவற்றையும் மனித மறுமதிப்பீடு செய்யும்வகையில் எதன் பிரதிநிதியாகவும் இல்லாமல், தனக்குமுன் பேசியவர்களின் குறிப்புகளையும் தோதான இடத்தில் இணைத்து வாசகர்களோடு ஒரு உரையாடலை நிகழ்த்தியவிதத்தில் உழைப்புகூடிய மிக முக்கியமானதொரு அறிவு நூலாக இதைக் கருதலாம்.

இயற்கையை நனவிலியாகக் கொண்டு பரந்துபட்டு மனித மனம் தங்கள் புகலிடங்களை உருவாக்கிக் கொள்வதற்காக போராடிய வரலாறு மதம், தேசியம், காதல், யுத்தம் எனும் இவை மறுமலர்ச்சி யுகத்தில் எவ்வாறு குதர்க்கத்துடன் கட்டமைந்தது என்பதை அல்லது இப்பூமண்டலம் எவ்வாறு மனிதமையவாதமாகத் திரிந்தது என்பதையும் ஞாபகப்படுத்துகிறது இப்புத்தகம்.

1 முதற்பதிப்பில் உள்ள பிரிவுகள் இதில் குறிக்கப்பட்டுள்ளது.

அதிகார நிர்வாகத்துக்காக கெட்டிதட்டிப்போன நிறுவனங்கள், சீர்திருத்தப் போலி அமைப்புகள், தீவிர அரசியல் முயற்சிகள், வன்முறைகள், பாலியல் நம்பிக்கைகள் யாவும் தத்தம் யதார்த்தத்தை எப்படி இன்று இழந்து நிற்கின்றன, லட்சியவாதங்கள் எப்படி, எதற்காக திரிக்கப்பட்டன. மதம் மற்றும் அரசுப்பிடியில் இன்னும் அலைக்கழிக்கப்படும் சாமான்ய மக்களின் விளிம்புநிலை அவலங்கள், மரணங்கள், பெண்களின் நவீன இருப்பு, கலை இலக்கிய ஆதார உணர்ச்சிகள் போன்றவற்றை வர்க்கப் பார்வையோடு அணுகும் ஜமாலன், இத்தொகுப்பை ஒரு பின்மார்க்சியத் தளத்தில் அலசிப் பார்க்கிறார்.

'கலச்சார கண்ணாடிக் கூண்டில் கல்லெறியும் நீலப்படங்கள்', 'குடிக் கலாச்சாரமும் கலாச்சாரக் குடிகளும்', 'மண்டோ பற்றிய வெள்ளை அறிக்கையும் பெண் எனும் பேரச்சம்', 'வசந்தம் பாலையாகும் வளைகுடா இந்தியர்கள்', 'கற்றது தமிழ் கற்காதது'[2], 'உலகமய காலனியத்தின் சோதனை விளையாட்டுகள்' போன்ற கட்டுரைகள், மிகச் சமகால முக்கியத்துவம் வாய்ந்தவை.

ஜூடித் பட்லரின் பாலினமாதலில் தொடங்கி இஸ்லாமிய பெண்ணியம் வரை நீளும் விவாதங்கள், சமப்பால் தன்மைக்கான சீரிய ஆய்வாகவும் பகுத்தறிவு மற்றும் சூஃபியியல் சார்ந்த ஒரு பற்றற்ற தன்மையையும் பெண்களிடத்தே காண விழைகிறது. தொன்மங்களும் கதையாடல்களும் மறைவதில்லை என்ற பிரடெரிக் ஜேம்ஸனின் ஆய்வுக்கொப்ப, பெண்களுக்கு ஒரு தொன்ம அரசியல் வெளியை உருவாக்குவதில் ஜமாலன் கடினமாக முயன்று வெற்றியும் பெற்றிருக்கிறார். மிகப் பொறுப்பான, ஆண்நீக்கம் செய்துகொண்ட பன்மைத்துவமான கோர்ப்பு தொகுப்பின் இப்பகுதிகள்.

'கலவரம் என்பது பெண்ணுக்கு அதீத பாலியல் ஆற்றல் உள்ளது என்பதையே தனது நினைவாகக்கொண்ட ஒரு வாக்கியம் ஆகும்' என்ற, தனது முத்தாய்ப்புக்குள் ஆண்+பெண் இருமை எதிர்வுகளின் நெடிய போராட்டத்தை ஆதிக்க வெறுப்பின் அரசியலை, அமுக்கப்படும் பாலினத்தின் துயரங்களை உள்ளடக்குகிறார். இங்கே காலகாலமான மொழி, எழுத்து, பேச்சு யாவும் தற்காலிகமானது என்பதும் நம் ஞாபகத்தில் நிழலாடுகிறது. இத்தொகுப்பு முழுவதும் உடலரசியலின் தொடர்பாடல் என்றும்கூட கவனப்படுத்தலாம்.

---

2 சினிமா குறித்த கட்டுரைகள் தனிநூலில் இடம் பெற்றதால் இந்நூலில் இணைக்கப்படவில்லை

'பயங்கரவாதம் என்கிற பக்கவாதம் – வரலாறு நிகழ்த்தும் வன்முறை விளையாட்டுகள்' என்ற கட்டுரை ஜமாலனின் ஆழ்ந்த உள்ளக்கிடக்கையின் வெளிப்பாடு. இந்திய இஸ்லாமியர்கள் தங்களின் அன்றாட லௌகீக யதார்த்த வாழ்வின் பாத்திரங்களின்மீது சுமத்தப்படும் பயங்கரவாத அடையாளத்தை எதிர்கொண்டு வாழவேண்டிய அவலத்தை இன்னுமான பலவேறு எண்ணங்களை வாசிப்பவருக்காகத் தூண்டும் இக்கட்டுரைகள் வாசிக்க எளிதான மொழியிலும் ஞாபகத்தின் அடுக்குகளில் பறக்கும் விடுதலைப் புள்ளினங்களின் நீட்சியாகவும் இருக்கிறது.

'மண்ட்டோவின் கடித இலக்கியம்' வழியாக அமெரிக்கமயம் என்னும் உலகமயப்போக்கு அதன்மீது அபத்த ஆசைகொண்ட உலக நடுத்தர மக்களின் வெட்கங்கெட்டதன்மையை மட்டுமல்ல; அமெரிக்காவின் சந்தை தொடாத இடமே இல்லை என்றளவில் பூரித கலசாரமும் எவ்வாறு பரவி வருகிறது, அது மற்றைய பூர்விக கலாசார வேறுபாடுகளை சீரழித்து மறையச் செய்கிறது என்பது நீளக்கூடிய பெரும் அச்சுறுத்தலையும் விவரிக்கிறது.

குறிப்பாக கவனிக்கும் பட்சத்தில், இக் கட்டுரைகளில் பெண் உலகின் முதிர்ந்த பேசப்படாத மொழித் தொனிகள் மறைந்திருப்பதைக் காணலாம். உரத்துப் பேசாத உலகின் பாதிப் பேச்சொலிகளை எழுத்துகளை பெண் மொழியின் வாயிலாகவே ஜமாலன் நிறுவ முயல்கிறார். மேலும் 'ஒரு மனிதனின் நடோடி உணர்வு எல்லா கலாசார விழுமியங்களையும் தூக்கிப்போட்டு உடைப்பதன்மூலம் மட்டுமே நிலையான குடிமக்களை எதிர்க்கமுடியும்' என்றும் இந்த நூற்றாண்டை அகதிகளின் நூற்றாண்டாகவும் வறையருக்கும் ஜமாலனின் கதையாடல்கள் சுவாரசியமானவை. வேறொரு மாற்றுக் கோட்பாட்டுக்கான முன்நகர்வுகள் எனவும் கூறலாம்.

தமிழவனின், 'வார்ஸாவில் ஒரு கடவுள்' நாவலின் குறுக்குவெட்டுத் தோற்றத்தில், ஒடுக்கப்பட்ட ஒரு சமூகத்தின் பாலியல் வரலாறு பற்றிய அரசியல் புனைவையும் ஐரோப்பிய ரொமான்டிச, கீழைத்தேய மீட்சியையும் லூயிபுனுவலின் சினிமாவையும் இணைத்துப் பேசியிருப்பது அருமை. பல இடங்களில் கட்டுரையாளர் முதலாளித்துவ சமூகத்தின் நவீன கருத்துருவாக்கங்களின் செயலூக்கமற்ற முடிவு மூலதனத்தால் தள்ளிப் போடப்பட்டிருப்பதையும் நவீன முதலீட்டியப் பார்வைக்கும் பின்நவீன விளிம்புநிலைக் கதையாடல்களுக்கும் இடையே நிலவும் சமகாலத்தையும் பிரதிகளாக்குகிறார்.

பலவகையான வரலாற்று நிகழ்வுகளில் இருந்து தொகுத்து பலதையும் உடைத்துக்காட்டும் கட்டுரையாளர், மார்க்சியநோக்கில் இந்திய வரலாறு காலத்தில் தவிர்த்திருக்கக்கூடிய, சுலபமான ஒரு வேலை இன்று எவ்வளவு மோசமான மதவிரோத, விளைவுகளை உண்டாக்கியிருக்கிறது என்பதையும் புள்ளிவிபரங்களாக்குகிறார். பிரிட்டிஷ் சூழ்ச்சி தொடங்கி நவீன இந்திய ஆளும் வர்க்கத்துக்கு மத அடிப்படைவாதங்கள் எப்படித் துணைபோகின்றன என்பதை துல்லியமாக விளக்கும் இக்கட்டுரை பாலஸ்தீனக் கவிஞன் மஹ்மூத் தர்விஷின் (இத் தொகுப்பில் உள்ள மற்றொரு கட்டுரையின்) தொடக்க வரிகளுக்கு நம்மை கொண்டுசேர்க்கிறது.

'நான் பன்மைவாதத்தை நம்புகிறேன். எல்லா மதத்துக்கும் பாலஸ்தீனத்தில் இடமுண்டென்று நம்புகிறேன். நான் ஜியோனிஸத்துக்கு எதிரானவன். அதே சமயத்தில் நம்பிக்கை இருப்பின், அடிப்படைவாதிகளைவிட மதச்சார்பற்றவர்கள் வலுவாகலாம் என்று நினைக்கிறேன். பார்க்கப்போனால், இப்போது மதச் சார்பற்றவர்கள் அடிப்படைவாதிகளைவிட வலுவாகவே உள்ளனர். நம்பிக்கை இருந்தால் அவர்கள் இதைவிடவும் வலுவாகக்கூடும். இதுவே இஸ்ரேலுக்கும் பொருந்தக்கூடிய உண்மை'

இந்த பரந்துபட்ட உணர்வின் நனவிலி மனிதன்தான் ஜமாலன். வாதப் பிரதிவாதங்களையும் தர்க்கங்களையும்விட வாழ்ந்துகாட்ட எத்தனிக்கும் பண்புநிலை நோக்கமே அறமாகும் என்பதன்வழி எதன்மீதும் குழு மனப்பான்மையற்று, அதைத் தூண்டாமலும் எழுதும் வலிமை ஒரு மார்க்சியருக்கு அன்றி யாருக்கு வாய்க்கும். அன்பின் வழியது உயிர்நிலை.

இப்படியாகத்தான் 'மனித மையவாதத்தின்' அழுக்காறுகள், ஆவலாதிகள் கரைக்கப்பட்டு, பன்மைத்துவமான, எவ்வுயிர்க்குமான இடமாக பூமியை விட்டுச் செல்லும் வழிகளை எதிர்காலத்தில் இடப்படுத்தமுடியும். யாவும் வர்க்கத்தின்பாற்பட்ட நலன்களுக்கான முன்யூகமேயன்றி முரணியக்கத்தின் மனம் ஆதியில் கட்டமைக்கப்படாத உற்பத்திக்கான தொன்மம்தான். இதில் புத்துயிர்ப்புக் காணாத மனிதம் என்ன மனிதம். இந்த உலகை உடமைச் சமூகத்தின் பெருவளர்ச்சி என்றும் அதன் சொத்துகள் மிகப் பிரம்மாண்டமானதாக, சாதனையாக, ஒளி நிறைந்ததாக ஆக்கியிருப்பது எது, எதற்கு, ஏன் இப்படி என்ற கேள்விக்கு அதை உண்டாக்கியவர்கள் சிறுத்து நிற்கத்தான் வேண்டும்.

ஜமாலனின் இத்தொகுப்பு மேற்கு மற்றும் கிழக்கு, கூடவே அராபியத் தொன்மங்களின் நாகரிகக் கலவையாகவும் வித்தியாசங்களின் பன்மைத்தன்மைகளுக்குரிய செவ்வியல் பண்புகளையும் அவற்றின் உற்பத்தி உறவுகளுக்குமான இருத்தல் பற்றிய அவதானங்களையும் பன்மைக் கலாசாரங்களின் நுண் அரசியல் பிடிமானங்களையும் ஆவணப்படுத்துகிறது. சோசலிச வீழ்ச்சியெனும் மாயையை நீக்கி கம்யூனிசத்தின் லட்சிய பாவங்களின் நடைமுறையை பலவற்றுக்கும் விசாலப்படுத்துவதோடு, அதற்கான தொன்வரைவுகளையும் ஆய்ந்து செல்கிறது. நவீனத்துவ காலகட்டத்தின் தலையாய எழுச்சி மார்க்சியமே!

வளைகுடா, இந்தியர்களின் உழைப்பு பூமியாகவும் அதன்வழியே உண்டாகும் எதிர்கால நம்பிக்கைகள் மற்றும் பாதுகாப்பின்மைகள் பற்றிய விவரணைகள் சொல்லில் எழுத முடியா சிக்கல்களை கொண்டிருப்பதாகக் காண்கிறோம். யூரோவும், டாலரும் காரைக்குடி இந்தியர்களை தினாரில் கவலைப் படவைக்கும் கதைகளைப் படிக்கிறோம். அமீரகமயமாக்குதல், சவுதிமயமாக்குதல் போன்றவற்றால் எதிர்கால கூலி இந்தியர்களின் வீடு திரும்புதல் என்னவாகும் என்பதும் டாலர் கேள்விதான். ஹேராம் படம் நாவலில் இருந்து சினிமாவாக இல்லாமல் சினிமாவே நாவலாக எடுக்கப்பட்டிருக்கிறது என்பது நுட்பமான அவதானிப்பு. நவீன வாழ்வின் பிரமாண்டத்தின் முன்பு தனது ஆற்றலை இழந்து வரும் மனிதன் மனப்பிறழ்வு மற்றும் வன்முறை பழமைக்கான ஏக்கம் முதலியவற்றால் பீடிக்கப்படுகிறான் என்பதையும் கொலை, பாலுறவு வன்முறை போன்றவை பின்நவீன காலத்தின் கேளிக்கையாகவும் மூலதனத்துக்கு முன்பான வேடிக்கையாகவும் மாறி வருவதை ‘கற்றது தமிழ்’ பட விமரிசனம் மூலம் ஜமாலன் நிதர்சனப்படுத்துகிறார்.

இந்த முழு நூலையும் படிப்பது சமகாலத்தில் தனி மனிதத் தன்னிலைக்கு ஒரு வரலாற்று அறிவைக் கொடுக்கிறது. இன்றைய புத்தகச் சந்தைகளின் நூலகங்களின் புழங்குமிடங்கள், கலை இலக்கியம், அரசியல், உலக நடத்தைகள், அதன் பண்பாட்டு விஞ்ஞான வளர்ச்சிகள், பயங்கரவாதங்கள், ஏகாதிபத்திய சக்திகள் வழியாக ஒரு பிரதேச மனிதனை உலக மனிதனாக்கும் சாத்தியத்தைக் கொண்டிருக்கின்றன. அந்த உலக மனிதன் யார் எனும் இடத்தில்தான் தொடங்குகிறது ஜமாலனின் இக்கட்டுரைகள். மிக விரிவாக எழுதவேண்டிய பல அம்சங்கள் இதில் இருக்கின்றன என்றாலும் இத்தகைய தொகுப்புகள் கவனம்பெறாமல் போவது தமிழ்ச்சூழல் பற்றிய அயர்ச்சியைத்தான் தருகிறது.

ஏறக்குறைய 1990களில் தொடங்கி 2010வரை சுமார் இருபதாண்டுகளில் ஜமாலனால் எழுதப்பட்டிருக்கும் இக்கட்டுரைகள் மதம், பாலியல்பு, பெண், பொருளாதாரம், கலை போன்றவற்றின் பூர்ஷ்வா மாயைகளைக் களைந்து மார்க்சிய அறிவுத்தோற்ற விளக்கத்தில் நவீன மனிதமையை மீளுருவாக்கம் செய்வதாகக் கூறலாம். நவீனத்துக்கான அறம் பற்றிய உரையாடல்கள்.

மனிதன் தன் இறப்பை முன்கூட்டியே அறிந்தவன் என்ற முறையில், அதன் இடைவெளியில் ஏதோ கோட்பாட்டுக்கு உள்ளாக வேண்டிய நிரூபணமும் அனைத்துக்கும் பிறகு 'நான் யார்' என்ற கேள்வி மீள்வதும் மனிதன்மீது ஒரு ஆன்மீகத் தீர்ப்பை எழுதுவதற்கு காரணமாகிவிடுகிறது. ஆன்மீகத்தின் தர்மகர்த்தா முறையை வர்க்கநலனில் வைத்து கருவறுத்த மார்க்சின் விஞ்ஞானப் பார்வையை நடைமுறைக்குக் கொண்டு வரவும் நவீன கோட்பாடுகளை அரசியலில் அறத்துக்கு நிபந்தனை யாகவும் மக்கள்வழி பூமியின் யதார்த்தத்துக்கு ஒரு பாலமாக செயலாற்றுவதற்கும் இத்தகைய நூல்கள் வழி செய்கின்றன.

மிக விரிவான எடுத்துரைப்புகள், பின்நவீனத்துவ நியாயப்பாடுகளின், எடுகோள்கள், நவீன புதிய சமூகத்துக்கான அறிவுஜீவித ஒத்துழைப்புகள் என விரிந்தாலும் கிரிக்கெட், நீலப்படங்கள் (சாருவின் பனுவலாக்கம் என) இளைஞர்களின் ஈடுபாட்டின்மீதான விஞ்ஞானப் பார்வையோடு இன அழிப்புதான் என்றும் ஏகாதிபத்திய வெறிகளால் ஈழத் தமிழர்களுக்கு நேர்ந்த அவலம், சாதிய உள்முரண்களின் கோளாறுகள் என பருந்துப் பார்வைகளும் இதில் இருக்கிறது. குடியைப் பற்றி இவ்வளவு விரிவான செய்திகள் வாசகர்களை ஆச்சரியப்படுத்தும். நிதானமாக உள்வாங்கவேண்டிய புத்தகம். பல்வேறு உலகச் சிந்தனையாளர்களின் எண்ணங்களை கலைத்து அடுக்கி நமது நவீன இருப்பைத் தூண்டும் ஜமாலனின் இத்தொகுப்புக்கான மதிப்புரை அவரின் சொற்களில் முடிவதுதான் பொருத்தம்.

'வானம் பொய்த்துவிட்டது என்பதைப்போல மார்க்ஸியம் பொய்த்துவிட்டது என்ற தவளைக் கூச்சலில் எனக்கு நம்பிக்கையில்லை. பொருளாதார ஏற்றத்தாழ்வுகளும் ஒடுக்கு முறையும் இருக்கும்வரை மார்க்ஸியத்தின் இருப்பு தவிர்க்க முடியாதது. உண்மையில் சோவியத், சீனா, சீஸோலிங்க்விஸ்டிக் வரை அல்தூஸர் முதல் ஃபூக்கோ, தெல்யூஸ் கத்தாரிவரை மார்க்ஸியத்தின்மீது நம்பிக்கை கொண்டு அதிலிருந்து வளர்ச்சியடைந்தவர்கள்தான்'

'பன்னாட்டு முதலாளியமாக வளர்ந்துள்ள ஏகாதிபத்தியம் ஏற்படுத்தியிருக்கும் அரைக்காலனிய பண்பாட்டுச் சூழலில் நாம் பழைய வகையில் இன்றைய பிரச்னைகளை எதிர்கொள்ள முடியாது. அதனால்தான் பாலியல் சொல்லாடல்கள், தேசிய இனப் பிரச்சினைகள், பெண்ணியம், பாலினமாக்கல் பற்றியெல்லாம் பண்பாட்டுத் தளத்தில் மார்க்ஸிய நோக்கிலிருந்து பேச வேண்டியதுள்ளது'

பின்குறிப்பு: வாழ்வுறுதி, விருப்ப வேட்கை போன்றவற்றில் தாபத்துடன் இயங்கும் ஒரு தன்னிலையின்மீது லட்சியவாத பெருஞ்சுமையை சுமத்தி வழிநடத்துவது, அதன் நடத்தையின்மீதான கண்காணிப்பு ஆகிறது. அரசு வடிவம் என்பது குற்றம், தண்டனை, உற்பத்தி, காதல், பொருட்சேதம் அனைத்திலும் ஒரு ரெவின்யூ இன்கம் வருகிறதா எனப் பார்க்கும் நிறுவனமாகவும், மக்கள் உளவியலின்மீது பாராமுகத்தையும் கொண்டு இயங்குவதால், அனைத்துக்கும் எதிர்வடிவம், விளையாட்டுத்தனம், அனார்க்கிசியப்பண்பு உருவாகிக்கொண்டு வருவது, விளக்கத்தை மறுத்தல் போன்றவற்றின்மூலம் நவீனத்துவத்தின் பல நூற்றாண்டுகால முழுமையை, பின்நவீன தன்னிலைகள் நிராகரிக்கின்றன. மக்களின் வாழ்வை ஒழுங்கின்மை என்று வர்ணித்த, மதமரபான அரசுகளே மிகக் கேவலமாக இழிந்த பின்பு, அவை குற்றங்களை ஒடுக்கும் தகுதியை இழந்து விடுகின்றன. இதற்கிடையே தோன்றும் பின்நவீனத்துவப் பகடிகளை ஜமாலனின் கட்டுரையில் மெலிதாகக் காணமுடிகிறது. இத்தகைய பகடிகளை இன்றைய விளிம்புநிலை மனிதர்கள் கூட்டிணைவின்றி உலகின் பல இடங்களில் நிகழ்த்துகிறார்கள். முழுமையடைய விரையும் நவீனத்துக்குள்ளேயே அதன் அதிகாரம் விரிசல்விடும் போக்குகளைத்தான் பின்நவீனத்துவம் அரசியல்படுத்துகிறது. மற்றபடி, அது எதையும் முழுமைப்படுத்துவதில்லை என்பது அதற்கான குற்றச்சாட்டு இல்லை

குறிப்பு: தோழர் கவிஞர் யவனிகா ஸ்ரீராம் அவர்கள் முதற்பதிப்பில் வெளியான நூலிற்கு "சிற்றிதழ்" இதழில் எழுதிய இவ்வாசிப்பு அவரது அனுமதியுடன் இங்கு இணைக்கப்பட்டுள்ளது. வெளியிட்ட சிற்றிதழ் மற்றும் தோழர் யவனிகா ஸ்ரீராமிற்கு நன்றி – ஜமாலன்.

குறிப்புகள்

www.ingramcontent.com/pod-product-compliance
Lightning Source LLC
LaVergne TN
LVHW090257051026
849518LV00005B/1549
* 9 7 8 8 1 9 6 0 9 7 5 8 5 *